दैनंदिन जीवनात आरोग्यदायी आणि जीवनदायी
औषधी वनस्पतींची उपयुक्त माहिती

औषधी वनस्पती

AF897017

प्रा. ए. पी. चौधरी

प्रा. अर्चना चौधरी

डॉ. अभिजित चौधरी

डायमंड पब्लिकेशन्स, पुणे

औषधी वनस्पती
प्रा. ए. पी. चौधरी, प्रा. अर्चना चौधरी
डॉ. अभिजित चौधरी

Aushadhi Vanaspati
Prof. A. P. Chaudhari, Prof. Archana Chaudhari
Dr. Abhijit Chaudhari

प्रथम आवृत्ती : २०१०
द्वितीय आवृत्ती : २०१२

ISBN : 978-81-8483-446-8

अक्षरजुळणी : डायमंड पब्लिकेशन्स, पुणे

मुखपृष्ठ : शाम भालेकर

मुद्रक : रेप्रो नॉलेज कास्ट लिमिटेड, ठाणे

प्रकाशक
डायमंड पब्लिकेशन्स
२६४/३ शनिवार पेठ, ३०२ अनुग्रह अपार्टमेंट
ओंकारेश्वर मंदिराजवळ, पुणे-४११ ०३०
☎ ०२०-२४४५२३८७, २४४६६६४२
info@diamondbookspune.com

प्रमुख वितरक
डायमंड बुक डेपो
६६१ नारायण पेठ, अप्पा बळवंत चौक
पुणे-४११ ०३० ☎ ०२०-२४४८०६७७

मनोगत

जगातील प्राचीन ग्रंथसंपदेमध्ये औषधी वनस्पतींबद्दल माहिती उपलब्ध आहे. भारतीय आयुर्वेदातील चरकसंहिता आणि सुश्रुतसंहितेमध्ये सुमारे सातशे औषधी वनस्पतींचा उल्लेख आहे. प्राचीन चिनी वैद्यांना एकहजार औषधी वनस्पतींचे उत्तम ज्ञान होते. आजच्या वैद्यकशास्त्राचे जनक हिप्पोक्रेटिस (इ.स.पू. ४६०) यांनासुद्धा शेकडो वनस्पतींची अद्ययावत माहिती होती. आशियाई आणि युरोपीय देशांमध्ये औषधी वनस्पतींचा उपयोग व्याधीनिवारण्यासाठी व स्वस्थ आरोग्यासाठी होत असे.

औषधी वनस्पतींच्या गुणधर्मांबद्दल, उपयोगांबद्दल वेळोवेळी निरनिराळ्या अभ्यासकांमार्फत लिखाण झालेले आहे. प्राचीन ज्ञान शोधून, मिळवून आत्मसात करण्याएवढा वेळ आज कुणाकडेही शिल्लक नाही. व्यावसायिक वातावरणात वाढलेल्या मानवी जीवनाला 'इन्स्टंट'ची सवय लागली असून 'रेडिमेड'ची गरज जाणवत आहे. त्यासाठी आम्ही काही महत्त्वाच्या वनस्पतींबद्दलची माहिती व त्या वनस्पतींचे औषधी उपयोग स्पष्ट करण्याचा प्रयत्न या पुस्तकात केलेला आहे.

औषधी वनस्पतीचे 'ॲलोपॅथी'प्रमाणे दुष्परिणाम (साइड इफेक्ट्स) अनुभवास आलेले नाहीत. मात्र, त्या वनस्पतीपासून 'क्युअर' होण्यासाठी जास्त कालावधीची गरज असते. औषधी वनस्पतींचा उपयोग करणे सोपे-सुलभ आहे; परंतु त्या वनस्पतीचा उपयोग करण्यापूर्वी आपल्या कौटुंबिक वैद्याचा सल्ला मात्र अवश्य घ्यावा. आपल्या मनाचे, कल्पनांचे प्रयोग साकारू नये हीच विनंती.

प्रा. ए. पी. चौधरी

प्रा. अर्चना चौधरी

डॉ. अभिजित चौधरी

लेखकपरिचय

प्रा.ए.पी.चौधरी – निसर्गोपचारतज्ज्ञ

एम. जे. कॉलेज जळगावमधून ३५ वर्षे वरिष्ठ महाविद्यालयातून अध्यापनाचा यशस्वी अनुभव आहे. मुंबईच्या एस.एन.डी.टी. महिला विद्यापीठामध्ये सिनेटवर आणि पुणे विद्यापीठ, पुणे, उत्तर महाराष्ट्र विद्यापीठ जळगावमध्ये विद्वतसभा, विद्याशाखा सदस्य आणि अभ्यासमंडळाचे चेअरमन म्हणून शैक्षणिक कार्याचा प्रदीर्घ अनुभव आहे.

प्रा. अर्चना चौधरी – शिक्षणकार्यात अध्यनाबरोबर अध्यापन सुरू ठेवून निसर्गोपचार कौशल्ये आत्मसात करण्यासाठी त्यांनी निसर्गोपचार पदविका प्राप्त केलेली आहे. स्त्री व कायदा या प्रमाणपत्र अभ्यासाबरोबर एम.फिल. पदवी संपादन करून आजवर १३ पुस्तकांच्या लेखनकार्यात सहभागी झालेल्या आहेत. औषधी वनस्पती संदर्भातील सामाजिक जाणीव जागृतीसाठी त्या प्रयत्नशील आहेत.

डॉ.अभिजित चौधरी – ऑक्सिस क्लिनिकल्स् लिमिटेड हैद्राबादचे व्यवस्थापक डॉ. अभिजित चौधरी यांनी पर्यायी वैद्यकीय क्षेत्रातील पदवी आणि पदव्युत्तर अभ्यासक्रम पूर्ण केलेला आहे. पुणे विद्यापीठातून औषधीनिर्माणशास्त्रात आणि एम.बी.ए. अभ्यासक्रमात त्यांनी प्रथम श्रेणी प्राप्त केलेली आहे.

क्लिनिकल रिसर्च आणि औषधी उत्पादनासंदर्भात ब्राझील, जर्मनी, अमेरिका, जपान, सिंगापूर आणि लंडन येथील आंतरराष्ट्रीय परिषदांमध्ये सक्रिय सहभाग नोंदविला आहे. कॅडिला, जी.व्ही.के. ट्रायडन्ट लाईफ सायन्सेस्, ऑक्सिस क्लिनिकल्स्मधील अनुभव त्यांच्या जमेस आहे.

अनुक्रम

❁ अक्कलकारा ❁

स्वयंपाकगृहातील मसाल्याच्या पदार्थांत सामावलेल्या अक्कलकाऱ्याला हिंदीमध्ये 'अकरकारू', संस्कृतमध्ये 'अक्कलक' तर इंग्रजीत 'पेलिटरी' किंवा 'पॅरा क्रेस' म्हणून संबोधण्यात येते. अक्कलकारा वनस्पती शास्त्रीयदृष्ट्या 'कम्पॉझिटी' कुळातील आहे.

अक्कलकारा वनस्पतीचे खोड आणि फांद्या केसाळ असून, पाने साधी, समोरासमोर अंडाकृती व देठाकडे निमुळती असतात. वनस्पतीचे पुष्पबंध एकेकटे किंवा परिमंजिरीप्रमाणे असतात. ते फुलांचे लंबगोल, पिवळट लाल रंगाचे असतात.

उपयोग :

- अक्कलकारा वनस्पतीची पाने खाजेवर चोळली जातात. पुरळ उठून खाज सुटल्यास पाने उपयुक्त ठरतात.
- अक्कलकारा वनस्पती व तिचे फळ जिभेच्या विकारावर उपयुक्त आहे.
- अक्कलकारा वनस्पतींच्या फुलांना व फळांना झोंबणारा वास आणि तिखट चव असते; त्यामुळे लाळनिर्मितीसाठी सेवनात अक्कलकाऱ्याचा उपयोग केला जातो.
- आसाममध्ये प्रसूतीनंतर स्त्रियांना त्यांच्या स्वास्थ्यासाठी अक्कलकारा देतात.
- इंडोनेशियात आमांशावर गुणकारी म्हणून ही वनस्पती पाण्यात उकळून देतात.
- फिलिपीन्समध्ये अक्कलकारा मुळांचा काढा रेचक म्हणून उपयोगात आणतात.
- तोंडाला किंवा घशाला कोरड पडल्यास अक्कलकाऱ्याच्या बिया चघळतात. अक्कलकाऱ्याचा काढा लघवी साफ करणारा मूत्रल आहे.
- अक्कलकाऱ्याच्या काढ्याने मुतखडा विरघळतो.
- अक्कलकाऱ्याचा उपयोग संधिवातावर शेकण्यासाठी तसेच खरूज, कंडू धुण्यासाठी करतात.
- अक्कलकाऱ्याच्या फळांचा अर्क दाताच्या, दाढेच्या दुखण्यावर उपयोगात आणतात.

❑

❀ अनंतमूळ (पितकारी) ❀

बारमाही वनस्पती प्रकारातील या वनस्पतीमध्ये अनेक औषधी गुणधर्म आहेत. हिंदीमध्ये 'अनंतमूळ', संस्कृतमध्ये 'सारिवा' आणि इंग्रजीत 'इंडियन सारसापरिला' या नावाने परिचित असलेली अनंतमूळ 'पेरिप्लोकेसी' कुळातील आहे.

अनंतमूळची पाने लांबटगोल हिरव्या रंगाची मध्यंतरी पांढरट रेषांची असतात. विषम आकारमानांच्या त्या पानांची लांबी ५ ते १० सेंटीमीटर असते. अनंतमूळची फुले मोठी, मळकट पिवळी, मधल्या भागात जांभळी आणि आखूड गुच्छामध्ये असतात. पानाचे देठ पातळ असून, ते कणखर असते. या वनस्पतीची मुळे, पाने, फुले औषधीयुक्त आहे.

उपयोग :

- अनंतमूळची वाळविलेली मुळे औषध म्हणून उपयोगात आणतात.
- अनंतमूळ अतिसाराच्या उपचारात उपयुक्त असते.
- तापावर नियंत्रण ठेवण्यासाठी किंवा ज्वरनाशासाठी अनंतमूळ उपयुक्त आहे.
- संधिवातावर आणि मूत्रदोषावर ही वनस्पती गुणकारी ठरते.
- श्वासनलिका सुजून येण्याच्या जुन्या विकारावर आणि पित्तज सर्दी-पडशावर ही वनस्पती उपयुक्त ठरते.
- या वनस्पतीच्या अन्नातील पौष्टिक सत्त्वाचा शरीरास योग्य तो उपयोग होत असतो.
- अनंतमूळ रक्तदोष, मलावरोध यासारखे विकार नाहीसे करण्यासाठी उपयुक्त आहे.
- मुलांमध्ये जो मिरगीचा (फिट्स) विकार असतो तो घालविण्यासाठी अनंतमूळ औषध उपयुक्त ठरते.
- डोळ्यांच्या जळजळणाऱ्या विकारासाठी अनंतमूळचा काढा उपयोगी आहे.
- अनंतमूळच्या काढ्याने पांढरे डाग (कोड) या सारखे विकार दूर होतात.
- भूक न लागण्याच्या विकारावर तसेच त्वचा विकारावर अनंतमूळ उपयुक्त आहे.

❑

❀ अशोक ❀

सदाहरित आणि पौराणिक महत्त्व प्राप्त झालेला अशोक दोन प्रकारे आढळतो. एक सीतेचा अशोक (लाल) मूळचा भारतातला तर दुसरा हिरवा अशोक श्रीलंकेतून भारतात प्रसारित झालेला आढळतो. हिंदीमध्ये 'अशोक', संस्कृतमध्ये 'अशुपालव अशोक', इंग्रजीमध्ये 'अशोक ट्री' या नावाने ओळखला जातो. सीतेचा अशोक (जसवंत) 'लिग्युमिनोसी' कुळातील आहे, तर हिरवा अशोक 'ॲनोनेसी' कुळातील आहे.

लाल अशोकाची उंची २० ते ३० फूट असते. झाडाची साल गर्द तपकिरी किंवा पिंगट पाने संयुक्त, पिसासारखी लोंबती लालसर असतात. फुले प्रथम पिवळसर नंतर नारंगी व टोकाला लाल दिसणारी असतात. त्याची शेंग गडद तपकिरी, चपटी, टोकदार बियायुक्त असते. पौराणिक ग्रंथानुसार भगवान गौतम बुद्धाचा जन्म अशोक वृक्षाखाली झालेला आहे. हिंदूंनी हा वृक्ष पवित्र मानून कामदेवास अर्पण केलेला आहे.

उपयोग :

- लाल अशोक औषधाकरिता प्रसिद्ध असून, त्याची साल आकुंचन करणारी (स्तंभक) असते.
- लाल अशोकाच्या सालीला दुधातून उकळून घेतात. ती गुणकारी आणि पौष्टिक आहे. विशेषत: गर्भाशयाच्या तक्रारी दूर होण्यासाठी तिचा उपयोग करतात.
- लाल अशोकाच्या बिया मूत्र विकारावर उपयुक्त ठरतात.
- लाल अशोकाची सुकलेली फुले मधुमेहावर गुणकारी आहेत.
- लाल अशोकाची फुले कुटून व पाण्यात कालवून 'रक्तातिसार' व आमांशावर देतात.
- लाल अशोकाची फुले मूळव्याधीसाठी गुणकारी आहेत.
- लाल अशोकाची पाने पुन्हा आरोग्य प्राप्त करून देणारी तसेच तीव्र वेदनांवर उपयुक्त ठरणारी आहे.
- शोभेसाठी उपयोगात येणाऱ्या हिरव्या अशोकाची साल तापावर गुणकारी आहे.

❑

❀ अननस ❀

स्वादिष्ट, गोड, रुचकर असे अननस फळ सर्वपरिचित आहे. हिंदीत अनानास, गुजरातीत अननास, इंग्रजीत पाइनॅपल, लॅटिनमध्ये अननस कोमोसस म्हणून परिचित असलेले अननस 'ब्रोमेलिअसी' कुळातील आहे.

अननसात 'क' जीवनसत्त्वाचे प्रमाण अत्याधिक असून, ते शीतल फळ म्हणून खाण्यात येते. या पक्व फळापासून रस, मुरंबा, आसव, कढी व शिर्का तयार करतात. 'पिनाकापड' निर्मितीसाठीसुद्धा याचा उपयोग होतो. अननसाच्या चकत्या करून हवाबंद डब्यात राखून ठेवता येतात. अननसाचा दोरा गळ्यातील माणिमालांकरिता उपयोगात आणतात.

उपयोग :

- पित्त प्रकृतीच्या व्यक्तीसाठी अननस लाभकारी आहे. अननस खाल्यामुळे पित्त शांत होते आणि आराम मिळतो.
- अननस खाण्यापूर्वी सावधानता बाळगावी, रिकाम्या पोटी अननस खाणे हानिकारक असते. काही प्रसंगी ते विषकारक ठरते.
- शक्यतो गर्भवती स्त्रियांना अननस खावयास देऊ नये. अननसाच्या अतिसेवनाने गर्भपात होण्याची शक्यता असते.
- अननस खाताना आतील कठीण भाग काढून फेकून द्यावा. श्वसनाचा त्रास असणाऱ्याने अननस खाऊ नये.
- बहुमुत्रतेच्या विकारातही अननस गुणकारी ठरते. त्यासाठी पिकलेल्या अननसाच्या तुकड्यावर पिंपरीचे चूर्ण घालून खावे.
- पित्त नाशासाठी अननसाचा मुरंबा खावा, मुरंबा तयार करण्यासाठी अननसाची बाह्य काटेरी जाड साल काढून टाकावी तसेच आतील कठीण भाग सुद्धा काढून टाकावा. बाकी राहिलेल्या भागाचे लहान-लहान तुकडे करावेत व ते निवडक तुकडे चुन्याच्या पाण्यात ठेवून द्यावेत. दुसऱ्या दिवशी ते तुकडे पाण्यातून काढून वाळवून घ्यावेत. त्यानंतर साखरेच्या एकतारी पाकामध्ये ते कोरडे तुकडे टाकावेत.

पाक थंड झाल्यावर त्यामध्ये गुलाबजल आणि वेलची पूड घालावी म्हणजे मुरंबा तयार होईल.

- स्वयंपाकघरामध्ये अननसाच्या मुरंब्या प्रमाणेच अननसाचे सरबतही तयार करून ठेवावे. त्यासाठी पिकलेल्या अननसाचे लहान-लहान तुकडे करावेत ते मिक्सरमध्ये फिरवून त्याचा रस काढावा. रसाच्या दुप्पट साखर घेऊन त्याचा पाक बनवावा, मग त्या पाकामध्ये अननसाचा रस घातला म्हणजे सरबत तयार होते.
- अननसाचे सरबत हृदयासाठी उत्कृष्ट असते त्यामुळे हृदय सुदृढ बनते आणि मन उत्साही होते.
- अननसामुळे पित्त व्याधी, उदरव्याधी, कावीळ, पंडुरोग किंवा प्लीहावृद्धी यासारखे रोग बरे होतात.
- ताप आला म्हणजे तो उतरविण्यासाठी अननसाचा रस मधामध्ये घालून प्यावयास द्यावा.
- लहान मुले, तरुण, वृद्ध या सर्वांसाठी अननस उत्कृष्ट फळ आहे. जेव्हा पोटात कृमी-जंत होतात तेव्हा अननस खाणे उत्तम असते. अननसाच्या सेवनाने कृमी, जंत नाहीसे होतात.
- घटसर्पाच्या विकारामध्येसुद्धा अननस लाभदायक ठरते. अननसाचा रस प्यायल्याने घटसर्प दूर होतो.
- पिकलेला अननस जसा गुणकारी आहे तसाच कच्चा अननस, पित्तकारक, ग्लानीनाशक, श्रमनाशक आहे. त्यामुळे पचनास मदत होते. कच्चा अननस हृदय आणि पचनास जड असतो.
- क्षारधर्मीय, खनिजसंपन्न अशा अननसामध्ये 'क' जीवनसत्त्व, पोटॅशियम, केरोटीन आणि रोमोलिन हे घटक असतात. त्यामुळे काही त्वचा रोगांवर त्याचा रसशुद्ध आहार म्हणून उपयोग करावा. ताज्या जखमेवर अननसाचा रस लाभदायक ठरतो.
- सिगरेट, विडी, तंबाखू याच्या व्यसनाने शरीरामध्ये विष साठत राहते. ते साठलेले विष बाहेर काढण्यासाठी अननसाचा नियमितपणे रस घेणे गुणकारी ठरते.

❑

❀ अडुळसा ❀

औषधी वनस्पतींमधील अडुळसा ही वनस्पती उष्ण प्रदेशातील वनस्पती आहे. दख्खनच्या पठारावर शेताच्या कडेने कुंपण म्हणून उपयोगात येणारी ही वनस्पती हिंदीमध्ये 'अडोसा', 'बांसा', संस्कृतमध्ये 'बासक', 'अमलका', इंग्रजीत 'मलबार

नट ट्री' या नावाने ओळखली जाते. अडुळसा ही वनस्पती 'अकेन्थसी' कुळातील आहे.

अडुळसा वनस्पतीची पाने साधी, मध्यम आकाराची लांबट, खाली फिकट व वर गर्द हिरवी असतात. वनस्पतीची फुले पांढरी आणि हिरव्या छदांनी अंशत: आच्छादलेली असतात. वनस्पतीचे फळ लांबट आणि टोकदार असते. या वनस्पतीची मुळे, पाने, फुले, फळे आणि खोडाची साल या सर्वांमध्ये औषधी गुणधर्म आहे. या वनस्पतीचा दुसरा प्रकार काळा अडुळसा किंवा पातेरी या नावाने ओळखला जातो.

उपयोग :

- अडुळशाचा रस मध,सुंठ, मिरी व पिंपळी घालून कफ, श्वास, कास आणि रक्तपित्त या विकारावर उपयुक्त आहे.
- पानांचा रस अतिसारात आणि संग्रहणीत गुणकारी आहे.
- अडुळशाच्या मुळी तांदळाच्या धुवणातून उगाळून श्वेत – प्रदरावर देतात.
- काळ्या अडुळशाची पाने कडू आणि उष्ण असून, कावीळ, हगवण यांवर उपयुक्त आहेत.
- काळा अडुळसा ज्वरनाशी आणि वांतिकारक आहे.
- काळ्या अडुळशाची पाने आणि कोवळ्या पाल्याचा काढा जुनाट संधिवातावर गुणकारी आहे.
- अडुळशाच्या पानांचा रस दम्याच्या रोगास गुणकारी ठरतो.

अफू

मादक आणि विषारी पदार्थ म्हणून ओळखल्या जाणाऱ्या पण वैद्यकीयदृष्ट्या उपयुक्त अशा वनस्पतीला संस्कृतमध्ये 'अहिफेन' तर इंग्रजीत 'मॉर्फीन' या नावाने ओळखतात. 'पापाव्हेरसी' या कुळातील ही वनस्पती आहे.

अफू वनस्पती 'अफूचे झाड' या नावाने ओळखले जाते. या वनस्पतीची पाने

साधी, कमी–अधिक करवतीच्या काठाची असतात. वनस्पतींची फुले लालसर जांभळी किंवा पांढऱ्या रंगांची सुंदर दिसणारी असतात. वनस्पतीचे फळ म्हणजे एक गोलसर बोंड असते. त्यात पांढऱ्या बिया असतात.

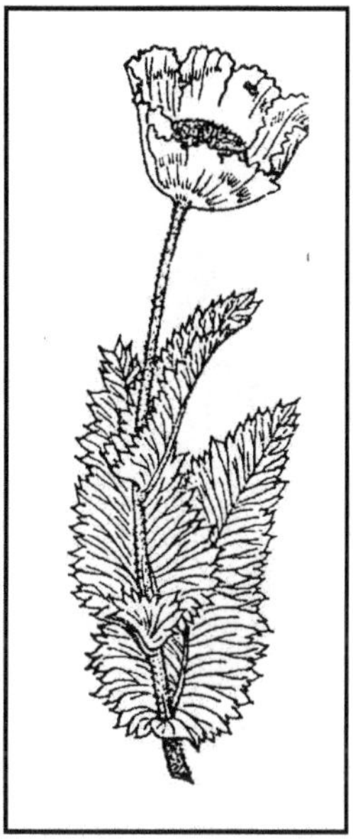

वनस्पतीचे आयुष्य वर्षभराचे असते. कोणत्याही प्रकारच्या हवामानात ही वनस्पती वाढू शकते. मात्र, प्रचंड कडाक्याची थंडी, ढगाळ वातावरण, पावसाळी हवामान यांचा वनस्पतीवर विपरीत परिणाम होतो. त्यातूनच वनस्पतीचे उत्पादनही कमी होते. तसेच दर्जा सुद्धा खालावतो. अफूवर कारखान्यात प्रक्रिया केली जाते. अफूच्या लागवडीवर सरकारी नियंत्रण आहे. ताजी अफू पिंगट रंगाची असून, मऊ आणि घट्ट असते. तिला फळासारखा वास असतो, तर कडवट चव असते.

उपयोग :

- अफू खाण्यासाठी, ओढण्यासाठी आणि सुईने शरीरात शोषून घेण्यासाठी उपयोगात आणली जाते. मादक पदार्थाचे हे व्यसन होय.
- अफू चित्तवृत्ती प्रसन्न करणारी आणि कामोत्तेजक मानली जाते; पण अफूमुळे नशा मात्र वाढत असते.
- अफूच्या सेवनाने भूक मंदावते आणि पचनशक्ती बिघडते.
- अफूच्या नित्य उपयोगाने अशक्तता येते; मज्जातंतू कमकुवत होतात. प्रसंगी नपुंसकत्वही येते.
- वेदना क्षमवण्यासाठी उपयोगात येणाऱ्या औषधांमध्ये अफूचा उपयोग करतात.
- अफूपासून मॉर्फीन, पॅपॅव्हरीन, नार्कोटीन इ. औषधे आणि अल्कलाईड्स तयार केले जातात.
- अफूचे कापूरमिश्रित आसव खोकल्यावर उपयुक्त आहे.
- अफूचे कापूरमिश्रित आसव अतिसारासाठी उपयोगी सिद्ध होते.
- अफू झाडावरील गाठीचे मलम मूळव्याधीवर उपयोगी आहे.
- बालपणामध्ये रडक्या मुलास झोपण्यासाठी थोडा अफूचा डोस देतात.
- अफू बी चे तेल अतिसार, आमांश, भाजल्याच्या जखमा इ. उपयुक्त आहे.
- अफूची लाल फुले औषधी सरबत तयार करण्यासाठी उपयोगात आणतात.

❑

अर्जुनसादडा

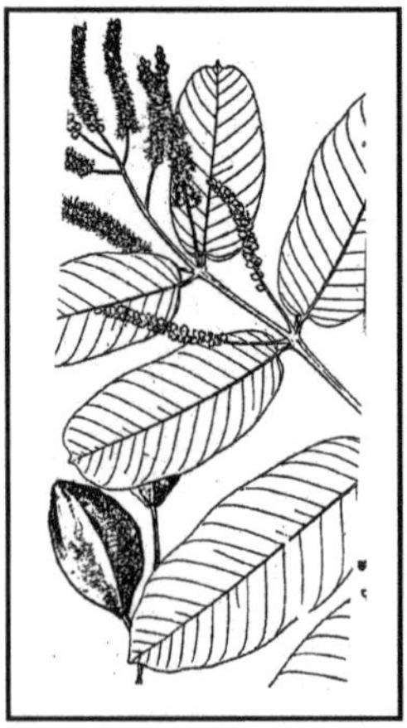

सर्व भारतीयांना आणि श्रीलंकावासियांना सुपरिचित, अर्जुनसादडा हिंदीमध्ये 'मुरुथू' किंवा 'कहू' संस्कृमध्ये 'अर्जुन' तर इंग्रजीत 'व्हाईट मुर्दा' या नावाने ओळखले जाते. 'कॉम्ब्रीटसी' कुळातील या वनस्पतीचा वृक्ष सुमारे ८० फुटांपर्यंत उंच असतो.

अर्जुनसादडा वनस्पतीची फळे चिवट, शुष्क, पिंगट, लंबगोल, पाचपंखांची आणि एकबीजी असतात. हिवाळ्यात आणि पावसाळ्यात या वनस्पतीला फळे येतात. ती औषधीगुणसंपन्न असतात. झाडाची पाने, सालसुद्धा औषधी गुणधर्मांनी युक्त असते.

उपयोग :

- अर्जुनसादडाचे फळ शक्तिवर्धक असते तसेच त्यामुळे शरीरातील अडथळे दूर होतात.
- अर्जुनसादडाची पानेसुद्धा उपयुक्त ठरतात. त्याच्या ताज्या पानांचा रस कानाच्या दुखण्यावर गुणकारी आहे.
- वनस्पतीची साल शक्तिवर्धक, स्तंभक (आकुंचन करणारी) ज्वरनाशी आहे.
- अर्जुनसादडा सालीतील अर्कामुळे हृदयाला बल प्राप्त होते.
- अर्जुनसादडाची साल पित्तविकारावर आणि निरनिराळ्या व्रणांवर, जखमांवर उपयुक्त आहे.
- अर्जुनसादडा सालीमध्ये टॅनिनचे प्रमाण अधिक आढळते.

अक्रोड

ड्रायफ्रूटमध्ये सामावलेल्या अक्रोड फळाची वनस्पती/वृक्ष पानझडी स्वरूपाचा सुगंधी, आकारमानाने मोठा असतो. संस्कृतमध्ये 'अक्षोट', हिंदीमध्ये 'अखरोट' या नावाने प्रसिद्ध असलेली ही वनस्पती 'जुग्लान्डेसी' या कुळातील आहे. मूलतः इराणच्या वनस्पतीचा प्रसार होऊन आज भारत, युरोप, अमेरिका, सीरिया इत्यादी ठिकाणी त्याची लागवड केली जाते.

अक्रोड वृक्षाची साल करडी आणि भेगाळ तर पाने एका आड एक संयुक्त स्वरूपात असतात. या वनस्पतीची फुले पिवळसर, हिरव्या रंगाची असून, लहान देठाची, आयताकृती असतात. अक्रोड फळावरील आवरण जाड आणि चिवट असते. अक्रोडचे आतील कवच कठीण, सुरकुतलेले व दोन झडपांचे असते. त्यामध्ये चतु:खंडी तेलयुक्त बी असते.

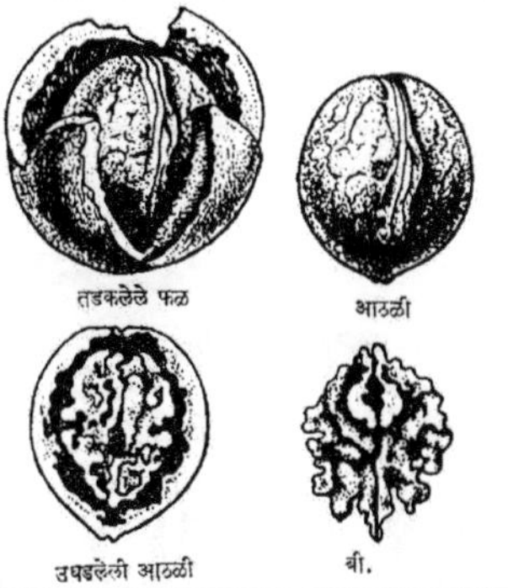

अक्रोड जंगली स्वरूपात सुद्धा आढळते; पण ती वनस्पती 'यूफोरबीएसी' कुळातील असते. जंगली अक्रोडवृक्ष उंच, सदापर्णी, शोभिवंत असतो. तो मूलत: मलाया आणि पॅसिफिक बेटातील आहे.

अक्रोड बी किंवा फळ निरनिराळ्या खाद्य पदार्थांमध्ये उपयोगात आणले जात असले तरी त्याचे काही औषधी गुणधर्म आहेत.

उपयोग :

- अक्रोड फळ संधिवातावर उपयुक्त आहे.
- अक्रोडचे तेल पट्टकृमींवर उपयुक्त असून, सारक आहे.
- अक्रोड वनस्पतीची पाने स्तंभक (आकुंचन पावणारी) व पौष्टिक असतात.
- वनस्पतीची पाने कृमिनाशक आहेत.
- वनस्पतीच्या वृक्षाची साल व पाने गंडमाळा, पुरळ, उपदंश, इसब इत्यादींवर उपयुक्त, गुणकारी आहेत.
- वनस्पतीच्या हिरव्या सालीच्या तेलात किंवा मद्यार्कात अर्क काढून, तुरटी घालून केसांचा कलप बनवितात.
- अक्रोड बियांतील मगज शूल आणि आमांशावर देतात.
- बियांचे तेल खाद्य तेल म्हणून उपयोगात येते; तसेच रंग, रोगणे, साबण यासाठी सुद्धा उपयुक्त आहे.
- अक्रोडची हिरवी साल मत्स्यविष असते.

❑

अलुबुखार

रसाळ, गोड अन् आकर्षक गर्दलाल रंगाची अलुबुखार फळे, सर्वांना परिचित आहेतच. हिंदीमध्ये 'अलुबा', संस्कृतमध्ये 'आरूक किंवा अलूक', मराठीत अलुबुखार, अन् इंग्रजीत 'प्लम' किंवा 'बुलेस', नावाने प्रसिद्ध असलेल्या अलुबुखारचे कुळ 'रोझेसी' आहे.

अलुबुखाराची लागवड ही जंगली जरदाळूच्या खुंटावर कलम करूनच केली जाते. अलुबुखार वनस्पतीच्या लागवडीनंतर ३ ते ४ वर्षांनी त्याला फळे येऊ लागतात. अलुबुखार वनस्पती दीर्घकालीन फळे देणारी आहेत; त्यामुळे एकदा का उत्पादनास सुरुवात झाली की, २५ वर्षांपर्यंत उत्पादन सुरूच राहते.

अलुबुखार वनस्पतीच्या योग्य वाढीसाठी अन् अत्याधिक उत्पादनासाठी त्याची खूप काळजी घ्यावी लागते. वनस्पतीची योग्य छाटणी, वनस्पतीला खतपाणी वेळेवर देणे इत्यादी अनेक प्रकारे खबरदारी घेणे अत्यावश्यक असते.

भारताच्या पंजाबच्या टेकड्यांमध्ये, काश्मीर, हिमाचल प्रदेश, दिल्ली, कुलू, कुमाऊँ प्रदेश इ. ठिकाणी अलुबुखारची लागवड केली जाते अन् उत्पादन घेतले जाते.

अलुबुखार हे फळ म्हणून खाल्ले जातेच, पण त्याशिवाय त्यात औषधी गुणधर्मसुद्धा आढळतात.

उपयोग :

- अलुबुखार फळ शरीरास शीतलता, थंडावा देणारे आहे.
- अलुबुखार फळ गोड आणि रसाळ असून, ते प्रोटिन्सयुक्त आहे.
- अलुबुखार हे सारक (रेचक) स्वरूपाचे फळ आहे.

आवळा

'क' जीवनसत्त्वाने संपन्न अशा आवळ्याचा उपयोग आयुर्वेदाच्या अनेक कार्यात केला जातो. आवळा फळ हे त्रिफळा-चूर्णातील एक महत्त्वाचा घटक आहे. हिंदीमध्ये 'आँवला', संस्कृतमध्ये 'आम्लिका', इंग्रजीमध्ये 'एम्ब्लिका मायरोबेलान' या नावाने

प्रसिद्ध असलेला आवळा 'युफोरबीएसी' या कुळातील आहे.

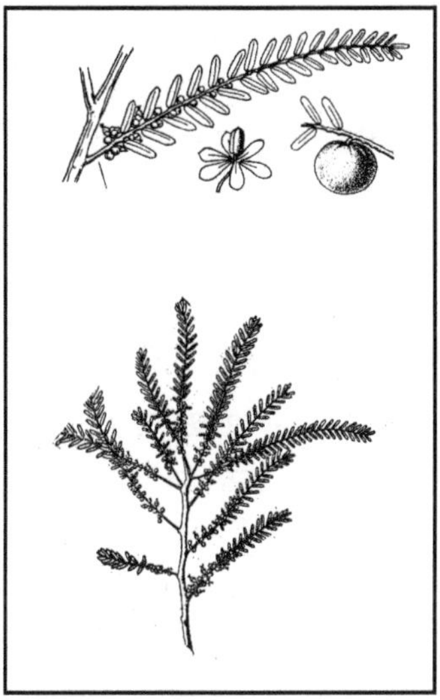

आवळा हा लहान किंवा मध्यम आकाराचा पानझडी वृक्ष आहे. पाने १०-३३ मि.मी. लांब, २-३ मि.मी. रुंद, अगदी जवळ जवळ लागलेली, पिच्छाकृतीसमान दिसणारी; फांद्या सर्वसाधारणपणे पिच्छाकृती दिसतात.

फळ १.५-२.५ सें.मी. परिघ असलेले, रसाळ गोलाकार, काहीसे अस्पष्ट, ६ भागात विभागलेले व रेषा असलेले, फिकट हिरवे किंवा पिवळसर, बिया ६, लावलेल्या आवळ्याच्या झाडाची फळे मोठी असतात.

आवळा दायीचे, पोषणाचे काम करतो म्हणून धात्री, तरुण राहण्यासाठी मदत करतो त्यामुळे 'वयस्था' या नावानेही ओळखला जातो. आवळ्याचे 'पांढरे आवळे', आणि 'रान आवळे' असे दोन प्रमुख प्रकार आहेत. सामान्यपणे भोजनाच्या सुरुवातीला, भोजनामध्ये आणि भोजनाच्या शेवटी आवळ्याचा नियमितपणे उपयोग करणे लाभकारी असते.

उपयोग :

- आवळा, बेहडा व हिरडा समप्रमाणात घेऊन त्यामधील बी काढून टाकावे. बाकी राहिलेला गर बारीक कुटून वस्त्रगाळ चूर्ण बनवावे. हे त्रिफळाचूर्ण स्वयंपाकगृहात उत्तम रसायन म्हणून सांभाळून ठेवावे. त्रिफळाचूर्ण रात्री पाण्यात भिजत घालून सकाळी ते पाणी वस्त्रगाळ करून, गाळलेल्या पाण्याने डोळे धुवावे म्हणजे डोळ्यांचे तेज वाढते. तसेच पोट साफ होण्यासाठी गरम पाण्यातून त्रिफळाचूर्ण घेणे उपयोगी ठरते.
- डोक्यामध्ये शूळ उठला तर आवळ्याचे चूर्ण, तूप व साखर समप्रमाणात घेऊन एकत्र करावी. प्रात:काळी हे मिश्रण प्राशन केल्याने डोक्याचा शूळ नाहीसा होतो.
- अशक्तपणा वाढल्यास थकवा आणि वृद्धत्व जाणवू लागल्यास आवळे आणि काळे तीळ समप्रमाणात घ्यावे त्याचे बारीक चूर्ण करावे. ते चूर्ण तूपामध्ये किंवा मधामध्ये कालवून चाटण करावे म्हणजे थकवा दूर होतो. उत्साह वाढतो, शक्ती येते आणि वृद्धत्व कमी होते.

- तोंड आल्यास, तोंडामध्ये जखमा झाल्यास आवळा चूर्ण पाण्यात मिसळावे आणि ते पाणी थोडावेळ तोंडामध्ये धरावे म्हणजे तोंडातील व्रण नाहीसे होतात.
- तोंड बेचव होऊन, मळमळ किंवा उलटी होत असल्यास आवळ्याचा रस व मध यांचे चाटण चाटावे म्हणजे आराम मिळतो.
- शक्तीसाठी, कांतीच्या तेजस्वीपणासाठी आणि वीर्यवृद्धीसाठी आवळे व अश्वगंधा समप्रमाणात घेऊन त्याचे बारीक चूर्ण करावे. ते चूर्ण दुधाबरोबर घ्यावे.
- आवळ्यामध्ये शोधनाचा गुण असतो व त्यामुळे तो रक्तात साचलेली विषद्रव्ये, मळ वगैरे दूर करून रक्त शुद्ध करतो.
- आवळा शीतवीर्य आहे म्हणूनच तो रक्तामधील अतिरिक्त उष्णता आणि त्याची तीव्रता कमी करतो.
- रात्रभर आवळे पाण्यात भिजत ठेवावे. ते पाणी सकाळी डोके धुण्यासाठी उपयोगात आणावे. या आवळायुक्त पाण्याने डोळे लाल होणे, केस पिकणे, केस गळणे, डोक्याची आग होणे, इत्यादी विकार बरे होतात.
- अचानकपणे छातीमध्ये धडधड सुरू झाली, चक्कर येऊ लागली तर मोरावळा खावा म्हणजे आराम मिळतो.
- आवळा हा उत्तम पित्तशामक आहे.
- केसांच्या उत्तम आरोग्यासाठी ब्राह्मी आणि आवळ्याचे तेल उपयोगात आणावे. त्या ब्राह्मी-आवळा तेलामुळे केसांची वाढ होते. केसांचा रंग टिकून राहतो, केस गळणे थांबते आणि रात्री शांत झोप लागते.
- आवळा आंबट, मधुर, कडवट, तुरट आणि सारक असतो. आवळा सर्वदोषहारक वीर्यवर्धक आणि डोळ्यांसाठी हितावह असतो. आवळा हे एक रक्तपित्त व प्रमेह दूर करणारे उत्तम रसायन आहे.
- आवळ्याच्या रसामध्ये हळद आणि मध घालून चाटण घेतल्यास सर्व प्रकारचा प्रमेह दूर होतो.
- मधुमेहासाठी आवळा गुणकारी आहे. त्यासाठी आवळा, बेहडा, हिरडा, जांभळाच्या बिया, कडुनिंबाची आंतरसाल, मायेजक वनस्पती समप्रमाणात घेऊन त्याचे चूर्ण बनवावे. सकाळ-संध्याकाळ हे चूर्ण घेतल्याने मधुमेह दूर होतो.
- लिहिण्याची शाई आणि रंग आणि केसांच्या शाम्पूमध्ये आवळ्याच्या फळांचा मोठ्या प्रमाणात उपयोग करतात.
- जुलाब रक्तातीसार यावर आम्लकी चूर्ण अत्यंत गुणकारी आहे.
- आवळ्याच्या सेवनाने स्मरणशक्ती व बुद्धी वाढते.

- नाकातून होणारा रक्तस्राव थांबविण्यासाठी आमलकी चूर्णाचा जाड लेप कपाळावर लावावा.
- आवळ्यापासून मुरंबा तयार करावा; तो मुरंबा पित्तशामक आणि शरीराला ताकद देणारा असतो.
- आवळा दारूहळद, गुळवेल आणि ज्येष्ठमध समप्रमाणात घेऊन त्याचा काढा करावा तो काढा सकाळ-संध्याकाळ घेतल्याने कफ बाहेर पडतो. नाकातून होणारा रक्तस्राव थांबतो.

❑

❀ अंजीर ❀

वेदनाहारी शक्तिवर्धक, शामक, सारक असे ताजे रुचकर अंजीर सर्वांना परिचित आहे. हिंदीमध्ये अंजीर, इंग्रजीमध्ये 'फिग', संस्कृतमध्ये 'अंजीर', लॅटिनमध्ये 'फायकस कॅरिका' या नावाने प्रसिद्ध असलेले अंजीर 'मोरेसी' कुळातील आहे.

अंजिराच्या जाती मात्र अनेक आहेत. अंजिराच्या फळामध्ये पाणी, प्रथिने, वसा, खनिजद्रव्य, कार्बोहायड्रेट, कॅल्शियम, फॉस्फरस, लोह, कॅरोटीन, निकोटिनीक आम्ल, रिबोफलाविन अस्फॉर्बिक आम्ल ही जीवनसत्त्वे आहेत. अंजीर वाळवून सुकी अंजिरे ड्रायफ्रूट म्हणून उपयोगात आणली जातात.

उपयोग :

- अंजीर शरीरासाठी उपयुक्त फळ आहे. ताज्या अंजिरामध्ये पोषक द्रव्ये जास्त प्रमाणात आढळतात, तर सुक्या अंजिरामध्ये अनेक प्रकारचे उपयोगी क्षार आणि जीवनसत्त्वे आढळतात. अंजिरातील सर्वाधिक असलेल्या लोह द्रव्यामुळे आपले जठर क्रियाशील बनते आणि परिणामत: भूक लागते.
- अंजीर पित्तविकार, वायुविकार आणि रक्तविकार दूर करणारे आहे. तसेच अंजीर गोड असून, पचनास जड पण शीतदायी आहे.

- अंजीर धातुवृद्धी आणि रक्तवृद्धीसाठी गुणकारी आहे. त्यासाठी सुक्या अंजिराचे तुकडे आणि बदामाच्या बिया गरम पाण्यात भिजत घालाव्यात, त्यांच्यावरील टरफले काढून ती सुकवावीत. नंतर त्यामध्ये चारोळी पिस्ते, केशर, बेदाणे, खडीसाखर आणि वेलचीची पूड हे पदार्थ एकत्रित करून बारीक करावे. ती संपूर्ण पावडर गाईच्या तुपात एक आठवडाभर भिजत ठेवावी व त्यानंतर दररोज सकाळी २० ग्रॅम याप्रमाणात मिश्रण खावे. यामुळे क्षीण झालेली शक्ती परत प्राप्त होते. उत्साह वाढतो.
- अंजीर अनेक प्रकारे गुणसंपन्न आहे. अंजिराच्या रोजच्या सेवनाने मलावरोध नाहीसा होतो आणि शौचास साफ होते. अंजीर सकाळ-संध्याकाळ दुधात गरम करून खाल्ल्याने कफाचे प्रमाण कमी होते. तसेच दम्याचा विकार नाहीसा होतो. शरीरात उत्साह संचारतो.
- शरीरातील उष्णता कमी करण्यासाठी आणि रक्तशुद्धीसाठी अंजीर उपयोगी ठरते. त्यासाठी पिकलेल्या अंजिराचे दोन भागात विभाजन करून त्यामध्ये साखर भरून ठेवावी. सकाळच्या प्रहरी दव पडण्याच्यावेळी ते खावे म्हणजे पंधरवड्यात रक्तवृद्धी झालेली दिसते आणि अतिरिक्त उष्णताही कमी होते.
- अंजिराचा उपयोग पिकण्यासाठी किंवा गळवासाठी सुद्धा करता येतो. अर्थात, त्यासाठी अंजीर बारीक वाटून, गरम करून त्याचे पोटीस बनवावे. ते पोटीस गाठीवर बांधावे किंवा गळवावर लावावे. दोन-दोन तासांच्या अंतराने नवे पोटीस करून बांधल्यास वेदना कमी होतात आणि ती अपरिपक्व गाठ पक्व होते किंवा गळव गळू लागते. ते लवकर पिकते.
- अंजिराचा उपयोग क्षयरोग दूर करण्यासाठी करता येतो. या प्रकारच्या रोगासाठी अंजीर आरोग्यवर्धक आणि पथ्यकारक ठरतात.
- श्वासरोगाचा त्रास दूर करण्यासाठी अंजिराचा उपयोग करतात. त्यासाठी लालसर पांढरी गोड चिंच (गोरख चिंच) आणि अंजीर समप्रमाणात घेऊन रोज सकाळी थोडे थोडे खावे. त्यामुळे श्वसनक्रिया सुलभरीतीने होते आणि हृदयावरोध दूर होतो. घशातील सूज नाहीशी करण्यासाठी सुद्धा अंजिराचा उपयोग करता येतो. त्यासाठी सुके अंजीर पाण्यात उकळून त्याचा लेप घशाच्या सुजेवर लावावा.
- बहुगुणी अंजीर जसे उपयुक्त आहे तसेच ते पचनासही जड आहे. त्यामुळे अंजीर जास्त प्रमाणात खाल्ल्यास पोटात दुखणे सुरू होते. काही वेळेस कळा येतात. मुरडाही होतो. परिणामत: यकृत आणि आमशयाचे नुकसान होते. म्हणजे अंजीर खाताना सावधगिरी बाळगणे आवश्यक आहे.

- घरामध्ये लहान बालकाने चुकून काचेचा तुकडा गिळला तर तत्काळ त्याला अंजिरे खाऊ घालावी म्हणजे तो तुकडा गुद्द्वारावाटे बाहेर पडतो.
- अंजीर रसाने मधुर, विपाकामध्येही गोड, शीतवीर्य आणि सारक असते तसेच ती दाहनाशक, कफनाशक, वातनाशक, पित्तप्रकोपनाशक व रक्तविकारनाशकही आहेत.
- अंजिरामध्ये रक्तवर्धनाचा गुणधर्म आहे. त्यासाठी अंजीर खाणे इष्ट असते.
- क्षयरोगावर उत्तम इलाज म्हणून अंजिराचा उल्लेख केला जातो.
- अंजीर मांसधातुवर्धक व तृप्तीकर आहे.
- अंजीरामध्ये शीतलता आणि मलप्रवृत्ती साफ करणारा गुणधर्म आहे.
- हृदयरोग व श्वासरोगांसाठी अंजीर उपयुक्त ठरते. अंजीर अर्धा तोळा आणि गोरखचिंच अर्धा तोळा घेऊन, एकत्र करून रोज सकाळी सेवन केल्याने हृदयावरोध आणि श्वासावरोध दूर होतो.
- रक्तशुद्धीसाठीसुद्धा अंजीर गुणकारी आहे.

अश्वगंधा

झुडपासारखी ही द्विदल वनस्पती कोरड्या हवामानात आढळते. आयुर्वेदिक उपचारपद्धतीमध्ये आणि युनानी उपचार पद्धतीमध्येसुद्धा या वनस्पतीचा उपयोग औषधासाठी केला जातो. हिंदीमध्ये 'अश्वगंधा' तर इंग्रजीत 'विथानिया सोम्निफेरा' या नावाने ओळखली जाणारी अश्वगंधा किंवा आस्कंद 'सोलॅन्सी' कुळातील आहे. या झुडपाचे नाव स्थानिक परिस्थितीमुळे निश्चित झाले असावे. घोड्याच्या घामासारखा दर्प येतो म्हणून अश्वगंधा या नावाने वनस्पती ओळखली जात असावी.

झाडाची पाने एका आड एक मोठी असतात, तर फुले फिकट हिरव्या रंगाची असतात. फळे लहान, गोल असून, फुग्यासारख्या आवरणामध्ये असतात. पिकल्यानंतर त्यांचा रंग केशरी, लाल होतो.

उपयोग :

- अश्वगंधाची वाळविलेली मुळे औषधी असतात.
- अश्वगंधा मूत्रविरेचक आहे. निद्रा नाशामध्ये आणि शरीरातील अडथळ्याविरुद्ध त्याचा उपयोग होत असतो.
- मानसिक आजाराबर (उन्मादावर), अपस्माराबर अश्वगंधा उपयुक्त आहे.
- शारीरिक शुक्रदोष (नपुंसकत्व) घालविण्यासाठी आयुर्वेदात अश्वगंधाचा उपयोग स्पष्ट केलेला आहे.
- क्षय रोगावर, अशक्तपणावर आणि संधिवातावर अश्वगंधा गुणकारी आहे.
- गुप्तरोग, गर्भाशयाचे विकार, म्हातारचळ इत्यादींवर अश्वगंधाचा उपयोग केला जातो.
- ताप, सूज, कमरेतील उसण, कृमी, मळमळ इत्यादींवर अश्वगंधा उपयुक्त आहे.
- जलोदर, अतिसार, अपचन इत्यादींवर अश्वगंधा उपयुक्त आहे.
- उच्च रक्तदाब, फुप्फुसाची सूज, कॅन्सर, घशाची सूज यावर सुद्धा अश्वगंधा रामबाण औषध आहे.
- खरूज, गळू, गंड, गाठी, देवी, घावरे इत्यादींवर अश्वगंधा उपयुक्त आहे.
- अश्वगंधाची फळे अन्नपचनाच्या आणि यकृताच्या विकारांवर गुणकारी आहेत.
- अश्वगंधाच्या मुळामध्ये जीवाणूनाशक क्षमता असते. मुळांची भुकटी सूजनाशक म्हणून उपयोगात आणली जाते.

❑

❀ आले ❀

औषधी वनस्पतीमधील मसालेदार पदार्थ म्हणून आल्याची ओळख सर्वांना आहेच. हिंदीमध्ये 'अद्रक', इंग्रजीमध्ये 'जिंजर', संस्कृतमध्ये 'आर्द्रक' किंवा 'शृंगबेरा' आणि लॅटीनमध्ये 'झिंजिबर ऑफिसिनेल' म्हणून ओळखले जाणारे आले 'झिंजिबरेसी' कुळातील आहे.

आले तिखट, उष्ण, उत्तेजक, वायुनाशक आहे. ते आलेपाक आणि सुंठसाखर म्हणून गुणकारी आहे. जिंजर बिअर आणि जिंजर एल ही पेये तयार करण्यासाठी आल्याचा वापर होत असतो. आले सुकवून सुंठ तयार होत असते.

उपयोग :

- थंडी तापामध्ये आल्याचा काढा गुणकारी असतो. आले आणि पुदिन्याचा काढा करून तो रुग्णास दिल्याने घाम येऊन त्यांचा ताप उतरतो. कफ प्रवृत्तीच्या आणि वायुविकाराच्या लोकांसाठी आले आणि पुदिना अतिशय गुणकारी आहे.
- खोकल्याच्या कालावधीत आल्याचा रस, लिंबाचा रस आणि मध समप्रमाणात घ्यावे; त्यात थोडी पिंपळी घालावी हे द्राव दिवसातून दोन-तीन वेळा घेतले तर खोकला नाहीसा होतो.
- जास्त लघवीचा त्रास होत असेल, तर आल्याचा रस व खडीसाखर एकत्र करून प्यावे.
- अर्धशिशीच्या प्रचंड त्रासामध्ये आले उपयोगात येते. त्यासाठी आले व गूळ एकत्र करून त्याची पुरचुंडी करावी. या पुरचुंडीच्या रसाचे थेंब नाकात टाकले म्हणजे अर्धशिशीचा त्रास थांबतो.
- उदरवात, आमवृद्धी, अग्निमांद्य नाहीशी करण्यासाठी तसेच गेलेली तोंडाची चव परत आणण्यासाठी, भूक वाढविण्यासाठी आल्याचा पाक घेणे लाभकारक ठरते. हा आलेपाक तयार करण्यासाठी ताज्या आल्याचा रस काढावा, रसामध्ये थोडे पाणी व साखर घालून त्याचा पाक तयार करावा. पाक तयार झाल्यानंतर त्यामध्ये जायफळ, वेलची, केशर, लवंग व जायपत्री घालावी हे संपूर्ण मिश्रण (आलेपाक) चिनीमातीच्या बरणीत किंवा काचेच्या बरणीत भरून ठेवावे आणि आवश्यक त्यावेळी त्याचा उपयोग करावा.
- स्वयंपाकघरामध्ये लोणचे, अवलेह किंवा आलेपाक तयार ठेवावा; त्यासाठी लोणचे बनविताना आल्यामध्ये मीठ आणि लिंबाचा रस घालावा. अवलेह किंवा आलेपाक वर सांगितल्याप्रमाणे तयार करावा. हे सर्व जिन्नस लहान मुलांसाठी, तरुणांसाठी, वृद्धांसाठी, बाळंतिणीसाठी उपयोगी ठरतात.
- मुखशुद्धीसाठी लिंबाचा रस आणि मिठाबरोबर आले सेवन करावे; हे आरोग्यासाठी अतिशय लाभदायक ठरते. विशेषतः थंडीच्या दिवसांत आणि पावसाळ्यातही अत्याधिक गुणकारी आहे.
- बऱ्याच वेळा तोंडाला चव राहात नाही. अशक्तपणा जाणवतो किंवा काही खावेसे वाटत नाही अशावेळी जठरातील पाचकस्राव कमी झालेला असतो किंवा तोंडातील लाळेचे प्रमाणही कमी झालेले असते. हे सर्व वाढविण्यासाठी लिंबाचा रस व मिठाबरोबर आले खावे.

- खोकल्याचा जेव्हा जोर वाढतो आणि श्वास विकारास सुरुवात होते. तेव्हा आल्याच्या रसामध्ये मध घालून ते प्यावे म्हणजे हितावह ठरते.
- पोटशूळ निर्माण होतो तेव्हा ५ ग्रॅम आल्याचा रस व ५ ग्रॅम पुदिन्याचा रस एकत्र करून त्यामध्ये सुमारे ९६० मिली ग्रॅम सैंधव मीठ घालावे.
- हृदय रोगासाठी सुद्धा आले गुणकारी आहेत. त्यासाठी आल्याचा रस आणि पाणी समप्रमाण घ्यावे व प्राशन करावे.
- जेव्हा अतिसाराचा त्रास होतो, तेव्हा आल्याचा रस नाभीवर चोळावा. त्यामुळे अतिसार नाहीसा होतो.
- अनेकवेळा उलटी होणे बंद होत नाही; अशावेळी १० ग्रॅम आल्याचा रस आणि कांद्याचा रस घ्यावा म्हणजे उलटी बंद होते.
- अनियमितपणामुळे पोटात वायू निर्माण होतात तसेच आमदोषही निर्माण होतात. अशावेळी पोटामध्ये असह्य कळा येऊ लागतात. पोटात गुरगुरसुद्धा सुरू होते. त्यासाठी आल्याचे सरबत घ्यावे. त्यासाठी उत्कृष्ट असे परिपक्व ४०० ग्रॅम आले घ्यावे, त्याचा रस काढावा त्या रसाच्या चौपट खडीसाखर किंवा साखर घालून त्याचा पाक तयार करावा. पुन्हा आल्याचा रस घालून दोनतारी पाक तयार करावा; थंड करून या सरबतात उपयोग करताना थोडे पाणी घालावे.

❑

❀ ओवा ❀

मुखशुद्धीसाठी उपयोगात येणारा ओवा उत्तेजक व बलवर्धक आहे. हिंदीमध्ये 'अजोवान', 'अजवैन', इंग्रजीमध्ये 'बिशप्स वीड', 'लोवेज', संस्कृतमध्ये 'अजमोदा' किंवा 'तीव्रगंधा' आणि लॅटिनमध्ये 'कॅरम कॉप्टिकम' या नावाने ओळखला जात असून, तो 'अंबेलिफेरी' कुळातील आहे.

उष्ण, कडू आणि तिखट चवीचा ओवा आचके व पेटके बंद करणारा, वायुनाशी, पौष्टिक, मूत्रल असून, त्याचा उपयोग स्वयंपाकात, मसाल्यात सर्वत्र होताना दिसतो. या ओव्याचे खुरसानी ओवा, बोडी ओवा,

किरमाणी ओवा असेही प्रकार आहेत. सुगृहिणीसाठी ओवा म्हणजे एक प्रकारे घरगुती औषधच आहे.

उपयोग :

- ओवा म्हटल्याबरोबर भारतीय वातावरणात बाळंतीण स्त्रीच डोळ्यांपुढे येते. बाळंतीण स्त्रीला ओवा खाणे अत्यावश्यक ठरते. त्यामुळे तिची पचनक्रिया सशक्त होते. तिला ताप आल्यास तो तत्काळ दूर होतो. ओव्यामुळे तिच्या अंगावर चांगले दूध सुद्धा येते.
- ओव्याच्या सेवनाने शीतज्वराच्या थंडीचा जोर कमी होतो, घाम येतो व ताप उतरतो. ओवा दळून कांद्याच्या रसात त्याचे मिश्रण करावे; त्या मिश्रणाने शरीरावर मालीश केल्यास सर्दी दूर होते.
- गृहिणींनी एक लिटर पाण्यात १० ग्रॅम चुन्याची निवळी घालून ते पाणी गाळून घ्यावे. दररोज त्या पाण्यापासून ५०-५० ग्रॅम पाणी वेगळे करून त्यात सुमारे ३ ग्रॅम ओवा भिजत घालावा. सकाळी हा ओवा एकजीव होईपर्यंत चोळावा. त्यानंतर ते पाणी गाळून काही दिवस प्यावे म्हणजे श्वेत प्रदरामध्ये उपयोग होतो.
- ओवा दुर्गंधीचा नाश करणारा असल्याने जेवणानंतर मुखशुद्धी म्हणून ओव्याचा उपयोग करणे गुणकारी असते.
- झोपेमध्ये अंथरुणात लघवी होत असेल, तर त्या व्यक्तीस नियमितपणे ओवा खाण्यास द्यावा, म्हणजे त्रासातून सुटका होईल.
- जंतविकारावर ओवा गुणकारी आहे. बऱ्याच वेळा लहान मुलांना पोटातील जंतांचा त्रास होत असतो. अशावेळी ओवा आणि सैंधव मीठ एकत्र करून खायला दिल्यास जंत नाहीसे होतात.
- वारंवार गॅसेसचा त्रास होत असेल, पोट फुगण्याच्या विकाराचा त्रास असेल, तर नियमितपणे रात्री चिमूटभर ओवा खाऊन थोडे गरम पाणी प्यायल्यास होणारा त्रास थांबतो.
- बऱ्याचवेळा गव्हाच्या आट्यामध्ये बदल झाल्यास शारीरिक व्याधींना सुरुवात होते. काहीवेळा पोळीचे अपचन होते. अशावेळी कणीक भिजवतानाच ओवा घालून कणीक भिजवावी म्हणजे पोळ्यांच्या पचनाची तक्रार दूर होते.
- किरकोळ मारामुळे नसानसांमध्ये वेदना होतात. शरीराच्या ज्या भागास सूज येते; त्या ठिकाणी ओवा पाण्यात वाटून आणि गरम करून, कपड्यावर घेऊन लावावा किंवा त्याचा त्या ठिकाणी शेक द्यावा म्हणजे वेदना थांबतात.

- निद्रानाशाच्या विकारावरही ओवा गुणकारी आहे. ओव्याच्या प्रकारापैकी खुरासनी ओव्याचे चूर्ण पाण्याबरोबर घेतल्यास चांगली झोप येते.
- दातदुखीच्या त्रासामध्ये दात ठणकत असल्यास ओवा बारीक करून ते चूर्ण दातामध्ये धरावे; म्हणजे वेदना थांबतात.
- लहान मुलांच्या खोकल्यासाठी ओवा वनस्पती अत्यंत गुणकारी आहे. ओव्याची पाने गरम करून त्यांचा अर्क काढावा, तो अर्क लहान मुलांना प्यायला दिल्यास त्यांचा खोकला त्वरित बरा होतो. साधारणपणे १ थेंब अर्क १ कपभर पाण्यात टाकून द्यावा.
- गूळ आणि ओवा एकत्रितरीत्या सेवन करावे म्हणजे शीतपित्त बरे होईल.
- ओवा उदरशूल विकारासाठी लाभदायक असल्यामुळे जेव्हा पोटदुखी होईल, तेव्हा थोड्याशा ओव्याबरोबर सैंधव मिठाचा एक दाणा एकत्र वाटून तो कोमट पाण्याबरोबर घ्यावा म्हणजे पोटदुखी थांबते.
- थंडीतापाच्या त्रासातून सुटका करून घेण्यासाठीसुद्धा ओवा नियमित खाणे गुणकारी असते.
- ओवा एका कपड्यात घट्टपणे बांधून त्या पोटलीचा सुगंध घेतल्यास सर्दी, पडसे आणि डोकेदुखी दूर होते.
- जेव्हा अधिक लघवीचा त्रास होतो. तेव्हा ओवा आणि गूळ समप्रमाणात घेऊन एकत्र वाटून त्याच्या गोळ्या तयार कराव्यात. दिवसातून ४ वेळा ४ गोळ्या घेतल्यास बहुमूत्र रोगापासून सुटका होते.
- बऱ्याच वेळा अनेक प्रयत्न करूनही झालेली जखम भरून निघत नाही. ती जखम चिघळते किंवा वाहतच राहते. अशावेळी त्या जखमेवर पाण्यानी ओला केलेला ओवा बांधल्यास जखम त्वरित भरून येते.

❑

❁ ओक ❁

'क्युपीलिफेरी' कुळातील ओक हे एक फुलझाड आहे. या वंशामध्ये सुमारे ४०० जातींचा समावेश आहे. ओक वृक्षाचे लाकूड टिकाऊ, टणक आणि बळकट असते. सामान्यपणे रेल्वेमार्ग, पूल, जहाजे, घरबांधणी, गिरण्या, पिपे, काठ्या, सजावटीचे सामान इत्यादींसाठी उपयोगात आणतात. ओक वृक्षाच्या लाकडाची जगामध्ये उत्तम लाकडात गणना केली जाते. ५०० ते १००० वर्षे टिकणारे हे झाड ५० ते १०० वर्षांनी पूर्ण वाढते. या वृक्षाचे 'काळे' आणि 'पांढरे' असे दोन प्रकार

आहेत. काळ्या जातीच्या वृक्षांची साल काळसर तर पांढऱ्या जातीच्या वृक्षांची साल फिकट रंगाची असते. यामध्ये मात्र काळ्या जातीचे लाकूड पांढऱ्यापेक्षा कमी टिकाऊ आणि स्वस्त असते.

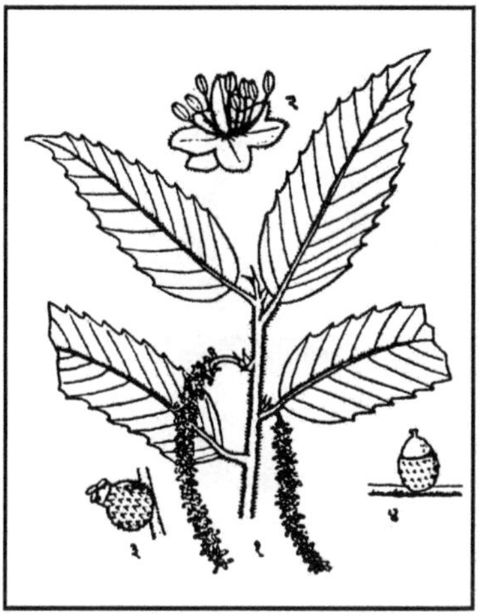

या बरोबरच ओक वनस्पतींमध्ये काही औषधी गुणधर्मही आहेत. त्यातील काही पुढीलप्रमाणे सांगता येतील.

उपयोग :

- हिमालयीन ओक वृक्षाची फळे लघवी साफ करणारी असतात.
- हिमालयीन ओक फळे दम्यावर गुणकारी आहेत.
- ओक वृक्षाच्या फळांचा उपयोग 'दमा' आणि 'परमा' या विकारांमध्ये करतात.
- ओक वृक्षाची फळे मुलांना अजीर्ण आणि जुलाबावर देतात.
- ओक वृक्षाच्या सालीपासून बुचाचे उत्पादन केले जाते.
- काही जातींच्या ओक वृक्षाच्या सालीपासून व फळापासून कातडी कमावली जाते.
- ओक वृक्षाच्या सालीमध्ये आणि फळांमध्ये टॅनिन हे द्रव्य असते.
- व्हॅलोनिया जातीच्या ओकच्या सालीपासून पिवळा रंग तयार होतो.
- काही ओक वृक्षाची वंजू फळे माणसे सेवन करतात, तर काहींची फळे हरणांना व डुकरांना देतात.

❑

आंबा

फळांचा राजा म्हणून ओळखला जाणारा 'आंबा' सगळ्यांच्याच आवडीचा असतो. हिंदीमध्ये 'आम', इंग्रजीमध्ये 'मँगो' संस्कृतमध्ये 'आम्र' आणि लॅटिनमध्ये 'मॅन्जीफेरा इंडिका' म्हणून प्रसिद्ध असलेला आंबा 'ॲनाकार्डिअसी' कुळातील आहे.

महाराष्ट्रातील हापूस, पायरी, काजवजी पटेल, उत्तर प्रदेशातील दशेरी, सफेदा, फझरी, चौसा, तौमुरिया, आंध्रमधील रुमानी, नीलम, बेनिशान, तोतापुरी, मलगोवा, गोवाबंदर, बिहारमधील हेमसागर, कृष्णभोग, सिंदुराय, सुकाल, कर्नाटकातील मडप्पा,

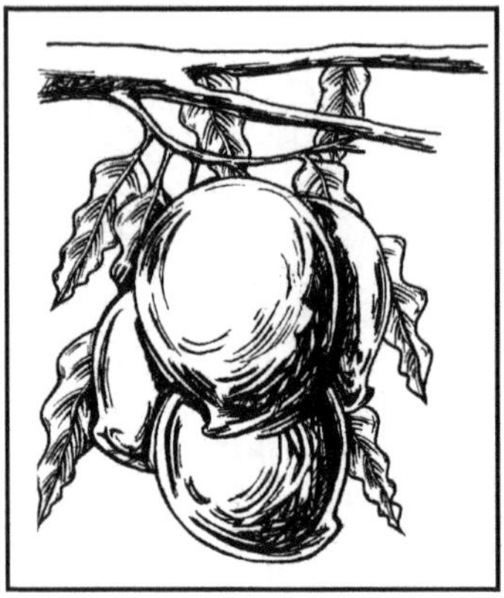

पीटर, फर्नोदिन, गोव्यातील माकुरांद, पश्चिम बंगालमधील मुर्शिदाबादी, फझली माल्डा तर गुजरातमधील जमादार या आंब्याच्या नामांकित जाती आहेत. आंबापोळी, आमरस, आंबा बर्फी, आम्रखंड, फ्रुटी इत्यादींसाठी उपयोगात येणारा आंबा चवीला स्वादिष्ट आणि गोड असतो.

आंब्याचे रंगरूपाने, आकाराने, चवीने अनेक प्रकार आहेत. शक्यतो पिवळे, गुलाबी, फिकट पिवळे, हिरवे अशा छटांमध्ये आंबे पहावयास मिळतात. जगातील लखनवी आंबा फक्त पांढऱ्या रंगाचा असतो. या सर्वांमध्ये चांगला आंबा कोणता? या प्रश्नामध्ये अडकून राहण्यापेक्षा आपल्या परिसरात प्राप्त होणारा गावठी आंबा, 'ताजा आंबा' खाणे अधिक श्रेयस्कर असते. शक्यतो आंबा चोखून खावा.

आंबा हे बारमाही फळ नाही. सध्या प्रिझर्व करून जरी आंबा सर्व महिन्यांत उपलब्ध करता आला तरी त्याचा नैसर्गिकपणा टिकवून ठेवला असे म्हणता येणार नाही म्हणून ज्या ऋतुमानामध्ये आंबा फळ सहजपणे उपलब्ध होते त्यामध्ये ते नियमितपणे खावे.

उपयोग :

- आंबा खाण्यापूर्वी तो थोडावेळ थंड पाण्यात भिजू द्यावा. त्याचे बाह्य अंग पूर्णपणे स्वच्छ केल्यानंतरच आंब्याचा स्वाद घ्यावा. यामुळे आंब्याच्या अवीट गोडीचा आनंद उपभोगता येतो.
- आंब्यामध्ये 'अ' जीवनसत्त्व भरपूर प्रमाणात असते. त्यामुळे आमरस अत्याधिक गुणकारी आहे.
- आमरस खायच्या आधीच तयार करावा म्हणजे दीर्घकाळ आधी आंब्याचा रस काढून ठेवू नये; तो शीतपेटीत जरी ठेवला तरी, त्याचेवर वातावरणाचा परिणाम होतच असतो म्हणून शक्यतो ताजा आमरस उपयोगात आणावा.
- आंबा भूकवर्धक, शक्तिवर्धक असून पोट साफ करणारा आहे.
- आंबा शरीरासाठी विशेषत: आतड्यांसाठी उत्कृष्ट शक्तिवर्धक, औषध म्हणून कार्य करतो. आमाशयाच्या रोगामध्ये त्याचे कार्य स्पृहणीय आहे.
- अपचनाच्या वेळी, फुप्फुसाच्या विकारामध्ये किंवा रक्त कमी असल्याने होणाऱ्या विकारांमध्ये आंबे सेवनाचे प्रयोग लाभकारी ठरतात.

- शरीराच्या सौंदर्यासाठीसुद्धा आंबा गुणकारी आहे. चांगल्या पिकलेल्या आंब्याच्या सेवनाने शरीराची त्वचा सुंदर, तेजस्वी व मुलायम राहते. आंब्यामुळे शरीराला रसधातू भरपूर प्रमाणात उपलब्ध होतो.
- आंबे केव्हा खावे हा सुद्धा अनेकांना प्रश्न पडतो, तर त्याचे उत्तर सहजसुलभ म्हणजे योग्य वेळीच खाणे चांगले! जेवणाचे वेळी आंबा खाल्ल्याने मेद वाढतो तसेच हिमोग्लोबीन व लालकण वाढतात. आंब्याच्या सेवनाने कफवृद्धी होत नाही; हाच आंबा दुधाबरोबर सेवन केल्याने वीर्यवृद्धी होते.
- आंब्याचे अतिरेकी सेवन करू नये. कोणत्याही ठिकाणी 'अति तिथे माती' हेच लागू असते. आंब्याच्या अतिरिक्त सेवनाने पोट बिघडते. पोटदुखी सुरू होते. ओकाऱ्या सुरू होतात, चेहऱ्यावर पुटकुळ्या येतात.
- डोळ्यांच्या विकारांमध्ये विशेषत: रातआंधळेपणामध्ये आंब्याचा रस लाभदायक ठरत असतो.
- आंबा कसा खावा या बाबतीतही शंका-कुशंका निर्माण होतात. सामान्यपणे कापून खाल्लेला आंबा पचण्याच्या दृष्टीने जड असतो; तर चोखून खाल्लेला आंबा पचण्यासाठी सुलभ व हलका असतो. आंब्याबरोबर मधाचा थोडा उपयोग केल्यास कफ विकार नाहीसे होतात. आंबे सेवनामध्ये दूध व तुपाचा उपयोग केल्यास वायुविकार आणि पित्तविकार नष्ट होतात.
- अशक्त प्रवृत्तीच्या व्यक्तींनी दिवसातून एक वेळ दुधाचा आणि एक वेळ आंब्याच्या सेवनाचा उपयोग करावा, तर उत्तम प्रकृतीच्या व्यक्तीने दिवसातून दोन वेळा दुधाचा व आंब्याचा उपयोग करणे लाभकारी असते. शक्यतो आंबा खाण्यापूर्वीच दूध प्राशन करून घ्यावे. त्यातही गाईचे किंवा बकरीचे धारोष्ण दूध प्यायल्यानंतर आंबा सेवन करणे अधिक गुणकारी असते.
- पिकलेला आंबा पोट स्वच्छ करणारा, चरबी वाढविणारा, शक्तिवर्धक आणि उत्साहवर्धक असतो. तो त्वचा वर्णवर्धक असल्याने भूक, पित्त, वायू, तृष्णानाशकही आहे. आंब्याच्या सेवनाने लघवीचे प्रमाणही वाढते.
- कच्ची कैरी पिकलेल्या आंब्याप्रमाणेच गुणकारी आहे. ती रक्तपित्ताचा नाश करणारी, आमाशयास शक्ती देणारी आहे.
- प्लेग किंवा कॉलराच्या रोगांमध्ये कैरीचे चाटण अत्यंत गुणकारी असते. ते चाटण तयार करताना कच्ची कैरी भाजून तिच्या गरामध्ये गूळ घालून चाटण बनवावे.

- स्वयंपाकघरामध्ये कच्च्या कैरीचे लोणचे सतत उपलब्ध असते. त्या लोणच्यामध्ये साखरेऐवजी गुळाचा उपयोग करणे अधिक फायदेशीर असते. तसेच लोणच्यात शक्यतो कमीतकमी मसाला, तेल, मीठ उपयोगात आणणे हितावह ठरते.
- जेव्हा पित्तजन्य उलटीची सुरुवात होते, तेव्हा आंबा आणि जांभळांच्या पानांचा काढा करून तो थंड करावा. त्यानंतर त्यात मध घालून तो घ्यावा, म्हणजे उलटी बंद होईल.
- ज्यांच्या शरीरामध्ये अतिरिक्त उष्णता असते त्यांनी आंब्याच्या झाडाची आंतरसाल, उंबरांच्या मुळाची साल, वडाच्या पारंब्याचा रस एकत्र करून त्यामध्ये जिरे व खडीसाखर घालावी; या सर्वांपासून प्राप्त केलेला रस प्यायल्याने शरीराची उष्णता कमी होते.
- रक्तातिसारामध्ये सुद्धा आंब्याचा, त्याच्या पानांचा, कोयीचा, आंतरसालीचा उपयोग लाभदायक ठरतो. यांपैकी एखाद्या घटकाबरोबर मध, जांभूळ आणि चिंचेच्या कोवळ्या पानांच्या रसाचा उपयोग करणे गुणकारी असते.
- उन्हाळ्यामध्ये घामामुळे शरीरावर लहान-मोठ्या पुटकुळ्या उठतात. त्या पुटकुळ्या नाहीशा करण्यासाठी किंवा पुटकुळ्या होऊ नये, यासाठी आंब्याच्या कोयीचे चूर्ण पाण्यात घालून शरीरावर मालीश करावे, त्यानंतर स्वच्छ स्नान करावे म्हणजे घामोळ्या नाहीशा होतील.
- गळ्याच्या कोणत्याही विकारासाठी आंब्याच्या विशेष गोळ्यांचा उपयोग करणे हितावह असते. त्या विशेष गोळ्या तयार करण्यासाठी साधारणपणे आंब्याचा हिरवा मोहर २५-३० ग्रॅम, १० ग्रॅम बेहडा, ५ ग्रॅम अक्कलखार, १० ग्रॅम लवंग, १० ग्रॅम बाभळीचा डिंक, १० ग्रॅम फूलकात, १० ग्रॅम चणकबाब, १०ग्रॅम वेलची, १० ग्रॅम गूळ यांचे मिश्रण करून ते बारीक वाटून घ्यावे, बारीक केलेले मिश्रण वस्त्रगाळ करावे. त्यानंतर बाभळीच्या पानांच्या काढ्यात वस्त्रगाळ घोटावा व त्यापासून बारीक-बारीक विशेष गोळ्या तयार कराव्यात.
- आंबा खरोखरच फळांचा राजा आहे. त्याचा रस अमृतासमान आहे. तो मधुर, रुचकर, पौष्टिक, थंड, वायुहारी, पित्तहारी, बलदायी, वीर्यवर्धक, कांतिवर्धक, रक्तवर्धक, त्वचारोगहारी, मूत्रल व पौष्टिक आणि जिभेचे लाड पुरविणारा आहे. त्यातील 'ए' आणि 'सी' जीवनसत्त्वामुळे प्रत्येकाने त्याचा लाभ घ्यावा.
- आंबा थंड दुधातून खाणे आरोग्यासाठी अधिक चांगले आणि शक्तिवर्धक आहे. एका आंब्यामध्ये सुमारे १०० ग्रॅम कॅलरी असतात.

- आंब्याच्या कोयीला भाजून, बारीक चूर्ण करून ती अर्धा चमचा गरम पाण्यातून घेतल्यास पोटातील जंत, कृमी नष्ट होतात.
- आंब्यामुळे स्मरणशक्ती वाढते. तसेच डोकेदुखी थांबते. त्यासाठी आंब्याचा रस एक कप, दूध पाव कप, आल्याचा रस एक चमचाभर आणि थोडी शर्करा घेऊन हे मिश्रण प्राशन करावे.
- मूळव्याधीचा विकार नाहीसा करण्यासाठी आंब्याचा रस अर्धा कप, २५ ग्रॅम दही, १ चमचा आल्याचा रस एकत्र करून घ्यावा.
- मधुमेहींनी आंब्याचा आणि जांभळाचा रस समप्रमाणात घेऊन तो नियमितपणे घेत राहावे, त्यामुळे मधुमेहावर नियंत्रण होते.
- आंबा सौंदर्यवर्धक आहे. आंब्याच्या सेवनाने त्वचा उजळ आणि तजेलदार बनते.
- आंब्यामध्ये अतिशय दुर्मिळ लवण असतात. आंब्याच्या रसाने रक्ताचा उच्च दर्जा प्राप्त होतो. त्यामुळे खनिज संपन्न आंबा आहारात उपयुक्त आहे.
- नेत्रविकार, रक्तविकार, विषमज्वर, अग्निमांद्य, बद्धगुदोदर यासारख्या विकारांवर गुणकारी आहे.
- आंब्याची पाने, फळे, साल, सर्वच औषधीगुणांनी युक्त आहेत. पानांचा उपयोग उलटी थांबविण्यासाठी आणि लघवीतील 'पू' बंद करण्यासाठी होतो तर त्याची फुले म्हणजे मोहोर जुलाब थांबविणारा, शीतल, वातकर आणि पित्त, कफ, प्रदर, प्रमेह, अतिसारनाशी आहे. आंब्याची साल तुरट, व्रणरोधक, स्तंभक, ग्राही व गर्भाशयाची सूज घालविणारी आहे. आंब्याची कोय मूत्रप्रवृत्ती कमी करणारी कृमीघ्न, गर्भाशयाची सूज घालविणारी, रक्तप्रदर, श्वेतप्रदरावर उपयुक्त आहे.
- डायबेटीस असणाऱ्यांनी मात्र आंबा प्रमाणातच खावा.

❑

❀ इसबगोल ❀

इसबगोल या झाडाच्या अनेक भागातील व भाषांमधील स्थानिक नावात इसबगोल या संस्कृत नावाचाच किंचित अपभ्रंश दिसतो. 'प्लॅन्टॅजिनेसी' कुळातील इसबगोल हे नैसर्गिक अवस्थेत वायव्य भारतात मर्यादित भागात सापडते परंतु इतर ठिकाणी मोठ्या प्रमाणावर लावले जाते.

बहुत करून खोडविरहित, लहान, दाट आणि मऊ केसाळ वाढीने आच्छादलेली

अशी ही वनस्पती असते. पाने ८-२५ सें.मी. लांब, फारच अरुंद, फुले लहान अंडाकृती किंवा नळकांड्याच्या आकाराच्या कणसामध्ये १५-४ सें.मी. लांब, फळ ८ मि.मी. लांब आणि वरचा भाग झाकणासारखा उघडतो. बिया बोटीच्या आकाराच्या असतात.

उपयोग :

- अनेक प्रकारच्या जुन्या आमांशात, जीवाणूंमुळे होणाऱ्या त्रासात उपयोगी तसेच बद्धकोष्ठतेतही उपयोगी आहे. बिया वापरण्याआधी पाण्यात भिजवल्यास त्या अन्ननलिकेत लवकर शोषल्या जातात.
- इसबगोलमधील श्लेष्मक त्वचेच्या जखमा कमी करणारे आहे.
- बियाच्या भ्रूणापासून काढलेल्या तेलात ५०% लिनोलिक आम्ल असते ते धमन्यांचा कठिणपणा घालवण्यास मदत करते.

❑

इंद्रायण, कडू

औषधी गुणधर्मयुक्त कडू वृंदावन किंवा इंद्रफळ किंवा इंद्रायण कडू या नावाने प्रसिद्ध असलेली वनस्पती संस्कृतमध्ये 'चित्रफला' किंवा 'मेहेंद्रवारुणी' तर इंग्रजीत 'बिटर ॲपल' या नावानेसुद्धा ओळखली जाते. ही वनस्पती 'कुकरबिटेसी' कुळातील आहे.

इंद्रायण कडू ही एक जमिनीवर पसरणारी किंवा वर चढणारी वेल आहे. विशेषत: जंगलांमध्ये ही वेल अधिक प्रमाणात आढळते. उष्ण कटिबंधातील देशांमध्ये ती वेल आढळते. भारतामध्ये कोकण किनारा, गुजरात, दक्षिण भारतात विशेषत: समुद्र किनाऱ्यांवरही वनस्पती आढळते. कडू इंद्रायणची पाने मोठी आणि खंडित असतात, तर फुले बाहेरून हिरवी व आतून पिवळी आणि मध्यम आकाराची असतात. वनस्पतीचे फळ ५ते ६ सेंटीमीटर व्यासाचे, गोलाकार, हिरवेगार, गुळगुळीत, रसाळ तसेच तांबूस किंवा पिवळसर असते. फळाची चव अतिशय कडवट असते.

उपयोग :

- कडू इंद्रायण फळांचा गर ज्वरनाशक, पित्तशामक आहे.
- कडू इंद्रायण फळबियांपासून तेल प्राप्त करता येते.
- या फळाचा गर जंतुनाशक, कृमिनाशक असतो.

- कडू इंद्रायणचे मूळ उगाळून किंवा फळांचा गर कुचल्याबरोबर फोडांवर, गळवांवर उपयुक्त आहे.
- संधिवातासाठी ज्या गोळ्या तयार केल्या जातात त्यामध्ये मूळ, मिरी, गूळ समप्रमाणात घेतात.
- कडू इंद्रायणचा वाळलेला गर हेच 'कोलोसिंथ' औषध आहे.
- वाळलेला गर कडू व रेचक असून, तो अधिक प्रमाणात घेतल्यास शौचास रक्त पडते.
- काटेरी इंद्रायणपासून इलॅटेरियम औषध तयार करतात.
- काटेरी इंद्रायण फळातील गरापासून तीव्र विरेचक तयार केले जाते.
- काटेरी इंद्रायण फळ मादक असून, हिवतापावर आणि पिसाळलेले कुत्रे चावल्यावर पोटात घेतात.
- काटेरी इंद्रायण जलोदर व मूत्रपिंड विकृती निचऱ्यासाठी जहाल औषध आहे.

❑

उंबर

'अर्टिकेसी' कुळातील उंबराला संस्कृतमध्ये 'उदुंबर', 'औदुम्बर' म्हणून ओळखले जाते. याची झाडे सर्वत्र उगवतात. याची फळे अंजिराच्या आकृतीची असतात. ही पिकल्यावर कोणी-कोणी खातात तर हिरव्या उंबरांची कोणी भाजीही करतात. उंबराची छाया शीतल, सुखकारक आहे. उंबराचे लाकूड फार चिवट असल्याने इमारतीच्या उपयोगाचे आहे. घराच्या दरवाजाचा उंबराच्याच लाकडाचा असावा असे वास्तुशास्त्रात सांगितले असल्यानेच 'उंबरा'हे दरवाज्याच्या तळाच्या लाकडाचे नाव पडले आहे. उंबराचे झाड असेल त्याच्या उजव्या बाजूस बहुत करून जमिनीत पाण्याचा झरा लागतो. उंबराखाली सापडणारे पाणी पिण्यास उत्तम व निरोगी असते.

उंबर - शीर्ते, गर्भसंधानकारक, व्रणरोपक, रुक्ष, मधुर, तुरट, गुरु, अस्थिसंधानकारक व वर्णकर असून कफ, पित्त, अतिसार आणि योनिरोग यांचा नाश करते.

उंबराची साल - शीतल, दुग्धप्रद, तुरट, गर्भहितकारक, व्रणनाशक आहे.

उंबराचे कोवळे फळ - स्तंभक, तुरट व हितकर आहे. हे तृषा, पित्त, कफ व रक्तविकार यांचा नाश करते. याचे मध्यावस्थेतले फळ तुरट, रुचीकर आंबट, दीपक, मांसवृद्धिकर, रक्तदोषकारक, दोषल व जड असते. पिकलेले फळ तुरट, मधुर, कृमीकर, जड, रुचीकर, अतिशीतल व कफकर असून, रक्तदोष, पित्त, दाह, क्षुधा, तृषा, श्रम, प्रमेह, शोष व मूर्च्छा यांचे नाशक आहे.

उपयोग :

- वाताने अंग धरले असल्यास त्यावर उंबराचा चीक फासून त्यावर कापूस बसवावा.
- मूतखड्यावर - उंबराच्या मुळाचा रस ६० ग्रॅम साखर घालून पिण्यास द्यावा, आणि हीच मुळी गाईच्या दुधात उगाळून शिस्नावर लेप करावा.
- उष्णतेवर-पिकलेल्या उंबरांत खडीसाखर घालून सात दिवस सकाळी खावे.
- बचनागाच्या विषावर-उंबराच्या सालीचा रस तुपात घालून ऊन करून पिण्यास द्यावा.
- सोमलावर-उंबराच्या पानांचा अथवा सालीचा अर्धा लिटर रस पाजावा. जनावरासही हेच औषध सोमलावर द्यावे.
- अतिसारावर-बत्ताशात उंबराच्या चिकाचे चार-पाच थेंब टाकून तो खावा. रक्तीआवही यानेच बरी होते.
- रक्तातिसारावर-उंबराच्या मुळाचे पाणी प्यावे.
- उपदंश किंवा प्रमेह यावर-उंबराच्या झाडाचे मूळ उकरून मोकळे करावे व करवतीने ते दुखवून त्या खाली एक भांडे ठेवावे. भांड्यात चार प्रहरात जो द्रव साचेल तो गाळून बाटलीत भरून ठेवावा. हा रस शक्तीप्रमाणे चार तोळेपर्यंत रोज सकाळी सात दिवस जिरे व खडीसाखर घालून घ्यावा.
- देवी अगर गोवर यांच्या उष्णतेवर-उंबराचा द्रव खडीसाखर घालून द्यावा.
- गर्भिणीला अतिसार झाल्यास-तिला मधाबरोबर उंबर द्यावे.
- देवी हलक्या जाण्याकरता-उंबराच्या पानावरचे फोड गाईच्या निरशा दुधात वाटून त्यात थोडा मध मिसळावा व ते मिश्रण शक्त्यनुसार पिण्यास द्यावे. हे औषध देवीचा ताप येताच द्यावे.
- विंचवाच्या विषावर-उंबराचा पाला वाटून बांधावा.
- मूळव्याधीवर-उंबराची मुळी थंड पाण्यात उगाळून त्यात थोडे दातवण मिसळावे आणि ते मोडावर लावावे.
- बद बसण्यास-उंबराचा चीक लावून वर कागद बसवावा.
- गंडमाळेवर-उंबराच्या पानावरील फोड गोड दह्यात वाटून त्यात साखर घालून रोज एक वेळ खाण्यास द्यावे.
- नाकातून रक्त पडण्यावर-पिकलेल्या उंबरात साखर भरून ते तुपात तळावे. त्यात मिरपूड अर्धा मासा व वेलदोडे पूड अर्धा मासा मिळवून रोज प्रात:काळी सात दिवस खावे आणि रिंगणीच्या फळांचा रस डोक्यास चोळावा.
- दाह थांबण्यास-उंबराचा चीक साखर घालून खावा.

❑

❀ एरंड ❀

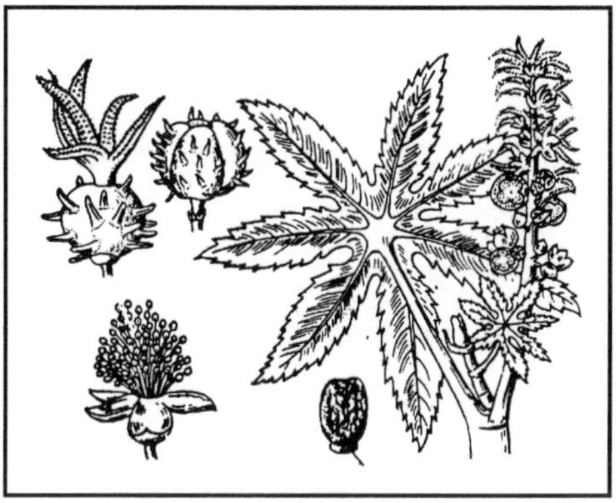

औषधी गुणसंपन्न एरंडीला हिंदीत 'अरंड', संस्कृतमध्ये 'एरंड चित्रबीज', इंग्रजीमध्ये 'कॅस्टर ऑईल प्लँट' तर लॅटीनमध्ये 'रिसिनस कॉम्युनिस' या नावाने ओळखली जाणारी ही वनस्पती 'यूफोरबीएसी' कुळातील आहे. हिरव्या किंवा पांढऱ्या रंगाच्या एरंडीचे तेलही काढले जाते.

एरंड हे उंच झुडूप आहे. काहीवेळा वृक्षासारखे होते; पाने फार मोठी व रुंद, कडा गोलाकार, परंतु पर्णकर्तनाने ७ भागात किंवा ९ भागात विभागलेली, कडा दातेरी; फुले मोठी अग्रास असलेल्या गुच्छांमध्ये, फळ काटेरी बोंड, सहा भागात विभागलेले, बिया लांबट, त्यावरील आवरण कडक, या झाडाचा एक प्रकार बहुवर्णीय व काष्ठमय खोड असलेला असतो, बिया मोठ्या लाल असतात.

मूलत: दाहक, वातनाशक असलेले एरंड जलोदर, सूज, ज्वर, दमा, कफ, मूत्ररोग आणि आतड्यातील कृमींवर उपयुक्त औषध आहे. दुग्धवर्धक अशा एरंडाचा उपयोग मूळव्याध, यकृत, पानथरी यांच्या विकारावरही होत असतो. केरोसीन बरोबर इंधन म्हणून एरंडीचे तेल कार्य करते.

उपयोग :

- एरंडी दुग्धवर्धक आहे. बाळंतपणात त्याची पाने गरम करून स्तनांवर बांधल्यास स्तनांत दूध येते तसेच त्याचा काढा प्यायल्यास दुधात भर पडते. एरंडीचा उपयोग गुरांनाही होतो त्यांना पाजल्यास त्यांचेही दूध वाढते.
- इंजिन ऑईल किंवा अन्य तेलाचा वंगण म्हणून उपयोग करताना एरंडीच्या तेलात केरोसीन टाकून त्याचा उपयोग करणे लाभदायक ठरते.
- एरंडीच्या तेलाचा प्रकाश इतर तेलांपेक्षा चांगला पडतो.
- रेचक म्हणून एरंडीचे तेल अधिक उपयोगी ठरते. जेवणानंतर, अपचन झाल्यानंतर पोटात दुखू लागल्यानंतर एरंडीचे तेल रेचक म्हणून देणे गुणकारी ठरते.

- अनेक प्रकारच्या पाण्यातील जंतुंमुळे कावीळ हा रोग निर्माण होतो. तेव्हा त्यावर ॲलोपॅथिक उपचार विशेष फायदेशीर ठरत नाही. कावीळ भयानक स्वरूपाचा आजार असल्याने त्याकडे दुर्लक्षही करता येत नाही. अशावेळी एरंडीची हिरवी कोवळी ५-६ पाने घ्यावी, ती धुऊन स्वच्छ करावी आणि त्याचा रस काढावा. वस्त्रगाळ केलेला तो रस सुमारे कपभर (चहाच्या) प्रमाणात प्यायला द्यावा; असे सकाळ-संध्याकाळ मिळून ७ कप रस साडेतीन दिवस घेतल्यास कावीळ निघून जाते. वयोमानानुसार याचे प्रमाण ठरवावे.
- दातांचा पायोरिया रोग घालविण्यासाठी एरंडी तेलामध्ये कापुराचे मिश्रण करून रोज सकाळ-संध्याकाळ हिरड्यांवर चोळावे. काही दिवसांत पायोरिया निघून जातो.
- शरीरावरील विशेषत: चेहऱ्यावरील चामखीळ घालविण्यासाठी सकाळ-संध्याकाळ चामखीळावर एरंडीचे तेल सतत चोळावे. दोन महिन्यांच्या आत चामखीळाची समस्या दूर होते.
- यकृताचे प्रश्न सोडविण्यासाठी महिन्यातून दोन वेळा एरंडी तेलाचे प्राशन करावे.
- हातांचा कडक आणि कोरडेपणा घालविण्यासाठी रात्री झोपताना हात धुऊन स्वच्छ कोरडे करावे. त्यानंतर एरंडीचे तेल हातावर चोळावे म्हणजे मालीश करावे.
- पोटातील जंत किंवा कृमी नाहीसे करण्यासाठी एक चमचा एरंडीच्या तेलामध्ये एक चमचा आल्याचा रस मिसळावा. ते मिश्रण घेतल्यास जंत, कृमी नाहीसे होतात.
- नखाच्या सौंदर्यवृद्धीसाठी एरंडीचे तेल कोमट (थोडे गरम) करून थोडावेळ नखे त्यात बुडवून ठेवावीत; आठवड्यातून २-३ वेळा तसे केल्यास नखांची चमक टिकून राहाते.
- स्नायूंचे दुखणे घालविण्यासाठी, मुरगळणे किंवा लचक्यावर उपाय म्हणून एरंडीचे तेल गरम करून, एरंडीच्या पानावर लावून ते पान सूज किंवा दुखण्याच्या ठिकाणी बांधून ठेवावे म्हणजे आपली समस्या दूर होते.
- एरंड साबण, मेणबत्त्या, सुवासिक तेले तयार करण्यासाठी उपयोगातही येते. तसेच कापूस रंगविणे, छपाई करणे, नायलॉन धागे तयार करणे, कातड्याचे उद्योग इत्यादी सर्वच स्तरात एरंडीचा उपयोग होत असतो.

❑

❀ कलिंगड ❀

मधुर, शीतल, तृष्णाशामक आणि उत्तेजक अशा कलिंगडाला टरबूज, संस्कृतमध्ये 'तरंबुज', इंग्रजीमध्ये 'वॉटरमेलन', लॅटिनमध्ये 'सिट्रुलस व्हल्गॉरिस' म्हणून ओळखतात. कलिंगड 'कुकरबिटेसी' कुळातील आहे.

कलिंगडाची फळे मोठी, गर्द हिरवी आणि त्यावर पांढरट रेषा अशा प्रकारची असतात. किंवा पांढरट रंगावर हिरवट रेषा अशी गुळगुळीत, वाटोळी, किंचित लांबट असतात.

कलिंगड या नावाने प्रसिद्ध असलेले खरबूज, टरबूज उन्हाळ्यातील फळ आहे. उन्हाळ्याच्या प्रखर उष्णतेमध्ये थंडपणाचा– शीतलतेचा गुण आणणाऱ्या फळांमध्ये कलिंगडाची गणना होते. कोणत्याही प्रकारचे थंड पाणी किंवा कोल्ड्रींक्सपेक्षा कलिंगड कापून खाल्ल्याने तृष्णाशमन होते.

उपयोग :

- सौंदर्यसाधनेसाठी कलिंगडाचा उपयोग करणे फायदेशीर ठरते. कलिंगडाचा मुखालेप त्वचेचे आरोग्य वाढवितो. त्यामुळे त्वचेला तजेलदारपणा येतो.
- कलिंगडाचा रस पूर्णपणे स्वतंत्ररीत्या प्राशन करणे गुणकारी असते. मिक्स फळांच्या रसामध्ये कलिंगडाचा समावेश करू नये. कलिंगडाच्या रसात इतर कोणताही रस मिसळणे अयोग्य असून, ते अपायकारक ठरू शकते.
- कलिंगडाचा रस किंवा कलिंगड मधुर, शीतल आणि शक्तिवर्धक आहे. कलिंगड दाहनाशक, वायुनाशक, प्रमेहनाशक व पित्तनाशक आहे.
- पोटाच्या विकारांमध्ये ओकारीच्यावेळी पित्त वाढले असताना किंवा डोकेदुखी झाली असताना कलिंगडाचा रस घ्यावा. कलिंगडाच्या रसाने या सर्व प्रकारच्या विकारांचा नाश होतो.
- उन्हाळ्यामध्ये प्रचंड उष्णतेने शारीरिक क्रियेवर परिणाम होतो. घामाच्या धारांनी शरीरातील जलउत्सर्जन मोठ्या प्रमाणात होते; त्यामुळे थकवा सुद्धा जाणवतो. अशावेळी कलिंगडाचा रस घ्यावा. त्यामुळे घामाद्वारे शरीरातील होणारा खनिज द्रव्यांचा ऱ्हास कलिंगडाचा रस घेतल्याने भरून निघतो.

- कलिंगड मधुर फळांपैकी एक फळ आहे. ते शक्तिवर्धक असून, पौष्टिक आहे. कलिंगडाचे 'मूळ' व 'बी' या दोहोंचा उपयोग औषधासाठी केला जातो.
- कलिंगडाचा रस सतत आठवडाभर घेतला तर त्यामुळे आधी झालेला मुतखडा नाहीसा करता येतो.
- कलिंगडाच्या कच्च्या फळामुळे वायू आणि कफ निर्माण होतो; कलिंगडामुळे खोकला आणि सर्दीसुद्धा होऊ शकते.
- उन्हाळ्याच्या दिवसात प्रखर उष्णतेने अंगाची लाहीलाही होत असेल, तर कलिंगडाचे साल काढून आतील गराचे लहान-लहान तुकडे करा आणि त्यावर साखर व वेलचीची पूड घालून त्याचे सेवन करा म्हणजे शीतलता प्राप्त होईल; त्यामुळे उत्साहसुद्धा निर्माण होतो.

❑

कमळ

अतिशय सुंदर आणि शोभिवंत असे हे 'कमळ' भारताचे 'राष्ट्रीय फूल' म्हणून ओळखले जाते. सामान्यत: कमळ ही पाणवनस्पती असून ती वेल या प्रकारात मोडते. अपवाद ब्रह्मकमळ. कमळास संस्कृतमध्ये 'पद्म', इंग्रजीत 'इंडियन लोटस' म्हणून संबोधले जाते. 'नीम्फेसी' या कुळातील ही वनस्पती आहे.

कमळ ही जलवनस्पती गोड्या आणि उथळ पाण्यात वाढते. वनस्पतीचे खोड लांब आणि पाण्याच्या तळाशी जमिनीवर सरपटत वाढते. वनस्पतीची पाने छत्रीच्या आकाराची ५० ते ९० सेंटीमीटर व्यासाची, आकर्षक, लांब देठाची आणि जराशी तेलकट असतात. या वनस्पतीची फुले, लाल रंगाची किंवा निळ्या रंगाची असतात. लाल रंगाच्या फुलांच्या वनस्पतीस लालकमळ किंवा रक्तकमळ म्हणून ओळखतात. निळ्या रंगाच्या फुलांची वनस्पती 'नीलकमल', 'कृष्णकमल' किंवा 'उपल्याकमळ' या नावाने ओळखले जाते.

उपयोग :

- कमळाची फुले थंड, स्तंभक (आकुंचन करणारी) असतात.
- पटकी किंवा अतिसार यासाठी कमळाची फुले उपयुक्त आहेत.
- यकृताच्या तक्रारींवर तसेच ज्वराच्या विकारात कमळ फुले उपयुक्त आहेत.
- कमळ हृदयासाठी शक्तिवर्धक आहे.
- कमळाचे बी ओकारी थांबविण्यासाठी उपयोगात आणतात.
- मुलांच्या ज्वरामध्ये किंवा लघवी होण्यासाठी कमळ बी उपयुक्त आहे.
- कमळाच्या मुळांची भुकटी आमांश, अग्निमांद्य आणि मूळव्याध यावर गुणकारी आहे.
- कमळ मुळांचा उपयोग नायटा या विकारावर आणि चर्मरोगावरही होत असतो.
- कमळामध्ये रिबोफलाविन, निॲसीन आणि 'क' व 'इ' जीवनसत्त्व आढळतात.
- लाल कमळाच्या अतिसेवनाने विषबाधा होते.
- उपल्या कमळाच्या बिया भूक वाढविणाऱ्या आहेत.
- नीलकमळाचे मूळ, खोड चूर्ण म्हणून औषधी गुणसंपन्न आहे.
- लाल कमळाच्या फुलांचा काढा हृदयास शक्तिवर्धक आहे.
- लाल कमळाचे मूळ, खोड आमांश, अतिसार, अग्निमांद्य, मूळव्याध इत्यादी विकारांवर गुणकारी आहे.

कवठ

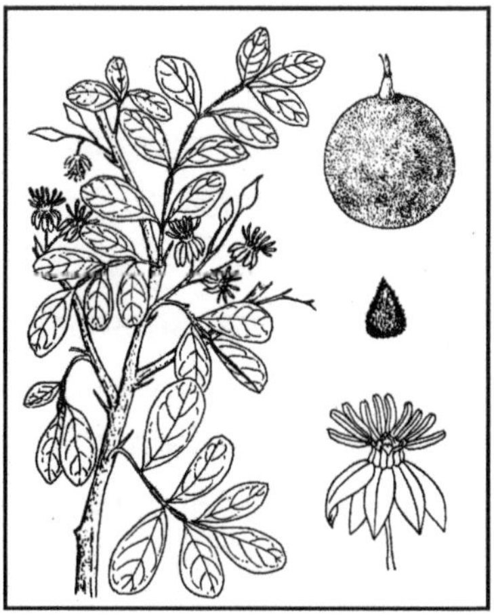

संस्कृतमध्ये 'दधिफल', 'कपित्थ' या नावाने प्रसिद्ध असलेल्या कवठाचे कूळ रूटेसी आहे.

कवठ वृक्षाची उंची २० ते ३० फुटांपर्यंत असते. त्याची साल काळी, खरबरीत, जाड व भेगाळलेली तर पाने पिसासारखी असतात. कवठ फळातील गर आंबट-गोड असून, त्याचा उपयोग सेवनासाठी, चटणीसाठी, सरबतासाठी, मुरंब्यासाठी करतात. कवठाचे बी कठीण व करडे असते. कवठामध्ये अनेक औषधी गुणधर्म आहेत.

उपयोग :

- कवठामध्ये आकुंचन पावणारा (स्तंभक) गुणधर्मयुक्त आहे.
- कवठामध्ये भूक वाढविण्याची क्षमता असते.
- कवठ उत्तेजक असून, त्याचा पोटाच्या तक्रारींवर उपयोग करतात.
- कवठ अतिसार, आमांश इत्यादी विकारांवर गुणकारी आहे.
- कवठाची साल पित्तावर उपयुक्त आहे.
- अंगावर पित्त उठल्यास कवठाची पाने व त्यांचा रस अंगाला लावतात.
- कवठाची पाने सुवासिक आणि वायुनाशी आहेत.
- कवठाच्या सालीचा उपयोग कातडी कमाविण्यासाठी तसेच रंगविण्यासाठी होतो.
- कवठाच्या झाडातून पाझरणारा डिंक तांबूस, भुरकट असून, त्यापासून रंग-रोगणे तयार करतात.
- कवठाचे लाकूड पांढरे किंवा पिवळसर, कठीण, टिकाऊ व मजबूत असते; त्यामुळे त्याचा उपयोग घरबांधणी, शेतीची अवजारे, तेलघाणे इत्यादींसाठी करतात.
- कवठातील बियांपासून तेल प्राप्त होते त्याचा उपयोग खाजेवर करतात.

काकडी (खिरा)

आहारशास्त्रातील व वैद्यक शास्त्रातील बहुगुणी अशी पांढऱ्या, पिवळ्या आणि हिरव्या वर्णांची काकडी सर्वांना परिचित आहेच. हिंदीमध्ये 'खिरा' संस्कृतमध्ये 'सुशीतला', इंग्रजीमध्ये 'ककुंबर' आणि लॅटिनमध्ये 'कुकुमिस सटायव्हस' म्हणून ओळखली जाणारी काकडी 'कुकरबिटेसी' कुळातील आहे. काकडीच्या गराने दाहनाश होतो. बियांनी लघवी साफ होते. काकडी सेवनाने शीतलता थंडावा प्राप्त होतो, तर काकडीच्या पानांच्या उकळ्याने (काढ्याने) घशाचे विकार दूर होतात.

उपयोग :

- आरोग्य आणि सौंदर्यासाठी काकडी अत्युत्तम आहे. त्यामध्ये अनेक प्रकारची खनिजद्रव्ये असल्याने ते आरोग्यवर्धक निश्चितपणे आहे; तसेच सदासर्वकाळ सहज सुलभतेने उपलब्ध होणारे ते फळ आहे.
- काकडी एक उत्कृष्ट पित्तनाशक असल्याने नेहमीच्या आहारामध्ये काकडीचा भरपूर उपयोग करावा.
- भूक लागत नसेल तर काकडीचे काप करून त्यावर पुदिना, काळेमीठ व लिंबाचा रस घालून खावे.
- चेहऱ्याची तजेलता आणि सौंदर्य जोपासण्यासाठी काकडीचा रस व मध यांचे मिश्रण चेहऱ्यास लावावे.
- शांत, सुखी झोप प्राप्त करण्यासाठी काकडीच्या फोडी बंद डोळ्यांवर ठेवाव्यात.
- डोळ्यांच्या चहूबाजूला आसपास त्वचा काळी पडल्यास तो काळसरपणा घालविण्यासाठी त्यावर ताज्या कापलेल्या काकडीच्या फोडीचा किंवा रसाचा उपयोग करावा म्हणजे डोळ्यांभोवतीचा काळसरपणा हळूहळू नाहीसा होईल. काकडीचा रस आणि दूध यांचे मिश्रण फ्रिजमध्ये ठेवून ते थंड मिश्रण कापसाच्या बोळ्याने डोळ्यांसभोवताली त्वचेवर लावावे; सामान्यपणे आठवड्यातून किमान दोन वेळा तरी असे केल्यास काळपटपणा निश्चितपणे नाहीसा होईल.
- डोळ्यांसभोवतालच्या त्वचेचा काळसरपणा घालविण्यासाठी काकडी आणि बटाट्याची पेस्ट दररोज सुमारे १० मिनिटे लावावी. यामुळे अल्पावधीतच डोळ्यांसभोवतालचा काळसरपणा नाहीसा होतो.
- काही निमित्ताने हाता-पायांची जळजळ सुरू झाल्यास ती नाहीशी करण्यासाठी काकडीच्या फोडी तळहातावर आणि तळपायावर चोळाव्यात म्हणजे जळजळ नाहीशी होईल.
- शरीराच्या भाजलेल्या अंगावर, भाजलेल्या त्वचेवर काकडीचा रस लावावा म्हणजे त्वचेची जळजळ थांबते व आराम मिळतो.
- काकडी, गाजर व बीट यांचा रस प्यायल्याने उष्णता कमी होते आणि स्फूर्ती येते.
- काकडीबरोबर लिंबाचा रस व पुदिन्याचा उपयोग केल्यास भूक लागण्यास मदत होते.
- मद्यसेवन केलेल्या व्यक्तीस काकडी खायला द्यावी किंवा काकडीचा आणि कांद्याचा रस एकत्र करून प्यावयास द्यावा त्यामुळे त्याची दारूची नशा उतरते.

- काकडीच्या बी मधला गर, ज्येष्ठमध आणि दारूहळदीचे चूर्ण तांदळाच्या धुवणात दिले म्हणजे मुतखडा नाहीसा होतो.
- लघवीचा त्रास होत असेल, तेव्हा काकडी आणि लिंबाच्या रसात थोडे जिरे व साखर घालून द्यावी त्यामुळे लघवीची जळजळ दूर होते.
- काकडी बहुगुणकारी आहे; पण वर्षा आणि शरद ऋतूंमध्ये काकडी खाऊ नये; या दोन्ही ऋतूंमध्ये काकडी जास्त खाल्ली तर त्रास होतो.
- काकडीमध्ये ४१.२० एवढे उच्च प्रतीचे पोटॅशियमचे प्रमाण असते. तसेच काकडीमध्ये आम्लबंधक खनिजपदार्थ ६४.०५ आणि आल्कपदार्थ ३५.९५ प्रमाणात असतात. त्यामुळे काकडीत आरोग्यदायी औषधी गुणधर्म असतात.
- काकडी सोबत बीट, गाजर आणि सेलेरी यांचा रस काढला तर त्या रसाने संधिवात दूर होतो.
- काकडीमध्ये उन्हाळी काकडी, राजील करकटी आणि हिरवी आखूड काकडी असे तीन प्रकार आढळतात. या तीनही काकड्यांच्या बियांमध्ये औषधी गुणधर्म आहेत. त्यांच्या सेवनाने शरीरामध्ये थंडावा टिकून राहतो. उन्हाळी काकडी 'क्षीरा करकटी' या नावाने ओळखली जाते. ती रसाला मधुर व थंड असते. दुसऱ्या प्रकारची राजील करकटी ही थंड, मधुर असून लांब असते. तिला वरून काटेरी लव असते. मात्र, या काकडीने कफ तयार होतो म्हणून कफविकार असलेल्यांनी ही काकडी खाऊ नये, तिसऱ्या प्रकारची हिरवी, आखूड काकडी मधुर, थंड असते. परंतु, थंड प्रकृतीच्या कफ किंवा वात प्रकृतीच्या व्यक्तींनी ती खाऊ नये. आंबटचवीच्या काकड्यांनी कफ, पित्त वाढते; तर कडू काकड्यांनी मळमळ होऊ शकते.

❑

कापूर

कापूर वृक्ष दालचिनी व तमालपत्र यांच्या वंशातील असून, हिंदीमध्ये मरकपूर, संकृतमध्ये 'कर्पूर' तर इंग्रजीत 'कॅम्फर' या नावाने ओळखला जातो. 'लॉरेसी' कुळातील ही वनस्पती आहे. सुमारे ४०फूट उंचीचा हा एक भक्कम वृक्ष असून, तो सदापर्णी प्रकारातील आहे. निचऱ्याच्या ओसाड जमिनीत कापराची वाढ होते. त्याची पाने साधी, मध्यम आकाराची, एकाआड एक अंडाकृती, लांब टोकाची, सुवासिक, गर्द हिरवी असून, त्या पानांची खालची बाजू निळसर रूपेरी असते. कापराचे फळ मोठ्या वाटाण्याएवढे आठळीयुक्त असते.

कापूरवृक्षाच्या सर्व भागांत बाष्पनशील तेल असते. अमेरिकेमध्ये कापराची लागवड 'शोभेचा वृक्ष' म्हणून करतात. तर भारतात निलगिरी, म्हैसूर, कोलकाता, सहारनपूर, डेहराडून या ठिकाणी लागवड केली जाते. नैसर्गिक कापराच्या वाढत्या उपयोगामुळे शास्त्रांचे लक्ष त्याची रासायनिक संरचना शोधून काढण्याकडे गेले आणि रासायनिक कापूर पुढे आला.

उपयोग :

- कापूर जंतुनाशक असल्याने त्याचा उपयोग त्वचेवर लावण्यात येणाऱ्या मलमात करतात.
- कापूर बुरशीसारख्या हरितद्रव्यरहित सूक्ष्म वनस्पतींचा नाशक आहे.
- कापूर कंडूरोधी आणि पीडाहारी आहे.
- कापराचा उपयोग अर्क आणि चूर्णांमध्ये औषध म्हणून केला जातो.
- अल्कोहोलयुक्त औषधात, मलमात कापराचा उपयोग होतो.
- मुंग्या व माशांना दूर ठेवण्यासाठी कापराचा उपयोग करतात.
- वाळवी व कसरीपासून गरम कपडे, महत्त्वाच्या इतर वस्तूंचे संरक्षण करण्यासाठी कापराचा उपयोग होतो.
- छायाचित्रण आणि चलचित्रण फिल्मसाठी उपयोगात येणाऱ्या सेल्यूलोज नायट्रेट प्लॅस्टिकच्या निर्मितीत ८० टक्के कापराचा उपयोग होतो.
- नैसर्गिक कापरापासून तेलही उपलब्ध होते. त्याचा उपयोग सुगंधी द्रव्यात केला जातो.

❑

केवडा

'केतकी' या नावाने ओळखली जाणारी वनस्पती मराठीत 'केवडा' म्हणून प्रसिद्ध आहे. हिंदीमध्ये 'केवरा', संस्कृतमध्ये 'केतक', 'गंधपुष्प' या नावाने परिचित आहे. केवड्याला इंग्रजीत 'स्क्रू-पाईन' म्हणतात.

सर्वसामान्यपणे तीन मीटर उंचीपर्यंत वाढणारे केवड्याचे झुडूप किनारी भागात

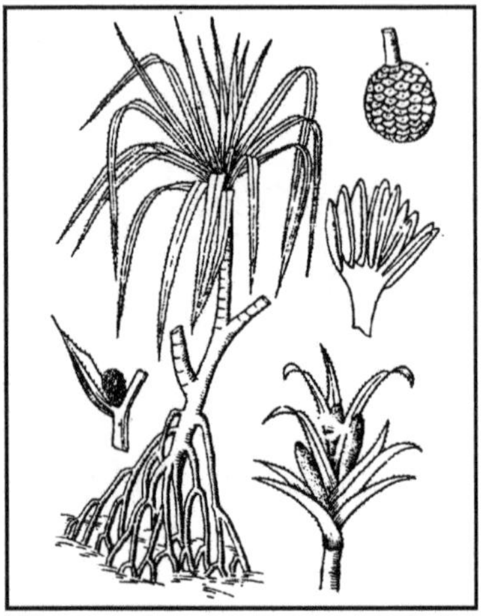

मोठ्या प्रमाणात आढळते. शोभिवंत आणि सुंदर फुलोऱ्याकरिता केवड्याचे फूल प्रसिद्ध आहे. केवडा हा 'रुटेसी' कुळातील आहे.

सुमारे तीन मीटर उंचीपर्यंत वाढणाऱ्या केवड्याच्या फांद्या जाडजूड व पाने टोकाकडे गर्दीने येतात. फुले एकलिंगी असतात. फुलांची लांब कणसे असून ती पांढरी सुवासिक असतात. त्यांना आठळीयुक्त फळे येतात. ती उन्हाळ्यात व पावसाळ्यात येतात. पूर्ण वाढ झालेल्या वनस्पतीत वर्षातून ३०-४० कणसे येतात. त्यामुळे पाने गळतात व कणसे लहान येतात. पिकलेल्या कणसातून ऊर्ध्वपातन पद्धतीने तेल प्राप्त करता येते.

उपयोग :

- केवड्याची पाने आकुंचन करणारी म्हणजे स्तंभक असतात.
- केवडा उग्र आणि सुवासिक असून, महारोगावर तो गुणकारी आहे.
- केवड्याचा उपयोग देवी, उपदंश, खरूज आणि कोड या विकारांवर केला जातो.
- केवड्यामध्ये अत्तराचा मुख्य घटक बिटा-फिनिल एथिल अल्कोहोलाचा मिथिल इथर सुमारे ७० टक्के असतो.
- निरनिराळी सौंदर्यप्रसाधने, सुगंधी तेले, साबण, अगरबत्ती आणि तंबाखूमध्ये केवड्याचा उपयोग करतात.
- आहारातील मिठाई, सरबते यामध्येसुद्धा केवड्याच्या सुगंधी द्रव्याचा उपयोग केला जातो.

❑

कढीलिंब

संस्कृतमध्ये 'कृष्णनिंब', 'कैटर्य' आणि हिंदीत 'मीठानीम' या नावाने ओळखला जाणारा गोडनिंब किंवा कढीलिंब हा 'रुटेसी' कुळातील आहे. कढीलिंब हा अत्यंत औषधी गुणसंपन्न असून स्वयंपाकगृहात रोजच्या कढी, आमटीसाठी वापरला जातो. कढीलिंबाच्या सुगंधी पानांचा उपयोग निरनिराळ्या चटण्यांमध्ये, मसाल्यामध्येसुद्धा करतात.

कढीलिंब दीपक, पाचक, तसेच आमाशयासाठी पौष्टिक असतो. कढीलिंब हा कढीपत्ता, कढीनिंब, गोडानिंब या नावानेसुद्धा ओळखला जातो. कढीलिंबाच्या परिसरातील वातावरण स्वच्छ, सुगंधी राहण्यास मदत होते. त्यामुळे रोगराईचा प्रादुर्भाव कमी होतो.

उपयोग :

- आहारातील कढी, आमटी यांना स्वादिष्ट बनविण्यासाठी त्यामध्ये कढीलिंबाची पाने उपयोगात आणतात. यामुळे भूक वाढते. जेवण पचण्यास मदत होते.
- लहान मुलांच्या पोटामध्ये जंत किंवा कृमी होत असतील, तर त्यांना कढीलिंबाची पाने वाटून गोड पदार्थांसह खावयास द्यावी त्यामुळे जंत नाहीसे होतात.
- रक्ताची उलटी, रक्ताचे जुलाब किंवा स्रवणारी मूळव्याध असेल तर कढीलिंबाच्या पानांचा काढा बनवून प्यावा म्हणजे तो लाभदायक ठरतो.
- शरीरावर विषारी कीटकांच्या दंशाने सूज आलेली असेल, तर कढीलिंबाची पाने वाटून त्यावर त्याचा लेप द्यावा किंवा पोटीस बांधावे म्हणजे सूज उतरते.
- कढीलिंबाच्या पानांमध्ये पालक किंवा मेथीच्या भाजीपेक्षा 'अ' जीवनसत्त्वाचे प्रमाण जास्त असते. तसेच अन्य भाज्यांपेक्षा या पानांमध्ये कार्बोहायड्रेट आणि प्रोटीन्सचे प्रमाण दुप्पट किंवा तिप्पट असते.
- लघवीची जळजळ होत असेल, तर ती कमी होण्यासाठी कढीलिंबाच्या पाण्याच्या घड्या ओटीपोटीवर ठेवाव्यात म्हणजे लाभदायक ठरते.
- तोंडाची चव गेल्यास, तोंडाला वेगवेगळ्या चवी जाणवू लागल्यास कढीलिंबाची पाने चाखावीत म्हणजे पूर्ववत चव येईल.
- कढीलिंबाची पाने चावून खाल्ल्याने मुरडा बरा होतो.
- त्वचाविकारासाठी किंवा जखम भरून येत नसेल, तेव्हा कढीलिंबाची पाने गुणकारी ठरतात.
- कढीलिंबाची साल आणि मूळ मृदू, रेचक आणि उत्तेजक आहे.
- दात स्वच्छ राहण्यासाठी तसेच हिरड्यांच्या निरोगीपणासाठी कढीलिंबाची पाने चावून खावीत. कढीलिंबाची पाने दातांवर किंवा हिरड्यांवर रगडल्याससुद्धा गुणकारी ठरतात.

- कढीलिंबाची पाने खाल्ल्याने किंवा चघळल्याने आवाज सुधारतो. आवाजात स्पष्टपणा येतो.
- कढीलिंबाची पाने शीतल, तिखट, कडू काही अंशी तुरट असतात. त्या पानांनी कृमी, जंत, दाह, शूळ, कोड, सूज, मूळव्याध, विषबाधा नाहीशी होते.
- इसब, नायटा, खरूज, यांसारख्या त्वचेच्या रोगांमध्ये जी खाज निर्माण होते ती कमी करण्यासाठी किंवा नाहीशी करण्यासाठी कढीलिंबाच्या पानांची चटणी त्यावर लावावी.
- कढीलिंब कफ, वात कमी करणारा असून, पचनास उत्तम, भूकवाढीस सर्वोत्तम आहे. त्याचे अंगी शीतवीर्याचे गुणधर्म असून, विकार नाहीसे होतात.
- कढीलिंब, गोडनिंब या नावानेही ओळखला जातो. या झाडाचे वैशिष्ट्य म्हणजे सर्व ऋतूत हे झाड हिरवेगार असते; त्याची पाने खाली पडत नाहीत.
- गोडनिंबात 'अ', 'ब-१', 'ब-२', 'क' कॅल्शियम, पोटॅशियम, फॉस्फरस ही प्रथिने तसेच लोह ॲमिनो ॲसिड, नायसिल, निकोटिन-निक ॲसिड, सुगंधी तेल इत्यादी मोठ्या प्रमाणात असतात. त्यामुळे कढीलिंबाच्या पानांच्या सेवनाने हे सर्व गुणधर्म शरीराला पोहोचतात व त्यातूनच रोगप्रतिकारक शक्ती वाढते.
- कढीलिंबातील फॉस्फरस मेंदूच्या आरोग्यासाठी उत्तम पोषक आहे. त्यामुळे मेंदूची कार्यक्षमता वाढते आणि आपली स्मरणशक्ती वाढते.
- पोटामध्ये निर्माण झालेली मळमळ किंवा ओकारी कढीलिंबाच्या सेवनाने थांबते. कढीलिंबाची पाने पाचक असतात.
- कढीलिंबातील पानांमधील 'अ' जीवनसत्त्व डोळ्यांच्या विकारासाठी उपयोगी ठरते. डोळ्यात खाज सुटणे, खुपऱ्या होणे, डोळे येणे इत्यादी विकारांवर या पानांचा रस काढून १ ते २ थेंब डोळ्यांत टाकावा. या क्रियेने दृष्टीमध्ये सुद्धा तेज निर्माण होते. त्यासाठी वैद्यांचा सल्ला घ्यावा.
- कढीलिंब पान सेवनाने मधुमेहाचा विकारही कमी होतो. पानांनी रक्तातील साखरेचे प्रमाण कमी होण्यास मदत होते.
- मुखरोगातही कढीलिंबाची पाने उपयोगी ठरतात. मात्र, त्यासाठी पाने तोंडात चघळून थुंकत जावी ती गिळू नये, अशा वारंवार प्रक्रियेने मुखरोग दूर होतात.
- कढीलिंबाची पाने लोह रक्तवर्धक तसेच रक्तशोधकही आहेत. या पानांच्या सेवनाने रक्ताचे प्रमाण वाढून ते शुद्ध होण्यास मदत होत.
- कढीलिंबाच्या मुळांचा काढा पोटदुखीवर गुणकारी आहे.

- कढीलिंबाच्या लहान फळांमध्येसुद्धा औषधी गुणधर्म आहेत. चर्मरोगांवर, खरूज इत्यादींवर त्यांचा उपयोग होतो.
- निरनिराळ्या कारणांनी पायाच्या टाचेला किंवा तळपायाला भेगा पडतात. तो विकार दूर करण्यासाठी कढीलिंबाच्या पानांची चटणी वाटून ती रात्री झोपण्यापूर्वी भेगात भरून कापडाने घट्ट बांधून ठेवावी. आठवडाभर हा प्रयोग केला तर तळपायाच्या किंवा टाचांच्या भेगा नाहीशा होतात.

❑

करवंदे

मराठीमध्ये करवंदे या नावाने ओळखल्या जाणाऱ्या लहानग्या फळांच्या वृक्षाचा समावेश औषधी वनस्पतीमध्ये केला जातो. इंग्रजीमध्ये 'ब्ल्यू ब्लॅक बेरी' या नावाने ओळखले जाणारे करवंद हिंदीमध्ये 'खट्टामीठा' या नावाने प्रसिद्ध आहे. 'अपोसायनेसी' या कुळातील ही वनस्पती आहे.

उष्ण कटिबंधीय जंगलांमध्ये आढळणाऱ्या करवंदाची झाडे भारताच्या मध्य आणि पश्चिम भागात आढळतात. करवंदाची फळे जशी गुणकारी आहेत. तसेच त्याची पाने सुद्धा औषधी गुणसंपन्न आहेत. करवंदांच्या वृक्षाबद्दल आयुर्वेदामध्ये सविस्तर माहिती आहे. आयुर्वेदाच्या चिकित्सा ग्रंथाप्रमाणे करवंदांमध्ये गोड, मधुर आणि आम्ल रसाळ असतात.

उपयोग :

- करवंदे पित्तनाशक आणि कफनाशक आहेत.
- करवंदे वायुनाशक असून, त्यामुळे पोट, आतडे स्वस्थ राहते.
- करवंदाच्या रसामध्ये मधुरता आणि आम्लीयता आहे.
- करवंदे 'क' जीवनसत्त्वाने समृद्ध असल्यामुळे अनेक विकारांमध्ये ते उपयुक्त आहे.
- करवंदांमध्ये मोठ्या प्रमाणात सायट्रिक ॲसिड असते. त्यामुळे प्रतिकारशक्ती वाढते.

- करवंदे अरुचिमध्ये अत्यंत गुणकारी आहेत.
- करवंदांच्या सेवनामुळे मलावरोधाचा त्रास कमी होतो.
- करवंदे पित्त प्रकोपाने होणाऱ्या विकारात गुणकारी ठरतात.
- करवंदे हृदयरोग्यांसाठीसुद्धा अत्यंत उपयुक्त आहेत.
- करवंदाची पाने मधामध्ये कुस्करून खाल्ल्यास कोरडा खोकला नाहीसा होतो.
- करवंदे विषनाशक आहेत म्हणजे विषबाधेत करवंदाची फळे गुणकारी ठरतात.
- करवंदाची कच्ची फळे खाऊ नयेत.

❑

काळी मुसळी

बहुवर्षायू अशा काळी मुसळीला हिंदीत 'मुसलीकंद' संस्कृतमध्ये 'भूमीतला', 'दीर्घकंदिका' म्हणतात. 'झिंजिबरेसी' कुळातील ही वनस्पती भारत, फिलीपाईन्स, जावामध्ये आढळते.

वनस्पतीची पाने बिनदेठाची, साधी, लांबट आणि भाल्यासारखी पातळ, चुणीदार असतात. वनस्पतीचे मूळ, खोड जाडजूड असते. मुळे लांबट व मांसल असतात. फुले लहान, सछिद्र, पिवळी असतात. वनस्पतीचे लहान चंचुयुक्त बोंडफळ जमिनीलगत असते.

उपयोग :

- काळी मुसळी वनस्पती सफेद मुसळीप्रमाणे औषधी गुणधर्मांनी संपन्न आहे.
- मुसळीची मुळे शक्तिवर्धक, वीर्यवर्धक आणि मूत्रक असतात.
- मुसळीची मुळे उत्तेजक असतात.
- मुसळीची मुळे पित्तविकार, वातविकार, आमांश, संधिवात, कावीळ, मूळव्याध, दमा इत्यादी विकारांवर गुणकारी आहेत.
- कुत्र्याच्या चावण्यावर काळी मुसळीची मुळे फायदेशीर आहेत.
- निरनिराळ्या त्वचेच्या रोगांवर, जखमेवर मुळांचे पोटीस बांधतात.
- शरीराचा एखादा भाग कापला गेला. त्या ठिकाणाहून मोठ्या प्रमाणात रक्तस्राव

होत असेल, तर खोडाचे चूर्ण कापलेल्या भागात भरावे म्हणजे रक्तस्राव थांबतो; अन् जखम त्वरित भरून निघते.

- काळी मुसळी जलद्वेष, रक्तस्रावावर गुणकारी आहे.

❑

❁ काळे जिरे ❁

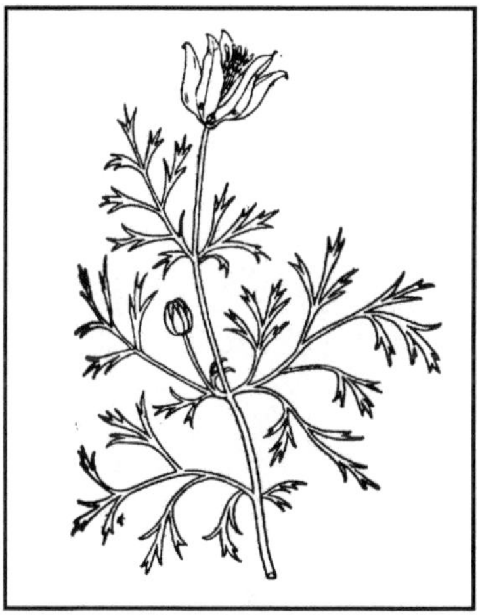

'कॉम्पोझिटी' कुळातील काळे जिरे इंग्रजीत 'ब्लॅक क्युमीन', संस्कृतमध्ये 'कृष्णजीरक' या नावाने प्रसिद्ध आहे.

भारतामध्ये काळे जिरे या औषधी वनस्पतीची लागवड हिमाचलप्रदेश, पंजाब, बिहार, आसाममध्ये मोठ्या प्रमाणात केली जाते. वनस्पतीची पाने दोन किंवा तीन पिसासारखी असतात. पानांचे खंड रेषाकृती असतात. वनस्पतीची फुले फिकट निळी व लांब देठावर एक एकटी येतात. वनस्पतीचे फळ बोंडाप्रमाणे तर बिया काळ्या, त्रिधारी असतात.

उपयोग :

- काळे जिरे मसाले पदार्थात उपयुक्त आहे.
- काळ्याजिऱ्याच्या तेलामध्ये ४५-६० टक्के कारव्होन, डी-लिमोनीन आणि थायमीन असते.
- बिया दाबून काढलेले तेल खाण्यासाठी सुद्धा उपयोगात येते.
- काळे जिरे स्त्रियांसाठी मासिकपाळी सुरू करणारे (आर्तवजनक) असते.
- काळ्या जिऱ्यामुळे बाळंतपणात मातेची दूधाची कमतरता भरून निघण्यास मदत होते.
- काळे जिरे प्रसूतीज्वरावर उपयुक्त आहे.
- काळ्या जिऱ्याच्या बिया जास्त प्रमाणात उपयोगात आणल्यास त्या गर्भपातास कारणीभूत ठरतात.
- काळे जिरे लघवी साफ करणारे (मूत्रल) आहे.

- काळे जिरे वायुनाशी असल्याने आतडे साफ राहते.
- काळे जिरे उत्तेजक असते.
- काळ्या जिऱ्याचे चूर्ण विंचवाच्या दंशावर उपयुक्त असते.
- काळ्या जिऱ्याच्या बियांमुळे कपडे वाळवीपासून सुरक्षित राहतात.
- काळ्या जिऱ्याच्या बियांचे चूर्ण तिळाच्या तेलातून पुरळ किंवा त्यासारख्या चर्मरोगावर उपयुक्त आहे.

❑

काजू

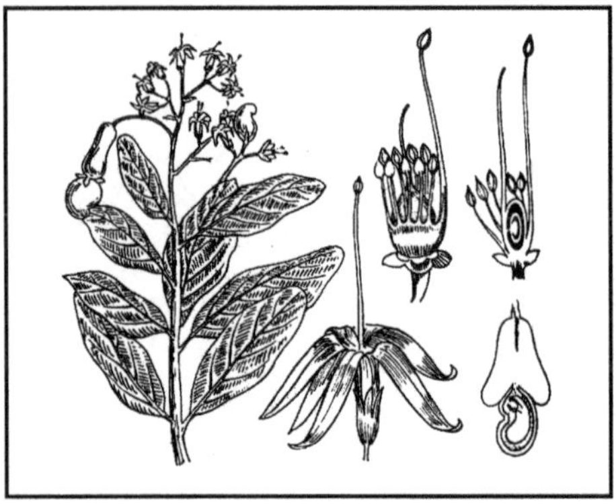

आंतरराष्ट्रीय सुक्यामेव्यातील काजू सर्व परिचित आहे. हिंदीमध्ये आणि गुजरातीमध्ये सुद्धा 'काजू', संस्कृतमध्ये 'काजूतक' इंग्रजीमध्ये 'कॅश्यूनट' तर लॅटिनमध्ये 'ॲनाकार्डियम ऑक्सिडेंटेल म्हणून प्रसिद्ध असलेले काजू 'अनाकार्डिसी' कुळातील आहे.

काजू वृक्ष लहान असून त्याची उंची सुमारे १२ मी. असते. त्याची साल जाड, खरबरीत व करडी असते. पाने व्यस्त, अंडाकृती व चिवट असून त्यांची वरची बाजू चकचकीत असते. पांढरे आणि काळे अशा दोन प्रकारचे काजू अत्यंत स्वादिष्ट आणि आबालवृद्धांना आवडणारे असतात. धातुवर्धक, कृमिनाशक, तापहारी, कफहारी अशा काजूचा उपयोग हृदयाच्या दुर्बलतेवर आणि स्मरणशक्तीच्या क्षीणतेवर गुणकारी औषध म्हणून होतो.

उपयोग :

- त्वचेवर चामखीळ झाले असतील किंवा पायांना भेगा पडलेल्या असतील तर त्या ठिकाणी काजूच्या तेलाने मालीश करावे म्हणजे त्याचा फायदा होतो.
- हिवाळ्यात किंवा थंडीच्या दिवसात भल्या पहाटे रिकाम्यापोटी २/३ काजू खावेत, त्यावर मध चाटावे म्हणजे स्मरणशक्तीत वाढ होते, बुद्धीची शक्ती वाढते.
- पायाच्या बोटांना किंवा हाताच्या बोटांना झालेल्या चिखल्यांपासून सुटका मिळविण्यासाठी काजूच्या बियांचे दूध त्यावर लावावे; म्हणजे चिखल्या नाहीशा होतील.

- बगलेमध्ये एखादी गाठ तयार झाली तर त्या गाठीचा त्रास होऊ लागतो; ती गाठ लवकर दूर व्हावी म्हणून काजूच्या कच्च्या फळांचा गर्भ आणि त्यावर हे फळ एकत्र उगाळून लेप करावा तो लेप बगलेतील गाठीवर लावावा, म्हणजे ती गाठ लवकर पिकून फुटते आणि त्वरित आराम मिळतो.
- नळबंध वायूचा त्रास दूर करण्यासाठी काजूचे देठासहित पिकलेले फळ, मिरे आणि मीठ एकत्र करून ३-४ दिवस सकाळी खावे किंवा काजूचे पिकलेले फळ खावे म्हणजे आतड्यात भरून राहिलेला वायू दूर होईल आणि त्याचा त्रास होणार नाही.
- काजू अत्यंत पौष्टिक आहे. काजू गरम असल्याने साखर, द्राक्षे किंवा मधाबरोबर त्याचा उपयोग करणे अधिक फायदेशीर ठरते. मात्र, कायम लक्षात ठेवावे की, काजू गरम असल्याने ते जास्त प्रमाणात खाल्ल्यास घुळणा फुटण्याची शक्यता असते.
- अर्धवट पिकलेल्या काजूच्या बियांचे दूध चपलाच्या तळभागाला लावले तर चपलांचा तळ पाण्याने खराब होत नाही.

❑

❁ कारले ❁

फळभाजीच्या या पिकास हिंदीमध्ये 'करेला', संस्कृतमध्ये 'कंदूरा' (करवल्ली), इंग्रजीमध्ये 'कॅरीलाफ्रुट' किंवा 'बिटर गोर्ड' म्हणून ओळखतात. ही वनस्पती 'कुकरबिटेसी' या कुळातील आहे. हिरव्या, पांढऱ्या किंवा नारंगी रंगातील ही फळे भाजीसाठी उपयुक्त ठरतात.

आयुर्वेदिकदृष्ट्या कारले फळ थंड आणि पौष्टिक असून, त्याच्या सेवनाने पचनक्रिया सुधारते. ते सांधेदुखी, प्लिहा आणि यकृत यांच्या विकारांवर गुणकारी आहे. अ, ब आणि क या जीवनसत्त्वांनी संयुक्त असलेल्या कारल्यांचे दक्षिण भारतात नऊ प्रकार लागवडीखाली आढळतात.

उपयोग :

- मधुमेह झालेल्या व्यक्तीने कोवळ्या कारल्यांचे लहानलहान तुकडे करून ते तुकडे सावलीमध्ये सुकवून त्याचे बारीक चूर्ण तयार करावे. कारल्याचे हे चूर्ण दररोज सकाळ-संध्याकाळ १०-१० ग्रॅम याप्रमाणे सतत चार महिने नियमितपणे घ्यावे. या प्रक्रियेमुळे लघवीद्वारा बाहेर जाणारी साखर पूर्णपणे थांबते व त्यातूनच मधुमेहाला नियंत्रणात आणता येते.
- आम्लपित्त झाले आणि भोजनोत्तर उलट्या होऊ लागल्या तर कारल्यांची पाने किंवा फुले तुपात भाजून त्याबरोबर थोडे सैंधव घालून खायला दिल्याने उलट्या बंद होतात.
- विषमज्वराने पीडित व्यक्तीस कारल्याची साडेतीन पाने आणि मिऱ्याचे साडेतीन दाणे एकत्र वाटून खायला द्यावे त्यामुळे विषमज्वर दूर होतो.
- डोळ्यांच्या विकारात कारले बहुगुणकारी ठरते. त्यासाठी लोखंडाच्या गंजलेल्या तव्यात किंवा कढईमध्ये कारल्याच्या पानांचा रस घ्यावा. त्यात मिरे चांगल्याप्रकारे घासावेत मिऱ्यांचा अर्क उतरू द्यावा आणि नंतर तो रस रात्री ज्याच्या डोळ्यांत फूल पडले असेल त्याच्या डोळयांत घालावा किंवा रातांधळेपणा आलेल्या व्यक्तीच्या डोळ्यांत घालावा म्हणजे डोळ्यांचे विकार दूर होतील, डोळ्यांवर आलेला मळाचा थर दूर होईल.
- देवीच्या रोगामध्ये कारल्याच्या पानांच्या रसात हळद घालून दिली, तर त्या व्यक्तीचा देवी हा रोग बरा होऊ शकतो.
- कारल्याची पाने वाटून मिळालेल्या रसाने मालीश केले म्हणजे जुना त्वचारोग दूर होतो.
- शरीरात जंत, कृमी झाले म्हणजे कारल्याच्या पानांचा रस गरम पाण्याबरोबर द्यावा, कृमी नाहीसे होतात.
- मूत्राघात झाला किंवा लघवीला त्रास होत असेल, तर कारल्याच्या पानांच्या सुमारे ५० ग्रॅम रसात एक पैभर हिंग घालून द्यावे. त्यामुळे लघवी साफ होते आणि मूत्राघात विकारही नाहीसा होतो.
- कारल्याच्या सेवनाने देवी, ताप आणि गोवर यांवर प्रतिबंधक उपाय होत असतो.
- मोठ्या कारल्यापेक्षा लहान कारल्यामध्ये लोहाचे प्रमाण जास्त असते; ते यकृत आणि रक्तासाठी अधिक उपयोगी ठरते. लहान कारली अग्निप्रदीप्त करणारी आणि पचण्यास हलकी असतात.

- कावीळ या विकारामध्ये ताजी कारली पाण्यात घोळून रस काढावा तो रस सकाळ-संध्याकाळ घ्यावा.
- दम्याचा आजार नियंत्रणात ठेवण्यासाठी कच्चे कारले खावे किंवा कारल्याचा रस घ्यावा.
- रक्ती मूळव्याधीमध्ये कारल्याचा रस दोन चमचे साखर घालून दिवसातून दोन वेळा घ्यावा म्हणजे त्रास थांबतो.
- रक्तशुद्धीसाठी, तसेच त्वचाविकार नियंत्रणासाठी कारल्याचा रस घेणे गुणकारक ठरते.
- पोट साफ करण्यासाठी, बद्धकोष्ठता दूर करण्यासाठी कारले रस उपयुक्त आहे.
- जलोदर विकारात किंवा यकृताच्या विकारात कारल्याचा रस उपयुक्त ठरतो.
- मेदरोगात वजन कमी करण्यासाठी कारले गुणकारी आहे.
- दमा आणि खोकल्याच्या रुग्णांना उलटी होण्यासाठी कारल्याचा रस घेण्याचा करण्याचा सल्ला दिला जातो.
- त्वचेची आग थांबविण्यासाठी कारल्याच्या पानांचा रस उपयोगात आणतात.

कांदा

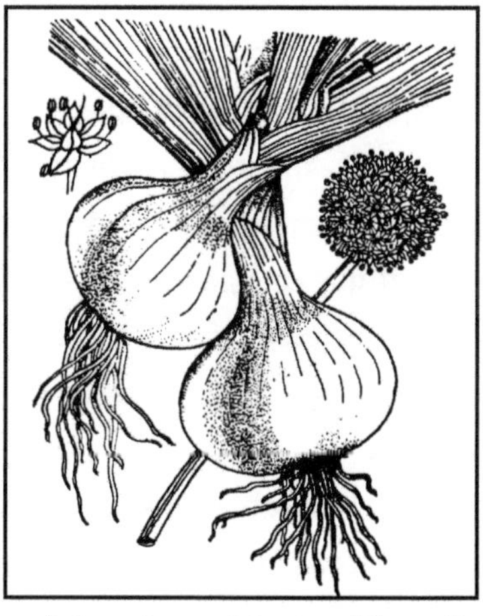

प्राचीन काळापासून कांदा शरीरासाठी उपयुक्त असल्याचे सिद्ध झालेले आहे. इजिप्शियन लोकांनी कांद्याचे महत्त्व शोधून कांद्यामुळे शरीर निरोगी राहत असल्याचे स्पष्ट केले. सामान्य जनतेतील सर्वांना अत्यावश्यक ठरलेला आणि रावापासून-रंकापर्यंत उपयोगी ठरणारा कांदा शक्तिवर्धक आहे.

कांद्यामध्ये प्रोटिन्स, कार्बोहाईड्रेट, कॅल्शियम, लोह, खनिज, लवण, कॅलरिज आहेत तसेच नायट्रोजनयुक्त पदार्थ, साखर निर्मितीसाठी द्राव्य आणि सफारिक ऑईल आहे. कांद्याच्या योग्यतापूर्वक सेवनामुळे रंग गोरा होतो. सतेज कांती प्राप्त होते आणि अंग स्निग्ध राहते.

कांदा हा वायूचे अनुलोप करणारा तसेच कफ नाहीसा करणारा आहे. कांद्याच्या

रसाचा उपयोग रहस्यमय लिखाणासाठी केला जातो. त्यामुळे हेरगिरीमध्येसुद्धा कांदा उपयुक्त ठरलेला आहे. पाश्चात्त्य देशांमध्ये पंचतारांकित हॉटेलातून कांद्याचे सूप दिले जाते. त्यामुळे थकवा नाहीसा होऊन उत्साह वाढीस लागतो. वैज्ञानिक संशोधनानुसार कांदा उष्ण, उत्तेजक, सारक, कडसर, हलका, कफप्रहक आणि मूगल आहे. कांद्यातील ऊर्ध्वगमनशील तेलामुळे ह्रदयाची उत्तेजना वाढून नाडीची गतीही वाढते.

लाल कांदा आणि पांढरा कांदा यामध्ये आयुर्वेदिक गुण थोड्या-फार फरकाने आढळतात. सामान्यपणे पांढरा कांदा एक पावशेर तूपामध्ये शेकून खाल्ल्यामुळे शरीरात शक्तिशाली धातुपुष्टी होते तसेच पांढरा कांदा, आल्याचा रस, मध, गाईचे तूप सर्व १०-१० ग्रॅम एकत्र करून नियमितपणे २१ दिवस सकाळी घेतल्यास वीर्यवृद्धी होते.

उन्हाळ्यात कांदा जवळ बाळगला तर उन्हाचा त्रास होत नाही. फीट आलेल्या व्यक्तीला कांदा हुंगविल्यास तत्काळ शुद्धी येते. शरीरातील मळमळ थांबविण्यासाठी मधाबरोबर कांद्याचा रस देणे उपयुक्त ठरते. भोजनात कांदा आणि गुळाचा उपयोग केला तर बुद्धी तल्लख होते. आपल्या शरीरातील फुप्फुसातील हवा शुद्ध करण्याचे कार्य कांदा करतो.

आरोग्य शास्त्रातील आणि वनस्पती शास्त्रातील कांद्याचे महत्त्व निश्चितच अवर्णनीय आहे. प्रसंगी राजकारणातही कांद्याने नेत्यांच्या आणि लोकांच्या डोळ्यांत पाणी आणलेले आहे. कांद्याला हिंदीत 'प्याज', इंग्रजीमध्ये 'ऑनियन', संस्कृतमध्ये 'कंदर्प' किंवा 'पलांडू', लॅटिनमध्ये 'एलिअम सेपा' या नावाने ओळखले जात असून, 'लिलीएसी' या कुळातील आहे.

सपाट, गोलाकार, लंबगोलाकार, आयताकार आणि ऑब्लेट इत्यादी प्रकार - आकारमानाच्या कांद्याचे जंगली कांदा आणि रानकांदा असे प्रकार आहेत. जंगली कांदा ही पांढऱ्या कांद्याची औषधीय वनस्पती आहे. या दोन्ही प्रकारच्या कांद्यातील विशिष्ट तिखटपणा आणि रुचकरपणा लोकांना आवडतो. कांदा हा तिखट, पौष्टिक, उत्तेजक, मूत्रल, वाजीकर (कामोद्दिपक), कफोत्सारक, आर्तवजनक (मासिक पाळी सुरू करणारा) असा बहगुणी आहे. या कांद्यात गंधक, साखर, फॉस्फोरिक आम्ल, कॅल्शियम, ॲल्युमिन, लिग्नीन आणि अ, ब, क गटातील जीवनसत्त्वे समाविष्ट आहेत. त्यामुळे कांदा दैनंदिन आहारामध्ये अत्यंत उपयुक्त आहे. कांद्यासंदर्भात काही विशिष्ट बाबी लक्षात असणे अत्यावश्यक आहे, जसे की -

- कांदा कापताना तो त्याच्या मुळाच्या भागाकडून कापला गेल्यास डोळ्यांना त्रास कमी होतो.

- ☐ कांद्याचे दोन भाग करून ते पाण्यात धुऊन नंतर बारीक किंवा लहान तुकड्यात कापल्यास डोळ्यांना त्रास होत नाही.
- ☐ कांदा थंड पाण्यामध्ये, फ्रिजमध्ये ठेवून नंतर कापल्यास त्याचा वास डोळ्यांना त्रासदायक ठरत नाही.
- ☐ कांदा सोलताना किंवा कापल्यानंतर हाताचा किंवा विळी-चाकूचा वास घालविण्यासाठी त्यावर मीठ चोळावे व नंतर पाण्याने धुवावे.
- ☐ कांदा कापताना डोळ्यांवर चष्मा असेल, तर त्या कांद्याचा डोळ्यांना त्रास होणार नाही.
- ☐ भाजीसाठी कांदा भाजताना त्यात थोडे मीठ टाकावे म्हणजे कांदा लवकर लाल होतो.
- ☐ जास्त तुपामध्ये कांदा भाजताना त्यात थोडे मीठ टाकावे म्हणजे कांदा लवकर लाल होतो. जास्त तुपामध्ये कांदा भाजताना शेवटी तुपाचे प्रमाण कमी असल्याचे जाणवते. असे होऊ नये म्हणून आधी स्वतंत्रपणे कांदा भाजावा. त्यातील पाण्याचा अंश कमी झाल्यानंतर त्यात थोडे म्हणजे एक चमचाभर तूप टाकले तर तुपाचे प्रमाण चांगले जाणवते.
- ☐ कांद्याचा मसाला भाजताना त्यात चिमूटभर साखर टाकावी म्हणजे त्याचा गंध, वास कमी होतो.
- ☐ कांदा खाल्ल्यावर तोंडाला येणारा वास जावा म्हणून छोटासा आल्याचा तुकडा तोंडात ठेवा. व थोडा वेळ चघळा. आले माऊथ फ्रेशनरचे काम करील व वास निघून जाईल.
- ☐ कांदा खाल्ल्यानंतर तोंडाची दुर्गंधी येऊ नये म्हणून ओवा खावा.

उपयोग :

- ❍ तत्काळ बेशुद्ध अवस्थेत पोहचलेल्या व्यक्तीस कांद्याचा वास द्यावा म्हणजे ती व्यक्ती लवकर शुद्धीवर येईल.
- ❍ विंचवाने दंश केलेला असेल, नांगी मारलेली असेल, तर त्या ठिकाणी कांद्याचा रस चोळावा आणि त्या व्यक्तीस थोडा गूळ खावयास द्यावा म्हणजे त्या व्यक्तीस आराम मिळतो.
- ❍ चाकू-सुऱ्यांना गंज लागलेला असेल, तर ते कांद्याच्या रसात बुडवून ठेवावे. थोड्या वेळाने कापडाने स्वच्छ करावे म्हणजे गंज निघून जाईल.
- ❍ स्वयंपाक करताना ॲल्युमिनीयमचे भांडे काळे पडले, जळाले तर त्यामध्ये एक कांदा उकळावा व नंतर ते भांडे धुवावे म्हणजे भांडे पूर्ववत स्वच्छ होईल.

- स्टेनलेस स्टीलच्या भांड्यांची चकाकी कमी झाली असेल, तर त्यांना कांद्यांच्या रसामध्ये स्वच्छ करावे, धुवावे म्हणजे भांडे पूर्ववत चमकू लागेल.
- मधमाशीच्या दंशावर कांदा आणि नवसागर दळून लावावे, म्हणजे विषाचा प्रसार होणार नाही व त्वरित आराम मिळेल.
- नवनिर्मित घरातील रंगाचा वास घालविण्यासाठी त्या घरामध्ये एका प्लेटमध्ये कांदा कापून ठेवावा व ते घर बंद करावे म्हणजे रंगाचा वास राहात नाही आणि कांद्याचाही वास राहात नाही.
- बहुगुणी कांद्याचा औषधी म्हणून उपयोग करताना त्याचा रस काढून ठेवावा व तो हवाबंद बाटलीत सांभाळावा; शक्यतो उन्हातून आल्यानंतर तळपाय किंवा हातांना तो रस चोळल्यास उन्हाचा त्रास होत नाही.
- खानदेश, मराठवाडा किंवा राजस्थान सारख्या उष्ण प्रदेशांत वावरताना दोन्ही कानात कांद्याच्या ताज्या पाकळ्या ठेवाव्यात म्हणजे उन्हाचा त्रास होणार नाही. वेळप्रसंगी ताज्या फोडलेल्या कांद्याचा गंधाचा आस्वाद घ्यावा, त्यातील अमोनियामुळे शीतलता प्राप्त होईल.
- चेहऱ्यावर सुरकुत्या येऊ नये किंवा येऊ घातलेल्या सुरकुत्या नाहीशा व्हाव्यात यासाठी एक चमचा कांद्याचा घट्ट रस व एक चमचा मध यांचे मिश्रण करून ते चेहऱ्यास लावावे. वारंवार अशी प्रक्रिया केल्याने चेहऱ्यावरील सुरकुत्या नाहीशा होतात.
- कांदा अन्नपचनासाठी, भूक वाढविण्यासाठी तसेच शौचास साफ होण्यासाठी मदत करीत असतो.
- थंड वाऱ्याने कान ठणकू लागला तर कांद्याच्या रसाचे ३-४ थेंब कानात सोडावे म्हणजे ठणका दूर होईल.
- जुलाब, उलटी, इत्यादी आजारात पावसाळ्यामध्ये प्रतिबंधक उपाय म्हणून कांदा, लिंबू, पुदिना समप्रमाणात घेऊन, त्याचा रस तयार करून, त्यात थोडे सैंधव मीठ घालावे व ते मिश्रण घ्यावे. दम्याचा त्रास वाढला किंवा छातीमध्ये कफ दाटून खोकला सुरू झाला तर कांदे, आले आणि मध यांचा मिश्र रस दिवसातून दोन-तीन वेळा घ्यावा त्यामुळे ते विकार दूर होतात.
- कांद्यामुळे सर्दी दूर होण्यास मदत होते, तसेच त्याच्या तीक्ष्ण गुणधर्मामुळे बेशुद्धीसुद्धा दूर होते.
- मज्जासंस्था विकलांग होते तेव्हा कांद्याचा शक्तिवर्धक (टॉनिक) म्हणून उपयोग करतात.

- नायट्रोजन आणि सल्फ्युरिक ॲसिड या गुणधर्मांमुळे कांद्याचा उपयोग रोगप्रतिबंधक म्हणूनही केला जातो.
- कांदा जंतुनाशक असल्याने घरातील मच्छर,चिलटे कांद्याच्या परिसरात राहात नाहीत.
- रक्तदाबाच्या लोकांनी कांद्याचा रस मधातून घेतल्यास रक्तदाब स्थिरावतो.
- डिफथेरिया, क्षयासारख्या रोगजंतूंसाठी कांदा उत्तम प्रतिबंधक औषध ठरते.
- आजारी व्यक्तीला कांदा आणि लसूण आहारातून दिल्यास त्या व्यक्तीची प्रकृती लवकर सुधारते.
- रक्तामधील कोलेस्टेरॉलचे प्रमाण कांद्याच्या रसामुळे कमी होते.
- कांदा उकडला, भाजला किंवा शिजवला तरी त्यातील मूळ गुणधर्म कमी होत नाहीत.
- कांदा वीर्य निर्मिती करणारा असून, उत्तेजक असतो. वीर्यस्राव करतो.
- कांदा आणि मधाच्या एकत्र सेवनाने वृद्धावस्थेतही वैवाहिक जीवन सुखमय होते.
- घसा साफ, स्वच्छ करण्यासाठी कांद्याचा कीस, शेंदेलोण, जिरे एकत्र खावे.
- कांदा पचनक्रियेला मदत करतो तसेच निद्रानाशाचा विकार दूर करतो.
- कांदा पित्तहारक आहे तसेच कफहारी आहे.
- जखमेवर कांदा ठेचून लावला तर ती जखम त्वरित भरून निघते.
- कांद्याच्या रसाचा उपयोग गुप्तांगावर केल्यास गर्भधारणा होत नाही.
- सुंदर त्वचेसाठी तिळाचे तेल किंवा एरंडीचे तेल किंवा सरसूच्या तेलात कांद्याचा रस घालून त्वचेवर लावावा.
- कांद्याबरोबर गूळ मिसळून मुलांना खावयास दिल्यास त्यांची लवकर वाढ होते.
- डोळ्यांची आग होत असेल, डोळे आलेले असतील तर सकाळ-संध्याकाळ २/३थेंब कांद्याचा रस डोळ्यांत घालावा.
- मधमाशी/गांधीलमाशीच्या दंशाने आग होते. त्यावेळी चावलेल्या ठिकाणावर कांद्याचा रस चोळावा म्हणजे आग, दाह कमी होतो.
- कांद्याच्या योग्य सेवनाने आरोग्य निरोगी राहते.
- पावसाळ्यात दिव्याभोवती किडे, फुलपाखरे, मोठ्या प्रमाणात जमा होत असतील, तर त्यांना घालविण्यासाठी दिव्याशेजारी कांदा चिरून ठेवावा.
- कांदा स्वयंपाकघरातील अत्यावश्यक घटक असून कॉलरासारख्या आजारावरही तो उपयुक्त आहे.

❑

❀ कुटकी ❀

उंच पर्वतीय प्रदेशात आढळणाऱ्या 'कुटकी' या औषधी वनस्पतीला हिंदीमध्ये 'कुरू' या नावाने ओळखले जाते. 'कटुकी' या नावाने संस्कृत भाषिकांना परिचित असलेली ही वनस्पती 'स्क्रॉफ्युलॅरिएसी' कुळातील आहे. या वनस्पतीचे अधिक प्रमाण हिमालयीन क्षेत्रात आढळते.

कुटकी या वनस्पतीची सर्वसाधारण उंची १फुटापर्यंत असते. वनस्पतीचे मुख्य खोड अतिशय टणक असते. त्या वनस्पतींची फुले नळकांड्याच्या आकारासारखी कणसात असतात. वनस्पतीची पाने लांब, पसरट, सुरीच्या आकारासारखी पाच ते दहा सेंटीमीटर लांब असतात.

कुटकी वनस्पतीचे खोड किंवा मूलस्तंभ औषधीगुण संपन्न असून वनस्पतीच्या रसापासून मिळविलेले औषध कडू आणि पौष्टिक असते.

उपयोग :

- वनस्पतीच्या रसामुळे पाचक रसाचा पित्तस्राव वाढतो.
- वनस्पतीच्या रसामध्ये जेन्शन यासारखे भूक वाढविणारे द्रव्य असते.
- या वनस्पतीच्या रसामुळे पाचक रसाचा स्राव वाढत असतो.
- कुटकीचा रस जलोदरामध्ये गुणकारी असतो.
- कुटकीच्या रसामध्ये जीवाणूनाशक गुणधर्म आहेत.
- कावीळनाशक.

❑

❀ केळी ❀

लहान बालकापासून वृद्धव्यक्तीपर्यंत सर्वांनाच आवडणारे केळी हे फळ आहे. हिंदीमध्ये 'केला', संस्कृतमध्ये 'कदली', किंवा 'रंभा' किंवा 'दीर्घपत्रा' किंवा 'उरुस्तंभ', इंग्रजीमध्ये 'बनाना', लॅटिनमध्ये 'मुसा पॅराडिसिअॅका' या नावाने ओळखली जाणारी

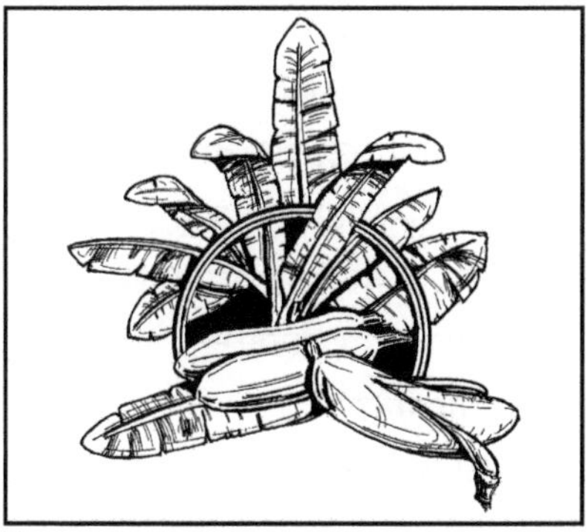

केळे 'मुसेसी' कुळातील आहे.

केळफूल हे मधुर, स्निग्ध, तुरट, कडसर, ग्राही, वातनाशक, अग्निप्रदीपक आणि उष्ण असते. तसेच केळफूल कृमी, रक्तपित्त, क्षय आणि कोड यावर गुणकारी असते.

उपयोग :

- ❍ जेवणानंतर दररोज नियमितपणे एक पिकलेले केळे खावे. त्यामुळे शरीर धष्टपुष्ट होते.
- ❍ केळीमध्ये इतर फळांच्या तुलनेपेक्षा सर्वाधिक कार्बोहायड्रेट असतात. केळीमध्ये 'ए', 'बी', 'सी', 'डी', 'ई', 'एच', 'जी' ही जीवनसत्त्वे आहेत. केळीमध्ये लोह, तांबे मॅग्नीज, पोटॅशियम, सोडियम, कॅल्शियम, गंधक, क्लोरिन, सिल्का इत्यादी घटक आणि खनिजपदार्थ आहेत. त्यामुळे केळी खाणे लाभदायक असते.
- ❍ लहान बालकांसाठी त्यांच्या शरीराच्या वाढीसाठी त्याला केळी खावयास देणे गरजेचे असते. बालकांचे शरीर दुर्बल, फिकट होऊ नये यासाठी केळी आवश्यक आहे. त्यामध्ये कॅल्शियम व फॉस्फरस हे घटक असतात व त्यामुळे लहान मुलांच्या विकासास मदत होते.
- ❍ लघवीचा त्रास होत असेल, वारंवार लघवी येत असेल तर केळी खाणे गुणकारी असते. त्यासाठी एक केळे खाऊन त्यावर अर्धा कप साखर घातलेला आवळ्याचा रस घ्यावा म्हणजे लाभकारक ठरते.
- ❍ लघवी होत नसेल आणि लघवीचा त्रास असह्य झाला असेल, तर केळीच्या खांबातील रस चार चमचे घेऊन त्यात दोन चमचे तूप मिसळून घ्यावे म्हणजे बंद झालेली लघवी पूर्ववत सुरू होते. मुतखड्यावरही उपाय होतो.
- ❍ पिकलेली केळी महिलांसाठी लाभदायक असतात. प्रदर आणि रक्तस्रावामध्ये महिलांनी केळी खाणे अधिक फायदेशीर ठरते.
- ❍ ग्लुकोज ही नैसर्गिक साखर आहे. ग्लुकोजचा स्वाद मधुर असून, त्यामुळे स्नायूचे पोषण होते आणि शक्ती वाढते. अशा या ग्लुकोजचे प्रमाण केळ्यांमध्ये जास्त असते. ग्लुकोजमुळेच केळी गोड लागतात.
- ❍ पित्तरोग दूर करायचा असेल, तर पिकलेली केळी खावीत. केळीमुळे पित्तरोग नाहीसा होतो.

- महिलांना प्रदर रोगासाठी केळी आणि तिची कोवळी पाने लाभदायक ठरतात. त्यासाठी केळीची कोवळी पाने वाटून दुधात घालून खीर करावी. ती खीर खाल्ल्याने प्रदर रोग बरा होतो किंवा पिकलेली केळी, आवळ्याचा रस व साखर खाल्ल्याने प्रदर रोग बरा होतो.
- खरूज , गजकर्ण यासारख्या त्वचारोगावरसुद्धा केळे गुणकारी आहे. त्यासाठी केळ्याचा गर लिंबाच्या रसामध्ये वाटून ते मिश्रण विकारावर लावावे म्हणजे आराम मिळतो.
- केळी सर्व प्रकारची सूज कमी करण्यासाठी उपयोगात येतात. एखाद्या ठिकाणी जखम झाली किंवा घर्षण होऊन शरीराला त्रास झाला तर त्याठिकाणी केळ्याची साल्टी बांधावी म्हणजे सूज येत नाही. अन्य प्रकारच्या सुजेवर नियंत्रण ठेवण्यासाठी पिकलेले केळे आणि गव्हाचे पीठ पाण्यात मिसळून गरम करून तो लेप सुजलेल्या भागावर लावावा.
- आगीच्या चटक्यांनी होणारी शरीराची आग थांबविण्यासाठी त्यावर केळ्याचा गर लावावा म्हणजे आराम मिळतो.
- उच्च रक्तदाबावर नियंत्रण ठेवण्यासाठी केळे गुणकारी आहे. केळ्यामध्ये पोटॅशियम योग्य त्या प्रमाणात असते व त्यामुळेच केळे खाल्ले म्हणजे उच्च रक्तदाब नियंत्रणात येतो.
- अपचन झाल्यास केळे लिंबाच्या रसाबरोबर खावे म्हणजे त्वरित अन्नपचन होते.
- मुरडा आणि जुलाब झाल्यास लिंबाच्या रसाबरोबर केळी खावीत किंवा केळ्यामध्ये दही घालून खावे; म्हणजे जुलाब व मुरडा बंद होतो.
- पोटामध्ये काही कारणाने विष गेले तर तत्काळ केळीच्या खोडाच्या गाभ्यातील रस काढून तो प्राशन करावा. म्हणजे पोटात गेलेले विष नाहीसे होते.
- केळ्याच्या गरामध्ये मध घालून खावे म्हणजे होत असलेली उलटी थांबते.
- केळ्याच्या सोपटाच्या पाण्यात पापडाचे पीठ मळून पापड केल्यास ते दीर्घकाळ टिकतात.
- केळीमध्ये 'सी' जीवनसत्त्व असल्याने तिचा उपयोग 'स्कर्व्ही' रोगात होतो. स्कर्व्ही रोगात मोसंबीचा रस आर्थिक दृष्टीने परवडत नाही, तेव्हा तेवढाच गुणकारी उपयोग कमी पैशांत केळ्यामुळे होतो.
- केळीमध्ये 'अ' जीवनसत्त्व असल्याने ती दातांसाठी उपयोगी आहेच शिवाय 'एच' जीवनसत्त्व असल्यामुळे त्वचा रोगासाठीसुद्धा उपयोगी आहे.
- पौष्टिक आहार म्हणून लहान मुलांना केळी देता येतात, काही ठिकाणी पिकलेली

केळी सावलीमध्ये सुकवून, वाळवून, कुटून त्याची वस्त्रगाळ पूड तयार करण्यात येते. ती केळीपूड दुधात घालून लहान मुलांना देणे लाभदायक असते.

- पिकलेली केळी साल काढून सहजपणे खाता येतात, तर कच्ची केळी भाजी बनवून खाल्ली जातात. कच्च्या केळीची भाजी बनवितात, त्याप्रमाणे केळफुलाचीही भाजी बनवतात.
- उन्हाळ्यामध्ये कच्च्या केळीची साल काढून आतील गर वाळविला जातो. या गराचे पीठ तयार केले जाते. आवश्यकता पडेल तेव्हा चवीसाठी, उपवासासाठी या केळपिठाची भाकरी किंवा थालीपीठ बनवून खाल्ले जाते.
- केळीमध्ये पोषणमूल्ये अधिक प्रमाणात असतात त्यामुळे शक्ती वाढते. मांस आणि चरबीमध्ये वाढ होते.
- केळी स्त्री आणि पुरुष दोघांसाठी अत्यंत गुणकारी आहे. केळ्याच्या सेवनाने शुक्रवृद्धी, वीर्यवृद्धी होते. केळ्यामुळे दुर्बलता नाहीशी होते. आयुर्वेदानुसार सकाळी केळे खाल्ले तर त्याचे मूल्य तांब्याएवढे, दुपारी खाल्ले तर त्याचे मूल्य चांदीएवढे आणि संध्याकाळी किंवा रात्री केळे खाल्ले तर त्याचे मूल्य सोन्याएवढे असते. (याचा अर्थ उपमा अलंकाराप्रमाणे घ्यावा.)
- केळ्यांमध्ये चरबी (स्निग्धता) अजिबात नसल्यामुळे चरबी विरहित आहारात आणि आंत्रव्रणाच्या रुग्णांना केळी हा कोलेस्टेरॉलरहित आहारात गुणकारी आहे.
- केळ्यामध्ये मीठ फार कमी असते. त्यामुळे पथ्यकारक (मीठरहित) आहारामध्ये केळी उपयुक्त आहे.
- अत्यंत कमी कॅलरीज्मुळे वजन घटविण्याच्या नियंत्रित आहारामध्येसुद्धा केळी उपयुक्त आहे.
- कच्ची केळी खाणे पोषकद्रव्याच्या दृष्टिकोनातून उत्तम आहे. अपक्व केळ्यांमध्ये कार्बोहायड्रेट्स खळरूपात अस्तित्वात असते व पक्व केळ्यांत खळरूप कार्बोहायड्रेट्सचे रूपांतर साखरेत होते. पूर्ण पक्व केळ्यांमधील कार्बोहायड्रेट्सचे रूपांतर संपूर्ण फळाच्या साखरेत झालेले असते. यातील साखर काही प्रमाणात तावडतोब शरीरात विरघळते व शक्ती पुरविते.
- ॲनिमिया किंवा रक्तालपता विकार असणाऱ्या व्यक्तीसाठी केळी म्हणजे रामबाण औषध आहे. केळीमध्ये उच्च प्रतीचे लोह असते. त्यामुळे रक्तातील हिमोग्लोबीनचे प्रमाण वाढते.
- केळ्यामध्ये कमी प्रोटीन्स, कमी क्षार आणि उच्च प्रतीचे कार्बोहायड्रेट असतात; त्यामुळे किडनीचे विकार दूर करण्यासाठी केळी उपयुक्त आहे.

- क्षय रोगामध्ये निर्माण झालेला खोकला किंवा ताप घालविण्यासाठी केळीचा उपयोग होतो. केळ्यामुळे खोकला नियंत्रित होतो तसेच ताप कमी होतो; पण त्यासाठी सतत महिना-दोन महिने केळी खाणे आवश्यक असते.
- केळाच्या फुलामुळे गर्भाशयाच्या तक्रारी दूर होतात. तसेच हार्मोन्स तयार होतात. केळफुलाने जास्त प्रमाणातील रक्त प्रवाह कमी करता येतो.
- भाजलेल्या त्वचेवर केळ्याची पेस्ट लावली तर दाह कमी होतो, तसेच पोळलेला भाग बरा होतो.
- अतिप्राचीन आणि जगप्रसिद्ध असलेले हे केळीचे फळ रुचकर व औषधी गुणसंपन्न आहे. त्यामध्ये खनिजे व जीवनसत्त्वांचा साठा आहे. त्याच्या सेवनाने स्नायूची बांधणी होते; शक्तीची वृद्धी होते आणि रक्त निर्मितीस मदत होते.
- एखाद्याची लघवी अडल्यास केळीच्या कंदाचा लेप बेंबीच्या खालच्या भागावर लावावा म्हणजे लघवी साफ होते.
- बुद्धिवर्धक म्हणून नावारूपास आलेल्या केळीचा उपयोग उन्माद, अपस्मार यासारख्या विकारातही होतो.
- मुतखड्याच्या रुग्णास केळीच्या सोपटाचा रस द्यावा. त्यामुळे मुतखडा पडण्यास, नाहीसा होण्यास मदत होते.
- केळीच्या सोपटाचा रस विषघ्न म्हणून उपयुक्त आहे.
- रक्तातील हिमोग्लोबीनचे प्रमाण वाढविण्यासाठी केळीच्या पानावर जेवण करणे फायदेशीर असते.
- आयुर्वेदाच्या सल्ल्यानुसार फक्त दूध आणि केळी एकत्र (शिकरण) खाणे अहितकारक असते.
- सर्दी असता केळी खाऊ नयेत.

❑

कोकम

'गटिफेरी' कुळातील कोकम वनस्पती संस्कृतमध्ये 'साराम्ल', 'वृंदार' या नावांनी ओळखली जाते. हा वृक्ष कोकण, मलबारांत आढळतो. याची फळे, बियांचे तेल आणि साल औषधांत वापरले जाते. फळ जांभळट लाल रंगाचे असते. सुकविलेल्या फळांस आमसूल सोले किंवा कोकम म्हणतात. बियांच्या तेलास कोकमतेल, भिरंडेल किंवा मुठले म्हणतात. यांच्या बियांत १० टक्के तेल असते. ताजी फळे हृदय, रक्तपित्तशामक आणि ग्राही असतात. सुकवलेली फळे रोचक,

दीपनपाचन, ग्राही व रक्तपित्तशामक आहेत. साल स्तंभन आहे. बियांचे तेल स्तंभन व व्रणरोपण आहे.

उपयोग :

- अतिसार, संग्रहिणी आणि रक्त आवेत आमसुलाचा फांट (खार) देतात.
- अंगावर पित्त उठल्यास आमसुले ठेचून त्यांचा रस अंगास लावतात.
- आव पडत असल्यास तुपाऐवजी कोकमचे तेल भातावर घालतात.
- पावसाळ्यात किंवा हिवाळ्यात हातापायांस कातरे पडतात, त्यावर कोकमाचे तेल चोळतात, त्याने हातापायांची आग कमी होते.

कॉफी

इंग्रजीतील 'कॉफी' हा शब्द मराठीत तसाच रूढ झालेला आहे. संस्कृतमध्ये 'कटू' या नावाने कॉफीला ओळखले जाते. 'रुबिएसी' कुळातील ही वनस्पती आहे.

दक्षिण भारतामध्ये सुरुवातीला कॉफीची लागवड झाली. त्यानंतर गोवा या ठिकाणी तिचा प्रसार झाला. कमी उंचीच्या लहान आकारमानाच्या या सदापर्णी वनस्पतीची उंची सुमारे २ मीटर असते. कॉफीची पाने साधी समोरासमोर; गर्द हिरवी आणि चकाकणारी असतात. कॉफीची फुले लहान, पांढरी आणि सुवासिक असतात. कॉफीची आठळी, फळ निंबोणीएवढे गोल आणि शेंदरी असते. प्रत्येक कॉफीच्या फळामध्ये दोन हिरवट, करड्या बिया असतात. त्या बियांची एक बाजू सपाट व दुसरी बाजू फुगीर असते.

भारतामध्ये कर्नाटक, केरळ, तामिळनाडू, आंध्रप्रदेश, महाराष्ट्र, ओरिसा, आसाम, पश्चिम बंगाल आणि अंदमान-निकोबार बेटावर कॉफीची लागवड करण्यात येते. कॉफीमध्ये पुढीलप्रमाणे औषधी गुणधर्म आहेतः

उपयोग :

- कॉफीतील अल्कलॉईडमुळे केंद्रीय तंत्रिकातंत्र म्हणजे मज्जासंस्था उत्तेजित होते.

- कॉफीच्या प्राशनाने श्वासोच्छ्‌वास, रक्ताभिसरण, चयापचय आणि उत्सर्जन होत असते.
- कॉफीतील कॅफिन शरीरात गेल्यापासून काही तासातच त्याचे ऑक्सिडीभवन होऊन ते मूत्रातून बाहेर टाकले जाते.
- दररोज योग्य प्रमाणात कॉफी घेतल्यास सशक्त माणसाच्या शरीरावर कोणतेही वाईट परिणाम होत नाही.
- कॉफीमध्ये हेमिसेल्युलोज, सेल्युलोज, लिग्नीन, राख, कॅफीन, सुक्रोज, प्रथिने, क्लोरोजिनीक आम्ल, ट्रायगोनेलाईन इत्यादी घटक असतात.
- कॉफी पित्तकर आहे.

❑

❁ कोथिंबीर (धणे) ❁

स्वादिष्ट, रुचकर, सुगंधी आणि हृद्य भोजनासाठी स्वयंपाकात कोथिंबिरीचा उपयोग केला जातो. हिंदीमध्ये 'हराधनिया' म्हणून प्रसिद्ध आहे. 'अंबेलिफेरी' कुळातल्या कोथिंबीर या कोमल, सुवासिक व पूर्णयुक्त वनस्पतीची फळे म्हणजे धणे (धने) मसाल्यांच्या पदार्थांत उपयुक्त आहेत. या वनस्पतीच्या बारीक फांद्या आणि पाने अन्नपदार्थांची चव वाढविण्यासाठी उपयोगात येतात. वनस्पतीस पांढऱ्या रंगाची किंवा जांभळसर रंगाची छत्र्यांसारखी, गुच्छांसारखी फुले येतात. व त्याचे रूपांतर फळात होते. ती बारीक फळे म्हणजेच धणे!

उपयोग :

- शरीरांगाची दाह शमवणारी, मूत्रप्रवृत्ती वाढविणारी, पोटातील वायूपासून सुटका करणारी, तृष्णाशामक, भूकवर्धक वांती व अतिसाराला मारक अशी कोथिंबीर व तिची फळे मसाल्याच्या पदार्थासाठीसुद्धा उपयोगी आहेत.
- डोळ्यांच्या विकारावर कोथिंबीर अतिशय गुणकारक आहे. डोळ्यांची जळजळ होणे, डोळ्यांखाली काळसरपणा निर्माण होणे इत्यादींसाठी ओल्या कोथिंबिरीचा

ताजा रस (एक किंवा दोन थेंब) डोळ्यांमध्ये टाकला तर आराम मिळतो.

- शारीरिक थकवा घालविण्यासाठीसुद्धा कोथिंबिरीच्या फळांचा उपयोग केला जातो. सामान्यपणे चार ग्रॅम धणे आणि सुंठेचा तुकडा ठेचून पाण्यात उकळावा, ते पाणी अर्धे आटवून, त्यात चमचाभर साखर घालावी; हे सरबत प्यायल्याने थोडा घाम येतो. पण तत्काळ हुशारी वाढते. उत्साह वाढतो.
- शारीरिक कष्टामुळे, हृदयाच्या विकारामुळे किंवा अन्य कारणांनी काहीवेळा जीव बेचैन होतो. अशा वेळेस एक चमचाभर धन्याची पूड आणि अर्धा ते एक चमचा साखर यांचे मिश्रण सेवन करावे; म्हणजे बेचैनी दूर होते.
- धणे हृदयासाठी अतिशय उपयोगी आहेत.
- पचनादीचा त्रास होतो किंवा अजीर्णामुळे आपण हैराण होतो; तेव्हा रोज सकाळी धन्याचा उपयोग चहाप्रमाणे करावा; म्हणजे चहा करताना चहाच्या पावडरबरोबर धनेपूड उपयोगात आणावी किंवा चहा पावडर ऐवजी धनेपूडचा उपयोग करावा. या चहामुळे अन्नपचनास मदत होते. या चहानेच तोंडाची गेलेली चवही परत येते आणि अजीर्णापासून सुटका होते.
- कोथिंबीर आणि धणे यांतील औषधीयुक्त गुणधर्मामुळे भूक लागण्यासाठी धणेचहा प्यायला हरकत नाही. मंदावलेली भूक वाढविण्यासाठीसुद्धा धणे चहा अधिक उपयुक्त आहे.
- हवामानातील बदलामुळे, अतिशय उष्णतेमुळे किंवा आंतरिक काही कारणांनी तोंड कोरडे पडते; नेहमी सारखी तहान लागते. अशावेळेस पाच-सहा चमचे धणे ठेचून ते अर्ध्या लिटर पाण्यात उकळावेत; उकळून थंड केलेले कोमट पाणी प्यावे. थोडे धणेपण खावेत, त्यामुळे तहान कमी होते.
- खोकल्यावर रामबाण उपाय म्हणून धण्याचा उपयोग केला जातो. धणे व सुंठ समप्रमाणात घेऊन काढा करून प्यावा; किंवा त्या काढ्यामध्ये चमचाभर मध घालून प्यावा. खोकला हळूहळू कमी होऊन नष्ट होतो.
- मस्तक तापते, त्याची आग होते किंवा हातापायांची आग होते. तेव्हा त्या वेळेस धणे भरड कुटून त्यात ६ पटीने पाणी घालावे व ते मिश्रण रात्रभर ठेवावे. सकाळी वस्त्रगाळ करून घ्यावे. त्यात चमचाभर साखर घालावी व नंतर ते प्राशन करावे. जास्त घाईगर्दी असेल, तर धणे भरड कुटून, भिजवून ते कुस्करून, गाळून प्यावे म्हणजे आग होणे थांबते.
- काहीवेळा जुलाबामुळे शरीर बेचैन होते. अन्नपचन नीट न झाल्यानेही जुलाब होतात; त्यावेळी धण्याचा काढा करून प्यावा म्हणजे जुलाब थांबतात.

- अन्नपचन न झाल्याने काही आमदोष निर्माण होतात. अर्धा चमचाभर धण्याचे चूर्ण आणि सुंठ चूर्ण अर्धा चमचा एकत्र करून प्रतिदिन सेवन केल्यास पचनादीचे दोष दूर होतात.
- घशामध्ये आणि छातीमध्ये जळजळ होते त्यावेळेस मन अस्थिर होते. घशातील किंवा छातीतील जळजळ कायमची नष्ट होण्यासाठी १ चमचा धणेपूड आणि एक चमचा साखर यांचे मिश्रण नियमितपणे सेवन करावे; त्यामुळे विकार नष्ट होतात.
- धण्याचा उपयोग मूत्रप्रवृत्ती वाढविण्यासाठी आणि लघवीची आग नष्ट करण्यासाठी होतो.
- पोटदुखी किंवा पोटफुगीवरही धणेचहा आणि धणेपाणी उपयोगी ठरते. धणेचहा करण्यासाठी पाऊण कप पाणी २ चमचे धण्याची पूड किंवा भरड, एक ते दोन चमचे साखर आणि पाव कप दूध घ्यावे. धनेपूड किंवा धण्याची भरड नंतर घालावी; म्हणजे पाणी उकळून नंतर धनेपूड घालावी आणि आगीवरून भांडे खाली उतरावे. त्यावेळी त्यावर झाकण घालावे. पाच ते दहा मिनिटांनी साखर व दूध घालावे. म्हणजे धणे चहा तयार होतो. तो गाळून मग प्यावा.
- काहीवेळा बिब्बा उठल्यामुळे फोड येतात किंवा त्याचा धूर लागल्याने सूज येते; अशावेळी त्यावर कोथिंबिरीचा रस लावावा. कोथिंबीर उपलब्ध नसल्यास धणे बारीक वाटून ते गंध डोळ्यांत घालावे म्हणजे विकार नाहीसे होतात.
- अनेकवेळा विषमज्वर, मलेरियाच्या तापामध्ये रुग्णाला पुन्हा: पुन्हा उलट्या होतात. अशावेळी अर्धवट कुटलेले धणे आणि बेदाणे पाण्यात भिजवावे. नंतर ते चांगले घुसळून वस्त्रगाळ करून घ्यावे. मिळालेल्या पाण्याचा उपयोग रोग्यासाठी चमच्या चमच्याने पिण्यास द्यावा म्हणजे उलट्या होणे बंद होतील.
- एखाद्या व्यक्तीला बेंड येऊन गेल्यानंतर त्याच्या शरीरामध्ये अतिरिक्त उष्णता कायम राहते. ती अतिरिक्त उष्णता बाहेर काढण्यासाठी धणे व जिरे रात्री भिजत ठेवावे. सकाळी ते चांगल्या प्रकारे कुस्करावे, घुसळावे आणि त्यानंतर वस्त्रगाळ करावे. प्राप्त झालेले पाणी त्यासंबंधित व्यक्तीने चार-पाच दिवस घेतल्यास उष्णता कमी होते.
- बऱ्याचवेळा मूळव्याधीमधून रक्त बाहेर पडते. त्यावर उपचार म्हणून कोथिंबिरीचा रस प्यावा किंवा धणे रात्रभर भिजत घालून, वस्त्रगाळ करून ते पाणी प्यावे. म्हणजे शौचावाटे पडणारे रक्त बंद होईल. तसेच खडीसाखर आणि धणे एकत्र उकळून काढा तयार करावा; तो काढा प्यायल्याने मूळव्याधीतून बाहेर जाणारे रक्त बंद होते.

- जेव्हा गर्भवती स्त्रियांना उलट्यांचा अधिक त्रास होतो. तेव्हा १० ग्रॅम खडीसाखर आणि २.५ ग्रॅम धण्याचे चूर्ण तांदळाच्या पेजेमध्ये मिसळावे, ती पेज गर्भवती स्त्रियांना प्यायला दिल्यास त्यांना उलट्या होण्याचा त्रास होत नाही.
- धणे अपचन, सर्दी आणि कंठक्षत यावर उपयोगी आहे. धणे सुगंधी असल्यामुळे ते मुखशुद्धीकारक, उदरवातहर, उत्तेजक आणि दीपकपाचक आहे. पोटशूलावर त्यांचा गुणकारी उपयोग होतो.

❑

❁ कोबी ❁

पालेभाज्या आणि फळभाज्यातील पानकोबी उत्कृष्ट औषधी गुणसंपन्न वनस्पती आहे. हिंदीमध्ये 'बंद गोभी' कन्नडमध्ये 'कोबीगड्डी' इंग्रजीमध्ये 'कॅबेज' लॅटिनमध्ये 'ब्रासिका ओलेरासिया' या नावाने ओळखला जाणारा कोबी 'क्रुसिफेरी' कुळातील आहे.

कोबीमध्ये मोठ्या प्रमाणात खनिजे आणि क १, ब १, ब २ ही जीवनसत्त्वे आहे. कोबीत पाण्याचे प्रमाण अत्याधिक आहे. पानाचा आकार, रंग, आकारमान यावरून कोबीचे गोलगड्डा, पसरटगड्डा, शंखाकारगड्डा आणि शॅव्हॉय असे प्रकार आहेत. कोबीचा भाजीव्यतिरिक्त सॅलड, उकडून, लोणचे, सूप आणि निर्जलीकरण करून निरनिराळ्या प्रकारे उपयोग केला जातो. कोबीची निवड करताना पोकळ गड्डयापेक्षा कठीण गड्डा निवडावा. कोबी कापून, वाफवून रस्सा भाजी करावी किंवा पाणी घातल्याशिवाय कोरडी भाजी करावी. चवीसाठी त्यामध्ये बेसनपीठ घालावे.

उपयोग :

- रक्तपित्ताच्या रुग्णासाठी कोबीचा मोठ्या प्रमाणात उपयोग करावा. कोबी रक्तपित्तासाठी गुणकारी, लाभदायक आहे.
- वातरक्त आणि आमवाताने सूज आली असताना त्यावर कोबीची पाने बांधावीत म्हणजे आराम मिळतो.

- कोबी शीतल, मधुर, दीपक, पाचक, वातूळ, पित्त व कफनाशक, वीर्यवर्धक आणि मातेचे दूध वाढविणारी आहे.
- आहारामध्ये कच्ची कोबी चिरून किंवा फलॉवरचा उपयोग करून, त्याची कोशिंबीर उपयोगात आणावी. कोशिंबिरीमुळे 'सी जीवनसत्त्व मोठ्या प्रमाणात प्राप्त होते.
- कोबीचा रस प्रमेह, श्वास आणि खोकल्यामध्ये गुणकारी आहे. या रसामुळे रक्तविकार, व्रण, गळू, ज्वर, पित्त, कफ इत्यादी विकार दूर होतात.
- फलॉवर-कोबी स्त्रियांसाठी अधिक चांगला असतो. त्याच्यामुळे गर्भाशय सुदृढ बनते.
- कोबीचा रस ड्युडोनल अल्सरसाठी उत्तम गुणकारी औषध आहे.
- सांधेदुखी, हाडातील दुखणे, नाडी दुर्बलता, पंडुरोग, अपचन, डोळ्यांची अशक्तता आणि चरबी इत्यादींपासून आराम मिळण्यासाठी नियमितपणे कोबीचा रस घ्यावा. या रसाने कातडीचे विकार, केस आणि नखांचे विकार दूर होतात. रसामुळे शरीर शुद्ध होते.
- कोबीमध्ये सल्फर आणि क्लोरीन अधिक प्रमाणात असून, आयोडिनचे प्रमाणही अत्याधिक आहे. त्यामुळे कोबीच्या सेवनाने पोटातील श्लेष्म दूर होतो. आतडे स्वच्छ होते.
- जठरामध्ये किंवा आतड्यांतील अल्सर दूर करण्यासाठी कोबीचा रस सेवन करणे अधिक गुणकारी असते.
- कोबीमध्ये टार्टोमिक ॲसिड अधिक प्रमाणात असते. त्या आम्लामुळे साखरेचे आणि अन्य कार्बोहैड्रेटचे रूपांतर होते. परिणामतः चरबी कमी होते. वजन घटते, आणि लठ्ठपणाही कमी होतो.
- कोबीमध्ये उत्कृष्ट प्रकारचे औषधी गुणधर्म असल्यामुळे प्रतिकारशक्ती वाढते. वाढत्या वयासाठी आवश्यक असलेले हार्मोन्स तयार होण्यास कोबीची मदत होते.
- कोबीमध्ये 'ब' जीवनसत्त्व आणि 'क' जीवनसत्त्व असल्यामुळे शरीराच्या रक्तपेशींना शक्ती प्राप्त होते. कोबीच्या रसामुळेच पित्ताशयात खडे तयार होत नाहीत.
- ज्या व्यक्तींना कोबीची आवड नसेल त्यांनी भोजनानंतर रसपान करावे. त्या रसपानामध्ये कोबी आणि गाजर रस एकत्र करावा, थोडा हिंग घालावा, हे रसपान शरीराला रामबाण उपाय म्हणून उपयोगी ठरते.
- कोबीचा रस शरीराला जसा उपयुक्त आहे; तसेच कोबीच्या पाना-फुलातील चोथा आतडी स्वच्छ करण्यास उपयोगी आहे. त्यामुळे कच्चा कोबी खाणे शरीराच्या दृष्टीने लाभदायक आहे.

❑

❀ कोहळा ❀

'कोहळा' किंवा संस्कृतमध्ये 'विदारी कुष्मांड' नावाचे हे फळ 'कुकरबिटेसी' कुळातील आहे. या फळामध्ये अनेक आयुर्वेदिक गुणधर्म आहेत. कोहळ्याची वनस्पती वेलीच्या स्वरूपात असून, तिची पाने लांब असतात. कोहळ्याची बी चपट व पांढरी असते. थंडीच्या कालावधीत वेलीला फुले येतात तर ग्रीष्माच्या ऋतूमध्ये फळे येतात. फळांना टिकाऊपणा असतो; ती अनेक वर्षे टिकतात.

कोहळा फळाचा उपयोग भाजीपाल्यात, आहारात होतो, तसेच उत्तर भारतात 'पेठा' ही मिठाई बनविण्यासाठी होतो. कोहळ्याच्या फळाबद्दल अनेक अंधश्रद्धा निर्माण झालेल्या आहेत. त्यातूनच काहीठिकाणी कोहळा शुभ मानला जातो, तर काहीठिकाणी अशुभ मानला जातो. दक्षिण भारतात रसम् किंवा आहारात कोहळ्याचा उपयोग मोठ्या प्रमाणात होत आहे.

उपयोग :

- कोहळा मेंदूला शामक असून, शक्तिवर्धक आहे.
- कोहळ्यामुळे मेद वाढते आणि झोपही येते.
- कोहळा हृदयास बल देणारा आणि रक्तपित्तशामक आहे.
- हृदयरोग आणि फुफ्फुसाला व्रण पडणे, रक्तपित्त होणे यांसारख्या विकारात कोहळा उत्तम गुणकारी औषध आहे.
- शरीराचे वजन वाढविण्यासाठी कोहळ्यापासून तयार केलेला 'कोहळेपाक' उपयुक्त आहे.
- कोहळ्याचा उपयोग पोटदुखी थांबविण्यासाठी होतो.
- रक्ती मूळव्याधीवर कोहळा गुणकारी आहे.
- कोहळा शुक्रवर्धक असल्याने, धातुदौर्बल्य असल्यास कोहळ्याचा रस साखर घालून पिणे फायदेशीर असते.
- कोहळा लघु, स्निग्ध आणि मधुर असून, शीतगुणाने संपन्न आहे.
- कोहळा बुद्धिवर्धनकारी आणि वातपित्तशामक आहे.

- कोहळ्याचा उपयोग खोकला, ताप, श्वास लागणे इत्यादी विकारात होत असतो.
- मुतखडा झाल्यास, लघवी अडून राहिल्यास, जळजळ होऊ लागल्यास कोहळ्याचा रस गुणकारी आहे.
- निरनिराळ्या प्रकारातील ज्वरावर विशेषत: टी.बी., टॉयफॉईड, जीर्णज्वर इत्यादी कारणाने थकवा आल्यास कोहळा उत्तम टॉनिक आहे.
- भूक वाढविण्यासाठी, पचनशक्ती सुधारण्यासाठी कोहळा उपयुक्त आहे.
- उन्हाळ्यातील उष्णतेचा त्रास कमी करण्यासाठी तसेच कॅन्सरच्या रुग्णांना केमोथेरपी दिल्यानंतर शरीरात होणारी आग कमी करण्यासाठी कोहळ्याचा रस साखर घालून देतात.
- आगीने भाजलेल्या ठिकाणावर कोहळ्याच्या पानांचा रस वाटून लावतात किंवा फळातील गर वाटून लावतात. त्यामुळे त्वचेचा दाह कमी होतो.
- हात, पाय किंवा तळव्यांचा दाह होत असेल तसेच तळव्यांना भेगा पडल्या असतील, तर रात्री झोपताना तळव्यावर कोहळ्याचा किस बांधून ठेवावा, त्यामुळे हळूहळू भेगा कमी होतील.
- चेहरा सतेज होण्यासाठी, चेहऱ्यावरील मुरूमे, पुटकळ्या वगैरेंचा त्रास घालविण्यासाठी कोहळ्याची बी सोलून, दुधात वाटून चेहऱ्यावर लावावी.
- खोकल्यातून रक्त पडत असेल तर कोहळ्याचा रस, मध, खडीसाखर व तुपाचे मिश्रण चाटावे.
- शरीरातील कोणत्याही भागातील रक्तस्राव थांबविण्यासाठी कोहळ्याचा अर्धा कप रस खडीसाखरेबरोबर घ्यावा.
- कोहळा मेंदू आणि ह्रदयालाही हितकारक आहे.
- शरीरशक्ती वाढविण्यासाठी, वीर्यवृद्धीसाठी कोहळा उत्तम शक्तिवर्धक आहे.
- गर्भवती स्त्रीने कोहळ्याची भाजी, सूप, कुष्मांडावलेह यांचा उपयोग करणे अधिक फायदेशीर असते.

❑

❀ कोरफड ❀

भारतामध्ये प्राचीन काळापासून कुंपणावर आढळणाऱ्या या वनस्पतीची लागवड शेती स्वरूपात होऊ लागलेली आहे. हिंदीमध्ये 'घीकुंवर' संस्कृतमध्ये 'कुमारी', आणि वैज्ञानिकदृष्ट्या 'अलो व्हेरा' या नावाने ओळखली जाणारी कोरफड 'लिलीएसी'

कुळातील आहे. कोरफडीच्या निरनिराळ्या जाती उपलब्ध आहेत. उदाहरणार्थ:- महाराष्ट्रामध्ये हिरव्या पानांची, पानांच्या देठाजवळ पांढरट व कडा काटेरी असणारी कोरफड आढळते. दक्षिण भागात पानाच्या सुरुवातीला जांभळट रंग व बोथट काटे असलेली जात आढळते. चेन्नई जवळ लहान झाडांची दातेरी कडांची जात आढळते.

उपयोग :

- कोरफडीपासून पान तोडले तर पानाच्या सालीतून पिवळा चीक बाहेर निघतो. तो पिवळा चीक औषधासाठी उपयोगात येतो. काळाबोळ म्हणून त्याची प्रसिद्धी आहे.
- कोरफडीच्या पानाच्या आतमध्ये पांढरट रंगहीन - चिकट द्रव आढळतो जो 'कोरफड जेल' म्हणून ओळखला जातो. त्याचा उपयोग सौंदर्यप्रसाधनांमध्ये मोठ्या प्रमाणात होतो.
- कोरफडीच्या जेलमध्ये निरनिराळ्या प्रकारचे ग्लुकोसाइड्स असतात. तसेच स्टिरॉइड्स आढळतात.
- कोरफडीच्या जेलमध्ये निरनिराळे विकार, कार्बनी आम्ले, ॲमिनोआम्ले आढळतात. ती सर्व ॲन्टीबॉयोटिक गुणधर्मयुक्त आहे.
- कोरफडीच्या जेलमध्ये सॅपोनिन्स खनिजे, अनेक रसायने आढळतात.
- कोरफडीतील ॲलोईन हे द्रव्य अतिशय महत्त्वाचे गणले गेलेले आहे. त्याचा उपयोग सारक औषधे, लठ्ठपणावरील औषधे, जखमा भरून काढण्यासाठी तयार करण्यात आलेली औषधे आणि सौंदर्य प्रसाधनातही केला जातो.
- कोरफडीच्या ताज्या चिकाचा उपयोग लहान मुलांच्या खोकल्यासाठी केला जातो. तसेच भाजण्यावर मॉईश्चरायझर म्हणून केला जातो.
- कोरफडीची पाने, त्यातील रस, जेल, अनेक प्रकारच्या औषधी गुणधर्मांनी संपन्न आहे.

❑

❁ खजूर (खारीक) ❁

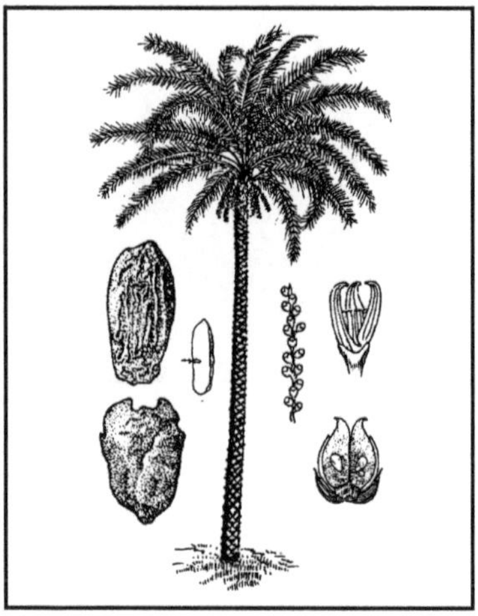

स्वयंपाकगृहातील उपवासासाठी उपयोगात येणारा श्रमहारी, पौष्टिक घटक म्हणून खजुराचे फळ उपयोगात आणले जाते. मराठीमध्ये 'खारीक', हिंदीमध्ये 'खजुरी' किंवा 'खाजी', संस्कृतमध्ये 'खर्जुर', इंग्रजीत 'डेटपाम', लॅटिनमध्ये 'फिनिक्स डॅक्टिलिफेरा' या नावाने ओळखला जाणारा खजूर 'पामी' कुळातील आहे.

सामान्यपणे 'जायदीखजूर' आणि 'पिंडखजूर' असे दोन प्रकारचे खजूर आढळतात. जायदीखजूर पिवळा, सोनेरी, मांसल आणि उत्तमप्रतीचा असतो. तर पिंडखजूर लाल किंवा काळसर लाल अधिक रसदार, चविष्ट आणि गुणाने श्रेष्ठ असतो.

उपयोग :

- ज्या स्त्रिया हिस्टेरियाने पीडित आहेत अशा स्त्रियांनी ७-८ महिने आहारात मोठ्या प्रमाणात खजुराचे सेवन करावे. त्यामुळे त्यांची वारंवार येणारी मूर्च्छा, ग्लानी नाहीशी होते आणि हिस्टेरियापासून त्यांना आराम मिळतो.
- खजूर पोषक, पाचक, शक्तिवर्धक आहे. त्यामध्ये कार्बोहायड्रेट आणि खनिजद्रव्ये अधिक प्रमाणात आढळतात. त्यात ग्लुकोजचे प्रमाण अत्याधिक असून, लोह, चुना, फॉस्फरस हे घटकसुद्धा आढळतात.
- आयुर्वेदाच्या दृष्टिकोनातून खजूर मधुर, पौष्टिक, तृप्तिदायक, बलवर्धक, पचनास जड आणि वीर्यवर्धक आहे. खजुरामध्ये 'ए', 'बी', 'सी' जीवनसत्त्वे विपुल प्रमाणात आढळतात.
- आतड्याच्या विकारामध्ये खजूर गुणकारी आहे. खजूर रेचकही आहे. रेचक म्हणून खजुराचा उपयोग करायचा असेल, तर खजूर रात्री भिजत घालून सकाळी पाण्यात चांगल्या प्रकारे ढवळावे, कुस्करावे आणि तयार झालेले पाणी प्यावे त्यामुळे शौचास साफ होते.

- कफ दाटल्यास दररोज थोडे खजूर खाऊन त्यावर थोडे गरम पाणी प्यावे, त्यातूनच कफ पातळ होतो आणि तो बाहेर पडतो. त्यामुळे फुप्फुससुद्धा स्वच्छ होते. रक्त शुद्ध होते. सर्दी, खोकला, दमा या विकारापासून सुटका मिळते.
- एखाद्या व्यक्तीस दारूची अधिक नशा चढली असेल, तर त्याला खजुराचे पाणी द्यावे. त्यासाठी खजूर पाण्यात भिजत घालून व त्यामध्ये चांगला कुस्करून ते पाणी उपयोगात आणावे त्यामुळे दारूची नशा उतरते.
- अशक्त, कमकुवत व्यक्तीच्या सशक्तपणासाठी बी काढलेले पाच खजूर म्हशीच्या तुपात परतून घ्यावेत, ते परतलेले खजूर दुपारच्या जेवणाबरोबर खावेत. जेवणात प्रामुख्याने भाताचा उपयोग करावा. त्यानंतर अर्धातास वामकुक्षी घ्यावी. या प्रयोगाने वजन व शक्ती वाढीस लागते.
- जखमेद्वारा रक्त वाहून गेल्याने अशक्तपणा येतो; त्यावेळी खजूर खाऊन त्यावर तूप घातलेले गरम दूध प्यावे म्हणजे रक्त गेल्याने आलेला अशक्तपणा कमी होतो; उत्साह वाढतो.
- कमरेचे नेहमीचे दुखणे असह्य झाले तर पाच खजूर पाण्यात उकळावेत, त्यामध्ये ५ ग्रॅम मेथीचा उपयोग करावा, ते द्रावण प्यायल्याने कमरेचे दुखणे थांबते.
- रक्तपित्त नाहीसे करण्यासाठी मधाबरोबर खजूर खावा.
- अशक्त व्यक्तीमध्ये रक्तवाढीसाठी, नवीन रक्तासाठी दररोज १०० ग्रॅम खजूर आणि ५० ग्रॅम बेदाणे खावयास द्यावे. त्यामुळे त्याचे शरीरात नवीन रक्त निर्माण होते आणि त्याचा अशक्तपणा नाहीसा होतो.
- खजूर पौष्टिक आहे; पण त्याचा उपयोग सांभाळून करणे हितावह ठरते. एकाचवेळेस जास्त खजूर खाल्ला तर तो पचविण्यास जड जातो. अतिरिक्त सेवनाने गुदद्वाराच्या अवयवांना सूज येते आणि शौचातून रक्त पडण्याची शक्यता असते. शक्यतोवर खजूर खाण्यापूर्वी तो स्वच्छ धुऊन घ्यावा; नंतर तुपात परतवून (बिया काढून) खावा.
- लकवा आणि फुप्फुसाच्या रोगात खजुराच्या सेवनाने आश्चर्यकारक फायदा होतो. खजूर गुद्द्वारासाठी आणि मूत्राशयासाठी मजबुती देणारे रक्तवर्धक घटक आहे. खजुराचा डिंक अतिसारावर रामबाण औषध म्हणून प्रसिद्ध आहे.
- नियमितपणे खजूर व गरम दुधाचा उपयोग केल्यास शक्ती वाढते. नवे रक्त निर्माण होते आणि क्षीण झालेले वीर्य सबळ होते; त्यामध्ये वाढ होते.
- आमवातामध्ये खजुराचे पाणी अधिक लाभदायक ठरते.
- लहान मुलांच्या सबलतेसाठी, वाढीसाठी दररोज एक खजूर १० ग्रॅम तांदळाच्या

धुवणात वाटावा. त्यात थोडे पाणी घालून ते मिश्रण लहान मुलांना दोन-तीन वेळा द्यावे; त्यामुळे लहान मुले धष्टपुष्ट होतात.

- खजुरामुळे ऊर्जा प्राप्त होते. खजुरातून १८.०४ कॅलरीज (१० तोळे खजूर) प्राप्त होतात तसेच साखर सुमारे ७० टक्के प्राप्त होऊन खजूर उष्णता व शक्ती देण्याचे कार्य पूर्ण करते. उसापासून तयार झालेली साखर शरीरातील नेहमीच्या गरजा पूर्ण करू शकत नाही; परंतु खजुरातील साखर तत्काळ उपयोगात येत असते.
- खजूर एक अत्यंत मौल्यवान, गुणकारी पदार्थ असून, तो उसाच्या साखरेची जागा भरून काढतो व त्यातूनच शरीराला शक्ती प्राप्त होते.
- आतड्यामध्ये आवश्यक अशा विशिष्ट जंतूंची वाढ होण्यासाठी खजूर सेवन करणे जरूरीचे असते.
- खजूर तुपात तळून रोज खाण्याने शक्ती वाढते.

❑

खैर (खदिर)

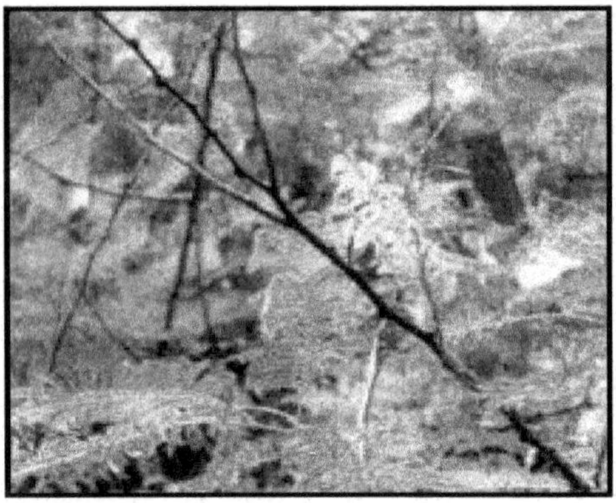

खैर या नावाने प्रसिद्ध असलेली खदिर वनस्पती संस्कृतमध्ये 'कंटकी', दंतधावन, बालपत्र, गायत्री, सुशव्य, यज्ञीय, इरिमेद किंवा रक्तसार इ. नावानेही ओळखली जाते. लॅटिनमध्ये त्या वनस्पतीचे नाव 'अकेशिया कॅटेच्यू' आहे. आणि 'मायमोसेसी' या कुळातील आहे.

मध्यम आकारमानाच्या खैर किंवा खदिरा वनस्पतीची पाने बाभळीसारखी लहान लहान असतात. झाडाची फुले पिवळ्या रंगाची असतात, तर झाडाची साल काटेदार, खरखरीत बाहेरून पिवळसर आणि आतून लालसर असते. या सालीचा उपयोग औषधामध्ये केला जातो. खैराची शेंग पातळ, लांब आणि बियांनी समृद्ध असते.

उपयोग :

- खैर हे उत्कृष्ट मेदनाशक आहे. शरीराचा मेद कमी करण्यासाठी अनेक औषधात आणि तेलात खैराचे द्रव्य असते.

- पानाच्या विड्यामध्ये उपयोगात येणारा कात हा खैरापासून किंवा खदिरापासून तयार होतो. खैराची लाकडे पाण्यात उकळून तयार झालेला काढा आटवला तर घन म्हणजे 'कात' तयार होतो.
- औषधी म्हणून जुनाट जखमा भरून येण्यासाठी, जखमेत 'पू' तयार झाल्यास जखमेची शुद्धी होण्यासाठी, खैराचा काढा जखम धुण्यासाठी आणि पोटात घेण्यासाठी उपयुक्त आहे.
- जास्त दिवस अंगात टिकून राहणाऱ्या बारीक ज्वरावरसुद्धा खैराचा काढा उपयुक्त ठरतो.
- स्त्रियांच्या संदर्भात योनीवाटे रक्तस्त्राव होणे किंवा पाण्यासारखा पांढरा स्त्राव होणे इत्यादी कठीण परिस्थितीत खैर काढ्याने योनी धावन केल्यास त्याचा चांगला उपयोग होतो. खैराच्या काढ्याने योनीची शिथिलताही दूर होते.
- तोंडाचा चिकटा कमी करण्यासाठी खैराच्या काढ्याने गुळण्या करणे फायदेशीर असते.
- तोंड आल्यास खैरसालीच्या काढ्यात मध घालून गुळण्या करणे सोयीस्कर असते. त्यामुळे दात आणि हिरड्या बलशाली होतात.
- प्लीहासाठीसुद्धा खैर उपयुक्त आहे. प्लीहा आकाराने मोठा झाल्यास खैर खाणे उत्तम असते.
- खैरामुळे मूत्रप्रवृत्ती वारंवार होत असल्यास तिला आळा बसतो.
- घशाच्या स्वास्थ्यासाठी स्वरयंत्राच्या सुधारासाठी खैर उत्तम शक्तिवर्धक औषध आहे. खदिरादिवटी चघळल्यास घशाची सूज कमी होते.
- खदिरादिवटीमुळे खोकल्याची ढास लागत असल्यास ती थांबते.
- खैराचा रस तुरट, कडू असून वीर्यशीत असतो.
- खैराच्या रसाने पित्तदोष आणि कफदोष कमी होतो.
- शरीराला सुटणारी खाज खैराने कमी होते.
- शरीरातील जंत, कृमी, कास, अरुची, प्रमेह, कोड, सूज, व्रण, त्वचारोग आणि ज्वराच्या विकारावर खैर गुणकारी आहे.
- मधुमेहींची शक्ती कमी होते, त्यांचा मेदधातू अत्यंत शिथिल होतो. अशा परिस्थितीत खैराच्या खोडातील सारभाग औषधात उपयोगात आणतात त्यामुळे शक्ती वाढते.
- जुलाबातून रक्तस्त्राव होत असल्यास खैराचा काढा घेणे फायदेशीर असते.
- जास्त जुलाब होत असतील तर खैराच्या खोडातील आतल्या गाभ्याचा काढा मध घालून घेतल्यास जुलाब थांबतात.

❑

❁ गहू ❁

जगभरातील खाद्यान्न प्रकारातील गहू सुमारे ५० टक्के लोकांच्या आहारात समाविष्ट आहे. हिंदीमध्ये 'गेहूँ', संस्कृतमध्ये 'गोधुम', इंग्रजीत 'व्हीट', लॅटिनमध्ये 'ट्रिटिकम एस्टीव्हम' म्हणून ओळखला जाणारा गहू 'पोएसी' कुळातील आहे.

ब्रेड, बिस्किटे आणि केक यांच्यामार्फत गहू विश्वातील सर्वच व्यक्तींना परिचित आहे. सर्वसामान्यांपासून वरिष्ठांपर्यंतच्या सर्वच लोकांच्या आहारातील हा एक मुख्य घटक आहे. रंगाने, आकारमानाने, चवीने आणि प्रदेशाप्रमाणे गव्हाच्या अनेक जाती आहेत. सामान्यपणे पांढरा गहू आणि लाल गहू असे गव्हाचे प्रकार आहेत. याशिवाय कल्याण सोना, लोकवान, चंदोसी, बन्सी, सरबती इत्यादी जाती आहेत.

उपयोग :

- गव्हाच्या पिठापासून चपाती, फुलके, पुऱ्या बनविल्या जातात. ज्यांचा उपयोग क्षुधाशांतीसाठी होतो. चविष्ट पदार्थ म्हणून मीठ, तेल, तुपाचा उपयोग करून पिठापासून परोठेसुद्धा बनविता येतात.
- गव्हाच्या विशेष पिठातून रवा प्राप्त करता येतो. त्या रव्यामध्ये साखर किंवा गूळ, तूप घालून उत्तमप्रकारे हलवा (शिरा) बनवितात.
- गहू शरीरासाठी रुचकर, मधुर, थंड, पाचक, कफहारी, पित्तनाशक, स्निग्ध, अस्थिभंगसांधता, वायुहारी, धातुवर्धक आणि वीर्यवर्धक, पुष्टिकारक आहे.
- गहू सर्वसामान्यपणे पौष्टिक असला तरी ज्यांना जुलाब होतात, मुरडा होत असेल, वायुचा त्रास असेल, अग्निमांद्याचा विकार जडला असेल, त्यांनी गव्हाचा उपयोग न करणेच हितकारक ठरते. हा सामान्यपणे पचनासाठी जड असतो.
- घुळणा फुटून रक्त वाहू लागल्यास गव्हाच्या पिठामध्ये दूध आणि साखर घालून ते प्यावे म्हणजे रक्त वाहणे थांबते.
- गव्हामध्ये कार्बोहायड्रेट, प्रथिने, स्निग्ध पदार्थ, खनिजपदार्थ आणि सेल्युलोज हे

घटक असतात. तसेच 'ब' गटातील जीवनसत्त्वे आढळतात. गव्हाच्या अंकुरातील तेलामध्ये 'ई' जीवनसत्त्व आढळते.

- गव्हापासून सोजी, रवा, मैदा, आटा आणि भुसा हे पदार्थ प्राप्त होतात. भुसा पशुखाद्यासाठी उपयोगी पडतो, तर बाकी पदार्थ मानवी अन्न म्हणून उपयोगात आणतात. गव्हाच्या पिठापासून मॅकरोनी, शेवया, पाव, बिस्किटे, परोठे, चपात्या बनवतात; तसेच गव्हापासून पोहे, चुरमुरे इत्यादी पदार्थ तयार होतात. मध्यपूर्वेच्या देशामध्ये गहू उकडून, वाळवून व फोडून फुटाण्याप्रमाणे 'बलगर' नावाचा अन्नपदार्थ तयार करतात.
- गहू उगवून गव्हांकुर तयार केले जाते. ते गव्हांकुर किंवा त्यांचा रस शरीराला अत्यंत उपयोगी आहे. गव्हांकुराचा उपयोग पोटाचे रोग, हृदयरोग, श्वसनसंस्थेसंबंधी रोग, गळ्याचे विकार, नेत्रविकार, कानाचे रोग, त्वचारोग, दंतरोग, मलमूत्र संदर्भातील रोग, सांधेदुखी, मेंदूचे विकार आणि धातू रोग, स्त्रियांतील मासिक पाळीतील अनियमितता इत्यादी प्रकारच्या रोगांवर उपयुक्त आहेत. गव्हांकुर तर कॅन्सरच्या जंतूंनासुद्धा नष्ट करू शकतात, याविषयीचे संशोधन आघाडीवर आहे.

गाजर

फळ आणि भाजी या दोन्ही स्वरूपात उपयुक्त गाजर एक औषधी वनस्पती आहे. संस्कृतमध्ये 'शिखामूल', 'शिखाकंद' किंवा 'गृजन', इंग्रजीमध्ये 'कॅरट', लॅटिनमध्ये 'डॉक्स कॅरोटा' या नावाने ओळखले जाणारे गाजर 'अंबेलिफेरी' फेरी या कुळातील आहे. गाजर हे जमिनीखाली येते म्हणजेच कंदमूळ आहे.

गाजरे कच्ची किंवा उकडून खातात. ते फुप्फुस, यकृत, श्वासनलिका आणि छातीच्या विकारांवर गुणकारी आहे.

उपयोग :

- सौंदर्यवर्धनासाठी गाजर उपयुक्त आहे. गाजराच्या सेवनाने शरीर कोमल, मुलायम व सुंदर बनते. गाजराच्या रसाने त्वचेला तजेलता येते.

- गाजरामध्ये ‘अ’, ‘ब’, ‘क’ ही जीवनसत्त्वे आणि शर्करावलोह उपलब्ध असते. म्हणजे गाजर प्रोटिन, चरबी, कार्बोहायड्रेट, कॅल्शियम, गंधक व स्टार्च इत्यादींनी संपन्न आहे. गाजरात कॅरोटिन विपुल प्रमाणात आढळते.
- गाजरामुळे शरीरात शक्ती निर्माण होते आणि वजनसुद्धा वाढते. बौद्धिक आणि शारीरिक विकासासाठी गाजर खाणे अधिक गुणकारक ठरते.
- लहान मुलांना त्यांचे दात निघायचे वेळी गाजराचा रस पाजावा; तसेच चघळण्यासाठी गाजर द्यावे यामुळे त्यांना दात येताना त्रास होत नाही. तसेच दूधही पचनास सुलभ होते.
- रक्ती मूळव्याध झाली असेल, तर गाजराची भाजी तेलात किंवा तुपात शिजवून नंतर त्यामध्ये डाळिंबाचा रस आणि दही घालून खायला द्यावे. त्यामुळे रक्ती मूळव्याध बरी होते.
- अर्धशिशीचा आजार असेल, तर गाजराच्या पानांच्या दोन्ही बाजूस तूप लावून ते गरम करावे. त्यानंतर त्यांचा रस काढावा. तो रस थेंबाथेंबाने नाकात किंवा कानात टाकल्याने अर्धशिशीचा त्रास दूर होतो.
- गाजराचे जास्त सेवन होऊन त्रास होऊ लागला, तर गूळ खावा; म्हणजे आराम मिळतो.
- जुलाबाचा त्रास होऊ लागल्यास गाजर वाफवून त्याचे सूप प्यावे म्हणजे जुलाब बंद होतात.
- गाजराचे बी लहान, हिरवट किंवा भुरकट, सुवासिक, स्तंभक, पाचक, कामोत्तेजक, मज्जातंतूसाठी शक्तिवर्धक, वायुनाशी, मूत्रपिंडाचा विकार दूर करणारे, गर्भाशयाच्या वेदनांवर आराम देणारे आहे.
- ज्या व्यक्तींच्या शरीरावर सूज येते त्या व्यक्तींनी मीठ किंवा आंबट कोणताही पदार्थ न घालता गाजराची भाजी रोज खावी आणि गोड खाऊ नये म्हणजे अशा व्यक्तींना आराम मिळतो. शरीरावरील सूज नाहीशी होते.
- स्त्रियांनी ऋतुप्राप्तीसाठी गाजराचे बी पाण्यात वाटून पाच दिवस प्यावे.
- संपूर्ण शरीराचे संवर्धन करण्याचे खास गुण गाजरामध्ये आहेत. गुदद्वारातील दाह कमी करण्याचा रामबाण गुण गाजरात आहे, तसेच पोट आणि आतड्याचे विकार नष्ट करण्याचेही सामर्थ्य गाजरात आहे.
- खरूज झाल्यास गाजर किसून किंवा वाटून त्यात मीठ घालून ते गरम करावे आणि खरजेवर बांधावे म्हणजे खरूज बरी होते.

- गाजर खाऊन तत्काळ पाणी पिऊ नये. गाजराच्या सेवनावर पाणी घेतल्यास खोकला होण्याची दाट शक्यता असते.
- आहारामध्ये गाजराची कोशिंबीर उपयोगात आणावी, गाजराचे बारीक-बारीक तुकडे करून त्यामध्ये मीठ, हळद, धने-जिरे घालून कोशिंबीर करावी, असे ताजे गाजर खाणे शरीराला पोषक ठरते.

❑

गोखरू

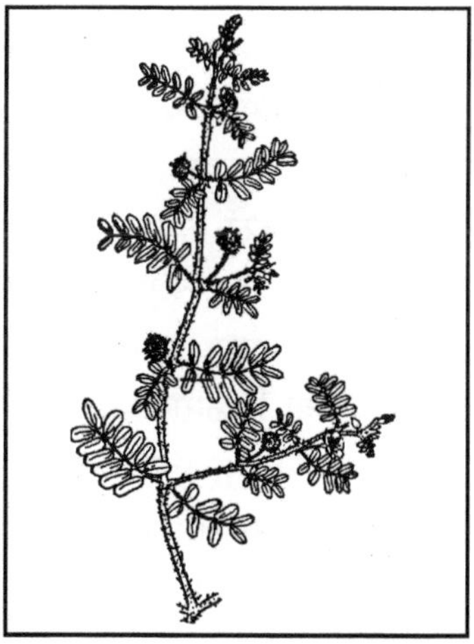

मूळत: भारतीय असलेल्या गोखरू वनस्पतीचे गोखरू व मोठे गोखरू किंवा माळवी गोखरू असे दोन प्रकार आहेत. उष्ण कटिबंधीय प्रदेशातील ही वनस्पती जमिनीलगत वाढणारी, पसरणारी आहे. बारमाही स्वरूपाच्या या वनस्पतीच्या मुळ्या नाजूक, नळीसारख्या आणि तंतुमय असतात. मुळ्यांवर लव असते.

'सराटा' किंवा 'गोखरू', हे 'झायगोफायलेसी' या कुळातील असून, मोठे गोखरू किंवा माळवी गोखरू ही 'पेडॅलिएसी' कुळातील वनस्पती आहे. हिंदीमध्ये 'बडा गोखरू', 'कडवा गोखरू', तर लॅटिनमध्ये 'ट्रायब्युलस टेरेस्ट्रीस' या नावाने प्रसिद्ध असलेल्या गोखरूचे अनेक औषधी गुणधर्म आहेत.

गोखरू मूळत: भारतीय वनस्पती असली तरी श्रीलंका आणि अन्य देशांतही आढळते. भारतात तर सर्वत्र आढळते. सुमारे ३००० मीटर उंचीवरसुद्धा गोखरू वनस्पतीचे अस्तित्व कायम आहे. गोखरू वनस्पतीची उंची साधारणत: ६० सें.मी.पर्यंत असते आणि तिच्या अनेक फांद्यांमध्ये तिचा विस्तार झालेला आढळतो. या वनस्पतीची पाने समोरासमोर आणि एकत्रित असतात. वनस्पतीचे फळ वैशिष्ट्यपूर्ण असते. त्याला पाच पाळी आणि अनेक काटे असतात. त्या फळाच्या प्रत्येक पाळीमध्ये एक बी असते. गोखरू वनस्पतीची फुले फिकट पिवळी असतात. तसेच ती पानांच्या देठांच्या खाचेमध्ये आढळतात.

गोखरू वनस्पतीची पाने, फुले, फळे, बिया, मूळ इत्यादी सर्व औषधी गुणधर्मांनी

युक्त असतात. गोखरूमधील मालवी गोखरू फळास ताजेपणी कस्तुरीसारखा सुगंध येतो; तसेच ते काटेदार असतात.

उपयोग :

- गोखरू सारक आणि मूत्रल म्हणून उपयुक्त आहे.
- गोखरूची पाने मूत्रल आणि कामेच्छावर्धक, बलवर्धक आणि जंतुनाशक असतात.
- गोखरू पानात ज्वरनाशक आणि शीतलतेचाही गुणधर्म आहे.
- गोखरूची पाने पचनक्रियेसाठी लाभदायक असतात; ती पचनकार्याला चालना देतात.
- माळवी गोखरूची पाने जखमांवर उपयुक्त असतात.
- गोखरू पानांमुळे त्वचेला आणि श्लेष्मल त्वचेला शीतलता (थंडावा) प्राप्त होतो.
- गोखरू पानांप्रमाणे फळे शीतल आणि मूत्रल आहेत.
- गोखरूची फळे पौष्टिक, बलवर्धक असतात; तसेच कामोत्तेजक असतात.
- गोखरू फळांचा लैंगिक विकारात उत्तमप्रकारे औषध म्हणून उपयोग होतो.
- गोखरू फळांचा थंडपाण्यात भिजवून काढलेला अर्क संधिवाताच्या विकारांवर, लघवीच्या विकारांवर तसेच मूत्रपिंडाच्या विकारांवर गुणकारी आहे.
- 'परम्या' वर माळवी गोखरूफळाचा फांट उपयुक्त आहे.
- माळवी गोखरूची मुळे गुणकारी आहेत. त्या मुळांचा काढा पित्तशामक असतो.
- माळवी गोखरूची फळे आचके बंद करणारी असून, कामोत्तेजक भावना जागवणारी आहेत.
- माळवी गोखरूच्या फळांत अल्कलॉईड, स्निग्ध, राळ आणि राख उपलब्ध असते.
- स्वप्नावस्था विकार, नपुंसकत्व, बाळंतरोग आणि लैंगिक विकारांवर माळवी फळांचा काढा गुणकारी ठरतो.
- लघवीतून रक्त जात असेल, तर गोखरू बियांचे चूर्ण एक चमचा याप्रमाणे दिवसातून दोनवेळा घ्यावे. ते घेताना सोया लोणी किंवा मधाचा उपयोग करणे अधिक श्रेष्ठ ठरते.
- लघवीला त्रास असेल, मार्गात अडथळा निर्माण झाला असेल किंवा मूत्राशयाचा शोष होत असेल, तर गोखरूची फळे त्यासाठी रामबाण औषधी आहे.
- गोखरूची ताजी वनस्पती पाण्यामध्ये किंवा दुधात भिजत ठेवून ते पाणी किंवा दूध घेतल्यास 'गोनोरिया' गुप्तरोग लवकर बरा होतो.

- गोखरूच्या पानांचा उपयोग नियमित मासिकपाळीसाठी करतात.
- प्लीहेवर सूज असेल, तर गोखरूची पाने खाणे उत्तम असते.
- व्रणावर रामबाण उपाय म्हणून गोखरूची पाने उपयोगात आणतात.

❑

❁ गुलबास (गुलबक्षी) ❁

ही शोभिवंत आणि बहुवर्षायू ही वनस्पती भारतात सर्वच ठिकाणी आढळते. गुलबक्षीला संस्कृतमध्ये 'चंद्रकली', हिंदीमध्ये 'गुल-अब्बास' आणि इंग्रजीमध्ये 'फोर ओ क्लॉक प्लँट' या नावाने ओळखतात. लॅटिनमध्ये 'मिरॅबिलिस जलापा' नाव असून 'निक्टॅ जिनेसी' या कुळातील ही वनस्पती आहे.

गुलबासूची पाने तळाशी हृदयाकृती, अंडाकृती आणि समोरासमोर असतात. फुले पांढरी, लाल, पिवळी, गुलाबी किंवा मिश्ररंगी झुबक्यांनी येतात. या वनस्पतीचे फळ, शुष्क, काळे, सुरकुतलेले असते व त्यात एकच बी असते. सुंदर आणि आकर्षक अशा या फुलांचे बी काळ्या मिरीसारखे दिसते. गुलबास वनस्पतीची पाने, मुळे, खोड औषधी गुणधर्मासाठी प्रसिद्ध आहेत.

उपयोग :

- गुलबक्षीची पाने व त्यांचा रस जखमेवर, व्रणावर आणि खरचटण्यावर उपयुक्त आहे.
- सांध्यातील गाठींवर, गळवांवर गुलबक्षीची पाने उपयुक्त आहेत. त्यासाठी गुलबक्षीची पाने चुरगळून त्याचे गरम पोटीस बांधावे.
- गुलबक्षीच्या ताज्या पानांचा रस त्वचेवरील डाग, ॲलर्जी इत्यादी समस्यांवर उपयुक्त आहे.
- गुलबक्षीच्या काढ्याने मूत्रामध्ये वाढ होत असते.
- निरनिराळ्या प्रकारचा मुक्कामार, रक्त साकळणे, अपचनामुळे निर्माण होणाऱ्या त्वचासमस्यांवर गुलबक्षीचा रस उपयुक्त आहे.
- त्वचेवर निर्माण झालेल्या फोडांवर उपचार, हार्मोन्स ग्रंथीची वाढ होणे आणि जखमेमध्ये 'पू' संचय होणे इत्यादी विकारात गुलबक्षी रस अर्क गुणकारी आहे.
- निरनिराळ्या प्रकारच्या दुखण्यावर, दाहावर फुले गुणकारी आहेत. ती फुले वरून लावण्यासाठी किंवा बियांची पावडर करून ती लावल्यास विकार दूर होतात.

- गुलबक्षीचे मूळ वाजीकर (कामोद्दीपक) आहे.
- तुपामध्ये तळलेले चूर्ण दुधातून घेतल्यास ते शक्तिवर्धक ठरते.

❑

❁ गुळवेल ❁

औषधी गुणसंपन्न अशा गुळवेलीं हिंदीमध्ये गुलंचा, संस्कृतमध्ये 'अमृतवल्ली गुडूची' तर इंग्रजीत 'हार्ट-लिव्हड मूनसीड' या नावाने ओळखतात. ही वनस्पती 'मेनिस्पर्मेसी' कुळातील आहे.

गुळवेलाच्या पानांचा आकार हृदयाकृती आहे. पाना-फुलाच्या बगलेतून पिवळसर फुलांच्या मंजिऱ्या येतात. फुले एकलिंगी व भिन्न वेलीवर येतात. वनस्पतीचे खोड जाडजूड व रसाळ असते. साल फिकट करडी, प्रथम पातळ पण नंतर तक्षायुक्त बनते. गुळवेलची मुळे आणि खोड औषधी गुणांनी परिपूर्ण असतात. तसेच सालसुद्धा औषधी गुणसंपन्न असते. गुळवेल औषधीयुक्त गुणांनी सर्वश्रेष्ठ आहे. ही वेल न मरणारी असल्याने तिला अमृतवेल म्हणतात.

उपयोग :

- आयुर्वेदिक औषधांची प्रतिक्रिया झाली तर गुळवेलाचा उपयोग शामक म्हणून करतात.
- गुळवेल सामान्य ज्वरापासून महारोगापर्यंत सर्व विकारांवर उपयुक्त ठरते.
- गुळवेलीचे सत्त्व किंवा ताजा रस शक्तिवर्धक असून, तो रोगनाशक आहे.
- गुळवेलचा उपयोग संधिवात, अग्निमांद्य, मूळव्याध, मूत्ररोग, चर्मरोग, उपदंश, ज्वर, पित्तविकार, कावीळ, खोकला, प्रमेह इत्यादींवर गुणकारी आहे.
- गुळवेल ही स्वादुरसाने संतर्पण कार्य करून वातजयाचे कार्य करते. तसेच आपल्या तिक्तरसाने वातरक्ताच्या सांप्राप्तातील रक्तपित्तात्मक्लेदाचे अपतर्पणही करते.
- सध्या एड्सवर उपचार करण्यासाठी गुळवेलीवर संशोधन सुरू आहे.

- गुळवेलची साल उन्हाळ्यामध्ये गोळा करतात आणि वाळवतात, ती वाळविलेली साल म्हणजेच 'गुळवेल औषध' होय.
- गुळवेल कामोद्दीपक असते.
- गुळवेलचा उपयोग मुदतीचा ताप नाहीसा करण्यासाठी करतात.
- गुळवेलच्या मूळ आणि खोडापासून काढलेले तवकीर अतिसारात उपयुक्त असते.
- गुळवेल हे बलवर्धक आहे.

❑

गुग्गुळ (राळधूप)

बहुरंगी, बहुवर्षीय, काटेरी, लहान औषधी झुडूप म्हणून आयुर्वेदाला ही वनस्पती परिचित आहे. हिंदीमध्ये 'गुगल', संस्कृतमध्ये 'देवधूप' तर इंग्रजीमध्ये 'गम-गुगुल' किंवा 'इंडियन डेलियम' या नावाने ओळखली जाणारी वनस्पती 'बरसेरसी' कुळातील आहे.

सामान्यपणे या वनस्पतीची कडुनिंबाच्या पानासारखी, संयुक्त एकाआड एक, चकचकीत, दातेरी लहान देठाची पाने असतात. साल हिरवट पिवळी, राखी आणि खरबरीत असते. फुलांचा रंग तांबडा असून, ती २-३ च्या झुबक्यात येतात. या वनस्पतीचे फळ लहान, आठळीयुक्त अंडाकृती, पिकल्यावर लाल असे असते. या वनस्पतीची साल भुरकट रंगाची असते, तिच्या खपल्या निघतात आणि आंतरसाल उघडी पडते. गुग्गुळाच्या झाडावर चिरा ओढल्यास त्यातून पिवळ्या रंगाचा रस पाझरतो. थोड्यावेळाने तो घट्ट होतो तो डिंक किंवा गुग्गुळ या नावाने ओळखला जातो. उन्हाळ्यामध्ये प्रखर सूर्यकिरणांनी गुग्गुळाच्या झाडातून मोठ्या प्रमाणात चीक बाहेर पडतो. त्यालाच निर्यास किंवा डिंक म्हणतात. सामान्यपणे एका झाडापासून सरासरी ७०० ते ९०० ग्रॅम गुग्गुळ मिळतो.

गुग्गुळ वनस्पती दीड ते दोन मीटर उंच वाढते. ती बहुवर्षायू आहे. वनस्पतीवर काटे असतात. वनस्पतीच्या प्रमुख मुळांना उपमुळे येतात. वनस्पतीचे खोड सरळ, काटेरी आणि हिरवे, पिवळसर सालीच्या रंगाचे असते.

गुग्गुळ वनस्पती भारतातील राजस्थान, आसाम, म्हैसूर, गुजरात राज्यांमध्ये आढळते. तसेच आफ्रिका, अरबस्तान या देशांमध्ये गुग्गुळाची लागवड मोठ्या प्रमाणात केली जाते. महाराष्ट्राच्या औरंगाबाद, नांदेड, परभणी आणि जळगांव जिल्ह्यात गुग्गुळाची लागवड केली जाते. कमी पावसात आणि ओसाड जमिनीत उत्पन्न देणाऱ्या या वनस्पतीचे पाच प्रकार आढळतात. रंगानुसार या वनस्पतीचे महिषाक्ष, महानीळ,

कुमुद, पद्म व कनक असे पाच प्रकार आहेत. गुग्गुळ घट्ट, सुगंधी आणि अनेक रंगाचा असतो. त्याचे वैशिष्ट्य म्हणजे तो उन्हाळ्यात वितळतो, जळतो. त्यामुळेच गुग्गुळाचा उपयोग धूप व अगरबत्तीमध्ये करतात. गुग्गुळामध्ये लघू तीक्ष्ण, स्निग्ध, पिच्छिल, सूक्ष्मतम हे गुण आहेत.

उपयोग :

- गुग्गुळाचा उपयोग कफ नष्ट होण्यासाठी केला जातो.
- गुग्गुळ आकुंचन पावणारा असा स्तंभक आहे.
- गुग्गुळाने शरीरातील जंतू मारले जातात. त्यामुळे जंतुनाशकाचा उपयोग रोगनिवारणात होतो.
- गुग्गुळामुळे रक्तामध्ये वाढ होत असते. त्यामुळे रक्तवर्धक म्हणून त्याचा उपयोग आयुर्वेदात होत असतो.
- गुग्गुळामुळे शरीरातील हाडे किंवा अन्य तुटलेले भाग जोडणे शक्य होते; म्हणजे गुग्गुळाच्या सेवनाने फॅक्चर लवकर बरे होते.
- गुग्गुळ रस व मेद धातूमधील पचन वाढवितो म्हणूनच त्याचा उपयोग आमपाचक, स्थैल्यावर अधिक होतो.
- रक्त, मांस, मज्जा आणि शुक्रधातूतील क्लेशनाशकाचे कार्य गुग्गुळामुळे होते.
- गुग्गुळ मलनिस्सारक म्हणूनही उपयोगी आहे. मूत्रातील क्लेदाचे प्रमाण कमी करून मूत्र शुद्धीकरणाचे कार्य गुग्गुळामुळे होते.
- गुग्गुळ व्रणनाशक असून, सौम्य रेचक आहे.
- घसा आणि दातांच्या विकारांवर गुग्गुळ अत्यंत गुणकारी आहे.
- गुग्गुळाने रक्ताभिसरणाची क्रिया योग्यपणे सुरू राहते; तसेच रक्तवाहिन्यांतील अडथळे दूर होतात.
- गुग्गुळ तीक्ष्ण आणि मूत्रल असल्याने तो आपल्या मार्गातील मुतखडा फोडण्याचे कार्य करतो. गुग्गुळाने अधिक मूत्राची निर्मिती होते व स्वच्छता राहते.
- शरीरावरील निरनिराळ्या गाठी, मांस किंवा चामखीळ काढण्यासाठी गुग्गुळ उपयुक्त आहे.
- गुल्म, गंडमाळा, गलगंड, ग्रंथी, टॉन्सिल्स, कुष्ठरोग, कर्करोग इत्यादी दूर करण्यासाठी गुग्गुळ उपयुक्त आहे.
- रक्तामधील अतिरिक्त स्निग्ध पदार्थांचे (कोलेस्टेरॉल) प्रमाण कमी करण्यासाठी गुग्गुळ उपयुक्त आहे.

- निरनिराळ्या प्रकारच्या मज्जातंतू विकृतीमध्ये गुग्गुळ उपयुक्त आहे.
- आयुर्वेदामध्ये वात रोगावर उत्कृष्ट औषध म्हणून गुग्गुळाचा उल्लेख केला जातो.
- गुग्गुळ आयुर्वेदाच्या दृष्टीने कामोत्तेजक आहे. त्याचा उपयोग वाजीकर म्हणून केला जातो.

❑

❁ गेळा ❁

भारतामध्ये सर्वच ठिकाणी आढळणाऱ्या या पानझडी वृक्षाला गेळफळ म्हणूनसुद्धा संबोधतात. हिंदीमध्ये 'मैनफळ', संस्कृतमध्ये 'मदन', इंग्रजीत 'एमिटिक नट', 'बुशी गार्डेनिया' या नावाने ओळखल्या जाणाऱ्या गेळा वनस्पतीचा समावेश 'रुबिएसी' कुळात होतो.

गेळाची पाने साधी, उपपर्णासह, लहान, समोरासमोर, तळास निमुळती आणि शेंड्याकडे 'रुंदट' गुळगुळीत किंवा लवदार असतात. झाडाची फुले मध्यम आकाराची, सुगंधी, एकाकी असतात. या वनस्पतीची साल करडी, खलेदार व काटेरी असते. वनस्पतीची फळे मऊ असून, ती लिंबाएवढी गोलसर असतात व पिकल्यावर पिवळी होतात.

उपयोग :

- गेळाचा गर (मगज) कृमिनाशक असून, तो आमांशावर उपयुक्त आहे.
- गेळाचा गर संतती प्रतिबंधक गुणधर्मांनी युक्त असल्याने तो गर्भपातक मानलेला आहे.
- गेळाच्या गराचा उपयोग इपेपॅक ऐवजी करतात. ते मत्स्यविष आहे.
- गेळाच्या फळाचे भरड चूर्ण लहान मुलांना ताप व दात येण्याच्या वेळी उद्भवणाऱ्या तक्रारींवर उपयुक्त आहे.
- गेळाची साल हाडे दुखत असल्यास पोटात घेतात, तसेच बाहेरूनही लावतात.
- गेळाची साल संधिवातावर उपयुक्त असून, वेदनाशामक आहे.
- गेळाची साल स्तंभक आणि शामक आहे.
- गेळाच्या मुळातून काढलेला पाण्यातील अर्क कीटकनाशक असतो.
- गेळाचे पक्कफळ भाजून खातात. फळामध्ये सॅपोनीन हे ग्लुकोसाईड असते.

❑

❀ गोकर्ण ❀

गोकर्ण ही अनेक वर्षे जगणारी उष्ण कटिबंधीय वनस्पती आहे. 'सुपली' किंवा 'गोकर्णी' या वनस्पतीला हिंदीमध्ये 'अपराजिता कलिना', संस्कृतमध्ये 'निरिकर्णिका' गर्णी तर इंग्रजीत 'बटरफलाय पी' या नावाने ओळखतात. गोकर्ण 'पॅपिलिओनसी' कुळातील आहे.

गोकर्ण ही वेलीच्या स्वरूपात आढळणारी वनस्पती आहे. हिची पाने संयुक्त पिसासारखी असून, फुले मोठी, पतंगाच्या आकारासारखी असतात. गोकर्णाची फुले गाईच्या कानासारखी, मोठ्या पाकळीची गर्द जांभळी असतात; मध्ये शेंदरी पण पांढरी फुले असलेला एक प्रकार असतो. या वनस्पतीमध्ये आयुर्वेदिक गुणधर्म आहेत. गोकर्णीच्या मुळामध्ये कडूत्व आणि सारक गुणधर्म असतात.

उपयोग :

- गोकर्णीचे मूळ लघवी साफ करणारे शीत स्वरूपाचे असते.
- गोकर्ण कृमिनाशक आहे.
- गोकर्ण नेत्ररोग परिहारक आणि हस्तीपाद रोगनाशक असतो.
- गोकर्णीच्या पानांचा अर्क जखमांवर उपयुक्त असतो.
- गोकर्णीच्या भाजलेल्या बियांचे चूर्ण दृष्टिदौर्बल्य, खवखवणारा घसा आणि त्वचारोगांवर उपयुक्त असते.
- पांढऱ्या गोकर्णीच्या मुळांचा रस अर्धशिशीवर उपयुक्त आहे.
- पांढऱ्या गोकर्णीचा रस दुधाबरोबर घेतल्यास त्यामुळे खोकला दूर होतो.

❑

❀ घायपात ❀

बहुवर्षायू अशी ही घायपात वनस्पती 'घायाळ' या नावानेही ओळखली जाते. हिंदीमध्ये 'बासकेवडा', इंग्रजीमध्ये 'अगेव्ह' या नावाने परिचित असलेली ही काटेरी पानांची वनस्पती 'अमरिलिडेसी' कुळातील आहे; यामध्ये अनेक जाती आहेत.

या वनस्पतीचा जमिनीवरील खोडाचा

भाग पानांच्या तळाशी गुच्छाप्रमाणे व्यापलेला असतो. वनस्पतीची पाने लांब, टोकदार, बीनदेठाची, मांसल, चिवट, करडी, हिरवी आणि मेणचट असतात. पानाच्या दोन्ही कडांवर तीक्ष्ण अणकुचीदार लहान काटे असतात. सर्वसाधारणपणे या वनस्पतीचा जगण्याचा कालावधी १५ वर्षांचा असतो. वनस्पतीला अर्ध्या आयुष्यानंतर केव्हातरी एकदाच फुलोरा येतो. फुलोरा दिसण्यास सुंदर असतो. तो खोडाच्या मध्यभागातून वर येतो. वनस्पतीच्या फळामध्ये (बोंडात) अनेक बीजे चपटी, काळी, पातळ असतात. सर्वसाधारणपणे या वनस्पतीला फुलोरा आल्यानंतर ही वनस्पती मरते. ही वनस्पती औषधी गुणसंपन्न आहे.

उपयोग :

- घायपाताची ओली, मांसल मोठी पाने पोटिसासाठी उपयोगात येतात.
- घायपात पानांचा रस लघवी साफ करणारा असा मूत्रल आणि सारक आहे.
- पानांच्या रसाचा उपयोग रक्तपित्तनाशक म्हणून केला जातो.
- पानांचा रस मासिकपाळी सुरू करणारा असा आर्तवजनक आहे.
- घायपाताची मुळे शिजवून खाण्यासाठी उपयोगात आणतात. त्या मुळांमध्ये औषधी गुणधर्म आहेत.
- घायपाताची मुळे गर्मीनाशक असून, मूत्रल आणि घाम आणणारी आहेत.
- घायपाताच्या पानांचे तळभाग आणि फुलोऱ्याचा दांडा दुष्काळात अन्न म्हणून उपयोगात येतो.
- घायपात दांड्यातील रसापासून ॲगोव्हेज ही दुर्मीळ साखर आणि शिर्का (व्हिनेगार) तयार करतात.
- पानातील रसाचा उपयोग घराच्या भिंतींना गिलावा, रंग देण्यास करतात; त्यामुळे वाळवी लागत नाही.

❑

❁ घोळ ❁

भाजीपाल्यामध्ये समाविष्ट केल्या जाणाऱ्या या लहान वनस्पतीस हिंदीमध्ये 'कुर्फा' संस्कृतमध्ये 'घोलिका', इंग्रजीत 'पर्स्लेन' म्हणतात. ही वनस्पती 'पोर्च्युलाकेसी' या कुळातील आहे.

घोळाची पाने लहान, साधी, मांसल, बीनदेठाची, समोरासमोर, तळाशी निमुळती

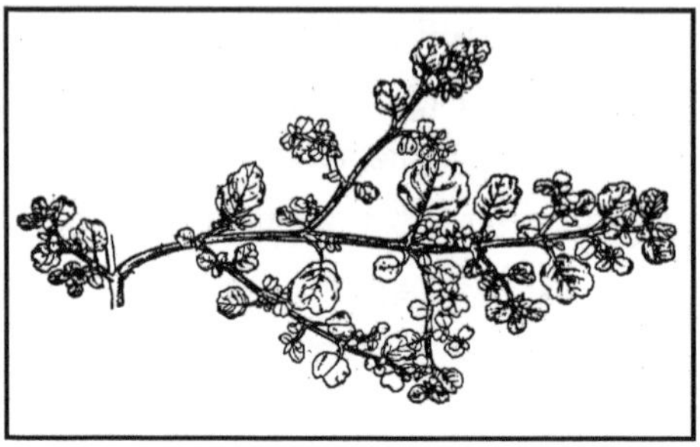

आणि टोकाकडे गोलसर असतात. फुले लहान, पिवळी, फांद्याच्या टोकास झुबक्याप्रमाणे येतात. या वनस्पतीच्या फांद्या आणि खोड लालसर असून, पेरी फुगीर असतात. या वनस्पतीमध्ये काही औषधी गुणधर्म आहेत.

उपयोग :

- घोळ वनस्पती स्वास्थ्यवर्धक असून 'क' जीवनसत्त्वाच्या अभावी होणाऱ्या रोगावर गुणकारी आहे.
- घोळ थंडावा देणारी अशी प्रशीतकर आहे; त्यामुळे यकृताच्या तक्रारींवर उपाय म्हणून तिचा आहारात समावेश करतात.
- घोळाची पाने स्तंभक असून, लघवी साफ करण्यासाठी तसेच प्रशीतकर म्हणून त्याचा उपयोग करतात.
- घोळाच्या खोडाचा रस हाता-पायाच्या जळजळींवर किंवा घामोळ्यांवर लावण्यास उपयुक्त आहे.
- घोळाची बी जंतुनाशक, कृमिनाशक आहे; तसेच ती मूत्रल आहे.
- भाजणे, पोळणे, दारूणा आणि अन्य त्वचारोगांवर तिचे पोटीस बांधतात.
- घोळाच्या पानांमध्ये असलेल्या अल्कलईनचा उपयोग मूत्रविरेचक म्हणून करतात. अर्थात्, जलोदरात ते उपयुक्त ठरते.
- शरीरामध्ये होणाऱ्या फाजील वाढीवर, गाठीवर घोळ उपयुक्त आहे.
- घोळ काही प्रमाणात गर्भाशयाला संकुचित करते.

चहा

स्वयंपाकघरातील शुभारंभाची सुरुवात चहापासून होते. भारतातील राष्ट्रीय पेयाचा दर्जा प्राप्त झालेले हे पेय सर्वसामान्यांपासून ते वरिष्ठांपर्यंत सर्वच जण आदरातिथ्यासाठी वापरतात. खरे म्हणजे चहा घ्यावा का घेऊ नये, या वादाच्या भोवऱ्यात अडकण्यापेक्षा अल्प प्रमाणात त्याचा स्वाद घेतलेला निश्चितच गुणकारी ठरेल. प्रत्येक नाण्याला दोन बाजू असतात; त्याप्रमाणे प्रत्येक वस्तूमध्ये गुण-दोषही आहेच. अतिप्राचीन

काळापासून चालत आलेल्या या पेयाला निश्चितपणे मानवी जीवनामध्ये जे महत्त्व प्राप्त झालेले आहे; ते डावलता येणार नाही. अनेक विचारवंतांनी त्याबद्दल आपले विचार मांडलेले आहेत. संशोधकांनी संशोधन केलेले आहे आणि आस्वाद घेणाऱ्यांनी त्याच्या निरनिराळ्या पद्धती शोधून काढलेल्या आहेत.

ज्या घरामध्ये चहा तयार होत नाही असे घर भारतात सापडणे कठीणच आहे. तेव्हा त्या चहाविषयी थोडी अधिक माहिती लक्षात असू देणे जरुरीचे आहे. ज़से की,

- शक्यतोवर कडक चहा पिणे टाळावे. अधिक उकळलेला, जास्त चहा पावडर घातलेला चहा अजिबात घेऊ नये. चहा पूर्ण कपभर न घेता थोड्या प्रमाणात आणि सौम्य घ्यावा. त्यासाठी चहातील दुधाचे प्रमाण वाढवा.
- चहा तयार करताना तो स्वादिष्ट आणि गुणकारी होण्यासाठी चहा पावडर टाकण्यापूर्वी आले, पुदिना, लवंग, वेलची, तुळशी इत्यादी कोणत्या ना कोणत्या सुगंधी द्रव्याचा उपयोग करा. पाणी उकळून झाल्यानंतर शेवटी चहा पावडर टाकावी म्हणजे तो चहा शरीरासाठी लाभदायक ठरेल.
- एकत्र कुटुंबपद्धतीमध्ये, उपाहारगृहामध्ये, सभारंभा ठिकाणी चहा आधीच तयार करून ठेवलेला असतो. काही वेळेस तो पुन्हा-पुन्हा उकळला जातो, असा खूप आधी केलेला चहा प्राशन करणे टाळावे. अशा चहामध्ये टॅनिनचे प्रमाण जास्त असते जे शरीराला हानिकारक ठरते.
- चहा तयार करताना दूध, साखर, पाणी उकळून झाल्यानंतर शेवटी चहा पावडर टाकावी आणि चहा पावडर टाकल्याबरोबर तो चहा चटकन् ओतून घ्यावा. त्यामुळे टॅनिनचे त्यातील प्रमाण नगण्य असते. तसेच त्या चहा पावडरीतील कॅफिन शरीराला मिळते.
- हिवाळ्याच्या दिवसांमध्ये थंड हवामानामध्ये शीत प्रकृतीच्या व्यक्तींनी चहा घेणे आरोग्यदायी असते.

उपयोग :

- चहामुळे अतिरिक्त मांस वाढण्यावर नियंत्रण होते, शरीराचा लठ्ठपणा कमी होतो, कोऱ्या चहाच्या कपात फक्त चार कॅलरी ऊर्जा असते; पण साखर आणि दूध घालून तयार केलेल्या चहामध्ये तीच ऊर्जा चार पटीने वाढते.

- चहा सर्दी, खोकला, डोकेदुखी, नाक गळणे, डोळ्यांतून पाणी येणे, शिंका येणे, जडत्व जाणवणे इत्यादींवर अत्यंत गुणकारी असतो.
- चहामुळे शरीराला स्फूर्ती येते. आपल्या मज्जासंस्था उत्तेजित होऊन कार्य करतात. थकवा नाहीसा होतो आणि ताजेतवाने वाटते.
- किडनीचा, मूत्राशयाचा विकार असेल, तर चहा घेणे गुणकारी ठरते. चहामुळे लघवीचा मार्ग मोकळा होतो; मूत्राशयाचे विकार दूर होतात.
- चहा गुणकारी आहे म्हणून तो वारंवार प्राशन करणे अयोग्य आहे. निद्रानाश असलेल्या व्यक्तींनी किंवा मादक द्रव्य सेवन करणाऱ्या व्यक्तींनी चहा पिऊ नये. आम्लपित्त असलेल्या व्यक्तींनी चहाचा विचार करू नये. उपाशीपोटी चहा पिणे चुकीचे आहे. चहाच्या सेवनाचा अतिरेकीपणा झाला तर हृदय, मेंदू आणि वात विकृती होऊ शकते. जास्त चहा प्राशनाने दात खराब होऊ शकतात. वीर्य पातळ होऊ शकते आणि लघवीतील युरीक ॲसिडचे प्रमाण वाढू शकते.
- संशोधकांच्या मते हृदयरोग, उच्च रक्तदाब, कर्करोग आणि मेंदूरोग या सर्वांवर चहा हे एक गुणकारी, लाभदायी पेय आहे.
- आयुर्वेदाचार्यांच्या मतानुसार चहा जडत्वनाशी, कफहारी, श्रमहारी, पाचक, उत्तेजक, मूत्रल आणि उष्णतावर्धक आहे. चहामध्ये अनेक औषधी गुण आहेत. मानसिक संतुलन राखण्याचे कार्यसुद्धा चहामुळे शक्य होते.
- चहाचे महत्त्व चहा पिणाऱ्यांना अधिक माहिती असले तरी त्यांनी त्याचा अतिरेक करू नये, त्यामुळे ॲसिडिटी वाढते, भूक मंदावते. आरोग्यासाठी 'बेड टी' अजिबात घेऊ नये.

❑

❁ चंदन ❁

सुगंधी वनस्पतींमध्ये जगप्रसिद्ध, सन्मान मिळालेली ही वनस्पती मूलत: भारतीय आहे. प्राचीन धर्मग्रंथामध्ये संस्कृत वाङ्मयामध्ये या वनस्पतीचा अनेक ठिकाणी उल्लेख झालेला आहे. हिंदीमध्ये 'चंदन' 'संदल', संस्कृतमध्ये 'चंदन', 'आनंदितम' 'गंधसार' तर इंग्रजीत 'सँडल ट्री' या नावाने प्रसिद्ध असलेली चंदन वनस्पती 'सँटेलेसी' कुळातील आहे.

सदाहरित (सदापर्णी) हा चंदनवृक्ष ४० ते ५० फूट उंच वाढतो. चंदनाची साल, लालसर, काळसर खरबरीत असते, तर आतील साल गडद रंगाची असते. पाने

समोरासमोर लांबट भाल्यासारखी पातळ असतात. फुले गंधहीन, फिकट पिवळसर लालसर, जांभळट असतात, तर फळे गोलसर गर्द जांभळी असून, त्यात गोल बिया असतात.

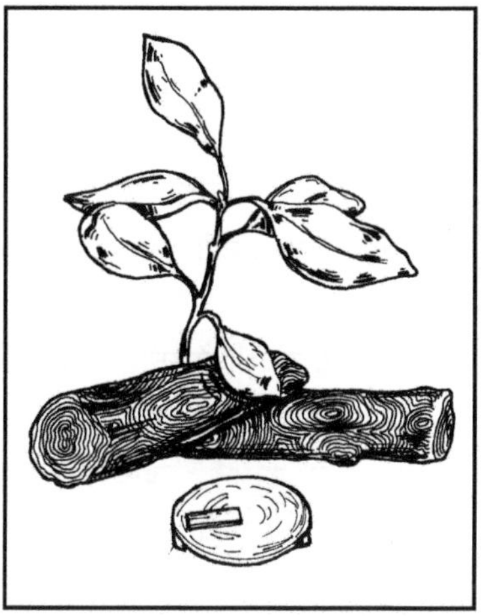

भारतीय द्वीपकल्पात आढळणाऱ्या चंदनाच्या उपजाती आहेत. दक्षिण भारताच्या कर्नाटकमध्ये चंदनाची लागवड आणि उत्पादन व्यापारी तत्त्वावर सुरू आहे. कुर्ग, कोईमतूर, महाराष्ट्राच्या जंगलांमध्ये तमिळनाडूच्या किनारी भागात आणि काही प्रमाणात उत्तरप्रदेश, मध्यप्रदेश, राजस्थान, ओरिसा या ठिकाणीसुद्धा चंदनाची लागवड सुरू असते. चंदनाचे अनेक गुणधर्म आहेत. त्याचा औषधासाठीसुद्धा उपयोग होत असतो.

उपयोग :

- चंदनाचे लाकूड आणि तेलाचा उपयोग औषधी तत्त्वासाठी होतो. ते लघवी साफ करणारे असे मूत्रल आहे.
- चंदनाचा उपयोग कफ काढून टाकण्यासाठी होत असल्याने ते कफोत्सारक आहे.
- चंदन तेल शीतलता प्रदान करणारे आहे.
- चंदनाचे लाकूड पाण्याबरोबर उगाळून तयार केलेला लेप स्नायूंच्या सुजेवर लावला तर सूज उतरते.
- चंदन लेप ज्वरनाशक आहे; त्यामुळे तापामध्ये त्याचा कपाळावर लेप लावला जातो.
- डोकेदुखी थांबविण्यासाठी कपाळावर आणि पापण्यांवरही गंधलेप लावतात. भाजणे आणि पोळणे यावर सुद्धा चंदनाच्या गंधाचा लेप लावतात.
- चंदनाच्या लाकडातून तेल प्राप्त केले जाते त्याचप्रमाणे चंदनाच्या बियांपासूनसुद्धा औषधी तेल प्राप्त होते.
- चंदन बियांपासून काढलेले तेल त्वचारोगांवर उपयोगी असते.
- चंदन तेल परम्यावरील औषधात उपयुक्त असते.
- पार्शी लोक आपल्या अग्यारीमध्ये चंदनाचा उपयोग करतात.

- निरनिराळ्या प्रकारच्या अगरबत्त्या, उदबत्त्या तयार करण्यासाठी चंदनाचे लाकूड आणि तेल यांचा उपयोग केला जातो.
- चंदनाचे लाकूड सुगंधी, टिकाऊ, जड आणि कठीण असते. त्याला स्वच्छ गुळगुळीत तजेलदार करता येते. त्यामुळे निरनिराळ्या वस्तू, फर्निचर तयार करण्यामध्ये चंदनी लाकडाचा उपयोग करतात. या चंदनी लाकडाला वाळवी लागत नाही.
- चंदनाच्या सुगंधी तेलाचा उपयोग निरनिराळ्या सुगंधी द्रव्यामध्ये, सौंदर्यप्रसाधनांमध्ये आणि औषधामध्ये केला जातो. चंदनाच्या बियांपासून मिळणारे तेल स्थिर, दाट, गर्द लाल असते, त्याचा उपयोग इतर सुकणाऱ्या तेलासारखा, रोगणांकरिता करतात. चंदनाच्या ताज्या पानातून फिकट पिवळे मेण मिळते; फळामधूनसुद्धा चिकट तेल काढतात. त्या तेलात अनेक शर्करा आणि कार्बनी तेले असतात.

□

चारोळी

पानझडीवृक्षातील चारोळी 'प्यालचार' या नावानेही ओळखली जाते. हिंदीमध्ये 'चिरौंजी', 'पियाल', संस्कृतमध्ये 'स्नेहबीज', 'राजादनू' आणि लॅटिनमध्ये 'बुकनॅनिया लांझेन' नावाने परिचित ही वनस्पती 'ॲनाकार्डिएसी' कुळातील आहे.

चारोळी वनस्पतीची पाने साधी, एका आड एक मोठी, काहीशी लांबट, टोकाला गोलसर, चिवट, अखंड, बळकट, लवदार असतात, तर फुले असंख्य, हिरवटपांढरी, लहान, लोकरी किंवा मखमली, बहुशाखित परिमंजीरीवर येतात. या वनस्पतीची साल जाड, गडद करड्या रंगाची असून, ती भेगाळ खरबरीत असते. वनस्पतीची आठळीयुक्त फळे गुळगुळीत, पिवळसर, काळी, लहान असतात; त्यातील बियांना 'चारोळ्या' संबोधतात. स्वयंपाकगृहात निरनिराळ्या खाद्यपदार्थात, मेवामिठाईमध्ये चारोळ्यांचा उपयोग केला जातो. चारोळी वनस्पती आणि फळांमध्ये औषधी गुणधर्म आहेत.

उपयोग :

- चारोळीचे तेल थंड असून, ते बदामाच्या तेलाप्रमाणे औषधासाठी उपयोगात आणतात.
- चारोळीचा डिंक अतिसारावर गुणकारी आहे.
- चारोळीचे तेल त्वचारोगावर मलम्यातून उपयोगात आणतात.
- चारोळीच्या सालीमध्ये टॅनिन असते. त्यामुळे कातडी कमावण्यासाठी त्या सालीचा उपयोग करतात.
- चारोळीच्या बियांमधील तेल फिकट, पिवळसर, मंद, सुवासिक आणि गोड असते. त्याचा उपयोग निरनिराळ्या खाद्य पदार्थांत, औषधांत, मलमात करतात.
- चारोळी बियांमध्ये ६१.८ टक्के तेल, १२.१ स्टार्च, ३१.६ टक्के प्रथिने, ५टक्के साखर इत्यादी द्रव्ये अग्रक्रमाने आढळतात.

❑

❀ चाफा ❀

सुंदर पानझडी वृक्ष चाफा, हिंदीमध्ये 'खांबर', 'रामधनचंपा', संस्कृतमध्ये, 'कनकचंपा' तर इंग्रजीत 'गोल्डन चंपक' या नावाने प्रसिद्ध आहे. 'ऑबनेसी' कुळातील या चाफयाप्रमाणे अन्य कुळातही चाफयाचे प्रकार आहेत. 'मॅग्नोलिएसी' कुळातील कवठी चाफा, 'ॲपोसायनेसी' कुळातील पांढरा चाफा, 'खैर' 'गटिफेरी' कुळातील नागकेशर किंवा नागचाफा आणि 'झिर्जिबरेसी' कुळातील भुईचाफा तसेच 'मॅग्नोलिएसी' कुळातील सोनचाफा, ॲनोनेसी कुळातील हिरवाचाफा अशा चाफ्याच्या वनस्पती आढळतात.

चाफ्याची पाने साधी, लंबगोल, चकचकीत, एकाआड एक असतात. साल पातळ, भुरी, करडी, गुळगुळीत असते. पिवळी असंख्य मोठी फुले पुष्पबंधात येतात. या चाफ्याचे लाकूड लवचिक, कठीण, तांबूस, भुरकट असते. काही प्रमाणात औषधी गुणधर्म चाफयामध्ये आढळतात. निरनिराळ्या चाफ्यांमध्ये निरनिराळे गुणधर्म आहेत.

उपयोग :

- कनक चाफ्याच्या मुळांचा काढा मासिकपाळीच्या विकारांवर उपयुक्त आहे.
- चाफ्याचा काढा, दमा, क्षय या सारखे रोग निवारण्यासाठीसुद्धा उपयुक्त आहे.
- या चाफ्याची साल पाचक आणि शक्तिवर्धक आहे.
- या चाफ्याच्या उकडलेल्या पानांचे पोटीस वेदनाहारक असते.
- कवठी चाफ्याची साल उत्तेजक, पौष्टिक आणि सुगंधी असते.
- कवठी चाफ्याची साल घाम आणणारी अशी स्वेदकारी आहे.
- कवठी चाफ्याची साल हिवताप आणि संधिवात या विकारांवर उपयुक्त आहे.
- पांढऱ्या चाफ्याची साल ज्वरनाशक आहे, तसेच ती व्रणशोधक आहे.
- पांढऱ्या चाफ्याच्या सालीचा उपयोग गुल्मांवर लेप देण्यासाठी उत्कृष्ट असतो.
- पांढऱ्या चाफ्याच्या सालीचा उपयोग तूप-भाताबरोबर अतिसारावर होतो.
- मुळाची साल रेचक असते.
- पांढऱ्या चाफ्याच्या पानांचे पोटीस सुजेवर बांधतात.
- पांढऱ्या चाफ्याचा चीक संधिवातावर उपयुक्त आहे.
- पांढऱ्या चाफ्याचा चीक चंदन तेल, कापूर यासह कंडूवर गुणकारी आहे.
- नागचाफ्याची साल आणि फुले आतड्यांचे आकुंचन करणारी अशी स्तंभक आहे, ती पाचकही आहेत.
- नागचाफ्याची फुले कफनाशक आहेत.
- मूळव्याध आणि तळव्यांची आग दूर करण्यासाठी या फुलांचा लगदा लोण्याबरोबर लावतात.
- नागचाफ्याच्या बियांचे तेल सांधिवातावर उपयुक्त आहे.
- भुईचाफ्याचा उपयोग गळणे, सूज, जखमा यावर होत असतो. त्यासाठी गड्ड्यांचे पोटीस बांधतात आणि तेल मलमात लावतात.
- भुईचाफ्याचे गड्डे भूक वाढविणारे असे दीपक आहेत.
- गड्ड्यांचा रस हातापायांच्या सुजेवर लावण्यासाठी होतो.
- गड्ड्यांचे चूर्ण गालगुंडावर उपयुक्त आहे.
- सोनचाफ्याच्या खोडाची साल स्तंभक असून, ती लघवी साफ करणारी मूत्रल असते.
- सोनचाफ्याची साल ज्वरनाशक, कफोत्सारक आणि उत्तेजक असते.
- गळवासाठी सोनचाफ्याचे मूळ व त्याची साल दुधातून लावतात; ती रेचकसुद्धा असते.

- सोनचाफ्यांची साल विटाळ सुरू करणारी आर्तवजनक असते.
- सोनचाफ्यांची फुले, फळे दीपक, उत्तेजक, जंतुनाशक, पौष्टिक, मूत्रल, थंड आणि कडू असतात.
- सोनचाफ्यांची फळे अग्निमांद्यावर आणि मूत्रपिंडाच्या विकारांवर उपयुक्त ठरतात.
- सोनचाफ्याची फळे आणि बियांचा उपयोग पायावरील भेगा नाहीशा करण्यासाठी बाहेरून लावतात.
- सोनचाफ्याच्या फुलांचे तेल सुगंधी असल्याने अत्तरासाठी उपयुक्त असते.
- सोनचाफ्याच्या फुलांचे तेल संधिवात, डोकेदुखी आणि नेत्रविकारात लावण्यासाठी गुणकारी ठरते.
- हिरव्या चाफ्याच्या पानांचा काढा पटकीवर देतात.
- फुलांपासून सुगंधी अर्क मिळतो, तो तेलात आणि अत्तरात उपयोगात आणतात.

चिंच

चिंच म्हणताच तोंडाला पाणी सुटते. अशा आंबट गोड व तुरट चिंचेचा स्वाद स्वयंपाकघरातही अत्यावश्यक ठरतो. 'इमली' या नावाने प्रसिद्ध असलेली चिंच 'हिंदुस्थानी खजूर' म्हणूनही ओळखली जाते. चिंच हे वनस्पती शास्त्रानुसार 'टमॅरिंडस इंडिका' या मूळ नावाची आणि 'सिजालपिनेसी' या कुळातील आहे. चिंचेमध्ये प्रामुख्याने पुढीलप्रमाणे रासायनिक घटक आहेत. पोटॅशियम बाय टार्टरेट ७.२० टक्के, टारटारिक आम्ल ९.० टक्के, सिट्रोल आम्ल २.२० टक्के मॅलिक ॲसिड अल्पप्रमाणात. चिंचेच्या चोथ्यापासून 'पेक्टीन' प्राप्त होते तर चिंचेच्या सालीतून आणि टरफलातून टॅनिन मिळविले जाते.

भारतामध्ये अतिप्राचीन काळापासून चिंचेचा उपयोग करण्यात आला आहे. महाकवी कालिदासाने तर चिंचेचा उल्लेख अशाप्रकारे केला की, खजुराचा वीट आला म्हणजे चिंच खाविशी वाटते. प्रतिकूल भौगोलिक परस्थितीमध्येसुद्धा वाढणाऱ्या या चिंचेच्या झाडाची लागवड सर्वच ठिकाणी केली जाते. चिंचेचा वृक्ष कल्पवृक्षाप्रमाणेच

उपयोगी आहे. त्याचे पान, खोड, फळे, बिया, फांद्या इत्यादी सर्वच उपयोगात येतात. हे वृक्ष पिढ्यान् पिढ्या म्हणजे सुमारे ५००-६०० वर्षे फळ देऊ शकतात.

उपयोग :

- औषधी वनस्पती म्हणून उपयोगी ठरलेल्या चिंचेच्या सालीपासून 'टॅनिन' नावाचे द्रव्य प्राप्त केले जाते. चिंचोक्याचे पीठ जसे उपयोगी आहे. तसेच चिंचेचा गर शरीरास आवश्यक आहे. चिंच आंबट, जड, वायुहारक, पित्त, कफ, रक्तविकारक आहे. मलसारक म्हणून चिंच जशी प्रसिद्ध आहे तशीच ती श्रम, तृष्णा आणि ग्लानी दूर करणारी आहे.
- चिंच अतिसारावर गुणकारी आहे. चिंचेची कोवळी पाने तांदळाच्या धुवणामध्ये वाटून त्यात वाळ्याचे तीन थेंब टाकून सरबत करावे. अशा द्रावणाने अतिसार बरा होतो.
- खोकला दूर करण्यासाठीसुद्धा चिंचेचा उपयोग होत असतो. त्यासाठी चिंचोके भाजावे, वरील टरफले काढून टाकावीत त्यानंतर आतील पांढरा गर बारीक करावा. त्यामध्ये मध आणि तूप घालून मिश्रण तयार करावे; त्या मिश्रणाने खोकला नाहीसा होतो.
- चिंचेचे सरबत मलावरोधासाठी अतिशय गुणकारी आहे. सरबत तयार करण्यासाठी एक किलो चिंच पाण्यामध्ये दोन दिवसांपर्यंत भिजत ठेवावी व त्यानंतर ती घुसळून, कुस्करून तिचे ज्यूस काढावे; ते ज्यूस मिश्रित पाणी उल्हीच्या भांड्यात गाळून घ्यावे. त्यानंतर ते उष्णतेवर उकळवावे. त्यातील सुमारे अर्धा भाग पाणी आटवावे. त्यानंतर भांडे खाली उतरवून त्यात दोन किलो साखर किंवा साखरेचा पाक घालावा. हे सरबत (द्रावण) रात्री घेतल्यास मलावरोध संपुष्टात येतो.
- केसतोडे झाल्यास त्या ठिकाणी चिंचोक्यांचा झिजवून तयार केलेला लेप लावावा.
- पित्ताने उलटी होत असेल तर चिंच पाण्यात भिजवावी. थोड्या वेळानंतर ती घुसळून कुस्करून गाळून घ्यावी. चिंचेचे ते गाळलेले पाणी प्यावे म्हणजे उलटी थांबते.
- पोटात शूळ उठला असेल तर चिंचेच्या सालीचे चूर्ण किंवा सालीची राख आणि थोडा हिंग एकत्रित गरम पाण्यात घालून प्यावे. मूळव्याधीवर चिंच बहुगुणी उपयोगी आहे. मूळव्याधीवर चिंचेच्या सालीचे वस्त्रगाळ चूर्ण करून, गाईच्या ताज्या दह्यात कालवून ते सकाळ-संध्याकाळ घ्यावे म्हणजे स्रवणारे रक्त थांबते.

- आम्लपित्ताने उलटी होत असेल, तर चिंचेची साल जाळावी. ती आंबट पाण्यात घुसळावी व तासभर ते मिश्रण तसेच ठेवावे. त्यानंतर वर आलेले पाणी गाळून प्यावे. पित्ताच्या उलटीवर हे पाणी अधिक गुणकारी ठरते.
- मूळव्याधीपासून मुक्तता होण्यासाठी चिंचेच्या फुलाचा रस प्यावा.
- मूळव्याध कमी होण्यासाठी चिंचेच्या फुलांच्या भाजीत दही, डाळिंबरस, धने, सुंठ घालून ते दुपारी जेवताना खावे.
- शौचास साफ होण्यासाठी चिंच पाण्यात कुस्करून ते पाणी गाळून घ्यावे. गाळलेल्या पाण्यात थोडे मीठ घालावे. व नंतर ते प्राशन करावे म्हणजे शौचास साफ होते.
- संधिवातावर सुद्धा चिंच उपयोगी आहे. चिंचेची पाने आणि मीठ एकत्र वाटावे. संधिवातावर किंवा जखडलेल्या स्नायूवर ते लावावे म्हणजे आराम मिळतो. त्वचेचा दाह होत असेल, तर त्यावर चिंच गरम पाण्यात घालून तिचा लेप द्यावा, म्हणजे आराम मिळतो. प्रामुख्याने काटेरी, दुधाळ झाडाचे दूध कातडीला लागल्यास अंगाची आग होते. अशा दाह विनाशासाठी चिंच उपयोगी आहे.
- मुरगळणे किंवा मुका मार यावरही चिंच गुणकारी ठरते. चिंच आणि आवळ्याची पाने एकत्र वाटून त्यांचा लेप द्यावा. अल्पकाळातच योग्य परिणाम जाणवतो.
- शीत प्रमेहावर चिंच उपयोगी आहे. त्यासाठी पिकलेली चिंच जाळावी. तिची ५ ग्रॅम राख ओल्या नारळाच्या पाण्यात घालून सकाळ-संध्याकाळ पाच दिवस घ्यावी म्हणजे आराम मिळतो.
- विंचवाचा दंश उतरविण्यासाठी चिंच उपयोगी ठरते. भाजलेला चिंचोका पांढरा होईपर्यंत घासावा व दंशावर ठेवावा. चिंचोका चिटकून राहतो आणि विष शोषून घेतो; त्यानंतर खाली पडतो. बिब्बा उतला तर चिंचेची पाने वाटून जखमेवर बांधावीत; लवकरच आराम मिळतो.
- भांगेचा कौल उतरविण्यासाठी चिंच अतिशय गुणकारी आहे. त्यासाठी चिंच पाण्यात कालवून मिसळलेले पाणी गाळून पिण्यास द्यावे. पित्ताने होणारी उलटी असेल, तर चिंच पाण्यात भिजवावी. थोड्या वेळाने ती कुस्करावी नंतर ते द्रावण गाळावे व गाळलेले पाणी प्यावे.
- चिंचेच्या सालीमध्ये टॅनिन नावाचे द्रव्य असते. हे टॅनिन मिळविण्यासाठी सालीचे तुकडे पाण्याबरोबर उकळताना जलविद्राव्य काढून घेतात. पाणी निवळल्यावर निवळलेला भाग बाष्पीभवन करून टॅनिनचा अर्क काढतात. चिंचोक्यांच्या वरील टरफलापासूनसुद्धा टॅनिन मिळते. चिंचोक्यांचा उपयोग दुष्काळात पशुआहार व फळ म्हणून उपयोग केला जातो.

- चिंचोक्यांपासून मिळणाऱ्या टॅनिनचा उपयोग कापडाचा रंग पक्का बसावा म्हणून केला जातो, असे टॅनिन कातडी कमाविण्यासाठीसुद्धा उपयोगात आणतात.
- चिंचोक्यांच्या दळलेल्या पावडरीपासून खळ तयार केली जाते. खळ कापडाला पक्का रंग देण्यासाठी उपयोगात येते.
- चिंचेचा रस काढतात. त्यानंतर उरलेल्या चोथ्यापासून पेक्टिन तयार करतात. पेक्टिनचा उपयोग मुरंबे, जेली, सॉस, केचप इ. तयार करण्यासाठी केला जातो.

❑

चोपचिनी

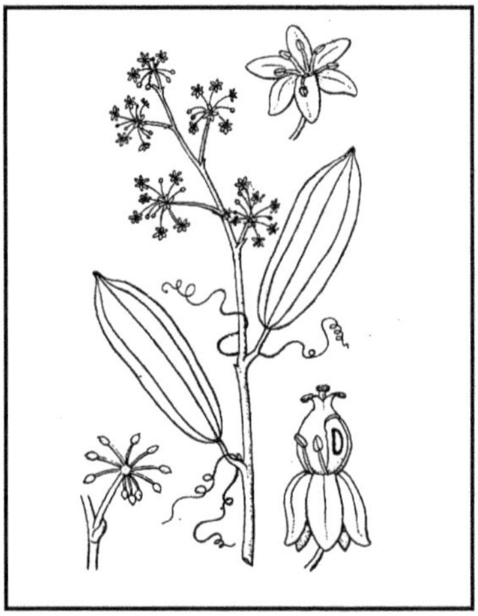

'लिलीएसी' कुळातील तणावाच्या आधाराने वाढणारी चोपचिनी ही वनस्पती आहे. ही वनस्पती झुडूपवजा वेलीच्या स्वरूपात असते. हिंदीमध्ये 'चोबचिनी', संस्कृतमध्ये 'चोपचिनी' लॅटिनमध्ये 'स्मायलॅक्स चायना' या नावाने ओळखली जाते.

ऊबदार हवामानाच्या प्रदेशात, प्रामुख्याने चीन, जपान, कोचीनचायना, भारतामध्ये चोपचिनी वनस्पती आढळते. या वनस्पतीच्या फांद्या गोल आणि काटेरी तर उपशाखा बिनकाटेरी असतात. वनस्पतीची मुळे भक्कम आणि ग्रंथील असून, तिचे भूमिस्थित खोड मूलक्षोड प्रकारचे असते. वनस्पतीची पाने साधी आणि एकांतरित असतात. पानाचा देठ पेरेदार व तळ त्रिकोणी असतो. फुलोरा चामरकल्प म्हणजे चवरीसारखा आणि सच्छिद्र असतो. त्या फुलोऱ्यावर लहान, एकलिंगी फुले येतात. वनस्पतीच्या मृदूफळात एक-दोन बिया असून, त्यांचे कवच कठीण असते. सामान्य चोपचिनी आणि बडी चोपचिनी आयुर्वेदिक गुणधर्मयुक्त असते.

उपयोग :

- चोपचिनीची मूळे वाजीकर म्हणजे कामोत्तेजक असतात.
- चोपचिनीची मुळे स्वेदक म्हणजे घाम आणणारी आहेत.

- चोपचिनीच्या मुळांचा रस शामक असून, तो जुनाट संधिवातावर उपयुक्त आहे.
- चोपचिनीची मुळे उपदंश आणि चर्मरोगावर गुणकारी आहेत.
- बडीचोपचिनीच्या ताज्या मुळांचा काढा जखमांवर गुणकारी आहे.
- बडीचोपचिनीच्या तारेसारख्या मुळांच्या काढ्याचा उपयोग गुप्तरोगावर इलाज करण्यासाठी उपयुक्त आहे.

❑

जमालगोटा

'जयपा' किंवा 'जेपाळ' या नावाची वनस्पती जमालगोटा या नावाने प्रसिद्ध आहे. इंग्रजीमध्ये 'पर्जिंग क्रोटन' या नावाने ओळखली जाणारी वनस्पती संस्कृतमध्ये 'कनकफल' किंवा 'जयपाल' या नावाने ओळखली जाते. ही वनस्पती 'यूफोरबिएसी' कुळातील आहे. सामान्यपणे १३ ते २० फूट उंचीच्या या वृक्षाचे जास्त प्रमाण भारत, म्यानमार, बांगलादेश, श्रीलंका, मलेशिया आणि चीनमध्ये आहे.

जमालगोटा वनस्पतीची पाने साधी असून, एकाआड एक असतात. अंडाकृती आकाराच्या लांबट टोकाची पाने काहीशी दातेरी असतात. सर्व पाने कोवळेपणी केसाळ असतात. वनस्पतीचा फुलोरा (मंजरी) एकलिंगी असून, लहान व हिरवी फुले येतात. वनस्पतीचे फळ शुष्क स्वरूपाचे असते. ते त्रिखंडी बोंड म्हणून ओळखले जाते; त्यातून एक लंबगोल तपकिरी, गुळगुळीत बी बाहेर येते. त्या बिजावर आठ कंगोरे असतात. जेपाळ तेलामध्ये पामिटिक, टिम्लिक, फॉर्मिक, लॉरिक, स्टिअरिक, मिरिस्टिक इत्यादी ग्लिसरायडे आढळतात. या वनस्पतींच्या बियांमध्ये रिसिनीन हे अल्कलॉइड, क्रोटन ग्लोब्युलीन आणि क्रोटन आम्युमीन ही विषारी प्रथिने असतात.

उपयोग :

- वनस्पतीच्या पानांचा रस रेचक असतो.
- वनस्पतीची मुळे तीव्र रेचक म्हणूनच प्रसिद्ध आहेत.

- जमालगोट्याचे बी आणि त्याचे तेल अतितीव्र आणि महाभयंकर रेचक आहे.
- वनस्पतीच्या तेलाचा एखादाही थेंब तोंडात, पोटात गेल्यास भयंकर दाह होतो, आग होते.
- या वनस्पतीचे तेल गर्द पिंगट आणि दुर्गंधीयुक्त असते.
- तेलाने ओकाऱ्या होतात आणि एक-दोन तासांनी मुरडा होऊन पातळ ढाळ होतात.
- या वनस्पतीच्या तेलाचा कातडीला स्पर्श झाल्यास त्वचेवर फोड येतात; त्वचा लाल होते; पळके जातात.
- न्युमोनिया, सायटिकाच्या उपचारातील मलमामध्ये या वनस्पतीचा उपयोग केला जातो.
- या वनस्पतीच्या बिया विषप्रयोगासाठी उपयुक्त आहेत.
- वनस्पतीच्या सुमारे २० थेंबांनी कुत्रे आणि प्रौढ माणसेसुद्धा मरतात. लहान मुलांना २-३ थेंब जालीम ठरतात.
- ही वनस्पती दाहयुक्त सूज कमी करणारी आहे.
- ही वनस्पती अफूयुक्त स्तंभक असते.
- बियांच्या चूर्णाचा उपयोग कीटकनाशकासाठी केला जातो.
- जमालगोटाच्या फळांचा उपयोग मत्स्यविष म्हणून काही ठिकाणी करतात.
- दमा, संधिवात, पक्षाघात, चित्तभ्रम, धनुर्वात, आचके, जुनाट बद्धकोष्ठता, जलोदर इत्यादींसाठी बियांचा उपयोग केला जाते.

❑

जर्दाळू

'रोझेसी' कुळातील ड्रायफ्रूट म्हणून प्रसिद्ध असलेल्या जर्दाळूला इंग्रजीत 'ॲप्रिकॉट', लॅटिनमध्ये 'प्रूनस अमेरिकाना' या नावाने ओळतात. मूळच्या मध्य आशिया आणि चीनमधील या वनस्पतीचा प्रसार आर्मेनिया मार्गे भारत, इराण, इजिप्त आणि ग्रीसमध्ये झाला. आज अमेरिका, आफ्रिका, ऑस्ट्रेलिया,

इटली, फ्रान्स, स्पेनमध्ये त्याची व्यापारीदृष्ट्या मोठ्या प्रमाणात लागवड होत आहे.

जर्दाळूच्या फळांना आज व्यापारी महत्त्व आहे. या वृक्षाची पाने साधी, एकाआड एक अंडाकृती, लांब, टोकदार व दातेरी असतात. वृक्षाची फुले लालरंगाची एकेकटी, बिनदेठाची असतात. त्याची फळे आठळीयुक्त असून, पिकल्यावर पिवळसर, लालसर, मोठ्या आवळ्याएवढी असतात. फळातील आतील गर (मगज) गोड खाद्य असते. फळातील गर आणि बिया खाद्यपदार्थात, आईस्क्रिम, मिठाई इत्यादींमध्ये उपयोगात आणतात.

जर्दाळू वनस्पतीस सकस, सच्छिद्र, निचऱ्याच्या जमिनीची आवश्यकता असते. समशीतोष्ण हवामानात वाढणाऱ्या या वनस्पतीला थंडीचा कडाका अपायकारक ठरतो.

उपयोग :

- जर्दाळू हे गोड खाद्यपदार्थात उपयोगात आणतात.
- जर्दाळू जीवनसत्त्वांनी पोषक असते. 'अ' जीवनसत्त्व अधिक असते.
- जर्दाळू फळातील गरामध्ये थायमीन, लोह आणि शर्कराचे प्रमाण जास्त असते.
- बियांचे तेल सौंदर्यप्रसाधनात उपयुक्त आहे.
- जर्दाळू औषधे तयार करण्यास उपयुक्त आहे.
- जर्दाळूचे तेल केशपोषक असते.
- जर्दाळूचे लाकूड भुरकट व गर्द तपकिरी असते. निरनिराळ्या कलाकौशल्यात त्याचा उपयोग केला जातो.

❑

जवासा

फुलझाडातील अत्यंत काटेरी आणि भरपूर फांद्या असलेले, लहान शेंगा येणारे झुडूप म्हणजे 'जवासा' होय. हिंदीमध्ये 'जवासा', संस्कृतमध्ये 'दुर्लभा', गुजरातीमध्ये 'जवासो', इंग्रजीत 'कॉमलथॉर्न' किंवा 'अरेबियन मान्ता' या नावाने परिचित असलेल्या या वनस्पतीचे कुळ 'पॉपिलिओनेसी' आहे.

सामान्यपणे जवासाच्या पाच जाती आहेत. त्यापैकी भारतामध्ये एकच प्रकार आढळतो. वनस्पतीच्या बिया मूत्रपिंडाकार, काळ्या, पिंगट, गुळगुळीत असतात. गुजरातमध्ये या वनस्पतीच्या हिरव्या फांद्यांपासून पडदे तयार करतात. तसेच या वनस्पतीची पाने चारा म्हणून उंटास देतात. जवासा ही वनस्पती औषधी गुणसंपन्न आहे.

उपयोग :

- जवासाच्या अर्कामुळे पोट साफ होते. तसेच लघवी साफ होते. त्यामुळे यवास सारक आणि मूत्रल या गुणधर्माने ओळखले जाते.
- जवासामध्ये कफोत्सारकाचा गुणधर्म असल्यामुळे वनस्पतीच्या सेवनाने कफ निघून जातो.
- मूळव्याधीच्या विकारांसाठी या वनस्पतीचे पोटीस बांधतात.
- वनस्पतीचा रस नेत्र विकारासाठी उपयुक्त आहे.
- ही वनस्पती अर्धशिशी (डोकेदुखी) विकार दूर करण्यासाठी उपयुक्त ठरते.
- जवासाअर्क शामक आहे. म्हणजे जवासाच्या अर्काने शांतता लाभते.
- जवासामध्ये स्वास्थ्यवर्धक गुणधर्म आहे. तसेच यवास वाजीकर (कामोत्तेजक) आहे.
- जवासाचा काढा घाम आणणारा आहे. त्यामुळे तो स्वेदजनक म्हणूनसुद्धा ओळखला जातो.
- जवासाच्या पानांचे तेल संधिवातावर लावण्यासाठी उपयुक्त आहे.
- जवासापासून मान्ना नावाची साखर प्राप्त करता येते.

❑

जाई

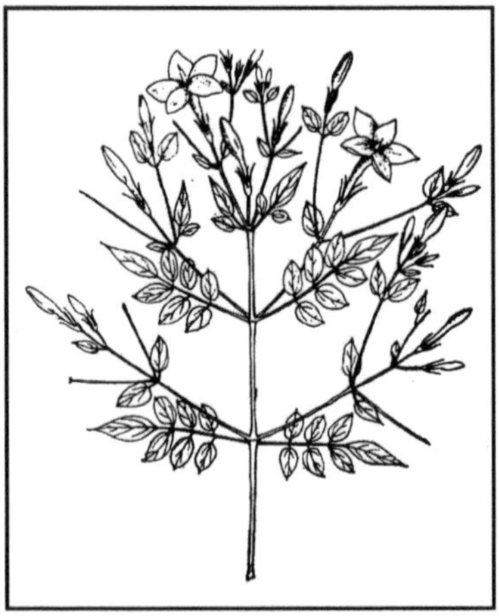

चमेली म्हणून महाराष्ट्रात ओळखली जाणारी जाई वनस्पती 'ओलिएसी' कुळातील आहे. हिंदीमध्ये 'मोतिया', 'जाति', 'चमेली', संस्कृतमध्ये 'मालती', 'जातिपुष्प', इंग्रजीत 'जॅस्मिन' या नावाने या वनस्पतीला ओळखले जाते. झुडपाच्या स्वरूपात आढळणाऱ्या वनस्पतीची पाने समोरासमोर, संयुक्त व विषमदली, पिच्छाकृती असतात. झुडपाच्या फांद्यांच्या टोकास किंवा बगलेतून पानापेक्षा लांब व मर्यादित फुलोरे येतात. ती फुले पांढरी, सुवासिक आणि नाजूक असतात.

जाईची लागवड व्यापारीदृष्ट्या युरोपात मोठ्या प्रमाणात होत असते. भारतात मध्यप्रदेश, उत्तरप्रदेश, राजस्थान, कुमाऊँ शहरी भागात लागवड केली जाते.

सर्वसाधारणपणे डोंगराळ भागात, सपाट प्रदेशात या वनस्पतीची वाढ जास्त होते.

जाईच्या फुलांचा हार, तुरे, गजरे इत्यादींसाठी तसेच तेले, अत्तरे बनविण्यासाठी उपयोग होत असतो.

उपयोग :

- जाई लघवी साफ करणारी (मूत्रल) आहे.
- जाईच्या ताज्या पानांचा रस भोवरीवर (कुरूपावर) उपयुक्त ठरतो.
- उष्णतेमुळे किंवा अन्यकारणाने तोंड आले असता जाईची पाने चघळतात. त्यामुळे तो विकार दूर होतो.
- जाईची मुळे उगाळून नायट्यावर लावण्यास उपयुक्त आहेत.
- जाईच्या तेलाचा उपयोग सुगंधी द्रव्ये, अत्तरे, सौंदर्यप्रसाधने इत्यादींमध्ये करतात.
- साबण, औषधे, दंतमंजने, धूप, तंबाखूच्या पदार्थांत जाईचा उपयोग होतो.
- कृत्रिमरीत्या तयार केलेले कोणतेही सुगंधी रसायन जाईच्या तेलाची बरोबरी करू शकत नाही.
- जाई कृमिनाशक आहे.
- वनजाईची मुळे तेलात उकळून संधिवातावर मालीश करण्यास उपयुक्त असतात.

जिरे

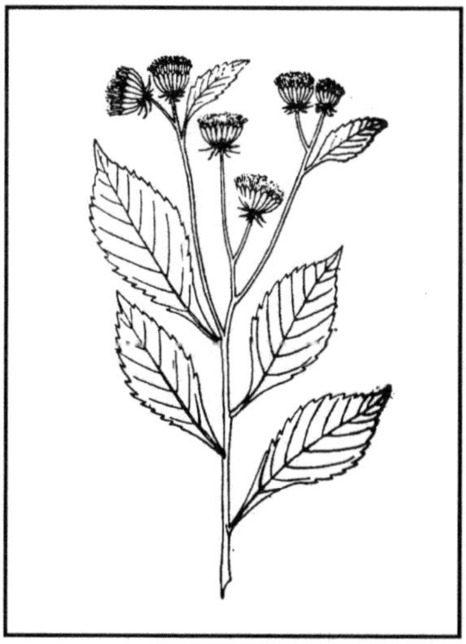

स्वयंपाकघरातील स्वादिष्ट, रुचकर मसालेपदार्थ म्हणून जिऱ्याचा नित्यनियमाने उपयोग होत असतो. 'जिरा' म्हणून हिंदी भाषिकांना परिचित असलेले मसाल्याचे द्रव्य इंग्रजीत 'क्युमीन' या नावाने ओळखले जाते. 'अम्बेलिफेरी' या वनस्पती कुळातील ती वनस्पती आहे. स्वयंपाकघरातील मूलभूत अशा या मसाल्याच्या पदार्थाची लागवड भारतात बंगाल आणि आसाम सोडून अन्य सर्व प्रांतात केली जाते. लहानशा या झुडपाची पाने अगदी बडीशेपेच्या पानांप्रमाणे लांब आणि पातळ असून, २-३ पाने एकत्र

असतात. हिवाळ्यामध्ये या झुडपाला फुले लागतात आणि थोड्याच दिवसांत त्यांचे रूपांतर फळात होते.

बारमाही वाढणारी जिरा वनस्पती औषधी गुणधर्मयुक्त आहे. सामान्यपणे ३५ ते ४५ सें.मी.पर्यंत उंच वाढणाऱ्या या वनस्पतीच्या खोडाला अनेक फांद्या असतात. त्यांचा रंग गडद हिरव्या प्रकारचा असून, पाने हिरव्या रंगाची तर फुले पांढरी किंवा गुलाबी रंगाची, लहान आकाराची असतात. वनस्पतीच्या मुळ्या लांब, लवचिक आणि मऊ असतात. या वनस्पतीची फळे अतिशय लहान बी प्रमाणे असतात. फळांचा आकार ६ मिलीमीटरपर्यंत असतो, तर रंग तांबूस पिवळसर असतो.

जिरे (फळ) तीव्र गंधयुक्त असते. जिऱ्याचे तेल अतिशय गुणकारक असून, त्यात थायमॉलचे प्रमाण जास्त असते. या वनस्पतीची लागवड भारत, चीन, आग्नेय युरोप, उत्तर आफ्रिका, इजिप्त, सीरिया, तुर्कस्थान आणि भूमध्य सागरीय देशात केली जाते.

उपयोग :

- जिरे वेदनाहारी, उत्साहवर्धक, पाचक आणि पोटातील वायू नष्ट करणारे असून, स्वादिष्ट असते. स्वयंपाकघरात अन्न शिजविण्यामध्ये फोडणीसाठी म्हणून जिरेच उपयोगात येत असते. जिरे अनेक प्रकारच्या रोगांवर गुणकारी औषध म्हणून उपयोगात आणले जाते. पांढरे जिरे, काळे जिरे, शहाजिरे अशा प्रकारात आढळतात.
- भुकेच्या रोगासाठी जिरे गुणकारी आहे. भूक लागत नाही; अशावेळी अर्धा चमचा जिरे गरम पाण्याबरोबर घ्यावे किंवा पाण्यामध्येच जिरे उकळावे. जिऱ्याच्या अंशाचे हे कोमट सरबत वारंवार घेतल्याने भूक लागते.
- निरनिराळ्या कारणांनी अंगात ताप भरतो. अजीर्णामुळे ताप भरतो अशावेळी अर्धा चमचा जिऱ्याची पूड लहानशा गुळाच्या खड्याबरोबर दिवसातून तीन-चार वेळा सेवन करावे. त्यामुळे भूक वाढते आणि पोट साफ होते. पचनशक्ती वाढल्याने लघवीसुद्धा साफ होते व या सर्व क्रियेमुळे ताप आपोआप नष्ट होतो.
- मळमळ होताना किंवा उलट्या होताना जिरे खावे किंवा जिऱ्याचे सरबत प्यावे; उलट्यांपासून आराम मिळतो.
- आव पडायला लागली म्हणजे शारीरिक थकवा येतो. आव पडणे थांबविण्यासाठी अर्धा चमचा जिऱ्याची पूड एक चमचा साखरेबरोबर खावी. दिवसातून ३-४ वेळा हे मिश्रण खाल्ले तर आव बंद होते.
- जुलाबापासून त्रास होत असेल किंवा अतिसारामुळे बेचैन झाले तर अर्धा चमचा जिरेपूड किंवा जिरे दह्याबरोबर दिवसांतून ३-४ वेळा घ्यावे म्हणजे जुलाब थांबतात.

- गर्भवती स्त्रीला जिरे अत्यंत गुणकारी आहेत. गर्भवतीच्या घशामध्ये किंवा छातीमध्ये जळजळ होऊन वांती-उलटी होत असेल, तर अर्धा चमचा जिऱ्याची पूड लिंबाच्या रसाबरोबर घ्यावी म्हणजे त्रास संपतो.
- गर्भवती स्त्रीचे दिवस पूर्ण होऊन पोट दुखू लागल्यास जिरे उपयोगी ठरते. मूठभर जिरे कढईमध्ये किंवा तव्यावर काळे होईपर्यंत भाजावे. ते दोन कप पाण्यात घालून उकळणे सामान्यपणे अर्धे द्रव शिल्लक राहीपर्यंत आटवावे, त्या द्रावणामध्ये खडीसाखर किंवा साखर घालून २-३ थेंब तुपाचेही घालावे. दोन मोठे चमचे ते भरून ते द्रावण प्यावे म्हणजे शौचामुळे पोटदुखी होत असेल, तर तत्काळ शौचास होते व पोटदुखी थांबते. प्रसूतिवेदना होत असतील, तर त्या द्रावणाचा उपयोग एनिमा सारखा होतो. म्हणजे द्रावणकाढा सहन होईल तेवढा गरम घ्यावा. दोन-तीन वेळा अर्धा-अर्धा तासांच्या अंतराने घेतल्यास योग्य उपाय होतो.
- बाळंतीण स्त्रियांसाठी जिरे उपयोगीच आहेत. जिरे, जिऱ्याची पूड, जिऱ्याचा काढा किंवा जिऱ्याचे सरबत घेतल्याने गर्भाशय शुद्ध होते.
- लहान मुलांमध्ये जंत होण्याचे प्रमाण जास्त असते. सुमारे अर्धा चमचा वावडिंगाची पूड, अर्धा चमचा जिऱ्याची पूड व थोडा गूळ एकत्रित करून दिल्यास मुलांच्या पोटातील जंत मरतात आणि ते बाहेर पडतात.
- खोकल्यासाठी जिरे रामबाण औषध म्हणून उपयोगी ठरते. जिऱ्याची पूड आणि सुंठीची पूड अर्धा चमचा समभागात घेऊन ती मधून-मधून २-३ वेळा घ्यावी; म्हणजे खोकला थांबतो.
- अंगामध्ये कडकी आल्यास जिरे, लोणी व साखर एकत्र खाणे. अंगाला खाज सुटत असेल, तर जिरे गुणकारी ठरते. रात्रीच्यावेळी जिरे गरम पाण्याबरोबर घ्यावे आणि जिऱ्याचा काढा पाण्यात मिसळून त्या पाण्याने स्नान करावे. खाज सुटणे थांबते.
- घशाच्या विकारावरही जिरे उपयोगी आहे. आवाज बसणे, आवाज बंद होणे, आवाज फुटणे या विकारासाठी जिऱ्याची पूड, साखर व तूप एकत्र खावे म्हणजे घसा विकार नाहीसा होतो.
- उचकी लागल्यास ती थांबविण्यासाठी जिरे तुपात मिसळून ते विस्तवावर सोडावेत, त्याचा धूर हुंगावा.
- आम्लपित्त किंवा ॲसिडीटी नाहीशी करण्यासाठीसुद्धा जिरे उपयोगी आहे. जिऱ्यांची पूड लिंबाच्या रसाबरोबर घ्यावी म्हणजे जळजळ थांबते.
- आम्ल पित्तासाठी 'जिरकाद्य मोदक' या वनस्पती औषधाचा चांगला उपयोग

होतो. औषधी नसेल, तर जिरे व साखर याचे द्रावण प्यावे; म्हणजे विकार नाहीसा होतो.

- मूळव्याधीवरही जिरे गुणकारी सिद्ध झालेले आहे. मूळव्याधीवर जिरे वाटून त्याचा लेप चढवावा. त्यामुळे वेदना कमी होतात, शमतात. जिऱ्यांचा लेप इतरही वेदनांवर उपयोगी आहे.
- पोटफुगी विकारासाठीसुद्धा जिरे उपयोगी आहे. पोट फुगू नये म्हणून जिरे खाणे उत्तम असते. ताकामध्ये जिरे वाटून ते मिश्रण (सरबत) घेत राहिल्यास पोट फुगत नाही किंवा फुगलेले पोट ओसरते. यामुळे पोट साफ राहते.
- विंचूदंशाने होणारी पिडा किंवा बाधा थांबविण्यासाठी जिऱ्याचा लेप, तूप, मध व मिठाबरोबर चढवावा म्हणजे बाधा कमी होते.
- तोंडाला चव येण्यासाठी, पोटदुखी थांबविण्यासाठी, पोटातील वायू घालविण्यासाठी जिरे चूर्ण उपयोगी आहे. एक वाटी जिरे, एक चमचा सैंधव मीठ, हिंग खडा आणि एक चमचा तूप, या साहित्यातून जास्त चूर्ण तयार करता येऊ शकते. त्यासाठी सुरुवातीला एक चमचा तुपामध्ये हिंग तळून घ्यावा. जिरे कढईमध्ये गरम करून घ्यावेत. सैंधव मीठ (नसेल किंवा तर साधे मीठ) तडतडेपर्यंत कढईत कोरडे भाजून घ्यावे व सर्व पदार्थांचे मिश्रण करावे. या मिश्रणाचे चूर्ण म्हणजेच 'जीरक चूर्ण' होय.

❑

जांभूळ

काळ्या, जांभळ्या वर्णाची अमृतफळे उन्हाळ्याच्या उत्तरार्धात आणि पावसाळ्याच्या पूर्वार्धात चाखावयास मिळतात. स्वयंपाकघरातून जांभळाच्या रसातून आसव व सरबत तयार करण्यात येते. हिंदीत 'जामून' या नावाने ओळखले जाते. प्राचीन भारतातील ही वनस्पती आजही अमृत फळासमान आहे. वनस्पतिशास्त्रामध्ये हिला 'युजेनिया जांबोलाना' म्हणतात व 'मिरटेसी' या वनस्पतीकुळात तिचा समावेश होतो.

जांभळामध्ये लोह, चुना, फॉस्फरस याचे

प्रमाण अधिक असते. त्याशिवाय 'कोलीन' व 'फोलिक' आम्ल त्यामध्ये असते. जांभळाच्या पानात सुगंधी तेल असते, तर जांभळाच्या बीमध्ये ग्लुकोसाईड, जंबोलीन, फेनॉलयुक्त द्रव्य, फॅनिलयुक्त ॲलॉजिक आम्ल असते.

उपयोग :

- आम्लाने समृद्ध असलेल्या जांभळामुळे मूत्राशयातील मुतखडासुद्धा विरघळून जातो. लहानपणापासून प्रौढ आणि वृद्धांपर्यंत सर्वांचे आवडते हे फळ औषधीगुण संपन्न आहे. जांभळाचा उपयोग शरीरात वाढलेली साखर पचविण्यासाठीसुद्धा होतो. जांभळे पाचक, दीपक आणि स्तंभक असतात.
- जांभळाच्या सेवनामुळे रक्त लाल होते तसेच शुद्ध होते.
- जांभळाच्या बियांचे चूर्ण मधुमेहावर अत्यंत गुणकारी आहे. हे चूर्ण बनविताना जांभळाच्या बिया २०० ग्रॅम, सुमारे ६० ग्रॅम हळद, सुमारे ६० ग्रॅम मिरे, ६०ग्रॅम कडुनिंब पाने एकत्र करून त्याचे चूर्ण करावे. वस्त्रगाळ करून मिळविलेले चूर्ण जांभळाच्या रसामध्ये वाटावे आणि वाळवावे. मधुमेह घालविण्यासाठी दररोज २-३ वेळा हे चूर्ण पाण्याबरोबर घ्यावे.
- जेव्हा लघवीतून साखर जाते आणि यकृत बिघडते तेव्हा जांभूळ सरबत घ्यावे. हे सरबत तयार करण्यासाठी सुमारे छटाक जांभळे चारपट पाण्यात घालून १५ मिनिटे उकडून घ्यावीत. जांभळे हाताने कुरतडून काढावीत त्यानंतर ते द्रावण वस्त्राने गाळून घ्यावे. तयार झालेल्या सरबताचे ३ भाग ३ वेळा प्यावे, म्हणजे लघवीतून जाणारी साखर थांबते आणि यकृतसुद्धा कार्यक्षम बनते.
- जांभळापासून जांबादा तेल, पंच पल्लव योग इत्यादी रसायने तयार करतात.
- उलटी होणारा पित्त विकार नष्ट करण्यासाठी जांभळीच्या सालीचा रस दुधात घालून प्यावा; त्यानंतर तूप-भात सेवन करावे.
- पोटातील मुरडा, अतिसार थांबविण्यासाठी जांभळीच्या सालीला पाण्यात उकळावे व ते पाणी जखम धुण्यासाठी उपयोगात आणावे.
- रक्ताभिसरणावर जांभळाची पाने वाटून, रस काढून, त्यात मध, तूप आणि दूध घालून प्यावे किंवा जांभळीची साल दुधात वाटून त्याचा रस आणि मध एकत्र करून प्यावे.
- पोटदुखी, अपचन, ढेकर येणे इत्यादी विकारांवर जांभळाचा सिरप घ्यावा. जांभूळ सिरप बनविण्यासाठी पिकलेली जांभळे धुऊन स्वच्छ करावीत; ती रगडून त्याचा रस काढावा. रस गाळून घ्यावा व चिनीमातीच्या भांड्यात किंवा बरणीत साठवावा.

सुमारे ३-४ आठवडे रोज एक वेळा तो रस गाळून घ्यावा; महिन्याभराच्या या प्रक्रियेनंतर जांभळाचे सिरप तयार होते.

- स्त्रियांच्या प्रदर रोगावर जांभळीच्या सालीचा काढा अतिशय रामबाण औषध आहे. जांभळीच्या सालीचा काढा करून त्यात थोडे मध घालावे आणि तो काढा दिवसातून दोन वेळा या प्रमाणे सात दिवस घ्यावा.
- गर्भवती स्त्रिच्या मुरड्यावरही जांभळीची साल अतिशय गुणकारी आहे. त्यासाठी जांभळीची साल आणि आंब्याची साल, प्रत्येकी २० ग्रॅम घेऊन ती सोळापट पाण्यात उकळावा तो काढा १/४ होईपर्यंत उकळावा. त्यात सुमारे २ ग्रॅम धणे-जिरेपूड घालावी हे तयार झालेले चूर्ण तीन दिवस दिवसातून तीन वेळा याप्रमाणे सेवन करावे. जुलाब होत असतील, तर त्यावर गुणकारी औषध म्हणून पिकलेली जांभळे खावीत.
- जांभूळ पित्तशामकसुद्धा आहे. यासाठी जांभळाच्या पाल्याचा रस आणि गूळ समप्रमाणात घेऊन उन्हामध्ये तो चार दिवसांपर्यंत ठेवावा. हा काढा पित्तावर गुणकारी ठरतो.
- घशाला सूज आली असता ती घालविण्यासाठी जांभळीच्या सालीच्या काढ्याने गुळण्या कराव्यात त्यामुळे घशाची सूज कमी होते.
- जांभळीच्या सालीच्या काढ्याने गुळण्या केल्याने दात आणि हिरड्यासुद्धा बळकट होतात. विंचवाच्या दंशावर जांभळीच्या पानांचा रस लावतात. त्यामुळे होणारी आग थांबते.
- यकृत व लिव्हर बिघडलेले असता त्याला कार्यक्षम करण्यासाठी जांभळाचा रस घ्यावा. त्यासाठी सुमारे ५०० ग्रॅम चांगली पिकलेली जांभळे घेऊन त्यांचा रस काढावा व तो फडक्याने गाळावा, त्यात थोडे सैंधव मीठ घालावे. रस बाटलीमध्ये भरून ठेवावा. दिवसातून तीन वेळा चमचाभर एका वेळेस याप्रमाणे तो घ्यावा म्हणजे यकृत किंवा लिव्हर यांना आलेली सूज नाहीशी होते. आणि ते योग्य रीतीने कार्यक्षम होते.
- जांभळे ही अमृत फळे असून, सर्वांचे आवडते असले तरी ती उपाशीपोटी खाऊ नयेत. जांभळाबरोबर मिठाचा उपयोग करावा; अतिसेवनाने रक्त दोष निर्माण होऊ शकतो.

❑

❀ ज्वारी ❀

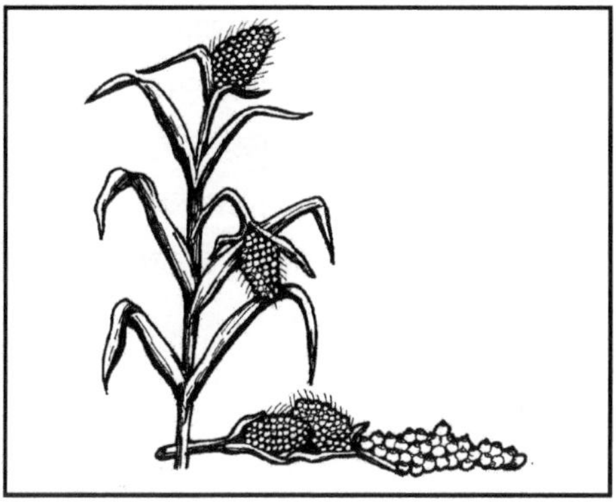

सर्वसामान्यांपासून उच्चवर्गापर्यंत आहारासाठी उपयोगात येणाऱ्या ज्वारीचे रंगानुसार, चवीनुसार, प्रदेशानुसार अनेक प्रकार आहेत. सामान्यपणे पांढरी ज्वारी, लाल ज्वारी किंवा अरगड असेही ज्वारीचे प्रकार आहेत. संस्कृतमध्ये 'यवनाल', लॅटिनमध्ये 'सॉरघम व्हल्गेर' नावाने ओळखली जाणारी ही वनस्पती 'पोएसी' या कुळातील आहे.

उपयोग :

- ज्वारी शेतामध्ये तयार होत ासताना त्यात 'हुरडा' हा विशेष प्रकार आढळतो. अतिशय मधुर चविष्ट हुरड्याचा शरीरास गुणकारी उपयोग होतो.
- ज्वारी तयार होत असताना त्यामधील ताटे अतिशय गोड असतात. ती हिरवी ताटे उसाप्रमाणेच मधुर, गोड असतात. त्यामुळे शेतामध्ये ती उसाप्रमाणे चघळली जाणे आरोग्यासाठी पौष्टिक ठरते.
- ज्वारी जास्त दिवस टिकून राहावी यासाठी ज्वारीचे दाणे अधूनमधून उन्हामध्ये वाळविणे (सुकविणे) आवश्यक असते. त्या ज्वारीच्या दाण्यांना कीड लागू नये यासाठी निरनिराळ्या मार्गांचा अवलंब करणे अत्यावश्यक असते.
- स्वयंपाकगृहात ज्वारीची भाकर करताना ताज्या, दळून आणलेल्या ज्वारी पिठाचा उपयोग करणे अधिक श्रेयस्कर ठरते. तव्यावर तयार केलेल्या ज्वारीच्या भाकरीवर शुद्ध तुपाचा उपयोग केला तर ते अधिक चविष्ट, पौष्टिक आणि बलदायी ठरते.
- शेव, चकल्या तयार करण्यासाठी ज्वारीच्या पिठाचा उपयोग करावा.
- थालिपीठ, धिरडे, पापड इत्यादी तयार करण्यासाठी ज्वारीचा उपयोग करणे अधिक श्रेयस्कर ठरते.
- ज्वारी शरीरासाठी पित्तशामक, थंड, मधुर, रक्तविकारनाशी असून, काही प्रमाणात वायुकारक व कफकारकही आहे.
- ज्वारीपासून स्टार्च, कांजी बनविता येते. ती कांजी वायुहारी आणि कफहारी असते.

- तापामध्ये घाम येण्यासाठी ज्वारीच्या लाह्यांच्या पिठाचा काढा करून द्यावा. तो घेतल्याने घाम येतो व ताप उतरतो.
- सामान्य लोकांमध्ये ज्वारीच्या लाह्या करण्याचाही प्रघात असतो. वसंतऋतूमध्ये ज्वारीच्या लाह्यांचा नाश्ता स्वस्त आणि मस्त खाता येतो.
- पांढरी ज्वारी त्रिदोष, मूळव्याध, अरुची, गुल्म, व्रण इत्यादींवर गुणकारी असते. ती शक्ती देणारी पथ्यकारक वृश्य असते.
- लाल ज्वारी मधुर, शीतल, बलवर्धक, कफहारी, त्रिदोषनाशक, पौष्टिक, इच्छल, वृश्य असते.

❑

टोमॅटो

जलसंपन्न टोमॅटो सर्वांसाठी उपयुक्त आहे. हिंदीमध्ये 'टमाटर', इंग्रजीमध्ये 'टोमॅटो' नावाने ओळखली जाणारी ही वनस्पती 'सोलॅनसी' कुळातील आहे. टोमॅटो मधुमेहींसाठी एक वरदानच आहे. शरीराचा भार किंवा वजन कमी करणाऱ्यांसाठी टोमॅटोचा आहार गुणकारी आहे.

टोमॅटोमध्ये 'अ' जीवनसत्त्व भरपूर प्रमाणात असते. शिवाय 'सी' जीवनसत्त्वानेसुद्धा टोमॅटो श्रीमंत आहे. 'बी-१, बी-२' ही जीवनसत्त्वेसुद्धा टोमॅटोमध्ये असून लोह, फॉस्फरस, आयोडिन, कॅल्शियम, पोटॅशियम, मॅग्नेशियम, सोडियम, क्लोरीन व सल्फर इत्यादी क्षारांचेही प्रमाण त्यामध्ये सामावलेले आहे.

आहारातील टोमॅटो एक उत्तम खाद्य आहे. सूप म्हणून रस काढून, पेय म्हणून तर जेवणामध्ये कोशिंबीर म्हणून टोमॅटोचा उपयोग मोठ्या प्रमाणात होतो. टोमॅटो औषधी गुणसंपन्न असून, त्यामध्ये पुढीलप्रमाणे गुणधर्म आढळतात.

उपयोग :

- टोमॅटो उष्ण, स्निग्ध, लघू, दीपक-पाचक आणि सारक आहे.

- टोमॅटोमुळे शरीरातील कफ नाहीसा होतो. तसेच वायू निघून जातात. कार्बोदकांचे प्रमाण कमी असल्यामुळे टोमॅटो मधुमेहासाठी उत्तम आहार मानले जाते.
- टोमॅटोचा रस मूत्राशयाच्या विकारामध्ये गुणकारी आहे.
- टोमॅटोच्या रसामुळे शरीरातील आतडी आणि जठर स्वच्छ राहतात.
- टोमॅटो मलावरोधासाठी गुणकारी आहे.
- पांडुरोगामध्ये टोमॅटो उत्तम औषध आहे.
- शरीरातील यकृताच्या विकारामध्ये टोमॅटोचा रस गुणकारी आहे.
- टोमॅटोमुळे डोळ्यांचा त्रास कमी होतो; तसेच शरीरातील अशक्तपणा दूर होतो.
- टोमॅटोमध्ये पाचकरस असतो. टोमॅटोमधील लोहामुळे पचनसुलभता वाढते.
- टोमॅटोमुळे अतिरिक्त चरबी, मेद कमी होतो. पर्यायाने वजन कमी होण्यास मदत होते.
- विदेशामध्ये कॅन्सरच्या रुग्णांना टोमॅटोचा रस पिण्यासाठी दिला जातो.

डाळिंब

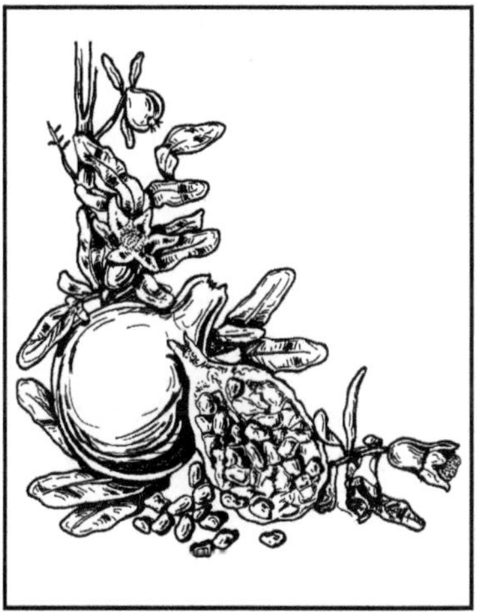

हिंदीमध्ये 'अनार', संस्कृतात 'दाडिंम' आणि इंग्रजीमध्ये 'पोमेग्रेनेड' संबोधल्या जाणाऱ्या डाळिंबाचे कूळ 'प्युनिकेसी' आहे. लालभडक, सुंदर, लाल माणकासारखे डाळिंबदाणे म्हणजे निसर्ग सौंदर्याचा आविष्कारच होय. गोड, आंबट किंवा आंबटगोड स्वादाची डाळिंबे, व्यक्तीसाठी अत्यंत उपयोगी सिद्ध होतात. डाळिंबीच्या बियांतील रंगावरून त्यांचे 'लाल' आणि 'सफेद' असे दोन प्रकार आहेत. अर्थात् दोन्ही जाती शरीरासाठी उत्तमच आहेत.

डायनिंग टेबलवरील ट्रेमध्ये फळांचा राजा, महाराजा याबरोबरच डाळिंबाचीही वर्णी लागलेली दिसते. डाळिंब साखरेने आणि लोहतत्त्वाने संपन्न असते. डाळिंबाचा रस पचावयास अत्यंत हलका असून, त्या रसाने हृदयविकार दूर होतो. या रसाने पोटाची आग शांत होते. तसेच घशाचे आणि तोंडाचे विकार दूर होतात. गोड डाळिंब औषधासाठी अत्यंत गुणकारी आहे.

उपयोग :

- गोड डाळिंब गर्भवती स्त्रीस अतिशय गुणकारी आहे. त्या डाळिंबाच्या सेवनाने गर्भवतीचे हृदय आणि शरीर सबल होते. तिचा अशक्तपणा दूर होऊन चैतन्य जागृत होते.
- गोड डाळिंब त्रिदोषहारक असून, ते तृप्तिदायक, मळशोषक, वीर्यवर्धक, हलके बलदायक आणि तापात फायदेशीर असते. या डाळिंबामुळे तृषा, दाह, हृदयरोग, कंठ आणि तोंडाला येणारी दुर्गंधी नाहीशी होते. शिवाय डाळिंब पित्तशामक असते.
- गोड डाळिंब संग्रहिणीमध्ये गुणकारी असून ते रक्तवर्धक आणि शक्तिवर्धकही आहे.
- आंबट-गोड डाळिंब वात प्रकृतीच्या व्यक्तीसाठी उत्तम असते. या डाळिंबाने कफ आणि वायू नाहीसे होतात.
- आंबट-गोड डाळिंब गर्भवती स्त्रीच्या उलट्या बंद करण्यास मदत करते. हे डाळिंब तोंडाला रुची उत्पन्न करणारे असून, जठराग्नी प्रदीप्त करणारे आहे.
- आंबट-गोड डाळिंबाने शरीरातील अतिरिक्त उष्णता दूर होते. तसेच पित्तज्वर नाहीसा होतो. आंबट-गोड डाळिंबाचा रस तृषा, दाह आणि उलटी दूर करण्यास गुणकारी असतो.
- आंबट डाळिंब पित्त निर्माण करणारे असून, कफ व वायुनाशक आहे.
- आंबट, डाळिंब जठराग्नी पेटविणारे असून हृदय, स्निग्ध, लघू, ग्राही आणि रुची निर्माण करणारे आहे.
- पित्त प्रकोपाने बेचैन झाले असताना ताज्या डाळिंबाच्या रसात खडीसाखर घालावी आणि तो रस प्यावा म्हणजे पित्तप्रकोप नाहीसा होतो, आराम मिळतो.
- घशामध्ये खवखव निर्माण झाली असताना किंवा घशाला सूज आली असताना पिकलेले डाळिंब खावे म्हणजे घसा साफ होतो. घशाचे विकार दूर होतात.
- छातीमध्ये दुखणे सुरू झाले असताना डाळिंबाच्या दाण्यांच्या रसामध्ये एक ग्रॅम सोनामुखीचे चूर्ण घालून ते पिण्यास द्यावे, म्हणजे आराम मिळतो.
- मूळव्याधीमध्ये रक्त पडत असेल तर डाळिंबाच्या सालीचे चूर्ण नागकेशरमध्ये घालून द्यावे. तसेच डाळिंबाचा रसही प्राशन करावा म्हणजे रक्त बंद होते आणि मूळव्याधीमध्ये सुद्धा फायदा होतो.
- डाळिंब सौंदर्यासाठीसुद्धा उपयोगी ठरते. वक्षस्थळाच्या सुदृढतेसाठी डाळिंब उपयोगी आहे. त्यासाठी एका ताज्या डाळिंबाचा कुटून लगदा करावा, तो लगदा पाव

किलो सरसूच्या तेलामध्ये घालून, ते तेल सिद्ध करावे. या सिद्ध केलेल्या सरसूच्या तेलाने स्तनांवर नियमित मालीश करावे म्हणजे स्तन प्रदेश उन्नत आणि सृदृढ होतो. वक्षसौंदर्यात भर पडते. (त्याचा वास फार येतो.)

- स्त्रियांच्या प्रदर रोगामध्ये डाळिंबाची साल गुणकारी ठरते. ती साल तांदळाच्या धुवणात दिल्याने प्रदर रोगात फायदा होतो.
- हृदय बळकट करण्यासाठी डाळिंबाच्या दाण्यांचा रस १० ग्रॅम घेऊन त्यात तेवढीच साखर घालून तो घ्यावा. यामुळे हृदय बळकट होते आणि छातीतील दुखणेही बंद होते.
- पोटामध्ये जंत, कृमी झाल्यास डाळिंबाच्या सालीचा काढा करून त्यात तिळाचे तेल घालावे. हा काढा सतत तीन दिवसांपर्यंत घेतल्यास पोटातील कृमी, जंत नाहीसे होतात. पोटात होणाऱ्या लांब कृमीसाठी डाळिंबाची साल एक उत्कृष्ट औषध आहे. डाळिंबाच्या सालीमुळे पचनशक्ती वाढते.
- डाळिंबाचा रस पांडुरोग, अतिसार, मुरडा, संग्रहिणी, खोकला इत्यादींमध्ये अत्यंत गुणकारी आहे.
- अतिरिक्त मासिक रक्तस्रावामध्ये रक्त प्रदरासाठी डाळिंबाच्या साली सावलीत वाळवून त्याची बारीक पूड तयार करावी, ते वस्त्रगाळ करून तयार झालेले चूर्ण एक चमचा थंड पाण्याबरोबर घ्यावे. सकाळ-संध्याकाळ ही प्रक्रिया केल्यास अल्पावधीतच रक्तस्राव बंद होतो.
- डाळिंबाचा उपयोग फलाहारापेक्षा औषधी स्वरूपातच जास्त प्रमाणात असतो. आम्लपित्तावर डाळिंब हे रामबाण औषध आहे.
- शारीरिकदृष्ट्या दुर्बल असलेल्या व्यक्तींनी दररोज सकाळी सुमारे २५ मिलीलिटर डाळिंबाच्या दाण्याचा रस रिकाम्या पोटी घ्यावा अशी प्रक्रिया सुमारे तीन महिन्यांपर्यंत सुरू ठेवावी. परिणामत: हृदय बलवान होते आणि शारीरिक दुर्बलता दूर होते. या प्रक्रियेतून मानसिक धक्का, भीतीसुद्धा नाहीशी होते.
- आंबट-गोड डाळिंबामुळे अग्निप्रदीप्त होतो. जिभेची चव वाढते.
- आंबट डाळिंबाने वात, कफ हे दोष दूर होतात.
- उलटीच्या वेळेस गोड डाळिंबाच्या रसात खडीसाखर घालून घेतले तर उलटी थांबते.
- नाकातून रक्त वाहू लागल्यास डाळिंबाच्या फुलांचा रस नाकात घालावा.
- तोंडाच्या विकारात डाळिंब फळाच्या सालीच्या काढ्याने गुळण्या कराव्यात.
- जुलाब थांबविण्यासाठी डाळिंबाच्या फळाची साल उपयुक्त ठरते.

- रक्तधातू वाढविण्यासाठी डाळिंबाचा रस उपयुक्त आहे. रक्त कमी असणाऱ्या व्यक्तींनी डाळिंबाचा रस घेणे हितकारक असते.
- डाळिंब रुचीवर्धक, तहान शमविणारे असून, मेंदूची धारणशक्ती वाढविणारे आहे.

❑

तमालपत्र (तेजपान)

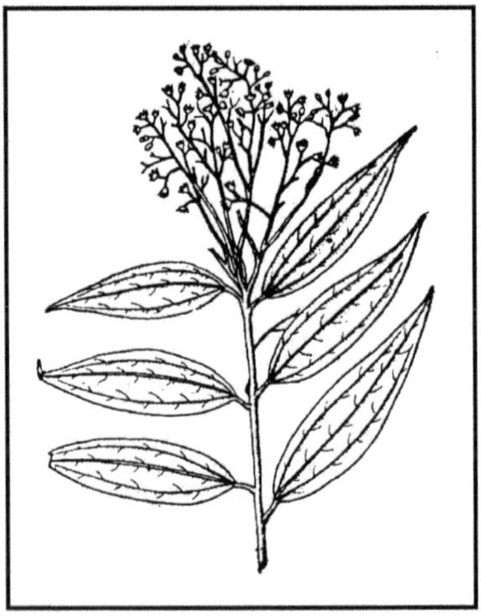

स्वयंपाकगृहातील सुगृहिणींना सुपरिचित असलेले मसाले पदार्थांपैकी एक उपयुक्त घटक म्हणून तमालपत्र प्रसिद्ध आहे. हिंदीमध्ये 'तेजपान', संस्कृतमध्ये 'तेजपत्र' आणि इंग्रजीत 'कॅसिया सिनॅमॉन' या नावाने प्रसिद्ध झालेल्या तमालाचे कूळ 'लॉरेसी' आहे.

सामान्यपणे ८-९ मीटर उंचीच्या या सुगंधी वृक्षाची हिरवीगार पाने वर्षभराच्या उपयोगासाठी वाळवून, सांभाळून ठेवली जातात. झाडाची साल वाळविल्यानंतर दालचिनी म्हणून उपयोगात येते. ती चविष्ट आणि सुगंधी असते. तमाल वृक्षाची साल पातळ, उभी, सुरकुतलेली असते तर पाने साधी समोरासमोर, लहान देठाची, लांब भाल्यासारखी असतात. त्या पानांनाच 'तमालपत्र' म्हणतात. तमाल वृक्षाची फुले एकलिंगी, लहान, पांढरी असंख्य असतात.

तमालपत्रामध्ये औषधी गुणधर्म आहेत; त्यातील तेलामध्ये ७८टक्के युजेनॉल आणि सालीच्या तेलात ८५ टक्क्यांपर्यंत सिनॅमीक अल्डीहाईड असते.

उपयोग :

- ज्या यौवनांचा वारंवार गर्भपात किंवा गर्भस्राव होतो त्यांनी नियमितपणे तमालपत्राचा उपयोग केल्यास त्यांना ते लाभदायक ठरते. त्यांचा गर्भपात किंवा गर्भस्राव नियंत्रित होतो.
- पचनक्रिया बिघडली असताना किंवा सर्दी झालेली असताना पिंपळीचे चूर्ण आणि तमालवृक्षाच्या सालीचे चूर्ण मधामधून चाटावे त्यामुळे पचनक्रिया सुधारते. सर्दी दूर होते आणि कफसुद्धा निर्माण होत नाही.

- गर्भाशयाचे विकार होऊन अनेक प्रकारचे औषधी उपचार करूनसुद्धा ते विकार संपुष्टात आले नाही तर तमालपत्र दालचिनी आणि लहान वेलचीचे दाणे यांचे एकत्र चूर्ण करावेत किंवा काढा तयार करावा या चूर्णाच्या सेवनाने किंवा काढा घेतल्याने गर्भाशयाचे विकार बाहेर पडतात.
- काही व्यक्तींना नेहमीच बारीक ताप (मंदज्वर) असतो अशा व्यक्तींनी तमालपत्र आणि कांकज वनस्पतीच्या भाजलेल्या बीचे चूर्ण घ्यावे म्हणजे ताप दूर होतो.
- वृद्धापकाळामध्ये सांधेदुखीचा त्रास होत असतो. सांधेदुखीचा त्रास नाहीसा करण्यासाठी तमालवृक्षाच्या सालीचे चूर्ण करावे आणि चूर्णाचा लेप सांध्यावर लावावा म्हणजे लाभदायक ठरते.
- सामान्यपणे पाचक संस्थेच्या सर्व विकारांवर तमालपत्र गुणकारी आहे. म्हणजे उदरशूळ, उदररोग, वात, अपचन किंवा नेहमी जुलाब होणे इत्यादी विकारांवर तमालपत्र अत्यंत गुणकारी, लाभदायक सिद्ध झालेले आहे.
- तमालपत्र आमप्रकोप, कफप्रधान रोगात गुणकारी असल्याने लहान मुलांच्या कफजन्य, वातजन्य आणि आमप्रकोपजन्य रोगांमध्ये त्यांचा सर्रास उपयोग केला जातो.
- तमालपत्र मूत्रवर्धक आहे. यकृत-प्लिहेस लाभदायक आहे; तसेच मस्तक पोषणास गुणकारी आहे.
- रंगविण्याच्या कलेमध्ये तसेच कापड छपाईमध्ये हिरड्यांबरोबर तमालपत्राचा उपयोग करतात.
- तमालवृक्षाची साल आणि पाने कातडी कमावण्यासाठी लाभदायक असते.
- मज्जाविकार आणि हृदयविकारात पाने उपयुक्त आहेत.
- तमालपत्र उत्तेजक असून, कृमिनाशक आहे.
- तमालपत्र विंचूदंशावर गुणकारी आहे.
- संधिवात, अतिसार, शूल यांवर पाने उपयुक्त आहेत.
- सुवासिक साबण व तेले बनविण्यामध्ये तमालपत्राचा उपयोग करतात.

❑

ताड

उन्हाळ्यात क्षुधा शमतेसाठी ताडगोळे उपयोगात येतात. अनेक औषधी गुणधर्म असलेल्या ताडाची लागवड समुद्रकिनारी भागात मोठ्या प्रमाणात आढळते. ताडापासूनच प्राप्त केलेली 'ताडी' अनेकांना सुपरिचित आहे. मराठी, हिंदीमध्ये 'ताड' तर इंग्रजीत

‘पालमेरा पाम,’ या नावाने प्रसिद्ध असलेली ही वनस्पती संस्कृतमध्ये ‘ताल’ या नावाने ओळखली जाते. ‘पामी’ या कुळातील ही वनस्पती आहे. ताडाची पाने, मुळे आणि फुलांचे देठ उपयोगास येत असतात. ताडामध्ये पुढील औषधी गुणधर्म आढळतात.

उपयोग :

- शारीरिक शुद्धेतेसाठी ताड उपयुक्त ठरतो. ताडाच्या मुळांचा काढा शरीराच्या समस्या दूर करतो. तसेच त्या काढ्याने शरीरातील किडे, जीवजंतू बाहेर येतात आणि शरीर शुद्ध होते.
- ताडरसाने लघवी स्वच्छ होते व साफ होते, तसेच श्वासोच्छ्वासाच्या समस्यासुद्धा दूर होतात.
- ताडापासून तयार केलेली साखर निरनिराळे विष निष्क्रिय करण्यासाठी, ते विष बाहेर फेकण्यासाठी उपयोगात आणले जाते.
- ताड या वनस्पतीचा बेशुद्ध झालेल्या माणसावरही उपयोग करता येतो.
- ताडामुळे शरीरावरील जखमांतून होणारा रक्तस्राव थांबतो.
- ताडाच्या रसाने जखमांतील रक्ताच्या गाठी निघून जखम सुधारण्यास मदत होते. त्यामुळे ताड श्वासाचे विकार, श्लेष्मा आणि ज्वलनावर उपयुक्त ठरते.
- ताड रसाने अडकलेली लघवी मोकळी होते.
- त्वचेवरील विकार दूर करण्यासाठीसुद्धा ताड उपयोगी ठरतो. त्यासाठी ताडाचा आम्लरस भातामध्ये शिजवून तो शरीरावरील फोड, जखम, गँगरीन व त्वचेवर लावावा.
- ताडाच्या फुलांचा, देठांचा काढा मधुमेहावर उपयुक्त आहे.
- ताड वनस्पती आणि त्यांचा रस त्वचेच्या विकारासाठी जसा उपयुक्त आहे तसेच वेदनाविरहित अल्सरवरसुद्धा उपयोगी आहे.
- ताडाच्या रस सेवनामुळे जठरात पौष्टिकता येते, ताडरसाने जठराचे स्वास्थ्य कायम राहते.

❑

❀ तीळ ❀

तीळ म्हणताच संक्रांतीच्या तिळगुळाची आठवण गृहिणींना झाल्याशिवाय राहत नाही; पण त्या तिळातील आयुर्वेदिक गुणधर्म सुगृहिणींनी लक्षात घेणे आवश्यक आहे. संस्कृतमध्ये 'तिला' नावाने ओळखली जाणारी ही वनस्पती 'पेडालिएसी' या कुळातील आहे.

काळे, पांढरे आणि लाल अशा तीन रंगाचे तीळ आढळतात. आयुर्वेदप्रमाणे काळे तीळ उत्कृष्ट, पांढरे तीळ मध्यम आणि लाल तीळ कनिष्ठ प्रकारचे असतात. संक्रांतीला आनंदाने तीळ आणि गूळ एकत्र खाणाऱ्यांनी हेसुद्धा विसरता कामा नये की, तीळ व गूळ एकत्र खाल्ल्याने कफ आणि पित्त वाढते आणि अधिक शौचालाही होते. पित्त प्रकृतीच्या आणि कफग्रस्त लोकांनी याचे जास्त सेवन केले तर त्यांना त्वचाविकार, नेत्ररोग, घशाचे विकार, लोह विकार, प्रमेह व कृमिविकार आणि सर्दी, ताप उद्‌भवण्याची शक्यता असते. याचा अर्थ असा नाही की, तीळ खाऊच नये. उलटपक्षी तिळाचे तेल उपलब्ध असेल, तर गोडेतेलाचा उपयोगही करू नये.

उपयोग :

- सकाळच्या प्रहरी प्रत्येकाने मूठभर तीळ चावून खावेत. त्यामुळे शक्ती व पोषण होते. तसेच दात एवढे मजबूत होतात की, शेवटपर्यंत ते त्रास देत नाहीत.
- आहार शास्त्रातील सहा रसापैंकी चार रस एकट्या तिळामध्ये सामावलेले आहेत. तीळ चवीने मधुर, कडवट, तुरट आणि तिखटही असतात. अपरिपक्व तीळ तिखट, गरम, बलदायी, पित्तकारी, शीतल, केशवर्धक, बुद्धिवर्धक, मलग्राही, अल्पमूत्री, वायुनाशी आणि दातांसाठी गुणकारी आहे.
- तिळाचे तेल अन्य खाण्याच्या तेलापेक्षा अधिक गुणकारी आहे. ते पौष्टिक, रक्तपित्तनाशक, अग्नीप्रदीपक, गर्भाशय स्वच्छ करणारे, प्रमेहहारी, योनीशूळ घालविणारे, कर्णशूळ थांबविणारे, डोळ्यांसाठी हितावह, केसांसाठी आरोग्यदायी, दोषनाशक, उष्णवीर्य, जखमांसाठी उपयोगी, त्वचेसाठी हितावह आणि मालीशसाठी

अत्यंत गुणवर्धक आहे. त्यामुळेच आहारात गोडेतेलाऐवजी तिळाच्या तेलाचा उपयोग करावा.

- नियमितपणे सकाळी सुमारे ५० ग्रॅम काळे तीळ बारीक चावून खावेत त्यानंतर माठातील थंड पाणी प्यावे. यानंतर सुमारे ३ तास काही खाऊ नये अशा प्रकारच्या कार्याने अशक्त व्यक्ती सशक्त होतात आणि स्थूल बारीक होतात, शरीर सुदृढ धष्टपुष्ट होते. दात मजबूत होतात, केस पांढरे होत नाही. त्वचा तेजस्वी होते. सर्व इंद्रियांची शक्ती वाढते आणि शरीराचा विकास योग्यपणे होतो.
- ज्या स्त्रियांना मासिकपाळीत त्रास होतो त्यांनी नियमितपणे तीळ खावेत किंवा १० ग्रॅम काळे तीळ ग्लासभर पाण्यात उकळावे; ते पाणी उकळून कमी होईल. साधारणपणे २५ टक्के पाणी शिल्लक राहील; तेव्हा त्यात गूळ घालावा आणि नंतर ते पाणी प्यावे, म्हणजे मासिकस्राव स्वच्छ होतो.
- पिसाळलेल्या कुत्र्याने चावल्यास तिळाचे तेल, कुटलेले तेल, गूळ, रुईचे दूध समप्रमाणात घ्यावे, म्हणजे शरीरातील विषबाधा नाहीशी होते.
- शरीराच्या एखाद्या भागावर जळाल्यामुळे व्रण तयार झाले असतील तर त्या भाजलेल्या भागावर तिळाचे तेल कडकडीत गरम करून चोळावे. म्हणजे फायदा होतो. अग्निदग्ध व्रण लवकर बरे होण्यासाठी तिळाचे तेल व चुन्याची निवळी एकत्र करून लावावे.
- कानाचे दुखणे सुरू असेल, दुखणे असह्य होत असेल, तर तिळाच्या तेलात लसणाची पाकळी घालून ते कडकडीत गरम करावे. नंतर थोडे कोमट करून त्याचे थेंब कानात घातल्यास आराम मिळतो. कानाचे दुखणे बंद होते.
- त्वचा सौंदर्यासाठीसुद्धा तिळाच्या तेलाचा उपयोग होतो. तिळाचे तेल थोडे गरम करून शरीरास मालीश केली तर फिकी पडलेली त्वचासुद्धा एक महिन्यात तेजस्वी होते. सुंदर बनते तिचा मेद कमी होतो आणि त्वचेला रोगापासून आराम मिळतो.
- थंडीच्या दिवसांमध्ये ओवा किंवा मिरे घालून गरम केलेले तिळाचे तेल नाकात घातल्याने, किंवा नाकावर चोळल्याने बंद झालेले नाक, चोंदलेले नाक मोकळे होते आणि आराम मिळतो.
- एखादी जखम कोरडी होत नसल्यास त्या जखमेवर तिळाच्या तेलात ओली केलेली पट्टी बांधावी. त्यामुळे जखम स्वच्छ होते आणि त्वचा कोरडी होते.
- पायोरिया रोगामध्ये तिळाच्या तेलाची गुळणी १०-१५ मिनिटे तेल तोंडात धरून ठेवल्याने लाभदायक ठरते. त्यामुळे हालणारे दात मजबूत होतात आणि पायोरिया नाहीसा होतो.

- यौवनावस्थेमध्ये तोंडावर येणाऱ्या पुटकुळ्या (तारुण्यपीटिका) घालविण्यासाठी तिळाची जुनी पेंड गोमूत्रात कालवून त्याचा लेप द्यावा, म्हणजे पुटकुळ्या नाहीशा होतील.
- तिळाच्या तेलामध्ये सैंधव मीठ घालून ते गरम करावे. ते गरम तेल पायांवर घासल्यास पायाच्या भेगा नाहीशा होतात.

❑

तुळस

पद्मपुराणातील उत्तरखंडात वर्णन केल्यानुसार 'ज्या घरात किंवा गावात तुळस उगवलेली असेल तिथे तीर्थत्रैलोक्यस्वामी विष्णू निवास करतात, त्या घरात दारिद्र्य-रोग-बंधुवियोग इत्यादी त्रास होत नाहीत.'

आयुर्वेदीय गुणांनी समृद्ध, सौंदर्यदायी, अमृतमयी तुळस सर्व आबाल-वृद्धांना सुपरिचित आहे. हिंदीमध्ये 'तुलसी', संस्कृतमध्ये 'मंजरी' किंवा 'कृष्णतुलसी' लॅटिनमध्ये 'ऑसिमम सँक्टम' या नावाने ओळखली जाणारी 'लॅबिएटी' या कुळातील आहे.

तुळस ही भरपूर आरोग्यसंपन्न गुणांनी व सात्त्विक प्रभावांनी युक्त असल्याने तुळशीबद्दल लोकांच्या मनात भक्तिप्रेम निर्माण झाले अन् तुळशीकडे सर्व भक्तिभावाने पाहात असतात.

तुळस या वनस्पतीच्या पानांची चव रुचकर, कडवट, जिभेला चरचरणारी असून, तो स्वाद लवंगेसारखा असतो. मात्र, त्या वनस्पतीचे फूल, फळ म्हणजे मंजिरी उत्तेजक, पौष्टिक आणि जिभेला कमी चरचर करणारी असते.

तुळशीचे रोप (झुडूप) सुमारे ३ ते ४ फूट उंच असते आणि ज्या प्रदेशात असते तेथील हवेत प्राणवायूचा संचार जास्त असतो. पर्यावरण शुद्धता राहते.

उपयोग :

- 'मैं तुलसी तेरे आँगन की' अशीच मीरेची श्रद्धा कायम ठेवून सुगृहिणींनी घरात किंवा परिसरात तुलशीची जोपासना करावी. तुळशीच्या सुगंधाने तुळशीच्या रोपाजवळ ठेवलेली वस्तू लवकर खराब होत नाही किंवा सडत नाही.

- औषधी गुणसंपन्न तुळशीच्या पानांचा रस दररोज सकाळी अनशापोटी पाण्यातून घ्यावा. त्यामुळे शक्ती (बल), तेज आणि स्मरणशक्ती वाढत असते.
- आबालवृद्धांना, तरुण-तरुणींना, बालकांना, म्हणजे सर्वच कुटुंबीयांना तुळस उपयोगी आहे. त्यातील ज्यांना चहा किंवा तंबाखूचे व्यसन सोडायचे असेल, त्यावेळी त्यांनी तुळशीच्या काढ्याचा उपयोग करावा. म्हणजे चहा व तंबाखूची आस्था हळूहळू कमी होईल तसेच दारूचे व्यसन घालवायचे असेल, तर काळ्या मिरीचे दाणे चाखावे म्हणजे मद्यसेवनाची इच्छा होणार नाही.
- ज्या कुटुंबामध्ये तुळशीच्या पानांचे, मंजिरीचे नियमितपणे सेवन केले जाते, अशा कुटुंबातील वृद्ध व्यक्तींचा अशक्तपणा नाहीसा होतो. त्यांच्याअंगी रोगप्रतिकारक शक्ती वाढते. उत्साह आणि जोम वाढतो.
- तुळशीच्या सेवनाने तापाची मात्रा कमी होते. विशेषत: त्यासाठी तुळशीच्या मुळ्या अधिक उपयोगी ठरतात. तुळशीच्या बी-सेवनाने वीर्याला घट्टपणा येतो.
- तुळशीच्या नियमित सेवनाने रक्तातील कोलेस्टेरॉलचे प्रमाण नियंत्रित राहते; ते प्रमाण जास्त असल्यास कमी होते.
- दंश किंवा डंख यावरसुद्धा तुळशी उपयुक्त आहे. एखाद्या विंचवाने किंवा किड्याने डंख मारला, तर त्या ठिकाणी तुळशीचे मूळ पाण्यात उगाळून लेप लावावा. सर्पदंशाच्या ठिकाणीसुद्धा अशीच प्रक्रिया करावी म्हणजे विष उतरून आराम मिळते.
- तुळशी सौंदर्यदात्री असल्यामुळे तिची पाने कुटून ते चूर्ण चेहऱ्यावर लावल्यास त्या चेहऱ्याची कांती उजळून निघते. चेहऱ्यावरील काळे-पांढरे डाग, व्रण निघून जातात.
- तुळशीची पाने आयुर्वेदिक औषधी म्हणून कार्य करतात. ती पाने दररोज चावून खाल्याने रक्त शुद्ध होते. पेशींचा उत्साह, संचार वाढतो व त्यातूनच सौंदर्यवृद्धी होते.
- बहुगुणी तुळस वजन वाढवायचे किंवा कमी करायचे असे दोन्ही कार्य करते. त्यामुळे शरीर निरोगी व स्वच्छ राहते.
- बऱ्याचवेळा ढेकणांमुळे विश्रांती घेणे असह्य होते. आपल्या लाकडी पलंगामध्ये ढेकूण वावरत असल्यास त्या ठिकाणी जंगली तुळशीच्या लहान लहान फांद्या ठेवाव्यात. तुळशीच्या वासाने ढेकूण, डास फिरकणार नाहीत, बाहेर निघून जातील. तसेच साप, विंचू इत्यादी सुद्धा जवळ येणार नाहीत.
- सामान्यपणे कोणत्यातरी चुकीने पोटामध्ये कोणतेही विष गेले, तर प्राथमिक

उपचार म्हणून त्या व्यक्तीस तत्काळ तुळशीचा रस पिण्यास द्यावा. तसेच जोपर्यंत तो पिऊ शकेल, तोपर्यंत रस पाजावा; अधिकाअधिक रस पोटात गेल्यामुळे पोटात गेलेल्या विषाचा परिणाम कमी होतो.

- चेहऱ्याच्या सुंदरतेसाठी तुळशीचा रस फायदेशीर ठरतो. अर्थात् त्यासाठी एका तांब्याच्या भांड्यामध्ये पाणी घेऊन त्यात तुळशीचा रस, तेवढाच लिंबाचा रस आणि अरफाखेडीची फळे यांचा रस घाला. ते भांडे उन्हात ठेवून रस आटू द्यावा. म्हणजे पाण्याचे बाष्पीभवन होऊन त्या रसाला घट्टपणा येईल. त्याचा लेप चेहऱ्यावर लावावा. अनेकवेळा चेहऱ्यावर तो लेप लावल्याने चेहरा स्वच्छ, तेजस्वी आणि सुंदर दिसतो.
- शरीर तापाने फणफणले असेल, तर तुळशीची पाने आणि कडुनिंबाच्या काड्या समप्रमाणात घेऊन त्याचा रस काढावा त्यामध्ये काळी मिरी घालून रस तयार करावा. हा तयार झालेला रस साधारण गरम करून त्या व्यक्तीस प्यायला द्यावा म्हणजे त्याचा ताप उतरू लागतो.
- मलेरिया किंवा न्यूमोनियामध्ये तुळशीचा रस आणि काळी मिरी पावडर एकत्र करून पिण्यास द्यावा. सामान्यपणे दिवसातून चार वेळा हा रस घेण्याने त्या ज्वरापासून, रोगापासून सुटकारा मिळतो.
- व्यक्तिमत्त्वाच्या प्रसन्नतेसाठी, चेहऱ्याच्या टवटवीतपणासाठी तुळस अत्यंत उपयोगी आहे. अर्थात्, त्यासाठी एका पातेल्यात पाणी घ्यावे, त्यात साधारण अर्धे एक लिंबू पिळावे, तसेच एक बोटभर तुळशीची पाने आणि एक मूठभर पुदिन्याची पाने एकत्र करावीत ते पाणी उकळावे. त्या पाण्याची वाफ चेहऱ्यास द्यावी त्यासाठी केस झाकून चेहऱ्यावर वाफ घ्यावी. काही काळ सकाळ, संध्याकाळ, नियमितपणे असे केल्यास चेहऱ्यावरील व्रण, डाग, ठिपके नाहीसे होतील आणि चेहरा उजळून निघेल.
- हिवाळ्यामध्ये, थंडीच्या दिवसांत सर्दी झाली, कफ दाटला, बारीक ताप येऊ लागला, अस्वस्थता जाणवू लागली, म्हणजे तुळशीच्या पानांचा चहामध्ये उपयोग करावा, म्हणजे दूध, साखर आणि तुळशीची पाने एकत्र करून उकळली व तयार झालेला चहा, काढा घेतला तर तत्काळ आराम मिळतो.
- रिकाम्या वेळात सुगृहिणींनी तुळशीच्या पानांच्या रसात जुना गूळ मिसळून त्याच्या गोळ्या तयार करून ठेवाव्यात. साधारणपणे अस्वस्थता किंवा बेचैनी जाणवते, त्यावेळी एक गोळी घ्यावी. अधूनमधून अशा गोळ्या घेतल्याने सर्व प्रकारचा ज्वर नाहीसा होतो.

- कुटुंबवत्सल सुगृहिणीने तुळशीची श्रद्धापूर्वक पूजा केल्यास, विधिपूर्वक तिचा उपयोग केल्यास, शारीरिक आणि मानसिक दोष दूर होतात. तसेच प्रजनन अवयव गर्भधारण करण्यास लायक होतो. काही प्रसंगी संतानासाठी स्त्रियांनी अंगाचे तुळशीने मार्जन केले, तर त्या स्त्रीला सुंदर, निरोगी संतान प्राप्त होते.
- बऱ्याचवेळा मासिकपाळीत प्रमाणाबाहेर रक्तस्राव होतो व त्यावेळी चक्करही येते. अशावेळी तुळशीच्या रसात मध मिसळून घेतले तर ते अधिक लाभदायी ठरते.
- अशक्तपणामुळे किंवा काही व्याधींमुळे गर्भ कायम राहत नाही. गर्भपात होतो आणि शारीरिक व मानसिक स्वास्थ्य संपुष्टात येते. पुन्हा असे होऊ नये म्हणून त्या स्त्रीने तुळशीचा उपचार करावा. तुळशीच्या रसाने, गुणाने तिचे गर्भाशय निरोगी व बलवत्तर होईल आणि त्या स्त्रीला सुंदर निरोगी संतान लाभू शकेल.
- काही पुरुषांना लघवीचा त्रास होऊ लागतो. त्यांची लघवी बंद होते. अशा पुरुषांना नारळ पाण्याबरोबर किंवा उसाच्या रसाबरोबर किंवा द्राक्षरसाबरोबर तुळशीचा रस प्राशन केल्यास लघवीचा त्रास नाहीसा होतो. तसेच बंद झालेली लघवी योग्य त्या प्रमाणात सुरू होते.
- शीघ्रपतनाने ग्रासलेल्या पुरुषांनी पानांच्या विड्यात सुपारी ऐवजी तुळशीचे बारीक कापलेले मूळ उपयोगात आणले तर त्यांच्यात स्तंभनशक्तीमध्ये वाढ होते.
- खोकला घालविण्यासाठी तुळशीचा रस आणि ज्येष्ठमधाचा रस एकत्र करावा आणि ते चाटण खोकलाग्रस्त व्यक्तीने घेतल्यास त्याचा खोकला नाहीसा होतो.
- लहान मुलांना दात येतात तेव्हा जुलाबाचा त्रास होऊ लागल्यास, तुळशीच्या पानांचे चूर्ण डाळिंबाच्या सरबताबरोबर प्यावयास द्यावे.
- लहान मुले बऱ्याचवेळा भोकाड पसरतात. अनेकदा त्यांचे रडण्यामागचे कारण कळत नाही. त्यावेळी त्यांच्या पोटात दुखत असल्यास तुळस आणि आले समप्रमाणात घेऊन त्याचा रस काढावा तो रस साधारण गरम (कोमट) करून त्या मुलास पाजावा म्हणजे त्याची पोटदुखी थांबेल आणि रडणेही बंद होईल.
- लहान मुलाला जे पाणी आपण पाजतो त्यामध्ये २-३ थेंब तुळशीच्या पानाचा रस घालून दिले तर त्यामुळे त्या मुलाची हाडे आणि स्नायू बळकट होतील.
- संधिवात झालेल्या व्यक्तीने तुळशीची पाने, एरंडाची पाने आणि सैंधव वाटून गरम करावे; तयार झालेला गरम लेप दुखणाऱ्या सांध्यांवर बांधल्यास संधिवाताचा त्रास नाहीसा होतो.
- अनेक प्रकारच्या त्वचारोगांवर तुळशीचा रस उपयोगी पडतो. त्यासाठी मोहरीच्या

तेलात तुळशीची पाने चांगली उकळू द्यावी. पाने जळून निघाल्यावर ते तेल अग्निवरून खाली उतरवावे. तयार झालेले तेल त्वचारोगावर अत्यंत गुणकारी असते.

- तुळशीचा रस कानाच्या बहुतेक विकारांवर उपयोगी ठरतो. जेव्हा कानदुखी सुरू होते, सणका येतात किंवा 'पू' वाहू लागतो. तेव्हा कान स्वच्छ करून कानामध्ये तुळशीच्या रसाचे २-३ थेंब सकाळ-संध्याकाळ घालावे, म्हणजे कानाचे विकार दूर होतात.
- ताण-तणावाच्या आणि धकाधकीच्या जीवनामध्ये बहुतेकांचे हृदय कमकुवत झालेले असते. हृदयाचा तो कमकुवतपणा घालविण्यासाठी हिवाळ्यामध्ये तुळशीची ६-७ पाने, ३-४ काळीमिरी आणि ३-४ बदाम एकत्र वाटून त्याचे सेवन करावे. यामुळे हृदयास सशक्तपणा येईल.
- घरामध्ये जेवणानंतर मुखशुद्धीसाठी आपण धनाडाळ, बडीशेप, लवंग, वेलदोडा, सुपारी इत्यादींचा उपयोग करतो, पण त्याऐवजी तुळसची ३-४ पाने मुखशुद्धी म्हणून उपयोगात आणली तर दंतविकार नाहीसे, होतात. दातांना बळकटी येते तोंडाची (मुखाची) दुर्गंधी नाहीशी होते.

❑

तांदूळ

रुचकर, मधुर, शीतल, शक्तिवर्धक, स्निग्ध, पित्तनाशक, कृमिनाशक, लघवी साफ करणारे आणि वीर्यवर्धक गुणांनी संपन्न तांदूळ आजारी माणसांसाठी वरदान आहे. जगभर खाद्यान्न म्हणून उपयोगात आणल्या जाणाऱ्या तांदळाचे आकारमानानुसार, लांबीनुसार, शुभ्रतेनुसार, सुगंधानुसार, चवीनुसार अनेक प्रकार आहेत. नावांमध्ये प्रादेशिक भिन्नतासुद्धा आहे. उदा. - डेहराडून, दिल्ली, सुगंधी चिनोर, कालीमूच, बासमती, आंबेमोहर, दावत इत्यादी यापैकी बासमती हा सर्वोत्कृष्ट मानला जात असून, त्याचेसुद्धा अनेक प्रकार आहेत. संस्कृतमध्ये 'तंडूल', लॅटिनमध्ये 'ओरायझा सटायव्हा' नावानी ओळखली

जाणारी ही वनस्पती 'पोएसी' कुळातील आहे. तांदळाविषयी थोडी माहिती घेणे आवश्यक आहे. जसे कीह्न

- ☐ तांदळाच्या सुरक्षेसाठी अधूनमधून त्यांना सुकवावे लागते; परंतु उन्हामध्ये तांदूळ सुकवू नयेत. उन्हात सुकविल्याने तांदळाचे तुकडेतुकडे होतात.
- ☐ पावसाळ्याच्या दिवसांमध्ये तांदूळ आणि डाळींच्या डब्यांमध्ये ब्लाटिंगपेपर ठेवावेत. त्यामुळे त्यात ओलसरपणा राहणार नाही.
- ☐ दीर्घकाळापर्यंत तांदूळ टिकविण्यासाठी तांदुळामध्ये बारीक मीठ मिसळून ठेवावे. म्हणजे त्यात किडे,जंतू होणार नाहीत. त्यामुळे तांदूळही खराब होणार नाही.
- ☐ तांदुळापासून भात बनविताना त्यामध्ये थोडा लिंबाचा रस घालावा. तसेच थोडे तूपही घालावे म्हणजे भात अधिक शुभ्र, मोकळा आणि चविष्ट सुगंधी तयार होतो.

उपयोग :

- ❍ आहारामध्ये भात खाणे उत्कृष्ट असते; पण त्यामध्येसुद्धा दहीभात, दूध-भात किंवा ताकभात आरोग्याला अधिक लाभदायक ठरतो.
- ❍ नाश्त्यामध्ये दूध-पोहे (तांदळापासून तयार केलेले पोहे) उपयोगात आणावे. हे दूध-पोहे शक्तिवर्धक, पाचक, पौष्टिक आणि मैथुनशक्तिवर्धक असतात.
- ❍ आजारी माणसाला किंवा लहान मुलांना तांदळाची पेज सेवनासाठी द्यावी. त्यासाठी तांदळाच्या कण्या दुधामध्ये किंवा पाण्यामध्ये शिजवून पेज बनवावी; त्यात चवीसाठी मीठ, वेलची घालावी. ही पेज अत्यंत गुणकारी असते.
- ❍ स्वयंपाकामध्ये वेळ नसतो, कंटाळा येतो तेव्हा खिचडी बनवावी; त्यासाठी डाळ आणि तांदूळ एकत्र करून शिजवावे. यामध्ये तुरीच्या डाळीपेक्षा मुगाची डाळ पचनास सुलभ हलकी असते. आमटी बरोबर खिचडी खाणे अधिक पौष्टिक असते.
- ❍ अनारसे, ढोकळे, भाकरी, चकल्या, पापड, सांडगे इत्यादी पदार्थ तयार करण्यासाठी तांदुळाचा अधिकाधिक वापर करा.
- ❍ भात तयार करताना तांदळास दोनपेक्षा जास्त वेळ धुऊ नये; अधिक वेळ रगडून तांदूळ धुतल्याने तांदळातील पोषक तत्त्व निघून जाते. तांदळाच्या वरच्या भागात असलेले पोषक तत्त्व हृदय, फुफफुस आतडे, जठर इत्यादी सर्वांना कार्यरत राहण्यासाठी शक्ती प्राप्त करून देते.
- ❍ भात तयार झाल्यानंतर दहा मिनिटांपर्यंत त्या भांड्याचे झाकण उघडू नये त्यामुळे भात आकाराने वधारतो.

- सुती कपड्यांना सळपासून वाचविण्यासाठी त्यावर भाताची पेज टाकावी त्यामुळे सळ पडत नाहीत, तसेच जास्त दिवसपर्यंत ते कपडे स्वच्छ राहतात; म्हणजे ते लवकर धुलीकण पकडत नाही.
- एखाद्या व्यक्तीस भांगेची नशा अधिक चढल्यास त्या व्यक्तीस तांदळाची पेज प्यावयास द्यावी; त्यामुळे त्याची नशा कमी होते, उतरते.

❑

दालचिनी

स्वयंपाकघरातील चविष्ट मसाले पदार्थातील दालचिनी एक आहे. दालचिनीला इंग्रजीमध्ये 'सिनॅमॉन' या नावाने ओळखतात, तर संस्कृतमध्ये 'दारूशील' म्हणून ओळखतात. मात्र, मराठी, हिंदी, बंगाली, गुजराती, ओरिसा, पंजाबी सर्व ठिकाणी दालचिनी या नावाने ओळखतात. ही 'लॉरेसी' कुळातील वनस्पती आहे.

'सिनॅमोमम' प्रजातीच्या इतरही जाती आहेत. भारतामध्ये मात्र निलगिरी पर्वतात आणि उत्तर भारतात त्याचे उत्पादन घेण्यात येते. दालचिनीचे तेलही काढले जाते. दालचिनीच्या पानातून काढलेले तेल अनेक प्रकारच्या खाद्य पदार्थांत आणि औषधात उपयोगात आणतात. स्वयंपाकगृहात गृहिणी आहार सुगंधी व स्वादिष्ट बनविण्यासाठी त्यात दालचिनीचा उपयोग करतात.

श्रीलंका आणि आार्शियातील उष्णदेशीय ठिकाणच्या दालचिनी वनस्पतीचे अनेक औषधी गुणधर्म आहेत. तमालपत्राच्या वनस्पतीची साल म्हणजेच दालचिनी होय. सालीचा सुगंध उत्तम असून, चव तिखट-गोड असते.

दालचिनीमध्ये आर्द्रता, स्निग्धपदार्थ, प्रथिने, कर्बोदके, कॅल्शियम, लोह, भस्म, फॉस्फरस, थायमिन, पोटॅशियम, सोडियम, निआसिन, रिबोफलेविन असते. दालचिनी 'अ' आणि 'क' जीवनसत्त्वांनी संपन्न आहे. गॅलेन, डायोस्कोरेडेस, सासाफेरेस या प्राचीन वैद्यांनी दालचिनीचे गुणधर्म लिहून ठेवलेले आहेत. या दालचिनीचे उष्मांक मूल्य ३५५ आहे. सिनॅमॉन तेलाने संपन्न अशा दालचिनीत युअेनॉल आढळते.

उपयोग :

- दालचिनी जेवणानंतर मुखशुद्धीसाठी किंवा कंठशुद्धीसाठी उपयोगात आणावी.
- दालचिनी हृदयपौष्टिक, हृदय उत्तेजक, हृदयाची कमकुवतता किंवा दुर्बलता दूर करणारी आहे. ती निद्राकारकही आहे. त्यामुळे या संबंधित कार्यात औषध म्हणून दालचिनीचा उपयोग करावा.
- जेव्हा दातांचे दुखणे असह्य होते तेव्हा दालचिनीच्या तेलात किंवा अर्कात बुडविलेला कापसाचा बोळा दुखणाऱ्या दातांच्यामध्ये ठेवावा त्यामुळे दुखणे थांबते व आराम मिळतो.
- अपचनाने वारंवार जुलाब होत असतील, तर दालचिनी आणि पांढऱ्या काथ्याचे सुमारे ३-३ रतीभार चूर्ण मधात कालवून घ्यावे म्हणजे होणारे पातळ जुलाब थांबतात.
- महिलांना उलट्या, मळमळ, पोटफुगी, किंवा मासिक ऋतुस्राव यांचा त्रास होतो. तेव्हा दालचिनीचे सेवन करावे म्हणजे या विकारातून त्वरित आराम मिळतो.
- दालचिनी महिलांच्या गर्भाशयाच्या संकोचनास मदत करणारी आहे. तसेच ती प्रदर रोग दूर करणारी आहे. दालचिनी, काथ, तुरटी आणि जायफळ यांच्या चूर्णाची एक गोळी बनवावी ही गोळी योनीमध्ये ठेवल्यास योनीचे संकुचन होते.
- जेव्हा पित्ताच्या उलट्या सुरू होतात तेव्हा दालचिनीचा काढा प्यावा म्हणजे पित्ताच्या उलट्या होणे बंद होते.
- मुरडा विकारामध्येसुद्धा दालचिनी उपयोगी आहे. त्यासाठी दालचिनीने १०रतीचूर्ण गरम पाण्याबरोबर घ्यावे, म्हणजे मुरडा थांबेल.
- दालचिनीच्या पानातून काढलेले तेल स्वादिष्ट, रुचकर असते. त्यामुळे आणि त्यातील संरक्षणात्मक गुणधर्मामुळे मिठाई किंवा साबणांमध्ये दालचिनी तेलाचा उपयोग करावा. या तेलामध्ये पोट दुखणे, पोटात वायू होणे किंवा पोटातील जंत या सर्वांना गुणकारक ठरणारे गुणधर्म आहेत.
- दालचिनी जरी गुणकारी असली तरी तिच्या उपयोगासंदर्भात सावधानता बाळगणे आवश्यक असते. दालचिनीचा उपयोग करण्यात अतिरेक झाला तर ती विषसमान असते. तसेच सततपणे जास्त प्रमाणात दालचिनीचे सेवन केल्यास नपुंसकता निर्माण होते. शक्यतोवर उष्णप्रकृतीच्या लोकांनी दालचिनीचा उपयोग अतिशय काळजीपूर्वक, विचारपूर्वक वैद्यांचा सल्ला घेऊन करावा.
- एखाद्या वेळेस व्यक्ती मूर्च्छा येऊन पडली आणि त्या व्यक्तीचे सर्व शरीर थंड

पडले असेल, तर त्यामध्ये चैतन्य निर्माण करण्यासाठी, उष्णता निर्माण करण्यासाठी दालचिनीच्या तेलात तिळाचे तेल मिसळून ते शरीरावर चोळावे म्हणजे लाभदायक ठरते.

❑

❁ दारूहळद ❁

'बरबेरिडेसी' कुळातील दारूहळद हिंदीमध्ये 'दारूहलद' किंवा 'रसौत' तर इंग्रजीत 'इंडियन बारबेरी', संस्कृतमध्ये 'दारूहरिद्रा' तर लॅटिनमध्ये 'बरबेरिस ॲरिस्टाटा' या नावाने ओळखली जाते. सामान्यपणे हिमालय पर्वतामध्ये आढळणाऱ्या या वनस्पतीचे अधिक्य निलगिरी पर्वतात, कुलूमध्ये आणि कुमाँऊमध्ये आढळते. या वनस्पतीच्या नाजूक, कोवळ्या फांद्या, डहाळ्या लाल रंगाच्या असतात. वनस्पतीची पाने साधी, एकाआड एक आणि लांब फांद्यावर असतात. या वनस्पतीची फुले पिवळ्या रंगाची द्विलिंगी, नियमित, अवकिंज, त्रिभागी असतात. फुले बाजूच्या आखूड फाद्यांवर मंजिरीच्या रोपात येतात. फुलातील बाहेरची तीन परिदले संदलासारखी, आतील तीन प्रदालासारखी, त्याच्या आतील सहा पाकळ्यांसारखी; पण तळाशी मधुरस स्त्रवणाऱ्या ग्रंथींनीयुक्त असतात. या वनस्पतीचे मृदुफळ लाल आणि एका किंजदलापासून बनलेले असते.

उपयोग :

- या वनस्पतीचा उपयोग केशवर्धनासाठी होत असतो.
- वनस्पतीच्या वाळलेल्या फळापासून जे तेल काढतात; ते औषधी युक्त असते.
- दारूहळदीच्या मुळांच्या सालीपासून काढलेल्या रसौतचा (अर्कांचा) उपयोग आरोग्य पुन:स्थापक म्हणून केला जातो.
- दारूहळदीची साल, लाकूड यापासून मिळणाऱ्या रसाचा उपयोग रेचक म्हणून करतात.

- दारूहळदीच्या रसौतमुळे त्वचेचे विकार दूर होतात.
- रसौत मासिक अतिस्राव, कावीळ, डोळ्याच्या विकारात उपयोगी आहे.
- दारूहळदीच्या मुळाच्या सालीचा काढा हिवतापावर गुणकारी आहे.
- दारूहळदीची मुळे व खोड यापासून मिळणारा पिवळा रंग चामडी बनविण्यास उपयोगी पडतो.
- दारूहळदीच्या वाळलेल्या फळांना 'झिरिस्क तुरश' म्हणतात. त्यापासून तेल काढतात. ते औषधीयुक्त आहे.
- जखमा भरून येण्यास उपयोगी.

❑

❀ दूर्वा ❀

'पोएसी' कुळातील दुर्वा ही वनस्पती जगातील पुरातन वनस्पती आहे. पौराणिक माहितीनुसार श्रीगणेशाला दूर्वा प्रिय आहेत. दूर्वा म्हणजे जमिनीवरील थंड, लवचिक, हिरवेगार, आकर्षक गवत आहे. वनस्पतीशास्त्रानुसार दूर्वा 'सायनोडॉन डक्टिलॉन' या नावाने ओळखली जाते. मराठीत बोली भाषेनुसार 'हरळी' या नावाने ते प्रसिद्ध आहे.

दूर्वा गवतामध्ये क्रुडफायबर २०टक्के, भस्म ११.०८ टक्के, क्रूडप्रोटिन १०.४टक्के, पोटॅश २.०८टक्के, कॅल्शियम ०.७७टक्के, फॉस्फरस ०.५९टक्के आणि एन युक्त अर्क ४५.०८टक्के हे घटक आढळतात. निरनिराळ्या घटकांचा विचार करता दुर्वांची गणना औषधी वनस्पतींमध्ये होते.

उपयोग :

- दूर्वांमध्ये क्लोरोफिल या नावाचे द्रव्य असते ते खनिज संपन्न, प्रोटिन्सने भरपूर असे जीवनशक्तिवर्धक आहे. त्या क्लोरोफिलमुळे रक्तातील लालपेशींची हिमाग्लोबीनची वाढ होते.
- दूर्वांचा रस औषधी गुणसंपन्न आहे. तो रस मिळविण्यासाठी मूठभर म्हणजे

१००ग्रॅम दूर्वा घ्याव्यात. मात्र, त्यामध्ये दूर्वांच्या मुळ्यांचा समावेश करू नये. त्या दूर्वा पाण्याने स्वच्छ धुऊन, त्या बारीक कापून त्यात थोडे पाणी घालावे व ते मिश्रण वाटावे. वाटलेल्या गवताचा लगदा पिळून त्यातून रस काढावा. सुमारे ५ ते ६ वेळा पाणी मिसळून ते पुन्हा पुन्हा पिळावे म्हणजे ग्लासभर रस प्राप्त होईल. त्या रसाचा अधिकाधिक उपयोग व्हावा म्हणून त्यात पाण्याऐवजी नारळपाणी घालावे. तयार झालेला रस शांतपणे, सावकाशरीत्या प्यावा.

- दूर्वांच्या रस घेतल्याने ३ ते ४ तास भूक लागत नाही. साहजिकच त्या काळात शरीरातील पचनसंस्थेला विश्रांती मिळते.
- दूर्वांचा रस मलावरोधावरसुद्धा उत्तम रामबाण उपाय आहे. नियमितपणे दूर्वांचा रस घेतला तर शरीरातील टाकाऊ पदार्थ आणि आतड्यातील विषारी पदार्थ बाहेर फेकले जातात. परिणामत: मलावरोधाचा त्रास होत नाही.
- दूर्वांच्या रसाने मातेच्या दुधामध्ये आणि त्यातील गुणधर्मांमध्ये वृद्धी होत असते.
- दूर्वांचा रस दात पक्के करतो तसेच तोंडाची दुर्गंधी नाहीसी करतो. हिरड्यांतून रक्त वाहत असेल, तर दूर्वांच्या रसाने तेही बंद होते.
- लहान बाळाच्या दुधामध्ये थोडा दूर्वांचा रस मिसळला आणि ते दूध त्या बाळास दिले तर त्याचा सर्दी, खोकला निघून जातो. तसेच बाळाचे दात येण्यास त्रास होत नाही.
- दूर्वा रसामुळे स्त्रियांना मासिकपाळीच्या वेळी त्रास होत नाही.
- काही महिलांना दीर्घकालीन डोकेदुखीचा आजार असतो, त्यांनी दूर्वांचा रस घेतला तर ती डोकेदुखी दूर होते.
- दूर्वा रसाने मज्जासंस्था सुरक्षित राहते. तसेच आपल्या अशक्त शरीरास शक्ती, जोम, उत्साह प्राप्त होतो.
- दूर्वा शरीरातील विषारी घटक बाहेर फेकते आणि रक्तशुद्धीस मदत करते.
- क्षयरोगाचा विकार दूर करण्यासाठी दूर्वा रस उत्तम रसायन आहे.
- अनेक त्वचा रोग दूर्वांनी दूर होतात.
- दुर्वा रसाने लैंगिक क्षमता वाढते. दूर्वा दात स्वच्छ करण्यासाठीसुद्धा उपयोगी आहे.
- रक्तदाब, हृदयाच्या समस्या, फुफ्फुसाचे आजार, दमा इत्यादी समस्या दूर्वा रसामुळे नाहीशा होतात.
- मूळव्याधींवर दूर्वांचा रस उपयुक्त आहे. तसेच मधुमेहासाठीसुद्धा ते उत्तम औषध आहे.

- दूर्वांमुळे रोगप्रतिकारक शक्ती वाढते; मन प्रसन्न राहते.
- शरीराची स्थूलता, लठ्ठपणा कमी करण्यासाठी दुर्वा उत्तम औषध आहे.
- निसर्गोपचाराची आवड असणाऱ्यांनी दूर्वांचा रस काढावा किंवा पावडर तयार करून ठेवावी. ती चमचाभर पावडर एक ग्लास पाण्यातून घ्यावी म्हणजे शरीरातील विकार नाहीसे होतात.
- दूर्वा किंवा हरळी यांच्या रसामुळे उलटी बंद होते तसेच त्वचाविकार दूर होतात.

धायटी (धातकी)

संस्कृतमध्ये 'ताम्रपुष्पी' किंवा 'अग्निज्वाला' या नावाने प्रसिद्ध असलेली धायटी (घातकी) वनस्पतीस लॅटिनमध्ये 'वुडफोर्डिया फ्रुटिकान्स' या नावाने ओळखली जाते. 'लिथ्रेसी' कुळातील ही वनस्पती आहे.

भारताच्या सर्व डोंगराळ भागात आढळणाऱ्या धायटीला हिवाळ्यात लालभडक फुले येतात, तर पावसाळ्यात फळे बहरतात. धायटी वनस्पती अनेक फांद्यांचे एक झुडूपच असते. औषधी गुणधर्मांनी संपन्न धायटी अनेकप्रकारे बहुगुणी आहे.

उपयोग :

- शरीरातील विषद्रव्यांचा निचरा करण्यासाठी धायटी उपयुक्त आहे.
- तूरट आणि तिखट रसाची धायटी शीतवीर्याची, मृदू आणि लघुगुणाने युक्त आहे.
- अतिसार, अतिरिक्त तहान, कृमी, नागीण इत्यादी विकारांवर धायटी उपयुक्त आहे.
- कफ आणि पित्तदोषाचे शमन करणारी वनस्पती म्हणून धायटीचा उल्लेख होतो.
- धायटी किंवा धातकी त्वचेसाठी उपयुक्त आहे. उटण्यात तिचा उपयोग केला तर त्वचा घट्ट राहण्यास तसेच सतेज होण्यास, उजळण्यास मदत होते.
- त्वचा भाजल्यास धायटीच्या फुलांचे चूर्ण तेलात मिसळून लावल्यास दाह कमी होतो व त्वचा पूर्ववत होण्यास मदत होते.

- बालकांना दात येतात त्यावेळी धायटीच्या फुलांचे चूर्ण मधात मिसळून हिरड्यांवर चोळावे म्हणजे बालकास आराम मिळतो; त्याचे शिवशिवणे थांबते तसेच दात लवकर येण्यास मदत होते.
- धायटीच्या फुलांच्या काढ्याने योनीधवन केल्याने योनीकंडू, श्वेतस्राव दूर होणे व घट्टपणा येण्यास मदत होते.
- स्त्रियांसाठी वरचेवर पाळीसाठी, अंगावरून पांढरे पाणी जात असल्यास धायटीच्या फुलांचे चूर्ण मधात मिसळून घेतल्यास उपयोग होतो.
- गर्भवती स्त्रियांना जुलाब होत असताना धायटीच्या फुलांचा काढा खडीसाखर घालून द्यावा म्हणजे योग्य फायदा होतो.
- जुलाब होत असताना रक्तस्राव होत असल्यास धायटी फुलांचा काढा उपयोगी ठरतो. तसेच आव पडत असल्यास धायटीच्या फुलांचे चूर्ण ताकासह घेणे फायदेशीर ठरते.
- पित्तज्वरासाठी धायटी उपयुक्त आहे.
- धायटी पित्तशामक असून तिचा उपयोग तापातही होतो.
- आयुर्वेदिक आसव-आरिष्ट बनविताना मद्यप्रक्रियेसाठी धायटी उपयुक्त आहे. याने संधान प्रक्रिया तसेच आसव-अरिष्टाचा रंग, टिकाऊपणा आणि चव यांसाठी धायटी गुणकारी आहे.
- धायटी विषद्रव्य दूर करणारी असल्याने निरनिराळ्या त्वचारोगात तिचा उपयोग होत असतो.
- कोकण प्रदेशात सर्पदंशावर धायटीच्या पाल्याचा रस दिला जातो. त्यावेळेस तो रस नाकात पिळण्याची आणि सर्वांगाला लावण्याची (चोळण्याची) प्रथा आहे.
- निरनिराळ्या औषधी तेलात धायटीच्या तेलाचा उपयोग केला जातो.

❑

धूप

सदापर्णी, सुंदर वृक्षांपैकी धूप ही वनस्पती आहे. हिंदीत 'सफेद डामर', 'राल', वर्साल', 'चंद्रस' या नावाने तर संस्कृतमध्ये 'अजकर्ण', 'धूप' आणि इंग्रजीत 'इंडियन कोपल ट्री' या नावाने ओळखल्या जाणाऱ्या या वृक्षाचा समावेश 'डिप्टेरोकार्पेसी' कुळात होतो.

या वनस्पतीची पाने एकाआड एक साधी, सोपपर्ण, गुळगळीत, चिवट,

लांबट, गोलसर तर फुले लहान टोकाकडे येणाऱ्या पुष्पबंधात असतात. या वृक्षाचे मध्यकाष्ठ फिकट पिवळसर, मध्यम मजबूत पण फारसे टिकाऊ नसते. साधी खोकी, चहाच्या पेट्या, आगपेट्या, फलायवूड इत्यादी वस्तू तयार करण्याकरिता याच्या लाकडाच्या फळ्या उपयोगात येतात. खोडाला चिरा पाडून काढलेला 'चिनी-रोझीन' किंवा 'पांढरेडामर' हा राळेसारखा घट्टपदार्थ धूप, रंग, रोगण इत्यादींसाठी उपयोगात येतो.

उपयोग :

- धूपाचे 'पिनी-रोझीन' मेणात किंवा तेलात घालून संधिवातावर लावणे गुणकारी असते.
- धूपाच्या बियातील तेल साबण, मेणबत्त्या, दिव्यासाठी आणि फळाच्या साली कातडे कमाविण्यासाठी उपयुक्त आहे.
- धूपाचे तेल जुनाट संधिवातावर रामबाण औषध आहे.
- धूप म्हणून जाळण्यासाठी आणखी काही वनस्पतींचे उत्सर्ग उपयुक्त ठरतात.
- धार्मिक कार्यामध्ये समारंभविधीत धूपाचा उपयोग केला जातो.
- मंदिरे, चर्च इत्यादींमध्ये प्रार्थनेच्या वेळी धूप जाळतात.
- धूपाच्या जळण्याने सुगंधाने वातावरण प्रसन्न होते. आजूबाजूची अशुद्धता दूर होते.

❑

❁ **धोत्रा** (धोतरा) ❁

प्राचीन भारतीय सांस्कृतिक परंपरेतील धोतरा या वनस्पतीचा संबंध शंकराशी जुळवून त्याचा संदर्भ 'शिवशेखर' शी आहे. तीन ते सव्वातीन फूट उंचीपर्यंत वाढणाऱ्या या झुडपाची फुले रंगाने पांढरी किंवा निळी असून, ती लांब घंटेच्या आकाराची असतात. मात्र, धोतऱ्याचे फळ हिरव्या रंगाचे, गोल आकाराचे काटेरी स्वरूपाचे

असते. त्या फळात असंख्य बिया असून त्या मऊ आणि फिकट खाकी रंगाच्या असतात. पाने अंडाकृती, दातेरी प्रकारची असतात.

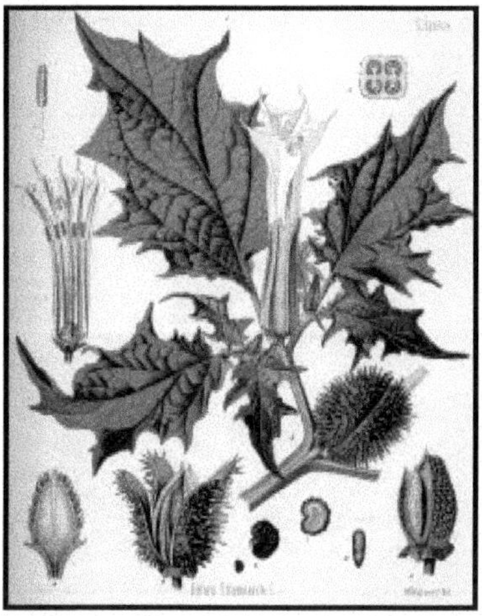

हिंदीमध्ये 'धतुरा' या नावाने, संस्कृतमध्ये 'धुस्तुरा', इंग्रजीत 'थार्न ॲपल' या नावाने प्रसिद्ध असलेली धोतरा ही वनस्पती 'सोलॅनसी' या कुळातील आहे.

अत्यंत विषारी स्वरूपाची ही वनस्पती औषधी स्वरूपात सावधानतेने उपयोगात आणावी लागते. धोतऱ्याची वाळलेली पाने, फुले, बिया किंवा फांद्यांचे शेंडे या सर्वांमध्ये औषधी गुणधर्म आहेत. धोतऱ्याच्या पानात 'हायोसायामिन' हे महत्त्वाचे क्रियाशील तत्त्व आहे. त्यामुळेच ते 'बेलाडोना' किंवा हायोसायामस सारखे उपयुक्त असते. शक्यतोवर वैद्यकीय सल्ल्याशिवाय हिचा वापर करणे चुकीचे आहे. 'धतुरा' या जातीतील या वनस्पतीच्या अनेक जाती आहेत; पण त्यातील दोन जाती औषधासाठी उपयोगात येतात. त्यापैकी 'धतुरा मेटल' ही जात भारतात अनेक ठिकाणी आढळते. दुसरी 'धतुरा इनोक्सियामेल' ही विदेशी जात भारताच्या निरनिराळ्या प्रदेशात आढळते.

उपयोग :

- धोतऱ्याची उकळलेली किंवा शिजवलेली पाने खोबरेल तेल किंवा पाण्याच्या माध्यमातून मूळव्याधींवर वरून लावावीत. त्यामुळे मूळव्याध नाहीशी होते.
- संधिवातातील वेदना कमी करण्यासाठी किंवा स्नायूंना आलेली सूज उतरविण्यासाठी धोतरा उपयोगी आहे.
- धोतऱ्याच्या पानांचा रस डोळ्यांचे विकार किंवा जळजळीवर उपयुक्त आहे.
- धोतऱ्यातील 'हायोसायामिन दम्यासाठी, तोंडासाठी, लाळेवर नियंत्रण ठेवण्यासाठी आणि फुफ्फुसाच्या वाहिन्यांना आलेली सूज घालविण्यासाठी उपयोगी आहे.
- ज्या व्यक्तींना स्नायूंचे झटके येतात. त्यांनी धोतऱ्याच्या झुडपांची पाने जाळून धूर नाकाने आत घ्यावा; म्हणजे झटक्यांवर नियंत्रण येते आणि दम्यात आराम मिळतो.
- धोतऱ्यामध्ये विषारी द्रव्य असल्याने ते बेताने शुद्ध करूनच वापरावे.

❑

❁ नागवेली (पानवेल) ❁

यथेच्छ जेवणानंतर मुखशुद्धी म्हणून नागवेलीचे पान खाण्याची पद्धती जुनी, प्राचीन आहे. त्या पानांची महती कवी कालिदास, वात्स्यायन, चरक, सुश्रृत यांनी स्पष्ट केलेली आहे. संस्कृतमध्ये 'नागवल्ली' किंवा 'तांबुली', तर इंग्रजीत 'बीटलपेप्पर' या नावाने ओळखली जाणारी नागवेली 'पायपरेसी' कुळातील आहे. त्या पानांचा विडा नागवेलीच्या पानांवर चुना, कात, सुपारी, वेलची, लवंग, खोबरे, जायपत्री, केशर, बडीशेप, थंडाई इत्यादी २१ पदार्थांनी तयार होतो.

उपयोग :

- नागवेलीची पाने सुगंधी, पाचक, वायुनाशी आणि उत्तेजक असतात.
- नागवेलीच्या पानातील तेल बाष्पन्तशील असून, ते जंतुनाशक असते.
- पाने फुफफुसाच्या विकारात गुणकारी ठरतात. त्या पानांचा गळू आणि सुजेवर पोटीस बांधण्याच्या स्वरूपात उपयोग करतात.
- नागवेलीची कोवळी पाने आणि काळीमिरी यांचे चूर्ण घेतल्यास स्त्रियांना गर्भधारणा टाळणे शक्य होते.
- नागवेलीच्या पानांचा उपयोग आणि त्या पानातील रसाचा उपयोग तहान क्षमविण्यासाठी आणि मस्तकातील रक्ताधिक्य कमी करण्यासाठी उपयोगात आणतात.
- डोकेदुखी होत असल्यास तसेच रातआंधळेपणात त्या पानांचा रस उपयोगी ठरतो.
- नागवेलीची फळे मधाबरोबर घेतल्यास कफविकार दूर होतो.
- नागवेलीच्या पानात कॅल्शियम २३० मि. ग्रॅम, जलांश ८५.४ टक्के, फॉस्फरस ४० मिलीग्रॅम, लोह ७ मि. ग्रॅ., कार्बोहायड्रेट ६.१ टक्के, प्रथिने ३.१ टक्के, तंतू २.३ टक्के, खनिजे २.३टक्के, कॅरोटीन 'अ' जीवनसत्त्व, थायमिन, 'क'जीवनसत्त्व इत्यादी द्रव्य या पानात आढळतात.

- नागवेलीची पाने खोबरेल तेल, भुईमूग तेल, मोहरी तेल, तिळाचे तेल, करडईचे तेल यामध्ये ठेवल्यास ही सर्व तेले चांगल्या स्थितीत राहतात.
- नागवेलीच्या पानांमध्ये स्थानपरत्वे चव वेगवेगळी असते. 'सांची', 'कलकत्ता' ही पाने तिखट स्वरूपाची असतात. तमिळनाडूमधील पाने सौम्य आणि मधुर असतात.
- नागवेलीच्या पानांतील बाष्पनशील तेल आणि शर्करा यांच्या प्रमाणावरून त्याचे आहारातील महत्त्व अवलंबून असते.
- सूर्यफुलाप्रमाणे पिवळसर रंगाचे नाजूक, चकचकीत पक्व पान खाण्यास उत्तम असते. त्यामध्ये अधिक तेल, आम्लता आणि क्षपणकारक शर्करा असते.
- नागवेलीच्या पानांमध्ये कॅल्शियम शिवाय आयर्न, 'बी' व्हिटॅमिन्स असतात. त्यामुळे ते शरीरासाठी पोषक आहे.
- पचनक्रियेसाठी आणि डायरिया झाला असताना तसेच जखम सुधारण्यासाठी या पानांचा उपयोग होतो.
- सुजलेल्या भागांची सूज उतरविण्यासाठी, डोकेदुखीवर इलाज म्हणून विड्याची पाने गरम करून बांधतात.
- नागवेलीच्या पानांचा रस हृदयरोगासाठी गुणकारी आहे.
- दम्याच्या विकारामध्ये या पानांच्या तेलापासून तयार केलेले तेल उपयोगात आणतात.
- स्वयंपाकघरामध्ये तेल किंवा तूप टिकवून ठेवण्यासाठी त्यामध्ये विड्याच्या पानांचा उपयोग करतात.
- प्राचीन काळापासून मंगल कार्यामध्ये, धार्मिक कार्यामध्ये, प्रणयाराधनेमध्ये तसेच रोजच्या व्यवहारात विड्याच्या पानांचा उपयोग होत आलेला आहे. सामान्यपणे मुखशुद्धी म्हणून उपयोगात आणल्या जाणाऱ्या या पानांच्या विड्यामुळे अन्नपचन क्रियेसही मदत होत असते.

❑

नागफणा (निवडुंग)

काटेरी झुडपातील औषधी वनस्पती नागफणा ही भारताच्या बहुतेक सर्व भागांमध्ये आढळते. सपाट पानांसारख्या पण पर्णहीन, मांसल आणि गर्द हिरव्या या वनस्पतीवर निळसर छटा असते. प्रत्येक चपट्या कांड्यांचा आकार खाली निमुळता आणि टोकास गोलाकार असून, त्यावर पिवळसर किंवा झिंगासारख्या फिकट रंगाच्या काट्यांचे

पुंजके असते.

फड्या निवडुंगाचा हा प्रकार संस्कृतमध्ये कंथारी तर इंग्रजीमध्ये 'प्रिकली पीअर' या नावाने ओळखला जातो. नागफणा 'कॅक्टेसी' या कुळातील आहे. या फणांचा काटा २.५सें.मी. ३.८सें.मी.पर्यंत लांब असतो. त्याच्याकडेने नवीन कांडी वाढून नवीन वनस्पती तयार होते.

उपयोग :

- नागफण्याची फळे खाद्य आणि शर्करायुक्त असल्याने त्यांच्यापासून औद्योगिक अल्कोहोल काढण्यात येते.
- नागफण्याच्या पक्व फळांपासून तयार केलेल्या सरबताचा उपयोग कफोत्सारक औषध म्हणून केला जातो.
- नागफण्याच्या सरबताने दमा आणि डांग्या खोकला हे विकारसुद्धा दूर होतात.
- ज्या ठिकाणी शरीरावर दाह होतो, त्या ठिकाणा नागफण्याच्या खोडाच्या आणि फांद्यांच्या चोथ्याचे पोटीस बांधतात. ते त्यामध्ये गुणकारी ठरते.
- शरीराच्या एखाद्या भागास गळू झाल्यास तो गळू पिकण्यासाठी आणि नारूचे फोड नाहीसे होण्यासाठी नागफणाच्या गरम कांड्यांनी शेक देतात.
- नागफण्याचे फळ थंडावा देणारे आहे. त्यामुळे त्याचा उपयोग परम्यात होत असतो.
- नेत्रविकारातील डोळे येण्याच्या विकारांवर नागफण्याच्या कांड्याचा लगदा लावतात.
- नागफण्याचे काटे जाळून जनावरांना चाऱ्याबरोबर तो खावयास देतात. तो प्राण्यांनासुद्धा स्वास्थ्यकारक ठरतो.

❑

❀ नाचणी (नागली) ❀

उष्ण हवामानातील गवताच्या प्रकारातील ही वनस्पती सुपरिचित आहे. हिंदीमध्ये 'मंडुआ', संस्कृतमध्ये 'राजिका' तर इंग्रजी 'फिंगर मिलेट' किंवा 'आफ्रिकन मिलेट' या नावाने ओळखली जाणारी नागली 'पोएसी' कुळातील आहे.

नाचणीचे बी हे खाद्य स्वरूपातील धान्य असून, त्याची भाकरी करतात. आंबील करतात. पापड करण्यासाठीही त्याचा उपयोग होतो.

नाचणीमध्ये 'अ', 'ब-१' ही जीवनसत्त्वे आढळतात. त्याशिवाय कॅल्शियम, फॉस्फरस, लोह, गंधक, आयोडिनही आढळते. नाचणीमध्ये कार्बोहायड्रेट ७६.३ टक्के, जलांश १३.१टक्के, प्रथिने ७.१टक्के, खनिजे २.२ टक्के, मेद १.३टक्के आढळते.

उपयोग :

- नाचणी पौष्टिक, किंचित कडसर, थंड आणि पित्तनाशक, पचनास जड असते; पण श्रमजीवी वर्गास ती आवश्यक असते.
- मधुमेही रुग्णांसाठी अन्न म्हणून नाचणी उत्तम असते.
- नाचणी स्तंभक (आकुंचन करणारी) असते.
- नाचणीचे पोषणमूल्य तांदळापेक्षा जास्त पण साधारणत: गव्हाएवढे असते.

❑

❁ नारळ ❁

'ईश्वराची करणी आणि नारळात पाणी' या म्हणीप्रमाणे नारळपाणी औषधी गुणसंपन्न आहे. नारळाचा संपूर्ण वृक्षच 'कल्पवृक्ष' म्हणून संबोधला जातो. हिंदीमध्ये 'नारियल', संस्कृतमध्ये 'नारिकेल' तर इंग्रजीत 'कोकोनट' या नावांनी प्रसिद्ध असलेले नारळ वृक्ष 'पामी' कुळातील आहे.

जगातील कोणत्याही शीतपेयापेक्षा शहाळ्याचे पाणी मधुर, शीतल आणि उत्तम असते. मानवी जीवनाच्या सत्यसृष्टीतील हा

कल्पवृक्ष हिंदूंच्या धार्मिक आणि शुभकार्यामध्ये प्रसाद प्रदान करीत असतो.

उपयोग :

- नारळपाणी तहान शमविण्यासाठी, लघवीची जळजळ थांबविण्यासाठी, शरीरातील ताप कमी करण्यासाठी, डोळ्यांची क्षीणता घालविण्यासाठी आणि शरीरात चैतन्य निर्मितीसाठी उपयुक्त आहे.
- शरीराच्या पित्तातील आम्लता वाढवून होणाऱ्या आम्लपित्त या विकारावर नारळाचे पाणी गुणकारी औषध आहे.
- मुतखड्याचा विकार किंवा अन्य मूत्रविकार दूर करण्यासाठी नारळपाणी उत्तम रसायन आहे.
- ट्रॉपिकल स्कूल ऑफ मेडिसिनच्या निष्कर्षानुसार कॉलऱ्यामध्ये ओल्या नारळाचे पाणी अत्यंत आवश्यक आहे; फायदेशीर आहे.
- नारळपाणी शरीरास आवश्यक ते क्षार पुरविते तसेच ते जंतुनाशक असल्यामुळे आतड्यातील जंतूंचा नाश करते.
- नारळामध्ये पाणी सोडियम, पोटॅशियम, कॅल्शियम, मॅग्नेशियम, क्लोरिन, सल्फर, फॉस्फरस, लोह, तांबे, बायोटिन, रिबोफलावीन आणि 'ब' गटातील जीवनसत्त्वे आढळतात; त्यामुळे नारळ उत्तम औषध आहे.
- नारळाचे लवण पोटदुखी आम्लपित्त अशा अनेक विकारांवर उपयुक्त आहे. नारिकेल लवण तयार करण्यासाठी जास्त पाणी असलेला नारळ पूर्ण सोलावा. त्यातील डोळ्यांतून सैंधव लवण गच्च भरून डोळे पुन्हा बंद करावेत. त्यानंतर तो नारळ योग्य प्रमाणात भाजून घ्यावा. आतील तयार झालेला मगज म्हणजे नारिकेल लवण होय.
- नारळाचे खोबरे आणि पाणी पौष्टिक असून, शहाळ्यातील पाण्याचा उपयोग कृत्रिम गर्भ संवर्धन किंवा सूक्ष्म जंतू संवर्धन यासाठी होत असतो.
- नारळाच्या खोबऱ्याचा उपयोग स्वयंपाकघरात तसेच मिठाईत केला जातो. खोबरे कामोत्तेजक आणि लघवी साफ करणारे असते.
- नारळातील तेल खाण्यासाठी तसेच सुगंधी तेले, साबण, मेणबत्त्या, मार्गारिन इत्यादींसाठी मोठ्या प्रमाणात वापरले जाते.
- नारळाच्या वृक्षास त्याच्या फुलोऱ्यास खाचा पाडून मधुर रस प्राप्त केला जातो. सूर्योदयापूर्वी तो मधुर रस निरा या नावाने ओळखला जातो; तो अत्यंत शीतल असतो. त्यापासूनच ताडी हे मादक पेय तयार केले जाते.

- नारळाची फुले स्तंभक असतात.
- ताजी आणि आंबवलेली माडी (ताडी) सारक व उत्तेजक असते.
- खोबरेल तेल केशवर्धन आणि अंगाचे मॉलिश यासाठी उपयोगात होते.
- मासिकस्राव कमी होत असेल किंवा त्यासाठी कष्ट, वेदना होत असतील, तर वाळलेले खोबरे खावे.
- खोबरेल तेल क्षय रोगासाठी उत्तम आहे, कॉडलिव्हर ऑईल प्रमाणेच त्याचा उपयोग होतो.
- कमकुवतपणा किंवा सामान्य दौर्बल्य निर्माण झाले, तर ताज्या नारळाचा उपयोग करावा.
- नेहमी कानातून रक्त येणे, नाक फुटणे, शौचासातून रक्त जाणे इत्यादी विकार दूर करण्यासाठी नारळपाणी, खोबरे आणि तेल यांचा उपयोग करावा.
- नारळ पाण्यातील विशिष्ट गुणधर्मामुळे हृदयाचे स्वास्थ्य टिकून राहते. ज्ञानतंतू आणि पचनसंस्था व्यवस्थितपणे कार्यरत राहतात.
- डोक्यावरील केसांचे आरोग्य टिकवून ठेवण्यासाठी शुद्ध खोबरेल तेलाचा उपयोग करावा.
- नारळाच्या करवंटीवर विशेष प्रक्रिया करून त्यातून तेल काढले जाते; ते तेल 'नारिकेल कपाल' या नावाने ओळखतात. त्या तेलाने कुष्ठरोग दूर होतो. त्वचेचे विकार दूर होतात.

❑

❀ नासपती ❀

बाह्य देशांमध्ये 'पेअर' या नावाने ओळखली जाणारी नासपती 'रोझेसी' कुळातील आहे. 'गुलाब' कुळातील पीच, प्लम आणि चेरी या नावाने ओळखल्या जाणाऱ्या लोकप्रिय फळांपेक्षा पेअरचे उत्पादन जास्त आहे.

आशियामध्ये बहुतेक जाती चिनी सँडपेअरपासून तयार झालेल्या

आहेत. पेअरची अक्रांत मृदूफळे सफरचंदापेक्षा अधिक नरम आणि मधुर असतात.

पेअरच्या फळामध्ये थोडी जास्त प्रथिने आणि खनिजे, साखर आढळते. नासपती प्रकारातील बेरीकाईची फळे कुरकुरीत, गोड असतात. युरोपीय पेअरमध्ये बियांची संख्या कमी-अधिक आढळते. ती फळे आकाराने लांबट, लहान पेरूसारखी चवीला गोड आणि गर (मगज) कमी रवाळ असतो.

उपयोग :

- नासपतीची फळे शरीराचा दाह कमी करणारी, ज्वरनाशी आणि स्तंभक असतात.
- नासपतीफळामध्ये प्रथिने कमी असतात, त्यातील रवाळ गराची (मगज) फळे शिजवून खातात.
- नासपती फळांचे मुरंबे घालतात.
- नासपतीची ताजी व पक्व फळे आहे तशीच खातात तर काही त्यांचा रस काढून त्यांचा रस बनवतात. फळे हवाबंद करून विक्रीस ठेवतात. तसेच त्या रसापासून मद्ययुक्त पेये बनविली जातात.
- युरोपीय जातीच्या काही प्रकारात पाने खंडित आणि चित्रित असल्यामुळे ती शोभेसाठी बागेत लावली जातात.
- नासपतीच्या सेवनाने स्त्रियांच्या गर्भाशयाचे विकार दूर होतात.

❑

❀ निशिगंध ❀

सुंदर, सुगंधी फुलातील सुपरिचित निशिगंध बहुतेक सर्वच ठिकाणी आढळतो. हिंदीमध्ये गुलछडी, संस्कृतमध्ये रजनीगंधा, इंग्रजीत 'ट्युबरोझ' किंवा 'सिटीफर्लॉवर' या नावाने ओळखली जाणारी ही वनस्पती 'अमरिलिबेसी' कुळातील आहे.

या वनस्पतीची पाने रेषाकृती, साधी, मुलज, स्कंधोभव असून, फुले पांढरी, द्विलिंगी, सुगंधी, लांब तळाजवळ वाकलेली, नरसाळ्यासारखी असतात. निशिगंधा कंदातून निर्माण होणारे एकेरी आणि

दुहेरी पुष्पमुकुट असे दोन प्रकार असतात. त्यापैकी एकेरी प्रकार हा अधिक सुगंधी असतो; तसेच तो औषधीदृष्ट्या अधिक गुणकारी ठरतो.

उपयोग :

- निशिगंधाची फुले वांतिकारक आणि मूत्रल आहेत; म्हणजे या फुलांच्या रसाने लघवी साफ होते.
- जावा बेटामधील चिनी लोक निशिगंध फुलांचा भाजीमध्ये उपयोग करतात. भारतात मात्र हार, तुरे, वेण्या, गजरे, पुष्पगुच्छ इत्यादी प्रकारांत त्यांना व्यापारी महत्त्व प्राप्त झालेले आहे.
- निशिगंधाच्या कंदाचे चूर्ण परम्यावर देतात.
- निशिगंधाची फुले सुगंधी असल्याने त्या फुलापासून सुगंधी अर्क काढला जातो. फ्रान्समध्ये त्या सुगंधी अर्कापासून सेंट, अत्तर, सुगंधी तेल, साबण इत्यादी तयार केले जातात.

❑

निंब

औषधी क्षेत्रातील 'कल्पवृक्ष' समजला जाणारा कडुनिंब, बहुगुणी वनस्पतीमध्ये समाविष्ट आहे. 'मेलिएसी' कुळात याचा समावेश होतो. हिंदीमध्ये 'निम', संस्कृतमध्ये 'निबतरू' आणि इंग्रजीत 'मार्गोसा' या नावाने प्रसिद्ध असलेला कडुनिंब, बकाणा आणि निंब या प्रकारात आढळतो. बकाणा निंब एक शोभिवंत वनस्पती आहे. त्या निंबाच्या फळामध्ये ४ ते ५ कठीण बिया असतात. त्या निंबाचे लाकूड कठीण, चिवट, हलके, टिकाऊ व सुंदर असते. त्या वृक्षाच्या पानात कडुनिंबापेक्षा कडूपणा कमी आढळतो.

'ॲझारिरक्टा इंडिका ए जेसुई' या नावाने ओळखल्या जाणाऱ्या भारतीय कडुनिंबाचे स्थान वनस्पतीशास्त्रात अग्रगण्य आहे. म्हणूनच नववर्षाच्या पहिल्या दिवशी त्याची

सन्मानाने 'गुढी' उभारणी होते. 'नीम' या हिंदी भाषेतील नावाप्रमाणेच त्याला संस्कृतमध्ये 'आरिष्ट' (निरोगी ठेवणारा) तर पोर्तुगीजमध्ये 'मार्गोसा' संबोधतात.

'कीड' आणि 'रोग' यापासून मुक्त असलेला हा भारतीय वृक्ष औषधीगुणांनी समृद्ध आहे. सतत हिरव्यागार राहणाऱ्या या वृक्षांची भारतातील संख्या एक कोटी चाळीस लाखांच्या घरात आहे. त्यापासून प्रतिवर्षी सुमारे साडेचार लक्ष टन तेलबिया प्राप्त होतात. त्यापासून २० टक्के कडुनिंब तेल प्राप्त होते. तेल काढल्यानंतर कडुनिंब पेंड (ढेप) उपलब्ध होते. कडुनिंबाच्या पेंडीचे रासायनिक पृथक्करण केल्यास त्यापासून पुढील पदार्थ प्राप्त होतात.

पिष्टमय पदार्थ	२५ ते ३८ %
प्रथिने	१७.०९ %
तेल	२.३१ %
आर्द्रता	६.८५ %
नत्र	२.७३ %
चुना	१.९३ %
स्फुरद	०.२७ %
चोथा	२८.२ %
राख	१५.१४ %
गंधक	०१.०७ %
पालाश	२.०१ %
वाळू	०.०१ %

'मेलिएसी' या कुळातील ही वनस्पती असून याचे वृक्ष दक्षिण भारतात मोठ्या प्रमाणात आढळतात. बहुतांशी गावठाणाजवळ किंवा रस्त्याच्या कडेने या प्रकारच्या झाडांची लागवड झालेली आढळते. संयुक्त पिच्छाकृती पाने असलेल्या या झाडाची पाने लहान-लहान अनेक भागात विभागलेली असतात. झाडाची फळे (लिंबोळ्या) १.२ ते १.८ से.मी. लांब, हिरवी किंवा पिवळ्या वर्णाची असतात. झाडाची उंची साधारणपणे २५ मीटर असते. सर्वसामान्यपणे झाडाची वाढ समुद्रसपाटीपासून ६७० मीटर उंचीच्या प्रदेशात जास्त होत असते. कमी-अधिक पाऊसमान कमी-जास्त तापमान सहन करण्याची शक्ती, झाडाची क्षमता वाखाणण्यासारखी आहे. याच कारणाने सौदी अरेबिया आणि फिलिपिन्समध्ये या प्रकारच्या झाडांची लागवड होत आहे. पिकांना संरक्षक ठरणारी ही वनस्पती वाळवंटाचा विस्तार मर्यादित करण्यासही

कारणीभूत ठरली आहे. मॉरिशियाना व सोमालियात वाळवंटाचा विस्तार रोखण्याचे कार्य कडुनिंबामुळे शक्य झाले आहे. सहारा वाळवंटाप्रमाणेच इतरही ठिकाणी या वनस्पतीचे महत्त्व स्पष्ट झालेले आहे. ऑस्ट्रेलियात खाणींच्या क्षेत्रात खनिज काढून घेतल्यानंतर ओसाड, उजाड, झालेल्या जागेवर हिरवळीसाठी याच वृक्षांचा हातभार लागलेला आहे.

कडुनिंबाच्या झाडाचे अनेक रासायनिक उपयोग आहेत. त्याचप्रमाणे दैनंदिन कार्यातसुद्धा त्याचा उपयोग होत असतो. झाडाला किंवा त्याच्या लाकडाला वाळवी लागत नाही. तसेच लाकूड टणक व वजनदार असते त्यामुळे इमारती लाकूड, शेती अवजारे, कुंपणाचे खांब, इमारतीचे बांधकाम करण्यासाठी या वृक्षाचा उपयोग मोठ्या प्रमाणात होत असतो. सुकविलेल्या खोडाची साल, झाडाची पाने, मुळे इत्यादींचा औषधीसाठी उपयोग होतो. जनावरांच्या पोषणासाठीसुद्धा कडुनिंबाचा पाळा बहुगुणी सिद्ध झालेला आहे. रासायनिक गुणधर्म लाभलेल्या कडुनिंबाचे महत्त्व भारतीयांपेक्षा धूर्त अमेरिकनांच्या लक्षात आल्याने त्यांनी निंबाचे पेटंट प्राप्त करून घेतले. नंतर भारताने केलेल्या अर्जानुसार आता ते सर्वांच्या वापरासाठी खुले आहे. भारतीय भूमीवर जन्मास आलेल्या आणि वाढलेल्या कडुनिंबाची चांगली वाणिज्यफळे यापुढे सर्वजण चाखणार, यात शंका उरलेली नाही.

उपयोग :

- कडुनिंबाचा कडू रस आरोग्यासाठी आवश्यक आहे. दररोजच्या अन्नातून आंबट, गोड, तिखट, खारट रसाचे सेवन आपण करीत असतो पण कडू रसाची आवश्यकता मात्र, पूर्ण होत नाही. त्यामुळेच एखाद्यावेळी षड्रसाचे संतुलन बिघडून व्याधी निर्माण होतात; त्या होऊ नये म्हणून कडुनिंबाचा रस शरीरासाठी गरजेचा ठरतो.
- कडुनिंब प्रामुख्याने त्वचाविकार दूर करण्यासाठी, वेदनायुक्त सूज कमी करण्यासाठी आणि अंगातील ताप कमी करण्यासाठी उपयुक्त आहे.
- ज्वर, वेदना, कृमी या विकारात निंबाच्या पानांचा रस काढून मधासोबत चाटण घ्यावे, म्हणजे विकार नाहीसे होतात.
- यकृत विकार दूर करण्यासाठी, जखमा भरून काढण्यासाठी निंबाच्या पानांचा रस उपयुक्त आहे. कावीळ दूर करण्यासाठी सुंठीबरोबर निंबाचा रस घ्यावा.
- कडुनिंबाच्या पानांना तव्यावर तुपात भाजून आवळ्याबरोबर सेवन करावे, त्यामुळे आम्लपित्त, शीतपित्त आणि रक्तविकार दूर होतात.
- सकाळच्या प्रहरी थंड पाण्याबरोबर थोडा निंबरस प्यायला तर भूक वाढते आणि शरीरातील जंत, कृमींचा नाश होतो; म्हणजे तो रस पाचक दीपक आहे.

- निरनिराळ्या प्रकारचे धनधान्य, पुस्तके किंवा कपडे या साठवणीमध्ये निंबाची वाळलेली पाने ठेवल्यास कीड लागत नाही किंवा कसर लागत नाही.
- गोवर, कांजण्या, देवी, कुष्ठरोग, विषमज्वर यांसारख्या विकारात कडुनिंबाची गोळी घेणे हितकारक ठरते. कडुनिंबाची ही गोळी कडुनिंबाची पाने व मिरी समप्रमाणात वाटून तयार केली जाते.
- कडुनिंबाची फुले पौष्टिक आणि दीपक आहेत.
- कडुनिंबाची फळे (निंबोण्या) जखमा, कुष्ठरोग किंवा डोक्यातील उवा घालविण्यासाठी उपयोगात आणतात; त्यासाठी त्या बियांचे चूर्ण तयार केले जाते.
- कडुनिंबाच्या पानांचा लेप त्वचाविकारांवर उपयुक्त आहे. दाह, खाज, खरूज, गजकर्ण इत्यादी विकारांमध्ये पाने वाटून तयार झालेल्या चटणीचा लेप त्या विकाराच्या ठिकाणावर लावावा. कडुनिंबाच्या त्या लेपामुळे त्वचा सुधारते.
- उष्णतेचे विकार दूर करण्यासाठी निंबाचा रस खडीसाखरेसोबत घ्यावा, त्या सेवनाने विकार नाहीसे होतात.
- कडुनिंबाच्या सालीमधून पाझरणारा डिंक उत्तेजक, शामक आणि पौष्टिक असतो. घशाच्या विकारांवरसुद्धा तो गुणकारी ठरतो.
- कडुनिंबाच्या कोवळ्या काड्यांनी दात स्वच्छ केल्यास हिरड्या मजबूत होतात. तसेच दंत रोगाची लागण होत असल्यास ती नष्ट होते.
- गॅस्ट्रो आणि कॉलरा यांची लागण होऊ नये म्हणून मूठभर निंबपाला थोडा कापूर आणि हिंग टाकून खावा.
- कडुनिंबाच्या झाडातून स्त्रवणारा रस आंबल्यावर थंड पेयासारखा घेतल्यास तो शरीरास पौष्टिक ठरतो. त्या रसाने जुनाट कुष्ठरोग आणि क्षयरोग हे विकार दूर होतात.
- कडुनिंबाची साल कडू स्तंभक असून, ती पाळीच्या तापावर उपयुक्त सिद्ध होते.
- कडुनिंबाच्या बियांचे तेल जंतुनाशक आणि उत्तेजक असते. त्या तेलाचा उपयोग त्वचारोगावर आणि संधिवातामध्ये सुद्धा होत असतो.
- कडुनिंबाच्या बियांचे तेल साबणासाठी, तसेच दिव्यासाठी उपयोगात आणतात.
- उन्हाने डोकेदुखी सुरू झाल्यास, कडुनिंबाच्या बियांचे तेल मस्तकास चोळावे, म्हणजे डोकेदुखी थांबते.
- बकाणा निंबाच्या पानांचा रस लघवी साफ करणारा (मूत्रल) मूत्रखडे विनाशक आणि मासिकस्राव सुरू करणारा (आर्तवजनक) असतो.

- बकाणा निंबाच्या फळाच्या गरामधून (मगज) मार्गोसीन प्राप्त होते. शिवाय त्यामध्ये स्टेरॉल आणि टॅनिन ही द्रव्ये असतात.
- बकाणा निंबाच्या बीमुळे माणसांना पोटदुखी, अतिसार आणि ओकाऱ्या इत्यादी त्रास सुरू होतो.
- बकाणा निंबाच्या झाडाचा डिंक प्लीहावृद्धीवर उपयुक्त आहे. चीनमध्ये याची फळे तापावर देतात, तर बिया संधिवातावर देतात.
- मराठी नववर्षानिमित्त गुढीपाडव्याच्या दिवशी कडुनिंबाची कोवळी पाने, त्या लिंबाची पांढरी फुले त्यामध्ये थोडी चिंच, गूळ, मिरी, सैंधव, मीठ, हिंग, जिरे, ओवा, घालून वाटतात. हा नौसत्त्वांचा प्रसाद सेवन केला, तर त्यामुळे नवीन वर्ष आरोग्यवर्धक व्हावे, हीच भावना जोपासली जाते.
- सर्पदंश झालेल्या व्यक्तीस त्या दंशातील विषाच्या परीक्षेसाठी कडुनिंबाची पाने खाण्यास दिली जातात. कडुनिंबाची पाने त्या व्यक्तीस कडू लागली, तर त्या सर्पदंशातील विषाचा प्रभाव कमी झाला हे स्पष्ट होते.
- प्राचीन काळापासून स्त्रियांना बाळंतपणानंतर सतत तीन दिवस कडुनिंबाच्या पानांचा रस दिला, तर त्या रसामुळे त्या स्त्रीचे बाळंतरोगापासून संरक्षण होते. याशिवाय तिच्या अंगावरील दुधात वाढ होते.
- घरात डास, माशा इत्यादींचे प्रमाण वाढले तर जळत्या निखाऱ्यावर कडुनिंबाची पाने टाकतात. त्यामुळे धूर होऊन डास-माशा नाहीशा होतात.
- कडुनिंबाच्या पिकलेल्या निंबोळ्या पानापेक्षा कमी कडू असतात. त्या खाण्यास रुचकर, पौष्टिक आणि पाचक असतात. त्यामुळे शरीरातील जंतांचा नाश होतो. रक्त शुद्ध होते. कफ नाहीसा होतो आणि मूत्रविकार निघून जातात.
- मूळव्याधीमध्ये कडुनिंबाच्या निंबोळ्या मोरचूद घालून वाटाव्यात. तयार झालेला लेप मूळव्याधीवर लावावा किंवा बांधावा त्यामुळे मूळव्याधीचे कोंब गळून पडतात.
- खाज, खरूज, गजकर्ण इत्यादी त्वचारोग असल्यास निंबोळीच्या तेलाने मॉलिश करावे, तसेच स्नानासाठी निंबोळीचा साबण उपयोगात आणावा.
- योनी विकार, प्रदर, गंधयुक्त स्राव इत्यादींवर कडुनिंबाच्या पानांचा काढा तयार करून त्याचा पिचकारीने ड्यूश केल्यास आराम वाटू लागतो.
- कडुनिंबाची फुले, डिंक, क्षुधावर्धक कृमिनाशक, पौष्टिक, उत्तेजक, वीर्यवर्धक आणि शक्तिवर्धक असतात. त्याची साल, काड्या जखमेसाठी, दंतविकार दूर करण्यासाठी, जीभ स्वच्छ होण्यासाठी उपयोगी ठरते. कडुनिंबाच्या झाडाची

सावली घनदाट, थंड, शीतल, आरोग्यवर्धक असून, त्यातून येणारी हवा शुद्ध असते. त्यामुळे त्या झाडाखाली दुपारच्याबेळी सुखाचा, दीर्घायूचा अनुभव झाल्याशिवाय राहात नाही. या सर्व गुणसंपन्नतेमुळे कडुनिंब औषधी वनस्पतीतील कल्पतरू मानला तरी हरकत नाही.

- कडुनिंबाच्या पानातून प्राप्त झालेला अर्क पाण्यात मिसळून पिकावर फवारल्यास पिकांचे जीवजंतू टोळधाडीपासून संरक्षण होते. रासायनिक कीटकनाशके भाजीपाला किंवा अन्नधान्यावर फवारण्याऐवजी कडुनिंब अर्क फवारणे अधिक हितवर्धक असते.
- कडुनिंबाची कोवळीपाने मधुमेहीसाठी अत्यंत गुणकारक आहेत. दररोज ५–६ कोवळी पाने खाल्याने मधुमेहावर नियंत्रण प्राप्त करता येते. तसेच शारीरिक स्वास्थ्य लाभते.

❑

❀ निर्गुंडी ❀

आजीबाईच्या बटव्यातील निर्गुंडीचे तेल किंवा आदिवासींच्या गावातील निर्गुंडीचे स्थान, उपयोग लक्षात घेतले म्हणजे 'निर्गुंडी' वनस्पतीचे औषधी महत्त्व स्पष्ट होते. हिंदीमध्ये 'संभाल', संस्कृतात 'निर्गुंडी', इंग्रजीमध्ये 'इंडियन प्रिव्हेंट' या नावाने संबोधली जाते. निर्गुंडी 'व्हबेंनसी' कुळातील आहे.

साधी निर्गुंडी आणि कत्री निगुर्डी या प्रकारात निर्गुंडीची वनस्पती आढळते. भारतामध्ये इंद्राणी लिंगूर या नावांनीसुद्धा ही निर्गुंडीची जात आढळते. तिला साधी पाने किंवा संयुक्त पाने असून, सर्वदले बिनदेठाची असतात. ती वनस्पती कुंपणासाठी बांधाच्या कडेने लावली जाते.

उपयोग :

- निर्गुंडीची मुळे कफोत्सारक आहे. तसेच ती मुळे पौष्टिक आणि ज्वरनाशक आहे.
- निर्गुंडीची पाने सुगंधयुक्त, उडनशील तेलाने समृद्ध असतात. ती पाने कृमिनाशक पौष्टिक असून, डोकेदुखीवर त्यांची पूड तपकिरीप्रमाणे ओढतात.

- पानांचा उपयोग वृषणांच्या सूजेवरसुद्धा केला जातो. संधिवातामध्ये सांध्यांच्या सूजेवर आणि प्रमेहामुळे होणाऱ्या पुजनन ग्रंथीच्या सुजेवर होत असतो. गळवांचा निचरा होण्यासाठीसुद्धा पानांचा उपयोग होतो.
- निर्गुडीची फळे कृमिनाशक असतात. त्या फळांमध्ये 'रेझिन' आणि 'मॅलिक' अशी दोन प्रकारची आम्ले असतात.
- निर्गुडीच्या फळात रंगद्रव्य असतात. त्याची चव तिखट, कडवट आणि चुरचुरीत असते.
- निर्गुडीचा मुख्य परिणाम नाडी संस्थांवर होत असतो. वातविकार दूर करणे, व्रण, घाव भरून काढणे, त्वचारोग दूर करणे ही कार्ये निर्गुडीद्वारा होत असतात.
- महिलांना बाळंतपणानंतर येणाऱ्या ज्वरामध्ये निर्गुडीच्या पानांचा रस दिला जातो. काही ठिकाणी निर्गुडीच्या कोवळ्या पानांचा रस दिला जातो. काही ठिकाणी निर्गुडीच्या कोवळ्या पानांची भाजीसुद्धा सेवनास देतात.
- जेव्हा पोटामध्ये वायू साचतात, पोटफुगी होते. तेव्हा निर्गुडीच्या पानांच्या कोमट गाठोड्याने पोट शेकतात, त्यामुळे वायूचे निस्सारण होते.
- सर्दी, कफ, खोकला, यावरसुद्धा निर्गुडीच्या पाल्याचा लहान चमचाभर रस नियमितपणे दिला जातो.
- निर्गुडीच्या पानांचा उपयोग प्रसूतिनंतरची सूज कमी करण्यासाठीसुद्धा केला जातो. त्यासाठी पाने वाटून गर्भाशयाच्या भागात बांधली जातात.
- सांधेदुखीवर निर्गुडीच्या तेलाची मालीश करतात.
- चर्मरोगातील जंतू मारण्यासाठी निर्गुडीच्या तेलाचा उपयोग केला जातो.
- निर्गुडीची पाने किंवा साल पाण्यात उकळून तयार झालेल्या काढ्याने केस धुतले म्हणजे केसांचे आरोग्य सुधारते.
- निर्गुडी ही वातनाशक, उत्तम प्रकारची औषधी वनस्पती आहे.

❑

निलगिरी

'मिरटेसी' कुळातील सदापर्णी, सुगंधी, उंच अशा वनस्पतींपैकी निलगिरी ही उबदार प्रदेशातील वनस्पती आहे. 'ब्ल्यू गम', 'रेडगम', 'फलोरल गम', 'व्हाईट गम' अशा नावांनी ओळखली जाणारी निलगिरी इंग्रजीमध्ये 'यूकॅलिप्टस' नावाने प्रसिद्ध आहे. भारतात सुमारे शंभर जातींची लागवड केली जाते. या अतिउंच झाडाची पाने जाडसर, दातत्राकृती किंवा अर्धचंद्राकृती असतात. फुले पांढरी, क्वचित पिवळट

व लालसर द्विलिंगी पुष्पगुच्छात आढळतात. झाडाची साल जाड परंतु कायम टिकणारी आहे.

जमिनीतील पाणी, पोषणद्रव्ये मोठ्या प्रमाणावर शोषून घेणाऱ्या वनस्पतीचे लाकूड मजबूत, जड, कठीण, आणि टिकाबू असते. या वनस्पतीपासून सुगंधी द्रव्योद्योग तेले, औद्योगिक तेले, औषधी तेले तयार केली जातात. भारतामध्ये लागवड केल्या जाणाऱ्या निलगिरीच्या जातीतील 'सिनिओल' घटक द्रव्ये असलेले औषधी तेल प्राप्त केले जाते.

उपयोग :

- पाणथळ जागेमध्ये, सांडपाण्याच्या दलदलीच्या जागेत हिवतापाला प्रतिबंध करण्यासाठी निलगिरीची झाडे लावतात.
- श्वासनलिकेच्या वरच्या भागातील संसर्गजन्य विकार आणि काही कातडीचे रोग यांवर निलगिरी तेल उपयोगात आणतात.
- संधिवातावर निलगिरी तेल आणि ऑलिव्ह तेल समप्रमाणात घेऊन चोळतात.
- ज्वलनाने किंवा भाजण्याने त्वचेला इजा होते अशा ठिकाणी उपयोगात येणाऱ्या निरनिराळ्या मलमांमध्ये निलगिरी तेलाचा उपयोग केला जातो.
- श्वासनलिका दाह आणि जुनाट दमा यावर हे तेल उत्तेजक असून, कफ पातळ करून पाडणारे आहे.
- नाकाच्या तक्रारीमध्ये उकळत्या पाण्यात बेंझोइन टिंक्चर, मेंथॉल, पाईनचे तेल आणि निलगिरी तेलाचे थेंब टाकून त्याची वाफ नाकात ओढून घेतली जाते त्यामुळे नाकाचा त्रास कमी होतो.
- निलगिरीची मुळे रेचक आहेत.
- निलगिरीच्या खोडाच्या सालींमध्ये टॅनिन असते. त्यातून मोठ्या प्रमाणात टॅनिनयुक्त द्रव्य प्राप्त केले जाते.
- निलगिरीच्या किनोचा उपयोग अतिसार, जुनाट अमांश, कापणे, दंतवैद्य कार्यात केला जातो.

❑

❀ नीळ ❀

'नीळ' हे रंगद्रव्य ज्यापासून तयार होते ते झुडूप म्हणजे नीळ होय. संस्कृतमध्ये 'नीला' आणि इंग्रजीत 'इंडियन इंडिगो' या नावाने ओळखली जाणारी नीळ 'पॅपिलिओनसी' कुळातील आहे.

उपयोग :

- निळेची पाने दमा, खोकला, डांग्या खोकला, फुफफुसाचे विकार दूर करण्यासाठी उपयुक्त आहेत.
- निळीच्या पानानी प्लीहावृद्धी, यकृतदाह, जलशोफ, आणि मूत्रपिंडाचे विकार दूर होतात.
- हृदयाच्या धडधडण्यावरही निळीची पाने उपयुक्त आहेत.
- कुत्र्याच्या विषाने अलर्क रोग उद्‌भवला तर सुमारे ५० ग्रॅम निळीच्या पानांचा रस तेवढ्याच प्रमाणातील दुधाबरोबर देतात; तसेच तो रस जखमेवर लावतात.
- शरीरामध्ये काही विशिष्ट इंद्रियांमध्ये खेड झाले तर, निळीच्या मुळाचा काढा देतात.
- आर्सेनिक विषावर उतारा म्हणून नीळ उपयुक्त आहे.
- नीळ लहान मुलांच्या बेंबीवर लावल्यास मलोत्सर्ग होतो.
- भाजणे, पोळणे, कीटक दंश इत्यादींवर निळीचा लेप औषधीयुक्त गुणकारी आहे.
- अलीकडे निळीचा उपयोग कापड रंगविण्यासाठी, छपाईची शाई तयार करण्यासाठी निळीपासून बनविण्यात येणाऱ्या इतर पदार्थांसाठी कच्चा माल म्हणून धुलाईत व रंगलेपात करतात.

❑

❀ निशोत्तर ❀

औषधी वेलीमध्ये दुधाळ रसाची मोठी वेल म्हणून निशोत्तरचा उल्लेख करता येतो. हिंदीमध्ये 'निसोथ', 'निशोत', संस्कृतमध्ये 'त्रिपूट' आणि इंग्रजीत 'इंडियन

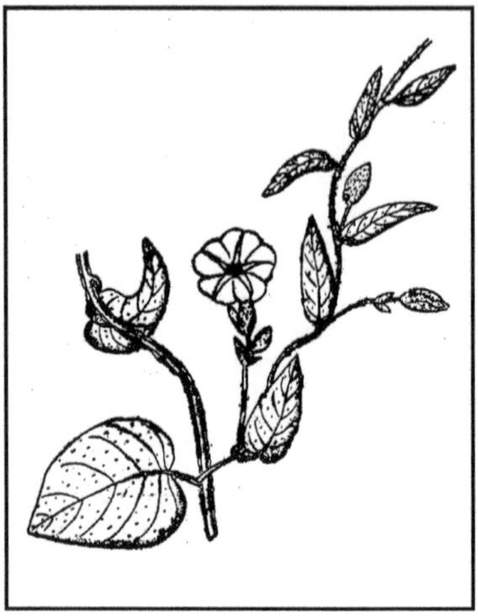

जलाप' या नावाने ओळखली जाणारी निशोत्तर 'कान्व्हॉल्व्हुलेसी' कुळातील आहे.

निशोत्तरची पाने विविध आकाराची किंचित लांब, तळाशी हृदयाकृती प्रकारची तर फुले पंखधारी देठाची सच्छिद्र असतात. पुष्पमुकुट मोठा नलिकाकृती पांढऱ्या नरसाळ्यासारखा असतो. त्याचे फळ (बोंड) गोलसर आणि चारकांड्या गुळगुळीत बियांनी युक्त असते. निशोत्तरमध्ये टर्पोथिन नावाचे ग्लुकोसाइड व एकराळ असते. त्यामुळे ते एक प्रमुख औषधीद्रव्य आहे. निशोत्तरमध्ये आढळणारे टर्पेथ काळे टर्पेथ आणि पांढरे टर्पेथ अशा दोन प्रकारचे असते.

उपयोग :

- काळे टर्पेथ तीव्र रेचक असून, त्यामुळे घेरी येते, बेशुद्धी येते. उलट्या होतात म्हणून सहसा त्याचा उपयोग करीत नाही.
- पांढरे टर्पेथ सौम्य विरेचक असून ते बेशुद्धावस्थेत गुंगी आणि दाहावर उपयोगी ठरते.
- निशोत्तर औषधी द्रव्य कडू, कफोत्सारी आणि रेचक आहे.
- निशोत्तर वनस्पतीच्या मुळाचे आणि खोडाचे तुकडे बाजारात औषधासाठी मिळतात. औषधाकरता मुळाचा तुकडा सुंठ आणि सैंधवाबरोबर थंड पाण्यात उगाळून देतात.
- निशोत्तर आमवात, वातरक्त, जलोदर इत्यादींमध्ये गुणकारी आहे.
- खरे जलाप एक्झोगोनियम पगी पासून मिळते; पण टर्पेथमध्ये साधारणपणे खऱ्या जलापासारखेच गुणधर्म आढळतात म्हणून ते खऱ्या जलापाऐवजी उपयोगात आणतात.

❑

पळस

सर्वांना सुपरिचित असलेले शेंदरी-नारिंगी रंगाच्या फुलांनी डवरलेले पळस औषधी गुणधर्मांनी समृद्ध आहे. संस्कृतमध्ये 'पलश', इंग्रजीत 'फलेम ऑफ दी फॉरेस्ट' या नावाने प्रसिद्ध असलेला पळस 'पॅपिलिओनसी' या कुळातील आहे.

भारतातील सर्व जंगलांमध्ये आढळणाऱ्या पळसाचे पान, फूल, साल, डिंक, बीज आणि झाड या सर्वांचा मानवी जीवनास उपयोग होतो. पळसाला पाने तीनच अशी वास्तविकता असली तरी पळसाच्या झुडपावरील अनेक पाने गोळा करून त्यांचा उपयोग समारंभामध्ये जेवणासाठी पत्रावळी आणि द्रोण म्हणून करतात.

उपयोग :

- बहुगुणी पळसाच्या बिया पळस पापडी या नावाने ओळखल्या जातात. त्वचेचे रोग, नेत्रविकार आणि सूज दूर करण्यासाठी बियांचा लेप उपयोगात आणतात.
- पचन संस्थेमध्ये बिघाड झाला तर, किंवा मूळव्याधीच्या विकारात औषधी म्हणून पळसाच्या सालीचा काढा सेवनात देतात.
- पळसाची फुले अतिसार दूर करण्यासाठी उपयोगात येतात. जेव्हा जास्त तहान लागते, तेव्हा तो विकार क्षमविण्यासाठीसुद्धा या फुलांचा उपयोग केला जातो.
- पळसाची फुले वाळवून त्यांची वस्त्रगाळ पूड तयार केली जाते. लघवी साफ होत नसेल, तर ही पूड दूध व खडीसाखरेबरोबर घ्यावी, त्यामुळे लघवी तर साफ होतेच; पण अंगावरील सूजही उतरते.
- ज्या व्यक्तीच्या शुक्रजंतूमध्ये दोष निर्माण होतो, ते दुर्बल असतात; अशावेळी त्या व्यक्तीने पळसाच्या डिंकाचे सेवन करावे. त्यासाठी पळसाचा डिंक तुपामध्ये तळावा. तो फुगून लाहीसारखा झाल्यावर साखर, चारोळ्या, बदाम, पिस्ते, खारका इत्यादींबरोबर एकत्रित खावा. त्यामुळे शरीर बलवान होते आणि गेलेली शक्ती परत येते.
- शक्तिवर्धक म्हणून पळसाच्या मुळांचाही उपयोग होत असतो. त्यासाठी पळसाच्या मुळांचा काढा मध, खडीसाखर घालून सेवन करावा. त्यामुळे शक्तीत वाढ होते.
- पळसाची फुले तापहारी आणि वेदनानाशक म्हणूनही उपयोगात येतात. पळसाची पाने व फुले सूजसुद्धा नाहीशी करतात. जेव्हा लघवीचा त्रास होतो, लघवी अडकते तेव्हा पळसाची फुले गरम करून नाभी (बेंबी) व खालचा भाग यावर बांधतात. त्यामुळे वेदना नष्ट होतात आणि लघवीचा मार्ग मोकळा होतो.

- पळसाच्या बिया कृमिनाशक असतात. प्रामुख्याने गोलकृमी व पट्टकृमींच्या उपचारात पळस बियांचा उपयोग करतात. पळसाच्या बिया सॅन्टोनिनाच्या ऐवजीसुद्धा उपयोगात आणल्या जातात.
- पळस रातआंधळेपणा आणि डोळ्यांचे अन्य विकार घालविण्यासाठी उपयोगात येत असतो.
- हत्तीरोगावर रामबाण औषध म्हणून पळसाचा उपयोग केला जातो.
- पोटातील जंत नाहीसे करण्यासाठी पळसाच्या बियांचे चूर्ण, निशोत्तर, वावडिंग आणि ओवा यांचे समभाग चूर्ण ताकातून घेतात.
- पळसाच्या झाडाच्या मुळांचा उपयोग तुटलेल्या हाडांवर रामबाण औषध म्हणून केला जातो.
- संधिरोग, त्वचाविकार आणि महारोगावर पळस औषधी वनस्पती म्हणून उपयोगात येतो.
- पळसामुळे भूक न लागणे, पोटातील ज्वलन, खोकला, तोंडातील व्रण इत्यादी विकार नाहीसे होतात.
- तापामुळे तोंडावर उठणाऱ्या ज्वरासाठी पळस उपयोगी ठरतो.
- अतिसार, मूळव्याध, अल्सर, जखम, ट्यूमर, स्त्रियांचे गर्भाशय विकार दूर करण्यासाठी पळसाचा उपयोग होत असतो.
- उष्णतेने मुलांच्या अंगावर उठणाऱ्या फोडावर पळस उपयुक्त आहे. त्यासाठी पळसाच्या पानांचा रस फोडावर लावावा.

❑

पपई

सुपरिचित, मधुर, औषधी गुणसंपन्न पपई हे स्वस्त फळ आहे. पपईच्या रसातील पेपेन हा घटक खाल्लेले अन्न पचविण्यासाठी सहकार्य करणारा आहे. सुरुवातीला हिरवे व पिकल्यानंतर तांबूस, पिवळसर दिसणाऱ्या या विलोभनीय वनस्पतीस संस्कृतमध्ये 'एरण्ड कर्कटी', 'चिरभीत', इंग्रजीत 'पपाया' किंवा 'पॅ', 'पा' या नावाने संबोधतात. ही औषधी वनस्पती 'क़ॅरिकसी' कुळातील आहे.

पपईचे वॉशिंग्टन, मधुबिंदू किंवा कुर्ग हनीड्यू, गुजरात, रांची, तैवान, सिंगापूर, सिलोन, बंगलोर इत्यादी प्रकार आहेत. पपईच्या सुधारीत जातींपैकी 'को-१' आणि 'को-२' या बुटक्या जाती आहेत. अनेकवेळा पपईवर केवडा, करपा, कीड किंवा खोडकुज या रोगांचा प्रादुर्भाव होत असतो.

उपयोग :

- पपईच्या पिकलेल्या फळातील गर मधुर, स्वादिष्ट असतो. हे फळ पौष्टिक आणि उत्तम स्वरूपाचे खाद्य आहे. त्यात पेक्टिन 'अ' जीवनसत्त्व व 'क' जीवनसत्त्व आणि पोपेन हे प्रथिन आढळते. यांच्या सेवनाने शरीरात पाचकशक्ती वाढते.
- पपईची पाने किंवा कच्च्या पपईचे तुकडे, मांस लवकर शिजावे यासाठी उपयोगात आणतात.
- कच्ची पपई अग्निमांद्यावर उपयुक्त फळ आहे. कच्च्या पपईची भाजीसुद्धा केली जाते.
- कच्च्या पपईमध्ये 'पोपेन' नावाचा पाचक रस असतो. त्या पोपेनमुळे आहारातील प्रोटिन्स पचण्यास मदत होते.
- कच्च्या पपईच्या रसाचा उपयोग जंत, कृमींचा नाश करण्यासाठी उपयोगात आणला जातो.
- अजीर्ण, मलावरोध, संग्रहिणी, मंदाग्नी इत्यादी विकारात पपई अत्यंत गुणकारी औषध आहे.
- पपईच्या सेवनाने मासिक स्रावामध्ये नियमितपणा येतो.
- पोटाचे विकार दूर करण्याकरिता पपईचा आणि त्यातील पेपेनचा आयुर्वेदात उपयोग स्पष्ट केलेला आहे.
- पपईचा उपयोग पंडुरोग तसेच पाणथरी वाढली असता होत असतो.
- 'पेपेन' उत्तम औषधी गुणसंपन्न आहे. त्याचा उपयोग अनेक विकार दूर करण्यासाठी केला जातो.
- पेपेन लोकर, चीज, जेली, च्युइंगम, सौंदर्यप्रसाधने इत्यादी तयार करण्याच्या उद्योगात वापरतात.
- पपईच्या पानामध्ये 'कार्पेन' द्रव्य असते. त्यामुळे हृदयाची गती कमी होते व हृदयाचा 'विश्राम काल' वाढतो. पपईची पाने हृदयाला बळ देणारी असून, त्यामुळे घाम येतो.
- पपई कायाकल्प करण्यासाठीसुद्धा उपयुक्त ठरते. अर्थात, त्यासाठी पपईचा २०० मि.ली. रस आणि काकडीचा २०० मि. लीटर रस एक एक तासाने आलटून

पालटून घ्यावा. त्यामुळे रक्त शोधनाचे कार्य सुरू होते आणि शरीराची वृद्धत्वाकडे जाण्याची वाटचाल थांबते. शरीरावरील सुरकुत्या नाहीशा होतात, उत्साह प्राप्त होतो.

- चेहऱ्याच्या सौंदर्यवर्धनासाठीसुद्धा कच्च्या पपईच्या रसाने तोंडावर मॉलिश केली जाते. त्यामुळे चेहऱ्यावरील पुटकुळ्या, मुरूमे नाहीसे होतात. तसेच चेहऱ्यावरील सुरकुत्यासुद्धा नाहीशा होतात आणि चेहरा उजाळतो. मात्र, या प्रयोगापूर्वी वैद्यांचा सल्ला घ्यावा.
- पपईमध्ये जलांश ८९.५, कार्बोहायड्रेट ९.५, प्रथिने ०.५, खनिज पदार्थ ०.४ आणि स्निग्धपदार्थ ०.१ शेकडा प्रमाण आढळते. या रासायनिक संघटनांमुळे पपई अनेक व्याधी दूर करण्यासाठी उपयुक्त आहे.
- पपईच्या पानांचे पोटीस हत्तीरोगावर तसेच ज्ञानतंतूच्या दुखण्यावर उपयोगी ठरते.
- पपईमध्ये अनेक प्रकारच्या एन्झाइम्स असतात. त्याचा उपयोग कॅन्सरसारख्या रोगात होत असतो. जेव्हा औषधांच्या साईड इफेक्टमुळे आतड्यात जीवाणू निर्माण होतात तेव्हा ते सहजीवाणू नष्ट करण्यासाठीसुद्धा पपईतील एन्झाईम्स उपयोगी पडतात.
- पिकलेल्या पपईचा बिया तृषाशामक आणि कृमिनाशक असतात.
- पपई मूत्रगामी असल्याने मूत्रपिंडाचे विकार दूर करण्यासाठी पपई उपयुक्त असते.
- पिकलेल्या पपईचा गर चेहऱ्याचे सौंदर्य वाढविण्यासाठीसुद्धा उपयुक्त आहे.
- पपईचे बीज मासिकपाळीची अनियमितता, अल्पस्राव आणि वेदनेसह मासिकस्राव यावर गुणकारी आहे.
- पपईतील पेपेनमुळे पोटाच्या तक्रारी दूर होतात.

❑

पडवळ

पडवळ हे फळ-भाजीचे पीक असून, भारतात सर्वच ठिकाणी त्याचा उपयोग करतात. संस्कृतमध्ये 'पटोल' आणि इंग्रजीत 'स्नेक गोर्ड' या नावाने ओळखली जाणारी पडवळ 'कुकरबिटेसी' कुळातील आहे. पडवळची गर्द हिरवी फळे पांढऱ्या पट्ट्यांनी आच्छादलेली असतात. तर दुसऱ्या प्रकारची फळे गर्द हिरवी असून, त्यावर पिवळसर किंवा फिकट हिरवे पट्टे असतात. सापासारखे दिसणारे हे फळ संपूर्ण भारतात आढळते. कडू पडवळ किंवा जंगली पडवळ ही पडवळची एक जात आहे. ही जात झाडाझुडपावर किंवा कुंपणावर वेलीद्वारा वाढत असते.

उपयोग :

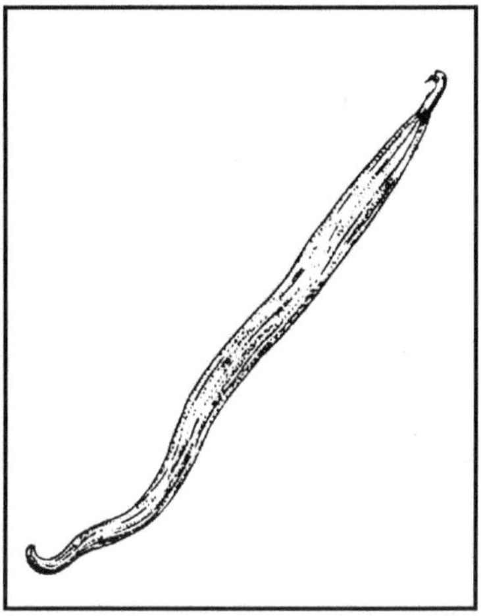

- पडवळचे बी शीतक (थंडावा देणारे) असते तर फळ जंतनाशक, कृमिनाशक असते. त्यांचा उपयोग रेचक आणि वांतिकारक म्हणूनही होत असतो.
- पडवळच्या झाडाची वाळलेली मूलस्तंभे औषधी म्हणून उपयोगात येतात. त्या मूल स्तंभामध्ये 'पोडोफायलिन' नावाचे रेझीन असते. ते रेचक असते आणि मंद गतीने परिणाम करत असते. अर्थात, जास्त प्रमाणात ते घेतल्यास पोटात तीव्र आग होते आणि मुरडा येतो.
- पोडोफिल्म अनेक प्रकारच्या त्वचारोगात उपयोगी सिद्ध होते.
- अनेकवेळा पचनक्रिया सुधारण्यासाठी कोवळ्या फांद्यांचा आणि वाळलेल्या फुलांचा काढा साखर घालून देतात. पडवळ ही वनस्पती मत्स्यविष आहे.

❑

❀ पाइन ❀

'पायनेसी' कुळातील या वनस्पतीला हिंदीमध्ये 'चीड' म्हणून ओळखले जाते. पाइन हा मोठा सूचिपर्णी वृक्ष आहे. पाने २५-३० सें.मी. लांब, तीनच्या समूहात असतात. भारतात हे झाड हिमालयात खालच्या भागात आणि इतर पहाडांवर मिळते. बंगालमध्ये हे पाइन वृक्ष शोभेचे झाड म्हणून लावले जाते.

उपयोग :

- पायनस या प्रजातीच्या अन्य जातींपासून व पायनस रॉकसबर्गीईपासून टर्पेनटाइन मिळते. याच्या शुद्धिकरणाने टरपेनटाइनचे तेल मिळते. या तेलाचा कातडीवर उत्तेजक परिणाम होतो.
- कमी आणि नियंत्रित प्रमाणात हे उत्तेजक, कफदवारक म्हणून काम करते. जुन्या खोकल्यांत, श्वास नलिकांच्या सूजेवर उपयोगी आहे.
- टायफॉईड (मुदतीचा ताप), तसेच हिरड्यातल्या व नाकातल्या कमी प्रमाणात होणाऱ्या रक्तस्रावासाठी याचा मर्यादित उपयोगसुद्धा आहे.

- हे तेल पोटाचा फुगारा व मुरडा कमी करते. या तेलाच्या एनिमामुळे बद्धकोष्ठता दूर होते.
- या तेलाचा अगदी सर्वसाधारण उपयोग संधिवाताच्या दुखण्यावर चोळण्याचे औषध म्हणून होतो.
- टर्पेन्टाइनचा वाफारा घेतल्यास श्वासनलिकांच्या सुजेत फरक पडतो.
- झाडाचे लाकूड बांधकामात, लाकडी सामान बनविण्यात, चहाच्या खोक्यासाठी, आगपेट्यांच्या कारखान्यात, खेळाच्या साहित्यात तसेच संगीताच्या साहित्यासाठी वापरले जाते.

□

पालक

भारतीय पालेभाज्यातील पालक एक महत्त्वपूर्ण हिरवीगार पालेभाजी आहे. इंग्रजीत 'स्पिनॅच' म्हणून ओळखल्या जाणाऱ्या पालकाची पाने भाजीकरिता किंवा सॅलडसाठी उपयोगात आणली जातात. ही 'चेनोपोडिएसी' या कुळातील वनस्पती आहे.

पालकामध्ये देशी पालक आणि विलायती पालक या दोन प्रकारच्या जाती आढळतात. त्या शिवाय पालकाच्या अन्य दोन सुधारित जाती आहेत. त्यातील एक 'व्हर्जिनिया सेव्हॉय' आणि दुसरी 'अर्ली स्मूथलीफ' या जाती आहेत. व्हर्जिनिया सॅव्हॉयची पाने मोठी, काळसर, हिरवी असून, ठिकठिकाणी कोडाप्रमाणे दिसतात. त्याचे बी काटेरी असते. अर्लीस्मूथलीफची पाने फिक्कट हिरवी, टोकाकडे निमुळती, गुळगुळीत आणि व्हर्जिनिया सॅव्हॉयपेक्षा लहान असतात. तसेच बी गोल व गुळगुळीत असते. विलायती पालक ही औषधी वनस्पती मूळची आशियामधील आहे. पालकाचे बी सारक आणि शीतल आहे.

उपयोग :

- पालकाच्या बी तेलाचा औषधी गुणधर्म म्हणजे ते मूत्ररोगावर उपयुक्त असून, कृमिनाशक आहे.

- पित्तप्रकोप, कफ, यकृताचे विकार, कावीळ आणि श्वासाच्या रोगांमध्ये पालक बी उपयुक्त आहे.
- कंठ विकार, फुफफुसे आणि श्वासनलिकेची आग किंवा दाह यासाठी पालकाची पाने काढा किंवा पालक पंचांग काढा उपयुक्त आहे.
- पालकाच्या पानांच्या रसाने आणि काढ्याने मुतखडा फुटून हळूहळू नष्ट होतो.
- आतड्याचे विकार दूर करण्यासाठी पालक उपयुक्त आहे.
- तापामध्ये किंवा सुजेवरील गाठ घालविण्यासाठी पालक पानांचे पोटीस उपयुक्त आहे.
- पालक पानांचा रस घशातील दाह दूर करते. त्यासाठी त्या रसाच्या गुळण्या कराव्यात.
- पालक रुक्ष आणि पित्त व कफावर गुणकारी आहे.
- पालक शीतल, शामक, स्नेहल, मूत्रल, रोचक आणि वेदनाहारी आहे.
- पालकामध्ये 'अ', 'ब', 'क' जीवनसत्त्वे असतात. तसेच प्रोटीन निर्माण करणारे ॲमिनो ॲसिड असते; त्यामुळे आहारात पालक असणे गुणकारी ठरते.
- स्मरणशक्ती वाढविण्यासाठी पालक पानांचा रस आणि ब्राह्मी पानांचा रस समप्रमाणात नियमितपणे घ्यावा.
- पालक सेवनाने रक्तदाब नियंत्रणात राहतो.
- उतारवयामध्ये पुरुषांना होणाऱ्या पौरुषग्रंथी वाढण्याचा त्रास पालक सेवनाने नियंत्रित राहतो.
- बद्धकोष्ठता नाहीशी करण्यासाठी दररोज अनशापोटी ग्लासभर ताज्या पालक पानांचा रस घ्यावा.
- पालकात औषधी गुणधर्म असल्याने त्यातून अनेक विकार दूर होतात. विशेषत: कावीळ, पंडुरोगसारख्या विकारांना दूर करता येते.
- पालकात लोह, प्रोटिन्स, कॅल्शियम, फॉलिक ॲसिड भरपूर प्रमाणात असते.
- पालकात 'अ' जीवनसत्त्वाचे प्रमाण भरपूर असते. त्यामुळे पालकाचा आहारात समावेश असणे उपयुक्त आहे.
- मांसाहार न घेणाऱ्यांसाठी पालक सेवन एक प्रकारे वरदानच आहे. पालकाचे जेवणात निरनिराळ्या प्रकारचे मिश्रण करून चवदार जेवण घेणे शक्य असते.

❑

❀ पावटा ❀

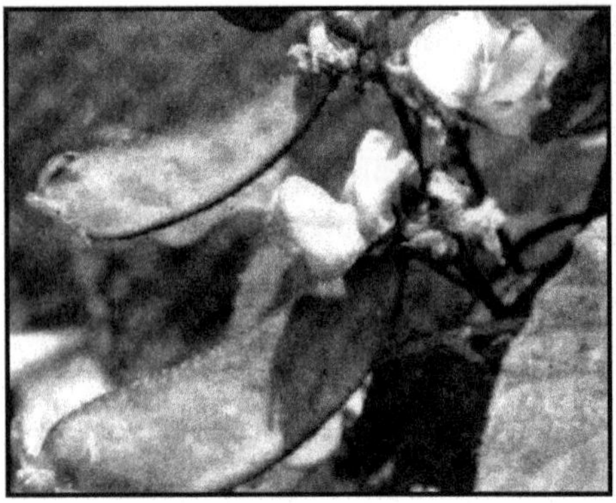

शाकाहारी शेंगवेल जी इंग्रजीत 'हायसिन्थबेन', संस्कृतमध्ये 'निष्पाव', मराठीत 'पावटा' या नावाने ओळखली जात असून 'पॅपिलिओनसी' या कुळातील ही वनस्पती आहे. ती भाजीप्रकारात उपयोगात आणली जाते. पावटा वेलीची फुले जांभळी किंवा पांढऱ्या रंगाची असून, लांब दांड्याची पाने असतात. पावट्याचा देठ लांब, मऊ असतो. पावट्याच्या वेलीची लागवड शेतकऱ्यांतर्फे भाजी उत्पादनासाठी केली जाते. पावट्याच्या हिरव्यागार शेंगा भाजीसाठी उपयुक्त असतात. पावट्यामध्ये अनेक औषधी गुणधर्म आहेत.

उपयोग :

- पावटा आपल्या शरीरातील जठराला शक्ती पुरवित असतो तसेच त्याचे कार्य सर्वसामान्य करण्यासाठी उपयोगी सिद्ध होतो.
- पोटामध्ये होणाऱ्या वेदना, जळजळ थांबविण्यासाठी पावटा उपयुक्त आहे.
- मूत्राशय व योनी मुखातील स्राव किंवा मासिकपाळी यावेळी होणारा अतिरक्तस्राव यावर पावटा गुणकारी आहे.
- ओटीपोटातील वेदना शमविण्यासाठी पावट्याचा उपयोग होत असतो.
- पावटा जसा वेदनाशामक आहे; तसाच तो जखमेसाठी गुणकारी आहे.
- सर्पदंशावर उपचारात पावट्याचा उपयोग महत्त्वाचा मानला जातो.
- कानामध्ये ठणकत असेल, कानाचे दुखणे थांबवायचे असेल, तर पावट्याचा उपयोग करतात. त्यासाठी पावट्याचा रस उपयुक्त असतो.
- अंगातील ताप घालविण्यासाठी किंवा ताप कमी करण्यासाठी पावट्याचा उपयोग करतात.
- जठराच्या शक्तीसाठी, ताप कमी करण्यासाठी आणि वेदना कमी करणे व जखमेवर उपचार करण्यासाठी पावट्याच्या शिजवलेल्या बिया खातात.
- स्त्रियांच्या दुखण्यामध्ये पावट्याचा काढा उपयुक्त ठरतो.

- पावट्याचे मूळ सोडले तर सर्व वनस्पतींचा उपयोग औषधी म्हणून केला जातो. मात्र, पावट्याच्या मुळाचा उपयोग केला जात नाही. कारण मूळ हे विषारी असते. आयुर्वेदामध्ये पावटे व वाल या दोन्ही वनस्पतिफळांना 'निष्पाव' असा शब्द उपयोगात आणलेला आहे. त्यांच्या रोपांचे गुणधर्म सारखेच आहेत.
- पावटा वातूळ आहे.

❑

पिंपळी

सुगंधित वनस्पतींपैकी मसाल्याच्या पदार्थात उपयुक्त ठरणाऱ्या पिंपळीचे वृक्ष भारताच्या उष्ण प्रदेशात आढळतात. संस्कृतमध्ये 'पिप्पली' तर इंग्रजीत 'लाँग पेपर' या नावाने ओळखल्या जाणाऱ्या पिंपळीचे कुळ 'पायपरेसी' आहे. पिंपळीच्या अनेक जातींपैकी ब्लॅक पेपर, काळे मिरे, सुगंध मरीच या जाती आहे.

उपयोग :

- पिंपळी वृक्षावरील वाळलेली फळे म्हणजे लाँगपेपर होय, ती शक्तिवर्धक म्हणून खाण्यात उपयोगात आणतात तसेच उत्तेजक म्हणून वापरात येणारे तपकीर तयार करण्यासाठी उपयोगात आणतात.
- श्वसन संस्थेचे विकार दूर करण्यासाठी, प्रामुख्याने श्वासनलिका सुजण्याच्या जुन्या रोगात या वृक्षाच्या कच्च्या वाळलेल्या फळांचा काढा घेतात.
- पिंपळीच्या पानांचा आणि फळांचा उपयोग जीवाणू नाशासाठी केला जातो.
- पिंपळीची फळे अधिक सुगंधी, काहीशी गोड पण एकंदरीत तिखट असतात. ती उष्ण, वायुनाशी, कफनाशक आणि शक्तिवर्धक असतात.
- जुनाट खोकला आणि सर्दी या विकारांवर कच्ची फळे आणि मुळांचा काढा तयार करून देतात. तो काढा प्रसूतीनंतर रक्तस्राव थांबण्यासाठी तसेच वार त्वरित पडून जाण्यासाठी उपयोगात आणतात.
- प्रसूतीच्यावेळी अधिक वेळ झाल्यास, कळा येण्यासाठी पिंपळी मूळ, सफरचंद मूळ आणि हिंग पानातून खावयास द्यावे.
- तांदळापासून जे बियर हे मद्य तयार केले जाते, त्यामध्ये पिंपळीच्या मुळाचा उपयोग केला जातो.
- स्वयंपाकघरामध्ये उपयोगात येणाऱ्या अनेक वस्तूंमध्ये काळ्या-मिऱ्यांचा मसाला उपयोगात आणतात. तो मसाला वातकोष्ठतेमध्ये गुणकारी ठरतो.

- पिंपळीची वाळलेली फळे संधिवाताच्या दुखण्यावर आणि अर्धांगवायूवर मसाज करण्यासाठी औषधी म्हणून उपयोगात येतात.
- पिंपळीच्या फळापासून काढलेले तेल मूत्रउत्सर्जन संस्थेच्या विकारावर उपयुक्त ठरते.
- उत्तम झोपेसाठी पिंपळमुळाचे चूर्ण गुळात कालवून सेवन करावे व त्यानंतर गरम दूध प्यावे.
- पिंपळमूळ रूक्ष, दीपक, लघू, गरम, पित्तकारक आणि मलभेदक आहे.
- पिंपळमुळाचे चूर्ण मधातून चाटण पद्धतीने घेतले तर खोकला नाहीसा होतो.
- कायमचे आम्लपित्त नाहीसे करण्यासाठी पिंपळमूळ आणि साखरेचे चूर्ण एकदा याप्रमाणे महिनाभर घ्यावे.
- नारूचा विकार दूर करण्यासाठी पिंपळमूळ थंड पाण्यात उगाळावे त्यानंतर त्यात पुन्हा पाणी घालून ते रुग्णास द्यावे.
- पिंपळ मूळ रक्तशोधक, सारक, उत्तेजक आणि वातहारी असल्याने औषधी वनस्पतीत त्याचा समावेश केला जातो.
- रसायन म्हणून वाढत्या क्रमाने १ ते २१ पिंपळ्या दूधात उकळून घ्याव्यात.

❑

पुदिना

सरबतामध्ये उपयोगात येणारा सुगंधी पुदिना इंग्रजीत 'फिल्डमिंट', संस्कृतमध्ये 'पूतिहा' या नावाने ओळखला जातो. तो 'लॅबियाटी' या कुळातील आहे. दुसरा जंगली पुदिना 'हॉर्समिंट' या नावाने ओळखला जातो.

तुळशीप्रमाणे दिसणारा आणि गुणधर्म देणारा पुदिना उन्हाळ्यामध्ये अधिक प्रमाणात उपलब्ध होतो; असे म्हणतात की, ज्याचे घरामध्ये सतत पुदिन्याचा वास आहे. त्याचे घरात सर्दी वाऱ्यालाही उभी राहत नाही. म्हणजेच पुदिना हा शरीरासाठी निश्चितपणे गुणकारी आहे.

उपयोग :

- जेव्हा पोटदुखीचा त्रास होतो तेव्हा पुदिन्याचा रस आणि आल्याचा रस एकत्र करून त्यात थोडे सैंधव घालून घ्यावे म्हणजे पोटदुखी निश्चितपणे थांबते.
- आतड्याच्या विकारांमध्ये, पोटदुखीमध्ये पुदिन्याचा ताजा रस मधाबरोबर घेणे अत्यंत गुणकारी असते. ताजा रस मधाबरोबर घेणे अमृतासमान आहे. त्यामुळे सर्व विकार, दुखणे बंद होते.
- वायूचा त्रास होत असेल, भूक जाणवत नसेल तेव्हा पुदिना, तुळशी, आले, मिरे यांचा काढा तयार करून तो घ्यावा, त्यामुळे वायूपासून सुटका होते तसेच चांगल्या प्रकारे भूक जाणवते; त्यामुळे पचनशक्तीसुद्धा सुधारते.
- गर्भारस्त्रीला जेव्हा अतिरिक्त दुधाचा त्रास होऊ लागतो; तेव्हा त्या स्त्रीला पुदिना खायला द्यावा. पुदिन्यामुळे काही प्रमाणात दुधाचे शोषण होते आणि दुधाचा जोर कमी होतो.
- जेव्हा जेव्हा तापाचा त्रास होतो तेव्हा तेव्हा पुदिना व तुळस उपयोगात आणून बनविलेला काढा प्यावा म्हणजे ताप निघून जातो. सर्दीच्या कालावधीमध्ये पुदिन्याच्या रसाचे थेंब नाकात घातल्यास सर्दीपासून आराम मिळतो.
- पुदिन्याचा रस अत्यंत गुणकारी आहे. तो रस नायट्याच्या रोगावर चोळल्यास तो गुणकारी ठरतो. पुदिन्याचा रस पिण्याने विंचवाच्या दंशाचा दाह निश्चितपणे कमी होतो.
- कधीतरी भाजी-आमटी करताना तसेच एखादेवेळी रुचकर चटणी तयार करताना त्यामध्ये पुदिन्याचा उपयोग करावा त्यामुळे भोजनाचा स्वाद वाढतो व ते पाचक ठरते.
- पुदिन्यामध्ये 'अ' जीवनसत्त्व मोठ्या प्रमाणात असून, ओव्यासारखे गुणधर्म आहेत. भुकेवर ते उत्तम औषध असून, लैंगिक शक्तीवाढीसाठी उपयोग होतो.
- भारतीय पुदिन्याची जात (कॉर्न मिंट) उत्तेजक व वायुनाशी असून, तिचा उपयोग अपचन आणि संधिवातात करतात. या पुदिन्याच्या पानातील तेलातून मेंथॉल वेगळे करता येत नाही.
- जपानी पुदिन्याच्या जातीतून मेंथॉल आणि जपानी मिंटतेल अधिक मिळते. या जपानी तेलाचा विशेष उपयोग नैसर्गिक मेंथॉलचे उत्पादन करण्यासाठीही वापरतात.
- भारतीय पुदिन्याच्या पानांचा उपयोग स्वयंपाकात स्वादाकरिता करतात. त्यापासून पेपरमिंट तेल तयार केले जाते.
- पेपरमिंट तेल फिकट पिवळे किंवा हिरवट पिवळे असून, त्याला उग्र परंतु सुखदायक

वास येतो. तसेच सुवासिक स्वाद असतो. त्या तेलाची चव घेतल्यानंतर तोंडाने हवा आत घेतल्यास थंडावा जाणवतो. कालांतराने ते गडद होत होत चिकट होते आणि थंड केल्यास त्यापासून स्फटिक रूपात मेंथॉल मिळते. त्याचा उपयोग औषधे, दंतमंजन, सिगारेट, तांबूल इत्यादींमध्ये करतात.

- स्फटिक मेंथॉलपासूनच छातीला, घशाला, नाकाला लावण्यात येणाऱ्या द्रव्यामध्ये (पेनबाम) करतात.
- पेपरमिंट तेल, मेंथॉलप्रमाणेच उपयोगात आणतात. त्यामध्ये सूक्ष्म जंतू नष्ट करण्याचा किंवा त्यांच्या वाढीस रोखण्याचा आणि स्थानिक बधिरपणा आणण्याचा गुण असतो. मज्जातंतुजन्य वेदना, दातदुखी, संधिवात, डोकेदुखी, यासाठी ते बाह्य स्वरूपात लावण्यासाठी उपयुक्त आहे. उदरवायू, शिसारी आणि पोटशूळ यावर ते पोटात देतात. तसेच औषधीद्रव्यात, साबणात, चघळण्याच्या डिंकात, मद्यामध्ये, मिठाईत, खोकल्याच्या गोळ्यांत त्याचा उपयोग मोठ्या प्रमाणात होतो.
- भारतामध्ये बगमॉट मिंट ही पुदिन्याची जात उत्तर भारतात उत्पादित केली जाते. त्यामध्ये लिनॅलुल आणि लिलीनील ॲसिटेड ही सुवासिक रसायने जास्त प्रमाणात आढळतात; त्यामुळे त्यांचा उपयोग सौंदर्य प्रसाधनात, साबणात आणि अत्तरात केला जातो.

❑

पेरू

दक्षिण अमेरिकन जगामध्ये प्रसारित झालेले पेरूचे फळ बहुतेक सर्वच देशांमध्ये आढळते. संस्कृतमध्ये 'बहुबीज' नावाने परिचित असलेले हे फळ अमरूद, जामकाया पियारा, ग्वाहा, शेडेपांडू अशा अनेक नावांनी ओळखले जाणारे पेरूचे झाड २५ ते ३० फूट उंचीपर्यंत वाढत असते. पेरूमध्ये सामान्यपणे दोन जाती प्रसिद्ध आहे. एका जातीमध्ये पांढरा गर असतो, तर दुसऱ्या जातीमध्ये तांबूस गर असतो. उत्तर प्रदेशाच्या अलाहाबाद, वाराणसी या भागात हे तांबूस किंवा गुलाबी गराचे पेरू

आढळतात. 'मिरटेसी' कुळातील ही वनस्पती आहे. पेरूमध्ये अनेक औषधी गुणधर्म आहेत. पेरूमध्ये मुबलक प्रमाणामध्ये 'क' जीवनसत्त्व असते. इतर कोणत्याही मांसल आणि रसाळ फळापेक्षा पेरूत 'क' जीवनसत्त्वाचे प्रमाण ४ ते १० पटीने अत्याधिक असते.

उपयोग :

- पेरू आंबट, गोड, तुरट, स्वादिष्ट, थंड, पित्तशामक आणि वीर्यवर्धक आहे.
- पेरूमधील फिकट रंगाचे लहानसे बी सुवासिक तेल युक्त असते. हे 'बी' तेल नारंगी, पिवळसर रंगाचे असून, आयोडिनयुक्त असते. त्यामुळे त्याचा उपयोग औषधी तयार करण्यासाठी केला जातो.
- पेरूच्या पानांमध्येसुद्धा सुगंधित तेल असते. ते तेल निरनिराळ्या अत्तर निर्मितीमध्ये किंवा सुगंधी मिठाई तयार करण्यामध्ये उपयोगात आणतात.
- पेरू जंतुनाशक असून, वेदनाहारी आहे. तसेच तो तृषाशामक आहे. पेरूमुळे मनाला आलेला भ्रमिष्टपणा नाहीसा होतो. तसेच आलेली मूर्च्छासुद्धा लयास जाते.
- पेरूमध्ये पाणी, प्रोटिन, चरबी, कार्बोदित पदार्थ, कॅल्शियम, लोह, फॉस्फरस आणि 'क' जीवनसत्त्व सामावलेले असते. त्यामध्ये पाण्याचे प्रमाण सुमारे ७६टक्केपर्यंत असते. म्हणून तहानेने व्याकूळ झालेल्या व्यक्तीस पेरू सेवनास देणे अधिक उत्तम असते.
- एखाद्या व्यक्तीला वात आला तर त्याला पेरूचा रस द्यावा किंवा पेरू सेवनास द्यावा त्यामुळे वात नाहीसा होतो.
- पेरूमध्ये पाचकतेचेसुद्धा गुणधर्म आहेत. त्यामुळे पेरूच्या सेवनाने बद्धकोष्ठताही नष्ट होते.
- पेरूच्या पानांचा उपयोग कातडी कमावण्यासाठीसुद्धा केला जातो, त्यामुळेच कातडीच्या वस्तू तयार करण्यापूर्वी त्यावर पेरूच्या पानांची प्रक्रिया करतात; त्या प्रक्रियेने कातडीचा दर्जा उंचावतो.
- एखाद्या व्यक्तीला मळमळ, ओकारी किंवा अतिसाराचा त्रास होत असेल, तर त्या व्यक्तीने पेरूच्या कोवळ्या पानांचा काढा घ्यावा. यामुळे पचनाससुद्धा मदत होते.
- एखादी जखम चिघळलेली असेल, किंवा एखाद्या भागावर सूज आलेली असेल, तर त्यासाठी पेरूची पाने आणि साल यांची पावडर तयार करून लावावी. परिणामत: जखम सुधारते आणि सूज उतरते.

- हिरड्यांना सूज आली, दातदुखी सुरू झाली, तर पेरूच्या पानांच्या गरम काढ्याने गुळण्या कराव्यात. त्यामुळे हिरड्यांची सूज कमी होते आणि दातदुखी थांबते.
- पेरूपासून आईस्क्रीम, सॅलड, जॅम, जेली, चीज इत्यादी तयार करता येते. शक्यतोवर पेरूची ताजी फळे खावीत, ती अधिक गुणकारी असतात.
- पेरू चावून खाण्यापेक्षा त्याचा रस तयार करून तो पिल्यास अधिक हितावह असते, त्यातून प्रचंड प्रमाणात 'क' जीवनसत्त्व मिळते.
- पेरूचा उपयोग रक्तविकार, रक्तपित आणि मलावरोध दूर करण्यासाठी मोठ्या प्रमाणात होतो.
- पेरूने सर्दी खोकला होतो - वाढतो.

❑

❀ फरसबी ❀

आहारातील भाजीपाल्यामध्ये उपयोगात येणाऱ्या फरसबीला इंग्रजीमध्ये फ्रेंचबीन्स म्हणतात. 'पॅपिलिओनसी' कुळातील ही वनस्पती सुमारे ४-५ इंच लांब असलेल्या या शेंगांमध्ये बिया असतात. फरसबीमध्ये कार्बोदके, प्रोटिन्स, पाणी, लोह, फॉस्फरस, कॅल्शियम, अ, ब, क जीवनसत्त्वे असतात. थंडीच्या कालावधीत फरसबीचे उत्पादन मोठ्या प्रमाणात निघते.

फरसबीच्या सेवनाप्रमाणेच फरसबीच्या रसाचाही उपयोग केला जातो. त्यासाठी फरसबी वाटून किंवा मिक्सरमध्ये फिरवून जाड कपड्यात घेऊन रस काढला जातो. अर्थात तो रस शरीरासाठी अत्यंत गुणकारी असतो. विशेष म्हणजे मधुमेहासाठी तो रस अत्यंत गुणकारी ठरतो. फरसबीच्या ताज्या रसामध्ये पोषक घटकांचे आश्चर्यकारक संतुलन आढळते.

उपयोग :

- फरसबी थंड, जड आणि स्निग्ध आहे.
- फरसबी रुचकर असून, पित्त नाहीसे करणारी आहे.

- ❍ फरसबीच्या रसामुळे इन्शुलिनच्या प्रवाहात वृद्धी होते.
- ❍ कोबीच्या रसामध्ये फरसबीचा रस मिसळून तो घेतल्यास मधुमेह नाहीसा होतो.
- ❍ संधिवाताच्या रोगासाठी फरसबीचा रस गुणकारी आहे.

❑

❀ फणस ❀

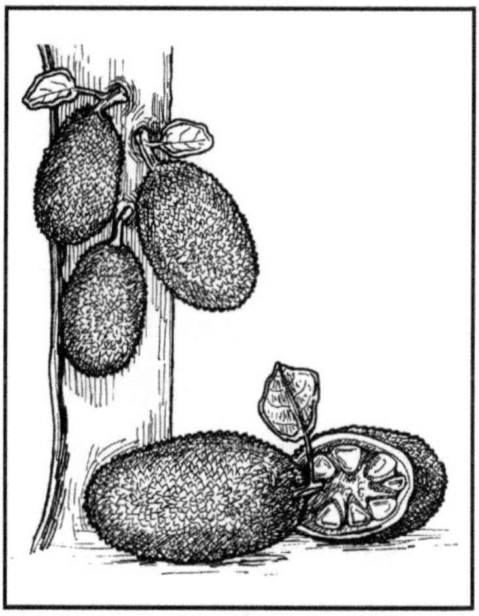

सुगंधी आणि आकारमानाने विशाल असलेले फणस सर्वांना परिचित आहे. संस्कृतमध्ये 'कंटफल' आणि इंग्रजीत 'जॅकफ्रूट' या नावाने प्रसिद्ध असलेल्या फणसात अनेक औषधी गुण आहेत. 'अरटिकसी' कुळातील या फणसाच्या सुमारे पन्नास पोट जाती आहेत; पण प्रामुख्याने रानफणस, बाधरफणस, विलायती फणस या प्रमुख जाती आहेत. विलायती फणस 'भाकरीचे झाड' किंवा 'ब्रेड फ्रूट ट्री' या नावानेही ओळखली जाते.

फणस कापण्यापूर्वी आपल्या हाताला आणि सुरीला तेल लावणे आवश्यक आहे. फणसातून निघणारा पांढरा चिकट द्राव, अतिशय चिकट स्वरूपाचा असतो. एकदा तो हाताला किंवा सुरीला लागला म्हणजे निघणे कठीण जाते; तसे होऊ नये, म्हणून सुरुवातीलाच तेलाचा उपयोग करतात.

फणसाचे प्रमुख 'कापा' आणि 'बरका' असे दोन प्रकार आहेत. कापा प्रकारात मधुर, चविष्ट, कडक असे गरे आढळतात. तर बरकामध्ये गोड, लिबलिबीत, नरम गरे आढळतात. फणसामध्ये ७६ टक्के आर्द्रता आणि काही प्रोटिन व चरबी असते. एकूण फणसातील ८८ टक्के तत्त्वे पोषक असतात. त्यात कार्बोहायड्रेट, केरोटिन नायसीन, थायमीन, रिबोफलोविन, पोटॅशियम, सोडियम, कॅल्शियम, फायबर क्रूड आणि 'क' जीवनसत्त्व असते. ते शरीरासाठी उत्तम आहे.

उपयोग :

- ❍ फणसाची भाजी आणि करी उत्कृष्ट असते. त्यासाठी कच्च्या फणसाचा उपयोग केला जातो; तर पिकलेल्या फणसापासून जाम, जेली, मुरंबा तयार करतात.
- ❍ फणसाच्या झाडावर उत्तम प्रकारचा गोंद तयार होतो. फणसाच्या गराचा उपयोग कापड रंगवण्यामध्येसुद्धा केला जातो.

- फणसाची मुळे अतिसारावर उपयोगी असतात.
- फणसाचा चीक गाठीच्या सुजेवर उपयोगात आणतात. त्यामुळे सूज नाहीशी होते, तसेच फोड पिकण्यासाठीसुद्धा त्याचा उपयोग करतात.
- फणसाची कोवळी पाने जखम आणि फोड सुकविण्यास आणि शेकण्यास उपयोगात आणतात.
- फणसाच्या बिया भाजून खातात. त्या बियांमध्ये ५१.६ टक्के, जलाश ३८.४टक्के कार्बोहायड्रेट ६.६ टक्के, प्रथिने ०.४ टक्के असते आणि ब-१, ब-२ ही जीवनसत्त्वे असतात.
- फणसाचे बी पोषणद्रव्यांनी संपन्न असले तरी त्यामध्ये एन्झाईमचे प्रमाण अत्यंत असते. परिणामतः अतिसेवनाने अपचनसुद्धा होते. केरळमध्ये फणसाचे अनेक पदार्थ करतात. त्यांत लग्नप्रसंगी विशेष असा 'इलाई अडाई' हा पदार्थ भोजनात उपयोगात आणतात.
- रानफणसाची वाळलेली पाने, रस, कचोरा आणि कापराबरोबर सूज आलेल्या वृषणावर लावतात; त्यामुळे सूज उतरते. हे फळ लिंबाएवढे असते.
- बाधरफणस सीताफळाएवढे असते; ते फळ कामोत्तेजक आणि क्षुधावर्धक असते.
- बाधरफणसाच्या बिया रेचक असतात. त्या फणसाची साल पाण्यात बारीक करून ती पुटकुळ्या, मुरूम किंवा त्वचेच्या भेगांवर लावतात.
- बाधरफणस तोंडास रुची आणणारे आहे. त्याच्या सालामध्ये टॅनिन असते.
- विलायती फणसामध्ये पिष्टमय पदार्थांचा साठा मोठ्या प्रमाणात असतो; त्यामुळे ते फळ भाजून किंवा शिजवून खातात.
- विलायती फणसाच्या फळाच्या चकत्या करून त्यापासून वेफर्स तयार करतात.

फालसा

भारतात सर्वत्र आढळणारी फालसा वनस्पती मानवी शरीरासाठी उपयुक्त औषध आहे. हिंदीमध्ये 'फालसा', संस्कृतमध्ये 'परूषक' या नावाने प्रसिद्ध असलेली ग्रेविआ एशियाटिका (फालसा) वनस्पती ग्रेविआ या 'टिलिएसी' कुळातील आहे. या वनस्पतीच्या कुळातील ४२ जाती भारतामध्ये आढळतात. २० फूट उंच वाढणारा हा वृक्ष उत्तर प्रदेश, पंजाब आणि महाराष्ट्र या प्रदेशात अधिक प्रमाणात आढळतो. त्या वृक्षाची साल करडी व खरखरीत असते. त्या वृक्षाच्या पानांच्या खालच्या बाजूवर आणि फुलोरे इत्यादी भागांवर पिवळसर आणि मऊ लव आढळते.

फालसा या वृक्षाचे फळ आठळीयुक्त असते. ते गोलसर वाटाण्याएवढे आणि जांभळे किंवा गर्द पिंगट असते. या झाडाचे लाकूड तांबूस ते पिवळसर पांढरे, बळकट लवचिक आणि कठीण असते. त्यामुळे त्याचा उपयोग भाल्यांचे दांडे, धनुष्यबाण किंवा तुळया यासाठी उपयोगात आणतात. फालसा फळामध्ये शर्करा ११.०७ टक्के, सायट्रिक आम्ल २.८ टक्के आणि थोड्या प्रमाणात 'क' जीवनसत्त्व असते. त्यामुळे हे फळ औषधी गुणसंपन्न आहे.

उपयोग :

- फालसा फळ रुचकर, स्वादिष्ट आणि आंबट असून, त्याचा उपयोग मुखशुद्धीसाठी करतात; त्याचे सेवनाचे अनेक प्रकार आहेत.
- फालसा फळांपासून फालसा सरबत तयार केले जाते. लहान मुलांच्या वाढीसाठी तसेच उन्हाळ्यामध्ये उष्णतेचा त्रास कमी करण्यासाठी त्याचा उपयोग करतात.
- फालसा फळ स्तंभक, शीतक आणि दीपक आहे. त्यामुळे अशक्त व्यक्तीसाठी शक्तिवर्धक म्हणूनही त्याचा उपयोग केला जातो.
- फालसा वृक्षाच्या खोडावरच्या सालीपासून विशिष्ट प्रकारचा काढा तयार केला जातो. तो काढा औषधीकल्प म्हणून ओळखला जातो, तो शांतता देणारा असा शामक असतो.
- फालसा वृक्षाच्या मुळाची साल संधिवातावर गुणकारी आहे. अंगावर फोड आले, तर त्यावर फालसाची पाने लावतात.
- गुळाच्या उत्पादनात रसाची मळी स्वच्छ करण्यासाठी या वृक्षाच्या खोडाची साल उपयोगात आणतात.
- गुजरातमध्ये नेहमीसाठी स्वागतात फालसा सरबताचा उपयोग करतात ते सरबत उत्तेजक आणि लोकप्रिय आहे.
- मद्य निर्मितीमध्ये ऊर्ध्वपातनासाठी आणि पेये तयार करण्यासाठी फालसा फळांचा उपयोग करतात.
- फालसा फळाचे लोणचे करण्यासाठीसुद्धा उपयोग केला जातो.

❑

बदाम

सौंदर्यप्रसाधने, तेल, साबण आणि मिठाईमध्ये उपयोगात येणाऱ्या बदामाला स्वयंपाकगृहात विशेष स्थान असते. संस्कृतमध्ये 'वाताम', इंग्रजीमध्ये 'आल्मंड' म्हणून ओळखल्या जाणाऱ्या बदामाचे कूळ 'रोझेसी' आहे.

बदामाचे बी अत्यंत पौष्टिक, शामक, उत्तेजक व तांत्रिकदृष्टीने पोषक असून, देशी औषधात उपयोगात आणले जाते. कडू बदाम अत्यंत विषारी असतो.

बदामाच्या देशी आणि जंगली अशा प्रमुख दोन जाती असून, त्या गोड आणि कडू म्हणून ओळखल्या जातात. खाण्यासाठी मोठ्या गोड बदामांचा उपयोग करावा.

उपयोग :

- अशक्तपणा येतो थकवा जाणवतो. स्मृतिभ्रंश होतो, विस्मरण होते; अशावेळी बदामाची खीर खावी. त्यासाठी बदाम रात्रभर गरम पाण्यात भिजत घालावेत. सकाळी त्यांची साल काढून टाकावी. भिजलेले बदाम वाटावेत. वाटून तयार झालेला बदामाचा गोळा दुधात कालवून दूध उकळावे, त्याची खीर बनवावी. ही खीर खाताना त्यामध्ये आवश्यक तूप, साखर घालावे. बदामाची खीर खाल्ल्याने वीर्यवृद्धी होते. सशक्तपणा येतो, मेंदूची तजेलता वाढते, स्मरणशक्ती वाढते, अशक्तपणा दूर होतो.
- वारंवार डोकेदुखी होत असेल, मस्तकशूळ उठत असेल, मस्तकाची दुर्बलता वाढली असेल, तर बदामाची खीर खाणे अत्यंत लाभदायक असते. बदाम आणि कापूर दुधात उगाळून तो लेप मस्तकावर लावल्यास डोकेदुखी, मस्तकशूळ बंद होते.
- शरीराच्या स्वास्थ्यासाठी, स्मरणशक्ती वाढविण्यासाठी बदामाचे लाडू खावेत. बदाम, काजू, डिंक, खोबरे, पिस्ते, मनुका, चारोळी, गोडांबी हे सर्व पदार्थ मिक्सरमध्ये वाटून घ्यावे. ते सर्व पदार्थ गावरानी तुपात तळावेत किंवा भाजावेत. त्यात योग्य प्रमाणात साखर किंवा गूळ घेऊन त्यात वेलदोड्याची पूड घालून

त्याचे सर्व मिश्रण एकत्र करून लाडू बांधावेत ते शरीराला अतिशय गुणकारी असतात.

- बदामाच्या कडक अंत:कवचाचे निरनिराळे उपयोग करता येतात. हे कवच लोकर स्वच्छ करण्यासाठी, धातू स्वच्छ करण्यासाठी, मसाल्यात भेसळ, जमिनीचा पोत सुधारणे, वनस्पतीच्या तळाशी भूमिजल संरक्षणार्थ पसरणे, कोंबडी पिलांना शेज करणे, खतामध्ये मिसळणे, दंत धावणे, सरबते इत्यादींसाठी उपयोगात आणावेत.
- बदामाच्या तेलाने डोक्यावर मालीश करावी. त्यामुळे मेंदूला आराम मिळतो, केसांना पोषक द्रव्य मिळते. कांती सतेज होण्यास मदत होते.
- बदामाचे तेल निरनिराळ्या प्रकारच्या औषधींमध्ये, सौंदर्यप्रसाधनांमध्ये उपयोगात आणले जाते. कान ठणकत असेल, तर कानामध्ये २-३ थेंब बदामाच्या तेलाचे टाकावे. म्हणजे कान ठणकणे कमी होईल.
- डोळ्यांखाली काळसर त्वचा निर्माण झाली किंवा काळी वर्तुळे दिसू लागली, तर त्यावर बदाम उगाळून लेप लावावा नंतर स्वच्छ पाण्याने ते धुवून काढावे. वारंवार अशी प्रक्रिया केल्याने डोळ्यांखालील काळी वर्तुळे निघून जातात.
- अंगावर बिब्बा उतला तर बदाम उगाळून त्याचा लेप त्या ठिकाणी लावावा म्हणजे विकार दूर होतो.
- त्वचेचा रंग उजळण्यासाठी व त्वचा कोमल, सतेज होण्यासाठी बदामाचे तेल, चंदनाचे तेल, मध यांचे मिश्रण त्वचेवर लावावे तसेच गाजराच्या बियांचे सेवन करावे.
- सामान्य त्वचेच्या सौंदर्यवृद्धीसाठी बदामाच्या तेलामध्ये लिंबू आणि तुळशीचा रस मिसळून ते मिश्रण झोपण्यापूर्वी चेहऱ्यावर लावावे; म्हणजे सामान्य त्वचा कोमल व सतेज होते.
- बदाम मेंदूला आणि डोळ्यांना गुणकारी असून, बुद्धिवर्धनासाठी उपयुक्त आहे.
- ओठ काळसर दिसत असतील, तर ओठांचा काळेपणा दूर करण्यासाठी बदाम आणि लेनोलिन यांचे एकत्र मिश्रण लावावे. त्यावेळेस ओठांची हळुवार मालीश करावी. काही दिवस सतत अशी प्रक्रिया केल्याने ओठांचा काळसरपणा दूर होतो.
- चेहऱ्याच्या सौंदर्यासाठी अंड्यातील पिवळा बलक आणि बदाम तेलाचे काही थेंब गुलाब पाण्यात मिसळून ते मिश्रण चेहऱ्यावर लावावे. पंधरा मिनिटानंतर कोमट पाण्याने चेहरा स्वच्छ धुवावा म्हणजे चेहऱ्याची त्वचा ताजी, टवटवीत आणि नितळ, सुंदर दिसते.

- चेहऱ्यावरील सुरकुत्या घालविण्यासाठी बदाम तेलाने नियमितपणे मालीश करावी, म्हणजे काही दिवसांत चेहऱ्याची त्वचा टवटवीत होते; सुरकुत्या दूर होतात.
- डोक्यावरील केसगळती थांबविण्यासाठी बदाम तेलाचा वापर करावा.
- केसांचा पांढरेपणा घालविण्यासाठी रात्री झोपण्यापूर्वी एक पाव दुधामध्ये बदाम तेलाचे काही थेंब टाकावेत. काही दिवसांच्या सततच्या प्रक्रियेने अकाली केस पांढरे होणे थांबते.
- डोळ्यांच्या पापण्या किंवा भुवया दाट, रेखीव होण्यासाठी बदामाचे तेल कोमट करून त्याद्वारे मालीश करावे.
- नखांच्या सौंदर्यवृद्धीसाठी एक चमचा मध, दोन चमचे बदाम तेल एकत्रित करून ते मिश्रण कापूस बोळ्याने नखावर लावून मालीश करावे, म्हणजे नखे सुंदर, चमकदार व बळकट होतात.
- बदामाची खीर पौष्टिक, शुक्रवर्धक, स्मरणशक्तिवर्धक असते.
- बदाम वनस्पती सारक, उष्ण, अश्व, गुरू, स्निग्ध, मधुर, कफकारक आणि शुक्रवर्धक आहे.
- बदाम बुद्धीसाठी म्हणजे मेंदूसाठी आणि डोळ्यांसाठी अत्यंत उपयुक्त आहे.
- डोकेदुखी थांबविण्यासाठी बदाम उगाळून डोक्यावर लावतात.
- कंबरदुखी नाहीशी करण्यासाठी आणि बाळंतिणीचे दूध वाढविण्यासाठी बदाम उपयुक्त आहे.

❑

बटाटा

वर्षभर स्वयंपाकघरामध्ये उपलब्ध होणारी भाजी म्हणजे बटाटा होय. इंग्रजीमध्ये 'पोटॅटो', तर लॅटिनमध्ये सोलॅनम्' ट्युबरोसम् म्हणून ओळखल्या जाणाऱ्या बटाट्याचा कूळ 'सोलॅनसी' आहे. बटाट्याच्या जातीनुसार देशी, विदेशी आणि भारतीय संशोधनातून तयार केलेले बटाटे असे तीन प्रकार आढळतात. त्याशिवाय लागवडीनुसार अप-टू-डेट,

कुफरी चंद्रमुखी, कुफरी सिंधुरी आणि कुफरी अलंकार असे प्रकार आहेत.

बटाट्याची भाजी आंतरराष्ट्रीय स्वरूपाची आहे. कारण जगभर जास्तीतजास्त याच भाजीचा उपयोग केला जातो. स्वयंपाकघरामध्ये स्वतंत्रपणे बटाट्याची, कांदा बटाट्याची, वांगी-बटाट्याची, वाटाणा-बटाट्याची मिश्र भाजी बनविली जाते. 'वेफर्स', 'फिंगर चिप्स' इत्यादींसाठीसुद्धा बटाटा उपयोगी आहे. श्रीमंत, गरीब या सर्वांच्याच उपयोगाचा बटाटा आहे. मधुमेही लोकांनी, आजारी व्यक्तींनी किंवा ज्याची भूक मंद स्वरूपाची आहे, अशा व्यक्तींनी बटाटे खाणे टाळावे. त्यांना ते हितावह ठरत नाही.

उपवासाच्या दिवशी बटाट्याचा उपयोग फराळी पदार्थ म्हणून करतात. बटाटा निखाऱ्यात भाजून किंवा वाफवून खातात. बटाट्याचे वेफर्स, कीस, भाजी, चकल्या, वडे, पापड, इत्यादी पदार्थ बनवितात.

उपयोग :

- बटाट्यामध्ये कार्बोहायड्रेट, प्रोटिन, तांबे, लोह, गंधक, फॉस्फरस, पोटॅशियम आणि अल्प प्रमाणात 'अ' व 'क' जीवनसत्त्वे आढळतात. त्यामुळे बटाटा खाणे उत्तम असते. बटाटा हे कामोत्तेजक, वीर्यवर्धक पचण्यास जड, वातवर्धक पण शीतल असे अन्न आहे.
- बटाट्याचे पापड तयार करायचे असतील, तर बटाटे उकळताना चिमूटभर खाण्याचा सोडा त्यामध्ये टाकावा म्हणजे पापड कुरकुरीत होतील.
- बटाटे जास्त दिवसांनी लवचिक झाले असतील, जर्जर झाले असतील, तर त्यांना उकळताना पाण्यात मीठ घालावे त्यामुळे बटाट्यांचा शिळेपणा नाहीसा होतो. कित्येक दिवसांचे पडलेले जुने बटाटे उकळताना पाण्यामध्ये लिंबाचा रस आणि थोडी साखर घालावी म्हणजे बटाटे स्वादिष्ट होतील, पांढरे होतील आणि मऊ होतील.
- बटाट्याच्या पोळ्या, परोठे किंवा चकत्या तव्यावर भाजताना त्या तव्याला चिकटत असतील, तर बटाट्यामध्ये थोडा आरारोट मिसळावा म्हणजे चिकटण्याचा प्रश्न नसतो.
- चांदीची भांडी अनेक दिवसांत उपयोगात न आल्याने काळसर पडली असतील तर त्यांना बटाटे उकडलेल्या पाण्यामध्ये ठेवावे ती भांडी चकाकू लागतील.
- हाताला कांद्याचा वास लागलेला असेल, तर तो वास निघून जाण्यासाठी बटाटा हातावर रगडावा.
- बटाट्याचे चिप्स बनविताना बटाट्याची साल काढून, चिप्स तयार करून, सोड्याच्या पाण्यामध्ये सोडावे. म्हणजे पाण्यावर त्यातील अशुद्धता तरंगू लागेल.

फेस होऊन ते स्वच्छ होतील आणि चिप्स पांढरे स्वच्छ होऊन कुरकुरीत बनतील.

- साबुदाण्याची खिचडी करताना उकडलेल्या बटाट्याचे बारीक तुकडे टाकावे त्यामुळे खिचडी अधिक रुचकर, स्वादिष्ट लागते.
- नाश्त्यासाठी बटाटे वडे, सामोसे, भजी इत्यादी पदार्थ बनविताना बटाट्याचा उपयोग करावा म्हणजे नाश्त्याला रंगत प्राप्त होते.
- भाजीमध्ये किंवा सूपामध्ये चुकून मिठाचे प्रमाण जास्त झाले, तर थोडाफार कापलेला बटाटा सोडावा म्हणजे त्यातील मीठाचे प्रमाण कमी होते.
- बटाटा वातूळ आहे.

❑

बकुळ

फुलझाड वनस्पतींपैकी बकुळ ही सुगंधी फुलाकरिता प्रसिद्ध आहे. संस्कृतमध्ये 'अनंगका', 'शारदिका' तर इंग्रजीत 'इंडियन मेडलर' किंवा 'बुलेट वुड' या नावाने ओळखली जाणारी बकुळी 'सॅपोटेसी' कुळातील आहे. या वनस्पतीचा माथा घुमटाप्रमाणे असून, साल गर्द करडी व भेगाळ असते. पाने साधी, गर्द, हिरवी, जाड, चिवट, लंबगोल, गुळगुळीत, टोकदार, एकाआड एक असतात. फुले लहान पिवळसर पांढरी सुवासिक असतात.

- सुगंधी फुले आणि उत्तम सावली प्रदान करणाऱ्या या वनस्पतीचे फळ खाद्य असते. ते मुरंबे, लोणचे यासाठी उपयोगात आणतात.
- फुलातील सुगंधित द्रव्य, तेल, अत्तरे तयार करण्यासाठी उपयोगात आणतात.
- खोडाच्या सालीमध्ये ७ टक्के पर्यंत टॅनिन असते.
- बकुळीची साल स्तंभक, शक्तिवर्धक आणि ज्वरघ्न आहेत.
- दंतविकार दूर करण्यासाठी सालाच्या, पानांच्या रसानी चुळा भरतात.
- बकुळीचे फळ स्तंभक आहे, जुन्या आमांशावर आणि अतिसारावर ते उपयुक्त आहे.

○ बकुळीच्या सुक्या फुलांची भुकटी तपकिरीप्रमाणे ओढल्यास डोकेदुखी थांबते, वेदना कमी होतात.

❑

❀ बडीशेप (सौंफ) ❀

मसाल्याच्या पदार्थांमधील महत्त्वाच्या या बडीशेपचा उपयोग मुखशुद्धीसाठीसुद्धा केला जातो. स्वयंपाकघरात लोणची, पापड, मसाला आणि भाज्यांमध्ये बडीशेपचा उपयोग भारतात मोठ्या प्रमाणात केला जातो. आयुर्वेद गुणधर्मानुसार बडीशेप पाचक, बुद्धिवर्धक, कफहारी आणि नेत्रज्योतिवर्धक मानली गेली आहे. संस्कृतमध्ये 'शतपुष्पा', हिंदीमध्ये 'सौंफ' नावाने ओळखली जाणारी ही वनस्पती 'अंबेलिफेरी' कुळातील आहे. बडिशेपमध्ये अनेक औषधी गुणधर्म आहेत.

उपयोग :

○ बडीशेप बुद्धिवर्धक आहे. त्यामुळे मेंदूचा विकार नाहीसा करण्यासाठी तिचा उपयोग केला जातो. निरनिराळ्या कारणांनी शारीरिक दुर्बलता येते. मेंदूला अशक्तपणा जाणवतो. त्यातून चक्कर येतात अशावेळी बडीशेप खाणे हितावह ठरते.

○ कमी-अधिक अन्न सेवनामुळे पोट फुगते त्यातून पोटात दुखू लागते. अशावेळी भाजलेली बडीशेप खावी म्हणजे त्वरित आराम मिळतो.

○ जेव्हा अजीर्णासारखे जाणवते, करपट ढेकरा येतात. तेव्हा थोडी बडीशेप पाण्यात उकळावी त्यात थोडी खडीसाखर घालावी. तयार झालेले द्रावण कोमट झाल्यावर त्याचे सेवन करावे म्हणजे संबंधित विकार दूर होतात.

○ ज्या व्यक्तींना नेहमी अपचनाचा त्रास होत असतो. त्या व्यक्तींनी आपल्या जेवणात घाईगर्दी करू नये. तसेच जेवणानंतर नियमितपणे भाजलेली बडीशेप खावी. परिणामत: अपचनाचा त्रास दूर होईल.

- उन्हाळ्यामध्ये प्रचंड उष्णतेने त्रास जाणवत असेल, त्यावेळी बडीशेपची थंडाई तयार करावी. ती थंडाई प्यायल्याने उष्णतेपासून होणारा त्रास थांबतो. आपल्या कासावीस होणाऱ्या जीवास, बेचैन मनास विश्रांती मिळते.
- पचनादी क्रियेतून बद्धकोष्ठतेचा त्रास होत असेल, तर रात्री झोपताना बडीशेपपासून तयार केलेले चूर्ण कोमट पाण्याबरोबर घ्यावे. नेहमीच्या या प्रक्रियेमुळे बद्धकोष्ठतेचा त्रास कमी होतो.
- अपचनामुळे निरनिराळे ढेकर येतात, त्यावेळी खाल्लेले अन्न घशापर्यंत येते; त्यामुळे तोंडाला दुर्गंधी येते. अशावेळी बडीशेपचे सेवन करीत राहावे. तोंडाची दुर्गंधी नाहीशी होते आणि ढेकर येण्याची प्रक्रियाही थांबते.
- अन्न सेवनाच्या निरनिराळ्या कारणांमध्ये पोटात 'गॅसेस' निर्माण होत असतील, तर अन्न तयार करतेवेळी विशेषत: डाळी, भाज्या इत्यादींमध्ये बडीशेपचा उपयोग करावा. परिणामत: पोटात गॅसेस निर्माण होणे बंद होतात.
- बडीशेपच्या सेवनाने रक्त स्वच्छ होते. चर्मरोग दूर होतात. त्वचेतील कार्यशीलता सुरळीत होऊन त्वचेचा पर्यायाने आपला रंग उजळून निघतो.
- घशाच्या विकारात विशेषत: घशामध्ये खवखव निर्माण झाली तर बडीशेपचे सेवन करावे. त्यामुळे घशाची खवखव नाहीशी होते, घशाचे अन्य विकारही दूर होतात.
- बडीशेपमुळे त्वचेचा रंग उजळतो. त्यामुळे गर्भार अवस्थेमध्ये स्त्रीने बडीशेप खाल्ली तर बाळाचाही रंग उजळतो.
- बडीशेपमध्ये सुमधुरता, थंडपणा, पाचकता, बुद्धिवर्धकता, इत्यादी गुणधर्म असल्यामुळे नियमितपणे बडीशेप खाणे आरोग्याच्या दृष्टीने लाभदायक ठरते. लहान मुलांच्या योग्य वाढीसाठी बडीशेपचा अर्क देण्याची पद्धती आहे.

❑

बाजरी

स्वादिष्ट, रुचकर आणि अधिक उष्मांकाच्या बाजरीच्या भाकरीचा उपयोग स्वयंपाकघरामधून होत असतो. हिंदीमध्ये 'बाजरा', इंग्रजीत 'पर्लमिलेट' तर लॅटिनमध्ये 'पेनिसेटम टायफॉयडम', 'पेनिसेटम स्पायकॅटम' या नावाने ओळखली जाणारी बाजरी 'पोएसी' कुळातील आहे.

भारतामध्ये खाद्यान्न म्हणून उपयोगात येणारे हे तृणधान्य अमेरिकेत किंवा अन्य पाश्चात्त्य देशात गुरांचे, कोंबड्यांचे धान्य म्हणून वापरण्यात येते. पोषणमूल्यांच्या

दृष्टीने बाजरी ही गहू, तांदळाच्या तोडीचीच आहे. बाजरीमध्ये अधिकाधिक कार्बोहायड्रेट असतात. तसेच प्रथिने, स्निग्धपदार्थ, तंतू आणि खनिजद्रव्येही आढळतात.

उपयोग :

- बाजरीची हिरवी कणसे भाजून खावीत तसेच बाजरीच्या दाण्याच्या लाह्या करून खाव्यात. बाजरीच्या दाण्यांपासून 'माल्ट' तयार करता येते.
- पावसाळ्यात किंवा हिवाळ्यामध्ये बाजरीची गरमागरम भाकरी-तूप किंवा लोणी लावून खावी म्हणजे ती अत्यंत चविष्ट लागते.
- बाजरीची भाकरी-तूप आणि गूळ असा आहार अतिशय पौष्टिक बलवर्धक असतो.
- गाई किंवा म्हशीच्या दुधामध्ये बाजरीची भाकरी कुस्करून खावी यामुळे शरीर बलवर्धक आणि पुष्ट बनते.
- बाजरी खाताना थोडी सावधानता बाळगावी. ज्यांना मूळव्याध आहे, बद्धकोष्ठतेचा विकार आहे; अशांनी शक्यतो बाजरी खाऊ नये.
- बाजरीच्या उष्णवीर्य गुणधर्मामुळे तिचे उन्हाळ्यात सेवन करू नये.
- हिवाळ्यामध्ये किंवा पावसाळ्यामध्ये बाजरीच्या पिठात तूप, गूळ घालून उंडे बनवावेत. ते उंडे अधिक पौष्टिक ठरतात.
- बाजरी स्त्रियांसाठी उपयुक्त असते. तिच्यामुळे स्त्रियांतील कामभावना वाढते. बाळंतपणामध्ये बाजरीचा घाटा खाणे फायदेशीर ठरते. बाजरीच्या घाट्याने बाळंतिणीस पोटात कळ येत नाही. तसेच भरपूर प्रमाणात दूध येते.
- बाजरी अग्निदीपक, रूक्ष, उष्ण, पित्ताचा प्रकोप करणारी, पचनास जड असली तरी हृदयासाठी गुणकारी आहे. तिच्यामुळे हृदय बलशाली होते.
- बाजरीची भाकरी ताकाबरोबर किंवा कढीबरोबर अधिक स्वादिष्ट लागते; ती शरीरासाठी स्फूर्तिदायक ठरते.
- दूध, गूळ, भाकरी थंडीत खातात.

❑

❀ बावची ❀

भारताच्या बहुतेक सर्व भागात आढळणारी बावची गुजरातीमध्ये 'बौची', संस्कृतमध्ये 'चंद्रलेखा' तर कन्नडमध्ये 'बावची गीड' या नावाने ओळखली जाणारी वनस्पती 'पॅपिलिओना' कुळातील आहे. बावचीच्या खोडावर व फांद्यावर खोलगट रेषा, सूक्ष्मग्रंथी आणि तुरळक पांढुरके केस असतात. पाने एकाआड एक लांबट गोल, दातेरी आणि त्यावर काळे ठिपके असलेली थोडीशी केसाळ असतात. बावचीच्या शेंगा लहान-चपट्या आणि एकबिजी असतात. फळाच्या सालीला बी चिकटून राहाते.

उपयोग :

- बावचीचे 'बी' सारक असून, लघवी साफ करणारे आहे.
- बावचीच्या बीमध्ये उत्तेजकता, ज्वरनाशकता, कामोत्तेजकता हे गुण आहेत.
- बावचीच्या बीने कृमी, जंत नष्ट होतात.
- बावचीची मुळे दंतरोगावर तर बी त्वचारोगासाठी गुणकारी आहे.
- बावचीच्या बियांचे चूर्ण टाकळ्याच्या बियांच्या चूर्णाबरोबर लिंबाच्या रसातून नायट्याला लावतात.
- बावचीचे 'बी' कडवट व तिखट असून, त्यातील तेल घट्ट व तिखट असते.
- बावचीच्या बियांचे तेल करंजेलातून पांढऱ्या फोडांवर आणि महारोगावर गुणकारी ठरते.
- बावचीच्या पेंडीचा उपयोग गुरांना अन्न म्हणून तसेच खतासाठी करतात.

❀ बाभूळ ❀

आधुनिक भारतात सर्व ठिकाणी आढळणाऱ्या परंतु प्राचीन भारतीय ग्रंथात उल्लेख नसलेल्या या वनस्पतीचे आगमन भारतात बाह्यदेशातून झाले असावे. या वनस्पतीचे उगमस्थान अरबस्तान असावे. या वनस्पतीला हिंदीमध्ये 'किंकर' संस्कृतमध्ये 'बब्बूल' म्हणतात.

वनस्पतिशास्त्राप्रमाणे बाभूळचे नामकरण 'अकासिया अराबिका' आहे. कूळ मात्र 'मीमोसी' आहे. भारतामध्ये 'रामकाट' आणि 'वेडीबाभूळ' अशा दोन प्रकारच्या बाभळींचे प्रमाण जास्त आहे. यापैकी रामकाट ही गोड बाभूळ म्हणूनही ओळखली जाते. तिच्या शाखा सरळ शेंड्याकडे रोखलेल्या असतात व खोड जाड आणि बळकट असते. वेडीबाभळीच्या फांद्या वेड्यावाकड्या असतात. खोड अतिशय अरुंद आणि पातळ असते. याशिवाय काही ठिकाणी 'देवबाभूळ' सुद्धा आढळते. तिला गंध बब्बूल, कस्तुरी, जाली किंवा सेंटेड बाभूळसुद्धा म्हणतात. वनस्पतिशास्त्राप्रमाणे ती अकासिया कर्नेशियाना असून, 'मीमोसी' याच कुळातील आहे.

बाभळीमध्ये टॅनिनचे प्रमाण अत्याधिक असते. बाभळीच्या सालीमधून टॅनिन मिळवितात. शेंगेतही १२ ते २० टक्के टॅनिन आढळते. बाभळीचा डिंक अतिशय महत्त्वाचा आहे. वनस्पती डिंक रासायनिकदृष्ट्या अस्फटिकी व जटिल पॉलिसॅफराईड्स असतात. डिंकाच्या रेणूमध्ये कॅल्शियम, मॅग्नेशियम, पोटॅशियम हे द्रव्ये असतात.

उपयोग :

- डिंकाच्या उत्पादनासाठी आणि औषधीगुणांसाठी प्रसिद्ध असलेल्या बाभळीच्या फुलापासून सुगंधी अर्क मिळवितात.
- बाभळीच्या सालीतून मिळणारा डिंक अतिशय उपयोगी आहे. डिंकाचा उपयोग अनेक प्रकारच्या मिठायांमध्ये, गोळ्या, चॉकलेट, च्युईंगगम, जेली, मुरंबे, मादक पेये, आइस्क्रीम, बिस्किटात उपयोगात येतो. सौंदर्यप्रसाधनांमध्येसुद्धा डिंक उपयोगी आहे. त्यामध्ये त्वचेला मृदुपणा, गुळगुळीतपणा आणि दाह होऊ न देण्याचा गुण आहे. कुरळ्या केसांसाठी लोशन, मलमासाठीसुद्धा डिंक उपयोगी आहे.
- बाभळीचा डिंक मातीच्या भांड्यात चिकणमातीमध्ये बंधक म्हणून उपयोगी ठरतो. छपाईच्या शाईमध्येसुद्धा त्याचा उपयोग केला जातो. धातुपाषाण स्वच्छ करण्यासाठी बॉयलर स्वच्छ करण्यासाठी आणि ऑफसेट प्रेसमधील प्लेटवरील अक्षरे, डिझाईन टिकविण्यासाठी डिंक उपयोगी ठरतो.
- बाभळीचा वनौषधी म्हणून तोंड आल्यास किंवा मुख रोगावर उपयोग केला जातो. त्यासाठी बाभळीची आंतरसाल आणि जांभळीची आंतरसाल समभागात एकत्र घेऊन, तिचा काढा करतात; त्यात तुरटीची लाही टाकून पाण्याने १४ दिवस गुळण्या कराव्यात.
- जिभेवरील भेगांसाठी आणि पुरळांसाठीसुद्धा बाभळीची पाने व कात उपयोगी ठरते. बाभळीची पाने व कात समप्रमाणात घेऊन, त्यांना एकत्र वाटून त्यांची

गोळी तोंडात धरावी आणि तीन दिवस गिळावी या प्रक्रियेमुळे घशातील फोडसुद्धा नाहीसे होतात.

- स्त्रियांच्या सोम रोगावर बाभळीची शेंग गुणकारी आहे. त्यासाठी बाभळीच्या शेंगांचे वस्त्रगाळ चूर्ण २ ग्रॅम तूप, साखर टाकून सुमारे सात दिवस घ्यावे म्हणजे पाणी जाणे (वाहणे) थांबते. रक्तप्रमेहावरसुद्धा बाभळी गुणकारी आहे. त्यासाठी देवभाबळीची पाने ५० ग्रॅम, जिरे १० ग्रॅम आणि २० ग्रॅम खडीसाखर वेगवेगळ्या स्वरूपात वाटावे. सर्व मिश्रण एक कपभर ताकाबरोबर सात दिवस घ्यावे.
- खोकला थांबविण्यासाठीसुद्धा बाभळीचा डिंक उपयोगी ठरतो. बाभळीचा डिंक आणि साखर एकत्र वाटून लहान लहान गोळ्या कराव्या. त्या गोळ्या खोकल्यावर घ्याव्यात.
- अतिसारावर बाभळीच्या पानांचा रस दररोज दोन चमचे घ्यावा.
- घसादुखी थांबविण्यासाठी बाभळीची आंतरसाल घ्यावी. एक कपभर पाण्यात तिचा काढा करून त्यात थोडी तुरटी आणि चिमूटभर कात टाकावा. या द्रावणाने गुळण्या कराव्यात म्हणजे घसादुखी थांबते.
- धातुपुष्टतेसाठीसुद्धा बाभळी गुणकारी आहे. बाभळीच्या ओल्या कोवळ्या शेंग्या कुटून त्याचा चीक काढावा. एक चमचा चीक व एक कप दूध आणि थोडी साखर मिसळून ते द्रावण चौदा दिवस घ्यावे.
- बहुतेक सर्व प्रकारच्या व्रणांवर बाभळीची साल गुणकारी सिद्ध होते. त्यासाठी बाभळीच्या सालीचे वस्त्रगाळ चूर्ण करून लावावे. त्यामुळे जखम, व्रण बरे होतात.
- डोळ्यांतून सारखे पाणी वाहात असल्यास बाभूळ अंजन उपयोगी आहे. त्यासाठी बाभळीच्या पानांचा काढा करून तो वस्त्रगाळ करून त्यात मध घालावा; हे तयार झालेले अंजन डोळ्यांतील सारखे वाहणारे पाणी बंद करते.
- डोळे दुखत, खुपत असल्यास डोळ्यांवर बाभूळ लेप उपयोगी सिद्ध होतो. त्या लेपासाठी बाभळीची कोवळी पाने वाटावीत. त्यांची पेंडी करावी आणि रात्रीच्या वेळेस ती पेंडी डोळ्यांवर सुमारे तीन दिवस बांधावी म्हणजे डोळ्यांची ठणक थांबते.
- काविळीच्या रोगासाठीसुद्धा बाभळीची फळे उत्तम गुणकारी औषध आहेत. त्यासाठी बाभळीच्या फुलांचे चूर्ण १० ग्रॅम, साखर १० ग्रॅम एकत्र करावे आणि ते सुमारे १४दिवस घ्यावे म्हणजे कावीळ नाहीशी होते.
- मूत्राच्या त्रासातून सुटका करण्यासाठी बाभळीची पाने योग्य आहेत. मूत्र बंद

झाल्यास बाभळीची पाने व गोखरू १० ग्रॅम घेऊन, त्यात १५ ग्रॅम काळे मिरे घालावेत. हे पाण्यात घोटून द्रावण तयार करावे. या प्रकारच्या द्रावणाच्या पिण्याने बंद झालेले मूत्र पूर्ववत सुरू होते.

- कान वाहू लागल्यास बाभळीच्या आंतरसालीचा काढा करावा. तो काढा गाळून घ्यावा. पिचकारीने या द्रावणाने कान धुवावा व स्वच्छ फडक्याने साफ करावा.
- दात, दाढ आणि हिरड्या बळकट करण्यासाठी बाभळीची आंतरसाल उपयोगी आहे. बाभळीच्या १ किलो आंतरसालीचा काढा करावा. त्या काढ्यामध्ये ५ग्रॅम तुरटी, ५ग्रॅम जायफळ, ५ ग्रॅम काथ यांचे चूर्ण टाकावे. या तयार झालेल्या द्रावणाने दररोज तीन वेळा गुळण्या केल्यास (सुमारे महिनाभर) दात, दाढा, हिरड्या बळकट होतात.
- आव, रक्ताच्या हगवणीवरसुद्धा बाभळी गुणकारी आहे. त्यासाठी बाभळीच्या पानांचा रस दोन चमचे, एक कप दह्याबरोबर सुमारे ३ दिवस घेतल्यास आव बंद होते. रक्ताची हगवण थांबते. भाजलेल्या जखमेसाठी औषधी मलम म्हणून बाभूळ उल्लेखनीय आहे. त्यासाठी बाभळीच्या आंतरसालीचे (वस्त्रगाळ) चूर्ण करावे. चूर्णामध्ये थोडा मध घालावा. हे द्रावण भाजलेल्या जखमेवर लावल्यास जखमा लवकर बऱ्या होतात.
- धातू जात असल्यास बाभळीची मदत घेणे आवश्यक आहे. त्यासाठी बाभळीच्या कोवळ्या शेंगा घेऊन त्या सावलीत वाळवाव्यात. त्यांचे बारीक चूर्ण (वस्त्रगाळ) करावे. बाभळी चूर्ण १० ग्रॅम आणि १०ग्रॅम साखर एक कप दुधाबरोबर सुमारे महिनाभर घ्यावे. कपडे रंगविण्यासाठी, कातडे कमविण्यासाठी बाभळीपासून टॅनिन प्राप्त केले जाते.
- निरनिराळ्या प्रकारचे सेंट करण्यासाठी बाभळीच्या फुलापासून सुगंधी अर्क काढतात. बाभळीच्या झाडावर लाखेचे किडे पोसले जातात. त्यापासून लाख मिळविता येते.
- कोल्ह्याच्या विषावर देवबाभळी अतिशय गुणकारी आहे. त्यासाठी देवबाभळीचे मूळ थंड पाण्यात २० ग्रॅम उकळावे. हे द्रावण १४ दिवस सलग घेतल्यास पूर्ण विष उतरते.
- निरनिराळ्या प्रकारची मंजने (दात, हिरड्या मजबुतीसाठी) टुथपेस्ट तयार करण्यासाठी बाभळीच्या सालीचा उपयोग केला जातो. तसेच काजळ व गंध तयार करण्यासाठा उपयोग करतात.

❑

बाहवा (बहावा)

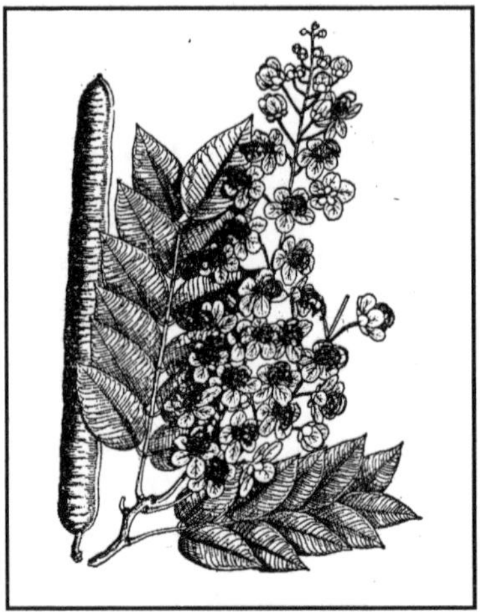

सुंदर फुलोऱ्याकरिता सुपरिचित असलेल्या बहावा वनस्पतीचे खोड सरळ आणि अनेक वर्षे जगणारे आहे. या वृक्षास संयुक्त पाने ती गर्द हिरवीगार असतात. वृक्षाची फुले पिवळ्या रंगाची आकर्षक, लांब लोंबणाऱ्या पुष्पविन्यासात असतात. फळे लांब नळकांड्यांच्या आकाराची, काळ्या व गर्द तपकिरी रंगाची असतात.

संस्कृतमध्ये 'आरग्वध', 'राजतरू', 'हेमपुष्पा', 'सुवर्णक' तर इंग्रजीत 'गोल्डनशॉवर', 'पर्जिंग कैसिया' या नावाने ओळखली जाणारी बहावा वनस्पती 'सिसाल्पिनसी' कुळातील आहे. भारतीय ग्रंथातील महाभारतात या वनस्पतीचा उल्लेख 'कर्णिकार' असा करण्यात आलेला आहे. या वनस्पतीच्या कॅसिया वंशात सुमारे ५०० जाती असून, त्यापैकी भारतात २४ जाती उपलब्ध आहेत. बहावा खोडाची साल 'सुमारी' या नावाने ओळखली जाते. बहाव्याचे लाकूड जड, कठीण, टिकाऊ असून, ते रंधून गुळगुळीत आणि चमकदार होते.

उपयोग :

- बहावा वृक्षाचे अनेक औषधी गुणधर्म आहेत. त्या वृक्षफळाचा गर कॅशियापल्प म्हणून प्रसिद्ध असून, तो रेचक आहे. कॅशियापल्प चुकून जास्त प्रमाणात घेतला गेला तर मळमळ सुरू होते. पोटात मुरडा येतो आणि हगवण लागते.
- बहाव्याची सुमरी साल टॅनिन गुणाने संपन्न असल्याने कातडे कमावण्यासाठी तिचा उपयोग केला जातो. त्या सालीने कातडी नरम होते आणि रंग फिका होतो.
- बहावा फळातील गर (मगज) पाण्याच्या साहाय्याने काढून व गाळून बाष्पीभवन प्रक्रियेने तो लेहाप्रमाणे तयार करतात. त्या लेहाचा उपयोग निरनिराळ्या औषधात केला जातो.
- बहाव्याचा लेह पेक्टिन, हायड्रॉक्सिमिथिल, ॲथ्रॅक्विनोने आणि शर्कराप्रमाणाने संपन्न असतो. बहाव्याचा मगज रेचक असतो. त्याचा उपयोग लहान मुले आणि गरोदर स्त्रियांसाठीसुद्धा करतात.

- कॅशिया अंगुस्टिफोलिया हे अरेबिया आणि सोमाली बेटावरील क्षूप आहे. त्याची पाने व फळे जुलाबाची औषधी म्हणून उपयोगात येतात. जुन्या बद्धकोष्ठतेतसुद्धा त्याचा उपयोग करतात.
- बहाव्याची पाने, फुले यांचे जुलाब औषध, अंगावर पाजणाऱ्या स्त्रियांनी घेतले तर त्यांच्या दुधानेसुद्धा जुलाब होतात.
- बहावा फळातील गोड मगज माकडे आणि अस्वले अत्यंत आवडीने खातात.
- बहावा मुळांची साल, पाने व बिया सारक असतात तर मुळ्या पौष्टिक, ज्वरनाशक, तीव्ररेचक अणि पांढऱ्या कोडावर गुणकारी आहेत.
- बहावा पाला वाटून गजकर्णावर व बिब्बा उतल्यावर लावतात.
- बहाव्याचा उपयोग तंबाखू प्रक्रियेतही केला जातो. तंबाखूला स्वाद आणण्यासाठी या फळातील मगज उपयोगात आणतात.

बिब्बा (भिलावा)

प्राचीन भारतीय ग्रंथात 'भल्लातक' म्हणून उल्लेखिले गेलेली बिब्बा वनस्पती मूळची भारतीयच असावी. संस्कृतमध्ये 'भल्लातक', 'अग्निमुखी' आणि इंग्रजीमध्ये 'मार्किंग नट ट्री' या नावाने ओळखल्या जाणाऱ्या बिब्बा वनस्पती व फळात काही औषधी गुणधर्म आहेत. ही वनस्पती 'अनाकार्डिअसी' कुळातील आहे.

बिब्बा वृक्षाची साल गर्द, भुरकट, खरबरीत तर अंतर्साल धागेदार, कोवळी असते. पाने साधी, मोठी, एकाआड एक, चिवट आणि व्यस्त अंडाकृती असतात. फुले हिरवट, पांढरी, पिवळसर, लहान व फुलोऱ्यांनी असतात.

उपयोग :

- बिब्ब्याच्या कठीण फळाच्या सालीत कडू, जहाल, काळसर आणि विषारी तेल असते. त्या तेलाने मानवी त्वचेवर फोड उठतात. त्याचा उपयोग संधिवात, मुरगळणे, लचकणे आणि कुष्ठीनगाठींवर बाहेरून काळजीपूर्वक केला जातो.

- बिब्बाफळाचे चूर्ण कृमिनाशक असते. बिब्बा फळाच्या चूर्ण सेवनाने गर्भपात होत असतो.
- बिब्बावृक्षाचा डिंक संसर्गजन्यरोग, तांत्रिक दौर्बल्य आणि गंडमाळा विकारांवर उपयुक्त आहे.
- या वनस्पतीच्या खोडाला खाच पाडून 'जहाल' आणि 'साधारण' चिकटरस (डिंक) प्राप्त करता येतो.
- डिंकापासून रोगण तयार करतात.
- बिब्ब्याच्या बिया खाद्य असून, बियांचे तेल गोड, पथ्यकारक व औषधी असते.
- बिब्ब्याच्या फळातील तेलाचा उपयोग रंग, रोगणे आणि प्लॅस्टिक उद्योगात केला जातो. त्या तेलातून थिनॉल मिळवतात.
- बिब्ब्याच्या तेलाला व्यापारामध्ये भिलावन सेल लिक्विड (बी.एस.एल.) म्हणतात. बी.एस.एल.च्या साहाय्याने कापड जलाभेद्य करता येते.
- बिब्ब्याचा प्रत्यक्ष आणि अप्रत्यक्षरीत्या उपयोग तणनाशके, निर्मलके, अग्निरोधक, प्लॅस्टिक, उष्णतारोधक, रंगलेप, नरम आणि कठीण रबरमाळ करण्यात केला जातो. बिब्ब्याच्या फळातील तेलात चुना मिसळून पक्की शाई बनविली जाते.
- बिब्बाफळ उष्ण, तिक्त, कृमिनाशक असून दमा संधिवात, अपस्मार, जलोदर, कंडू, गाठी, चामखेडी इत्यादी विकारात केला जातो.
- बिब्ब्याच्या फळांचा रस कर्करोगातही उपयुक्त आहे.
- अंकुश कृमीवर बिब्बा उपयुक्त आहे.
- कंबरदुखीत बिब्बा दुधात उकळून घेणे फायदेशीर असते.
- दूध, लोणी, वेदनाहारक तेले यांच्यासह फळांचा रस पोटात घेणे हितावह असते.
- बियातील गरामध्ये कॅल्शियम, फॉस्फरस, लोह, खनिजे, तंतू, मेद, प्रथिने, जलांश, कार्बोहायड्रेट आढळतात; तसेच त्यामध्ये थॉयामिन, रिबोफलाविन निकोटिनीक आम्ल ही जीवनसत्त्वे आढळतात.

बीट

गेल्या २००० वर्षांपासून बीटाचा उपयोग मानवी आहारात होत आहे. जांभळे, लाल, किंवा पांढरे या रंगातील बीट जगभर पसरलेले आहे. हिंदीमध्ये 'चुकंदर' लॅटिनमध्ये 'बीटा व्हल्गॅरिस' तर इंग्रजीत 'शुगर बीट' किंवा 'बीटरूट' या नावाने ओळखले जाणारे बीट 'चिनोपोडिएसी' कुळातील आहे.

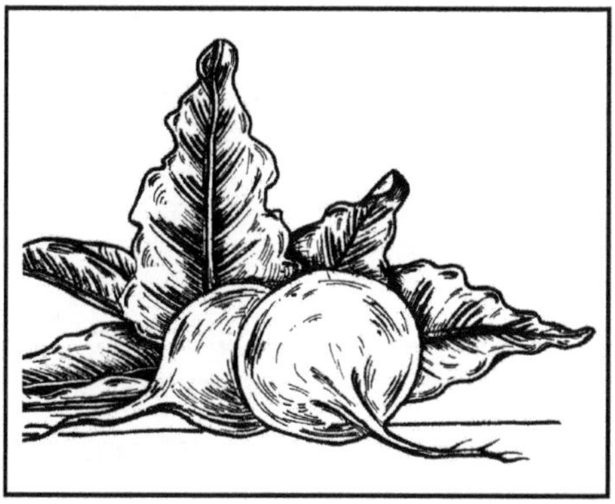

बिटाचे मूळ मांसल, रसाळ, तांबूस, लाल, पिंगट, पिवळसर किंवा पांढऱ्या रंगात आढळते. आकाराने भोवऱ्यासारखे किंवा शंकूसारखे लांब, निमुळते असते. बिटाच्या वरच्या बाजूस मोठ्या खंडित जाडसर पानांचा झुपका असतो. फुलोऱ्यातील दोन ते तीन फुले एकत्रित वाढल्याने घोसफळ तयार होते. त्या घोसफळात दोन ते पाच बिया असतात. भाजीचे बीट, साखरेचे बीट, पालेभाजीचा बीट किंवा जनावरांना खाऊ घालण्याचे बीट हे प्रमुख लागवडीचे बीट प्रकार आहेत.

उपयोग :

- बीटापासून साखर तयार करतात; त्यातील काकवीपासून लॅक्टिक आम्ल, 'ब'जीवनसत्त्व आणि अनेक प्रकारची औषधे तयार केली जातात.
- बीट पचनास जड असते, पण ते तेलकट, पौष्टिक आणि शीतल असते.
- बीटामुळे जठर आणि आतडी स्वच्छ होतात.
- बीटामुळे रक्तात वाढ होते, उत्साह निर्माण होऊन शक्तीत वृद्धी होते.
- निरनिराळ्या रुग्णांना विकारमुक्त होण्यासाठी बीटाच्या रसाचा उपयोग मोठ्या प्रमाणात केला जातो. अलीकडे निसर्गोपचार केंद्रातून कॅन्सर रुग्णांवर बीटाच्या रसाचा उपयोग केला जातो.
- रुग्णास निरनिराळ्या कारणांनी अशक्तपणा येतो, तो अशक्तपणा घालविण्यासाठी बीटाचा रस उत्तम गुणकारी आहे.
- बीटाच्या रसाचा उपयोग कोबी, गाजर, पपई इत्यादी रसांमध्ये करून शरीर स्वास्थ्यवर्धक ठेवता येते.
- अतिविषारी ट्यूमरवरसुद्धा बीटाचा रस गुणकारी आहे.
- बीटाच्या रसाने वजन वाढते.
- बीटाच्या रसात पाणी, प्रोटिन, कार्बोहायड्रेट ब-१, ब-२, जीवनसत्त्व 'क', जीवनसत्त्व चरबी, कॅल्शियम, फॉस्फरस, निकोटिन ही द्रव्ये असतात.
- बीट पुष्टीकर, रक्तवृद्धीकर आहे.

- मानसिक विकृतींवर बीट गुणकारी आहे.
- पित्तशामक, शक्तिवर्धक, शीतल आणि पौष्टिक असलेल्या बीटामुळे शरीरात हिमोग्लोबीन तयार होते.
- डोक्यातील चाई नष्ट करण्यासाठी बीटाच्या पानांचा रस चोळून लावणे फायदेशीर ठरते.
- बिटाच्या पानांचा काढा केस धुण्यासाठी, कोंडा नाहीसा करण्यासाठी, केसातील उवा नाहीशा करण्यासाठी उपयुक्त आहे.
- बिटाचा रस एक उत्तम रसायन आहे. काकडीचा रस आणि बीटाचा रस एकत्र घेतल्यास मुतखडा नाहीसा होतो.
- बीटामुळे शरीरातील रक्तदाब नियंत्रित राहतो.
- बीट शरीरस्वास्थ्यासाठी, सेवनासाठी, आहारासाठी, सॅलडसाठी उत्तम गुणकारी आहे.

❑

बेहडा

स्वास्थ्यकारक त्रिफळाचूर्णातील दुसरे महत्त्वाचे फळ म्हणून ओळखल्या जाणाऱ्या या वनस्पती फळास अतिशय महत्त्व देण्यात आले आहे. संस्कृतमध्ये हे फळ 'तिलपुष्पक', 'वासंत', 'वृद्धजात', 'तैलफल', 'अनिलघ्नक', 'कासघ्न', 'कलियुगालय', 'धर्मद्वषी', 'विंध्यजातम्', 'सवर्त', 'कर्षफल', 'कल्को', 'हार्य', 'बिभीतल अक्ष', 'कलिद्रुम', 'बहेडक' इत्यादी अशा अनेक नावांनी ओळखले जाते. इंग्रजीमध्ये बेडानट म्हणून संबोधले जाते. ही 'कॉम्ब्रेटसी', कुळातील वनस्पती आहे.

भारतातील बहुतांशी सर्वच प्रदेशात आढळणाऱ्या या बेहडा वनस्पतीचे प्रमाण पर्वतीय भागात जास्त असते. उंच वृक्षाच्या या खोडाची साल भुरकट रंगाची असून, पाने वडाच्या पानांसारखी दिसतात. फुले, पाने, देठ लांब असून, देठाच्या मुळाशी

दोन बारीक गाठी दिसतात. फळे गोल आकाराची आणि धुरकट रंगाची असतात. हिवाळ्याच्या कालावधीमध्ये फळे येतात आणि वसंतऋतूमध्ये परिपक्व होतात. बेहड्याच्या फळातील गर गोड असतो. तेवढाच मादकसुद्धा असतो. ती फळे वाळल्यानंतर त्यावर धारा (रेषा) दिसून, ती पंचकोनीय दिसू लागतात.

बेहडा आयुर्वेदिक गुणकारी फळ असून, त्यामुळे त्रिदोष नष्ट होतात. प्रामुख्याने कफ नाहीसे करणारे रसायन त्यात आहे. कफहारी अशा बेहड्यामध्ये वेदनाहारी, रक्त स्तंभकाचे (रक्तस्राव थांबविण्याचा) गुणधर्म आहेत. खोकला, कुष्ठ, जुलाब, मूळव्याध, ज्वर, प्लीहावृद्धी इत्यादी विकारांवर ते गुणकारी असून, डोळ्यांना हितकारी व मेंदूला पौष्टिक आहे.

उपयोग :

- त्रिफळाचूर्ण करण्यासाठी हिरडा व आवळ्याबरोबर बेहड्याचा समावेश केला जातो.
- वात, दमा, खोकला, पडसे इत्यादी रोगांवर गुणकारी असल्याने बेहड्याच्या फळाच्या टरफलांचे चूर्ण मधाबरोबर सेवन करतात.
- वेदनाहारी असल्यामुळे सूज नाहीशी करण्यासाठीसुद्धा बेहड्याचा उपयोग केला जातो.
- बेहडा रुची वाढविणारा व पाचक आहे.
- झोप येत नसेल, तर बेहड्याची फळमज्जा दिली जाते.
- अंगाला खाज सुटत असेल, तर खाज सुटणाऱ्या भागावर बेहड्याचे तेल उपयोगी ठरते.
- घटसर्पावर बेहडा गुणकारी असल्याने अशा व्यक्तीस बेहड्याच्या झाडाची आंतरसाल वाटून, गाळून पाण्यामधून दिली जाते.
- स्त्रियांमधील रक्तस्राव थांबविण्यासाठी बेहडा फळांचा काढा किंवा चूर्ण उपयोगात आणले जाते.
- हातापायांची जळजळ होत असल्यास, आग होत असल्यास बेहड्याचे तेल चोळतात आणि बेहडा टरफलांचा काढा उपयोगात आणतात.
- अंगावर, शरीरावर जखम होऊन रक्तस्राव होत असेल, तर तो रक्तस्राव तत्काळ थांबविण्यासाठी जखमेवर बेहड्याचे वस्त्रगाळ चूर्ण उपयोगात आणतात.
- डोळ्यांच्या विकासासाठी बेहडा उपयोगी आहे.
- उचकी थांबविण्यासाठी बेहडा चूर्ण गुणकारी आहे.

- क्लीबत्वावर (पौरुषनाश) बेहड्याच्या फळातील बी उपयोगी ठरते.
- सर्वांगवेदना दूर करण्यासाठी बेहडा गुणकारी आहे.
- त्रिफळाचूर्ण, बिभित्त तेल, फलत्रिकादि क्काथ, लवंगादिवटी, वैभीतकी सुरा इत्यादी औषधांच्या निर्मितीसाठी बेहडा आवश्यक आहे.
- अकाली केस पिकल्यास तो थांबविण्यासाठी बेहडा उपयोगी आहे.
- केसांना काळा रंग आणण्यासाठी बेहडा उपयोगी ठरते.
- कृमिरोग नष्ट करून स्वप्नदोष घालविण्यासाठीसुद्धा याचा उपयोग होतो.
- बेहडाफळ खाण्यासाठी गरम, लावण्यासाठी थंड व रूक्ष असून, प्राशनात उन्माद वाढविणारे आहे.

❑

बेल

हिंदुधर्मीयांनी पवित्र मानलेल्या आणि श्री शिव शंकराला प्रिय असलेला बेल सर्व भारतीयांना परिचित आहे. संस्कृतमध्ये 'बिल्व' आणि इंग्रजीत 'बेल ट्री' किंवा 'बेगॉल किंग्स' या नावाने प्रसिद्ध असलेला बेल वृक्ष 'रूटेसी' कुळातील आहे. या वनस्पतीचे खोड जाड असून, साल फिकट, राखी रंगाची असते. पाने त्रिदली, संयुक्त, क्वचित पंचदली सुगंधी असतात.

उपयोग :

- पक्व बेलफळातील गर सुगंधी, शीतकारक आणि सारक असतो.
- बेलफळाच्या गराचे सरबत जुनाट मलावरोध व अग्निमांद्य यावर गुणकारी आहे.
- बेलाचे अपरिपक्व फळ स्तंभक, पाचक आणि भूक वाढविणारे आहे.
- कच्च्या बेलफळाचा उपयोग अतिसार आणि आमांशात गुणकारी ठरतो.
- कोवळ्या बेलफळाचे लोणचे घालतात.
- बेलफळाच्या गरामध्ये दूध, साखर काही प्रसंगी चिंचही घालून सरबत करतात.
- धातू पुष्टतेसाठी बेलाच्या सालीचा रस गाईच्या दुधात जिऱ्याची पूड घालून घेतात.

- धातू पडत असल्यास पुष्कळशी पाने पाण्यात वाटून त्यामध्ये जिरे, खडीसाखर टाकून घेतात.
- बहिरेपणावर गोमूत्रामध्ये बेलफळ वाटून तेलात कढवतात व त्यानंतर कानात घालतात.
- बेलफळाच्या कवचापासून पिवळे रंगद्रव्य मिळते.
- कवचापासून 'मार्मेले' हे बाष्पनशील तेल काढतात.
- रंगद्रव्यात चकाकी आणण्यासाठी गराचा उपयोग केला जातो.
- खोडापासून मिळणारा डिंक पौष्टिक असतो.
- फळातील मार्मेलोसीन हे घटकद्रव्य सारक आणि लघवी साफ करणारे आहे. या द्रव्यामुळेच थोडा निद्रानाश होतो व घाम कमी येतो. मात्र ते जास्त प्रमाणात घेतल्यास हृदयक्रिया मंदावते.
- बेलफळाच्या मुळाची साल आणि खोडाची साल पाळीच्या तापात देतात. बेलपानात बाष्पनशील तेल असते.
- बेलाच्या मुळाचे साल मत्स्यविष आहे.
- बेलफळामध्ये ६% साखर गरामध्ये ९% साखर, सालीमध्ये २० टक्के टॅनिन आणि बियातून ११.९ टक्के कडू तेल मिळते. ते रेचक असते.
- सांधेदुखी, बरगड्यांचे दुखणे इत्यादी विकार दूर करण्यासाठी बेलपानांनी तो भाग शेकावा.
- हृदयविकारात बेलमूळ बहुगुणी औषध आहे.
- बेलमुळामुळे गर्भाशयाची सूज दूर होते.
- विषमज्वरावर, पाळीच्या तापावर बेलमुळाचा काढा उपयक्त आहे.
- निरनिराळ्या औषधांमध्ये बेल महत्त्वाचा घटक असतो. विशेषत: बिल्वादीधृत, बिल्बतेल, बिल्वपंचक काढा, बिल्वादीचूर्ण यामध्ये बेल प्रमुख घटक आहे.
- पचनास मदत करणारे, शक्ती वाढविणारे, बेलफळ शरीरासाठी उपयुक्त आहे.

❑

बेलाडोना

औषधी द्रव्याबद्दल प्राचीन काळापासून प्रसिद्ध असलेल्या बेलाडोना वनस्पतीचे भारतीय वैद्यकामध्ये मात्र वर्णन आढळत नाही. इंग्रजीत 'इंडियन बेलाडोना' किंवा 'इंडियन ॲट्रोपा' या नावाने ओळखली जाणारी ही वनस्पती 'सोलॅनसी' कुळातील आहे. या वनस्पतीच्या चार प्रमुख जाती आहेत. भारतात मात्र ही वनस्पती जंगली अवस्थेतच आढळते.

उपयोग :

- अॅट्रोपा अॅक्युमिनाटा या जातीच्या वनस्पतीमध्ये मुळामधून अॅट्रोपीन मिळते. या वनस्पतीच्या पानांपासून बेलाडोना आणि अॅट्रोपीन ही औषधीद्रव्ये प्राप्त होतात. सध्या भारतात स्थानिक जातीचा उपयोग टिंक्चर, प्लॅस्टर इत्यादीसाठी केला जातो.
- अट्रोपा बेलाडोना या वनस्पतीत मुख्यत: एलहैसायमीन अॅट्रोपीन आणि हायोसिन ही द्रव्ये मिळतात. या वनस्पतीच्या पानांमध्ये सक्सिनिक आम्ल, स्कोपोलेटिन अॅस्फरजीन इत्यादी द्रव्ये असतात.
- बेलाडोनाचा औषधी म्हणून दोन प्रकारे उपयोग केला जातो; त्यापैकी बेलाडोनी होलियम शरीरामध्ये घेण्यासाठी उपयोगात आणतात; तर बेलाडोनी रॅडिक्स बाहेरून लावण्यासाठी उपयोगात आणतात.
- बेलाडोनी फुलियम सुक्या पानांपासून आणि शेंड्यांपासून बनवितात, तर बेलाडोनी रॅडीक्स मुळांपासून मिळवितात.
- श्वसन आणि रक्ताभिसरण यावर बेलाडोनाचा उत्तेजक परिणाम होतो. त्यामुळे स्रावक ग्रंथींचे कार्य तसेच जठर, आतडे, गर्भाशय, मूत्राशय यांचीसुद्धा क्रिया मंदावते. बाहेरून लावल्यास अनैच्छिक स्नायूंच्या आकुंचनाची क्षमता कमी होते. डोळ्यांतील बाहुल्यांचा विस्तार होतो आणि वेदना कमी होतात.
- हे औषध उत्तेजक तसेच दाह व संवेदना कमी करणारे आहे. अनैच्छिक स्नायूंचा ताण कमी करणारे आहे.
- अफू, मस्कॅरिन, क्लोरल हैड्रैड इत्यादींच्या अतिमांद्यकारक परिणामांवर बेलाडोना उतारा म्हणून उपयोगात येतो.
- बेलाडोना अतिविषारी औषध आहे. त्याचा अधिक वापर केल्यास घशाला कोरड पडते; तोंडाला कोरड पडते. कातडी कोरडी होते. डोळ्यांच्या बाहुल्या मोठ्या होतात. चक्कर येते. त्यानंतर श्वसन क्रिया मंदावत जाऊन थांबते, परिणामत: मृत्यू येतो.
- आचके, पोटदुखी, दमा, डांग्याखोकला इत्यादी विकारांवर बेलाडोना गुणकारी आहे.
- अॅट्रोपीन नेत्रचिकित्सा आणि नेत्रोपचार यामध्ये उपयोगात येते.
- बेलाडोना मुळांचा अर्कसुद्धा विषारी असून, तो संधिवातासाठी, थांबून थांबून होणाऱ्या मज्जातंतूच्या वेदना दूर करण्यासाठी उपयुक्त आहे. मात्र, त्याचा उपयोग बाह्यउपचार म्हणूनच करतात.

- शरीरामध्ये आग होत असेल तर ती क्षमविण्यासाठीसुद्धा बाह्यउपचारात बेलाडोनाचा उपयोग करतात.
- बेलाडोना वृक्षातील अल्कलाईडचे प्रमाण खुले असताना कमी आणि हिरवी अनस्टीले लागल्यावर जास्त असते.
- काही विशिष्ट प्रकारच्या विषबाधेवरील उपचारात बेलाडोनाचा विषबाधा विरोधी औषध म्हणून उपयोग करतात.

❑

❀ ब्राह्मी ❀

नैसर्गिक गुणसंपन्न, ब्राह्मी या वनस्पतीस इंग्रजीमध्ये 'इंडियन पेन्नीवर्ट', संस्कृतमध्ये 'मंदु कापारिनी' या नावाने ओळखली जाते. 'अंबेलिफेरी' या कुळातील ही वनस्पती असून शास्त्रीयदृष्ट्या ती सेंटेला आसियाटिक या श्रेणीतील आहे. वेलीच्या स्वरूपातील या वनस्पतीची पाने किडनीच्या आकाराची असतात. ब्राह्मी वनस्पतीमध्ये निसर्गातील रोगनिवारक शक्ती मोठ्या प्रमाणात आहे. त्या वनस्पतीचे नैसर्गिक गुणधर्म, औषधी उपयोग मानवी जीवनासाठी उपयुक्त आहेत. सौंदर्यवर्धक केसांसाठी तिचा उपयोग मोठ्या प्रमाणात केला जातो.

उपयोग :

- शरीरावरील सुजलेल्या भागांचा दाह कमी करण्यासाठी तसेच आलेली सूज क्षमविण्यासाठी ब्राह्मी वनस्पतीचा रस सुजलेल्या भागावर लावावा.
- क्षयग्रस्त व्यक्तीसाठी ब्राह्मी गुणकारी आहे. अशा व्यक्तीसाठी ब्राह्मीच्या वाळलेल्या पानांची पावडर दोन चमचे प्रत्येक दोन दोन तासाने घेणे हितकारक ठरते.
- ब्राह्मी केशवर्धक आहे. स्नानापूर्वी त्या वनस्पतीच्या पानांचा काढा खोबरेल तेलातून डोक्याला लावल्यास केसांची मुळे बळकट होतात. तसेच केसवाढीसाठी ब्राह्मी अर्क उपयोगी ठरतो.

- ब्राह्मीतील औषधी गुणधर्मांमुळे शरीरातील सर्व कार्य सुरळीतपणे सुरू राहते. अर्थात त्यासाठी ब्राह्मीचा काढा घेणे आवश्यक असते.
- ब्राह्मीच्या रस पिण्याने रक्त शुद्ध होते. तसेच रक्तवाहिन्या व्यवस्थितपणे कार्य करतात.
- ब्राह्मी त्वचारोगासाठी रामबाण औषध आहे. त्वचेचे रोग किंवा त्वचेवरील वेदनांचे क्षमन करण्यासाठी ब्राह्मीच्या पाल्याचा लेप म्हणून उपयोग करावा.
- कुष्ठरोग, अल्सर, संधिदाह, मूळव्याध, सांसर्गिक आजार यासाठी ब्राह्मीचा काढा उपयुक्त आहे. त्या रसाने वेदना क्षमतात आणि रोगनिवारण होते.
- ब्राह्मीच्या सेवनाने स्मरणशक्ती वाढण्यास मदत होते. ब्राह्मी रस बलवर्धक आहे.
- ब्राह्मीमुळे शरीरातील लघवीच्या प्रवाहात वृद्धी होते. परिणामत: मूत्रमार्ग मोकळा राहतो.
- ब्राह्मी अतिसार आणि हगवण या विकारांवरसुद्धा अत्यंत गुणकारी आहे. तसेच सौम्य, रेचक म्हणूनही ब्राह्मीचा उपयोग केला जातो.
- ब्राह्मी वेदनाहारी आहे. तसेच ताप घालविणारी आहे.
- केस गळत असतील तर ते थांबविण्यासाठी ब्राह्मीच्या रोपांचा काढा डोक्यावर लावावा त्यामुळे केस गळणे थांबेल आणि असलेल्या केसांची वाढ होईल.
- ब्राह्मी वनस्पतीच्या पानांचा खोबऱ्याच्या तेलात अर्क काढून 'ब्राह्मी तेल' तयार करतात. त्या ब्राह्मी तेलामुळे डोक्यातील कोंडा कमी होतो. केशवृद्धी होते आणि डोके थंड राहून शांत झोप लागते.
- ब्राह्मी घशासाठी उपयुक्त आहे. ब्राह्मीमुळे स्वर सुधारतो. वेखंड, हिरडा, अडुळसा, पिंपळी, ब्राह्मीबरोबर मधात चूर्ण म्हणून चाटल्यास स्वरयंत्र सुधारते.
- सर्वप्रकारच्या मानसिक व्याधींवर ब्राह्मी बहुगुणी ठरते.
- गाईच्या दुधात वाढ होण्यासाठी, तसेच दुधाची गुणवत्ता वाढविण्यासाठी गाईला ब्राह्मी खाऊ घालावी.
- ब्राह्मी मेंदूला आणि मनाला शांतता देणारी आहे.

❑

बोर

एकादशीच्या उपवासाला मान्यताप्राप्त बोर फळ रामराज्यापासूनच मानवी जीवनात उपयोगी ठरलेले आहे. रक्तदोष, श्रम व शोष, अतिसार या रोगांना निवारक ठरलेल्या बोरांमध्ये चणी बोर, कोल बोर आणि सौवीर बोर अशा प्रमुख जाती आहेत. त्याशिवाय अनेक भिन्नभिन्न स्वरूपाच्या प्रादेशिक जातीही आहेत.

'बदर' आणि 'बेर' म्हणून ओळखल्या जाणाऱ्या बोरांची बहुतेक गरीब श्रीमंतांना ओळख आहे. रामायणातील शबरीची बोरे आणि जळगावची मेहरूणची बोरे चविष्टच! ख्रिस्तपूर्व काळापासून परिचित अशा या वृक्षांची आणि त्यांच्या फळांची महती वेदातसुद्धा सुस्पष्ट आहे. भारतीय बोरामध्ये प्रामुख्याने चिनी बोर (लहान) आणि भारतीय बोर (मोठे) असे प्रमुख प्रकार आहेत; तर यजुर्वेदाप्रमाणे कर्कान्धु (लहान, लालरंगाची), कुशल (मध्यम आकाराची) आणि बदरा (मोठी) असे प्रकार आहेत.

बोरासंबंधी अनेक आख्यायिका आहेत. पुराण कथेप्रमाणे सापांच्या तक्षक राजाने अळीरूपाने बोरात प्रवेश केला. अन् परीक्षित राजाला दंश केला अशा या बोरांची महती प्राचीन आहे. कृषी अभ्यासानुसार साटोणा, जाम, बदामी, परभणी इत्यादी अनेक जाती बोरांमध्ये विकसित झालेल्या आहेत. आंधप्रदेशातील बनारसी, डोधिया, उत्तर प्रदेशातील गोला, चोंचल, जोगिया, पं. बंगालमधील घुघुंडांगा नारी केली, बारुईपूर, दिल्लीमधील उमरी आणि उमराण तर बनारसीमधील नरमा व कर्का या बोरांच्या जातींचा प्रामुख्याने उल्लेख केला जातो.

बोराला वनस्पतिशास्त्राप्रमाणे 'ऱ्हेम्नसी' कुलात समाविष्ट करून 'झिझीफस जुजुबा' संबोधण्यात आले आहे. भारतामध्ये बोरांचे सर्वाधिक उत्पादन मध्यप्रदेश आणि त्यानंतर महाराष्ट्र, उत्तर प्रदेश, तमिळनाडू, पंजाब, गुजरात इत्यादी राज्यात निघते. महाराष्ट्रात प्रामुख्याने खानदेशाच्या जळगाव, धुळे जिल्ह्यामधून तसेच नगर, राहुरी, नागपूर आणि वर्ध्यामधून बोरांचे उत्पन्न मिळते. महाराष्ट्रामध्ये अनेक गावांची नावे त्या ठिकाणच्या बोरांच्या झाडांच्या अत्याधिकतेमुळे ठेवण्यात आलेली आहे. उदा. – बोरगाव, बोरखेडे, बोरवन, बोरीवल, बोरवाडी इत्यादी होत.

फळांमध्ये एरवी 'सफरचंद जास्त प्रिय असले तरी आयुर्वेदिकदृष्ट्या शरीरासाठी सफरचंदापेक्षा 'बोर' अधिक लाभदायक आहे. बोरामध्ये कॅल्शियम, फॉस्फरस आणि लोह यांचे प्रमाण सफरचंदापेक्षा जास्त आहे. शरीर पोषणासाठी बोर सफरचंदापेक्षा कितीतरी पटींनी श्रेष्ठ आहे. या फळामध्ये पाणी, प्रथिने, स्नेह, तंतू, साखर, सायट्रीक आम्ल, पेक्टिन, कॅरोटीन, टॅनिन यांचे प्रमाण विपुल आहे. भौगोलिकदृष्ट्या सुपीक आणि नापीक या दोन्ही प्रकारच्या जमिनीवर बोरांची लागवड होते आणि कोणत्याही हवामानात त्याची वाढ होते. उष्ण प्रदेशातील उष्णवारे, थंड प्रदेशातील थंड हवामान, तीव्र सूर्यप्रकाश, भयानक वादळी वारे, पर्जन्याचे कमी-अधिक प्रमाण इत्यादी सर्व परिस्थितीत बोरांचे उत्पादन निघते. भारतातील सुमारे ६१००० एकर जमिनीवर बोरांची लागवड होते. बोरांची चव मधुर, आंबट, तुरट असते. बोरांचे लाकूड टणक, चिवट आणि मजबूत असते.

उपयोग :

- लाखेची प्राप्ती करण्यासाठी, लाखेचे कीडे जोपासण्यासाठी बोरीचे वृक्ष अत्यंत उपयोगी सिद्ध होतात.
- बोरांची पाने, बोरांची साल, बोरांची फळे हे सर्व वनौषधींमध्ये गुणकारी आहेत.
- बोर कॅल्शियमयुक्त रेचक असून, सर्दीला थोपविणारी असतात.
- रक्त, अतिसारावर बोरांचा उपयोग गुणकारी ठरतो. त्यासाठी बोरांच्या मुळांची साल बकरीच्या दुधात वाटून त्यात थोडा मध घालून घ्यावे.
- शरीराचा दाह होत असेल, तर बोरांची पाने पाण्यात घालून घुसळावे, या प्रक्रियेत फेस निर्मिती होईल. तो फेस शरीरावर चोळावा.
- जुलाब होत असतील तर बोरांची साल उगाळून घ्यावी. त्यामुळे आमांश व जुलाब थांबतात.
- बोराच्या सालीच्या काढ्यामध्ये मुगाचे वरण प्यायल्यास अतिसार थांबतो.
- जनावरांच्या देवी या विकारासाठीसुद्धा बोर उपयोगी आहे. बोराची साल आणि पाने यांचा काढा ताकात घालून देवी आलेल्या जनावरास पाजल्यास देवी कमी होतात.
- तोंड आल्यास बोरांच्या पानाचा काढा करून त्या काढ्याने गुळण्या कराव्यात.
- हिरड्या दुखत असतील किंवा तोंडातील लाळ थांबविण्यासाठी बोरांच्या पानांच्या काढ्याने गुळण्या कराव्यात.
- थंडीच्या दिवसांमध्ये बोरे घाम आणणारी आणि सर्दीलाही पायबंद घालणारी आहेत.
- अन्नपचनासाठी रेचक म्हणून बोरांची फळे खावीत.
- शरीरावर गळू झाल्यास तो पिकविण्यासाठी बोरांची पाने वाटावी, त्याचे गरम पोटीस गळूवर बांधावे म्हणजे गळू त्वरित पिकते आणि शीघ्रतेने फुटते.
- शरीरावर झालेल्या जखमेसाठी, ती जखम नष्ट करण्यासाठी बोरांच्या पानाचा रस लावावा.
- केसतोड्याचा त्रास होत असेल, तर त्यावर बोरांचा पाला वाटून लावावा म्हणजे त्रास नाहीसा होतो. विंचू चावल्यास किंवा गांधीलमाशी चावल्यास बोरांची पाने वाटून त्या ठिकाणी रस लावावा.
- उलटीचा त्रास होत असेल, तर उलटी थांबविण्यासाठी बोराची आठळी, मुरमुरे, वडाचा अंकुर, ज्येष्ठमध एकत्र करून काढा करावा. तो काढा मधातून घ्यावा. तहान लागण्यासाठी गुणकारी औषध म्हणून बोरांचा उपयोग करावा. बोरे पाण्यात उकळवावी,

पाणी थोडे आटल्यावर त्यात साखर घालावी व ते संयुक्त द्रावण घ्यावे.

- डोळ्यांच्या विकारनाशासाठीसुद्धा बोरांचा उपयोग होतो. बोराचं बी पाण्यात उगाळून डोळ्यास अंजन करावे.
- मूत्रावरोधासाठीसुद्धा बोर गुणकारी आहे. त्यासाठी बोराची कोवळी पाने आणि जिरे पाण्यात चांगले एकत्रित वाटून ते द्रावण प्यावे म्हणजे मूत्रावरोध थांबतो.
- श्वेतपदरावरसुद्धा बोर गुणकारी आहे. बोरांच्या सालीचे चूर्ण करून सकाळ-संध्याकाळी गुळाबरोबर बोरांच्या सालीत निघणारी लाख घेऊन ती पाण्यात उकळावी त्यामध्ये भोपळ्याचा रस घालावा व नंतर ते प्यावे. म्हणजे रक्तदाब बंद होतो. निर्जंतुक म्हणून बोरांचा उपयोग केला जातो. त्यासाठी बोरांची साल पाण्यात उकळून तयार ठेवावी; त्या पाण्याने जखमा-फोड व्यवस्थितपणे स्वच्छ होतात. बोर रक्तदोष आणि अतिसार दूर करतात.
- बोर मल मोकळा करतात. बोरामुळे तृष्णा, ग्लानी दूर होऊन उत्साह निर्माण होतो.
- बोराच्या सालीतील टॅनिन ॲसिड उपयोगी ठरते.
- पिकलेली आणि वाळवलेली बोरे अन्न म्हणून उपयोगात आणता येतात. वनशेतीमध्ये बोराची फळे आर्थिक प्राप्ती करून देणारी आहेत.
- बोरांच्या बियांमध्ये ३३ टक्के तेल असते, ते कातडी कमाविण्यासाठी उपयोगी ठरते.
- उन्हाळ्यात बोरांचे सरबत उपयोगी ठरते. या सरबतामुळे उष्णतेचा त्रास कमी होतो.

❑

भोपळा

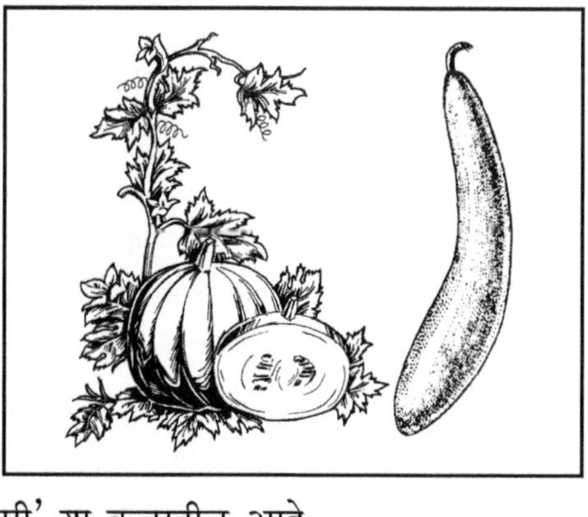

सुगृहिणी भोपळ्याचा विचार फळभाज्यातील एक महत्त्वाचा घटक म्हणून करतात. तांबडा भोपळा म्हणून ओळखला जाणाऱ्या भोपळ्यास संस्कृतमध्ये 'तुंबक', इंग्रजीमध्ये 'बॉटलगोर्ड' किंवा 'कॅलकश कुकंबर' म्हणून ओळखला जातो. लॅटिनमध्ये 'कुकरबिटा मॅक्झिमा' या नावाने प्रसिद्ध असलेला भोपळा 'कुकरबिटेसी' या कुळातील आहे.

भाजीपाल्यामध्ये उपयोगात येणारा भोपळा दोन प्रकारचा असतो. दुधीभोपळा किंवा तांबडाभोपळा या दोन्हींचा उपयोग भाजीसाठी करतात. फळातील मगज मिठाई बनविण्यासाठी वापरतात. त्यातील बियांचासुद्धा खाद्यपदार्थ म्हणून मिठाईत उपयोग केला जातो.

वेलीच्या स्वरूपात आढळणाऱ्या भोपळा वनस्पतीला फळे मात्र कमी अधिक वजनाची येतात. दुधीभोपळे १०० ग्रॅमपासून २ किलोपर्यंत असतात; तर तांबडेभोपळे ७-८ किलोपासून ३५-४० किलोपर्यंत असतात. दुधीभोपळ्याच्या वेलींची फुले पांढरी असतात, तर तांबड्याभोपळ्याच्या वेलींची फुले पिवळी असतात. दुधीभोपळ्याचे फळ दोन प्रकारचे असते. एका प्रकारात लांबट आकाराचे फळ असते, तर दुसऱ्या प्रकारात गोल आकाराचे फळ असते. तांबड्या भोपळ्याच्यासुद्धा दोन जाती आहेत. एक थोडे अंडाकृती तर दुसऱ्याचे फळ गोलाकार असते. दोन्ही प्रकारचे भोपळे आहारात भाजी म्हणून उपयुक्त आहेत.

उपयोग :

- दुधीभोपळा हृदयाला शक्ती, बल देणारा असल्याने त्याला हृद्य म्हणतात.
- हृदयरोगींमध्ये रक्तवाहिन्यांत अडथळे, अवरोध निर्माण होतात. तेव्हा रोज सकाळी अर्धा कप दुधीचा रस, पुदिन्याची ७-८ पाने, सैंधव मीठ व काळीमिरी एकत्र करून किमान तीन महिने घ्यावीत म्हणजे रक्तवाहिन्या सुरळीतपणे कार्यवाहक होतात. रक्तवाहिन्यांतील अडथळे दूर होतात.
- दुधीभोपळा धातुपुष्टीकर, वीर्यवर्धक आहे.
- दुधी रुचकर, मधुर, स्निग्ध आणि गर्भपोषक आहे.
- दुधी ज्वरनाशी आहे. ताप खूप चढल्यास दुधी किसून कपाळावर लेप द्यावा; ताप उतरतो.
- ज्वरचिकित्सेवर दुधी हे एक उत्तम औषध आहे.
- शरीराचा दाह होत असेल, तर दुधीचा रस मध किंवा साखरेबरोबर घ्यावा; शरीराचा दाह नष्ट होतो.
- काविळीच्या विकारात दुधी गुणकारी आहे. काविळीच्या रोग्यास दुधी आणि पडवळच्या भाज्या खाण्यास देतात.
- शरीराचा 'मोटापा' स्थूलपणा घालविण्यास दुधी उत्तम आहे. त्यासाठी दुधी वाफवून त्यात किंचित सैंधव मीठ, जिरे, हळद, मिरे घालून तो खाण्यास द्यावा, त्यामुळे वजन कमी होते मात्र थकवा येत नाही.
- कृश व्यक्तीला दुधी उपयुक्त आहे. दुधी वृष्य आणि पौष्टिक आहे.

- आहारामध्ये दुधीचा उपयोग भाजी, हलवा, स्वीट, कोशिंबीर, सलाद चटणी, इत्यादींसाठी करतात.
- तांबडाभोपळा पौष्टिक आणि वीर्यकारक आहे.
- तांबड्याभोपळ्याच्या अंगी अतिमधुरता, रुचकरता, पौष्टिकता असून, त्यामुळे श्रम आणि भ्रम नाहीसे होतात.
- तांबडाभोपळा, मूत्रावरोध, दाह आणि रक्तदोष यांचा नाश करतो.
- तांबडा पिकलेला भोपळा जड, दाहक आणि तृष्णा उत्पन्न करणारा आहे.
- तांबड्याभोपळ्याचा रसम्, आहारात नेहमी उपयोग करतात.
- भोपळ्याच्या रसामुळे रक्ताची आम्लता कमी होते.
- दुधीभोपळ्यामुळे रक्तामध्ये योग्य तो बदल होऊन त्याचा ह्रदयाला गुणकारी उपयोग होतो.
- भोपळ्यामुळे सांधेदुखी कमी होते.
- दुधीभोपळ्याच्या रसामुळे ह्रदयाचे स्नायू अधिकच सक्षम व कार्यशील होतात.
- भोपळ्याच्या सेवनाने कार्यशक्ती वाढते आणि उत्साह निर्माण होतो.
- भोपळ्याच्या रसाने शरीरभार कमी होतो म्हणजे वजन कमी होते आणि त्यातून उत्साह वाढतो.
- स्वयंपाकघरामध्ये दुधीची भाजी स्वादिष्ट आणि रुचकर तयार करता येते. त्यासाठी कोवळा आणि शुभ्र दुधी घेऊन चण्याची डाळ उपयोगात आणावी.
- हलवा बनविण्यासाठीसुद्धा दुधीचा उपयोग होतो. मऊ, कोवळ्या आणि शुभ्र दुधीपासून तयार केलेला हलवा रुचकर, स्वादिष्ट आणि शीतल, मधुर असतो.
- रक्तविकार, रक्तात उष्णता वाढणे, नाकातून व घशातून रक्त येणे, घशात आग होणे किंवा शरीराचा दाह होणे या विकारांत दुधीच्या रसात थोडे मध किंवा साखर घालून ते प्यावे म्हणजे लाभकारी ठरते.
- दुधी पित्तनाशक, कफनाशक, जड, धातुपुष्ट करणारे, वीर्यवर्धक आणि ह्रदयास गुणकारी आहे. दुधीमुळे गर्भाचे पोषण होण्यास मदत होते. त्यामुळे गर्भार स्त्रियांनी पोषक घटक म्हणून दुधीचा उपयोग करावा.
- शरीरामधील अतिरिक्त उष्णता शोषून घेण्यासाठी दुधीभोपळा किसून कपाळावर, मस्तकावर बांधावा म्हणजे आराम मिळतो आणि शरीरास लाभकारी ठरतो.
- दुधीचे बी औषध म्हणून उपयोगात आणले जाते. त्या बिया सेवनामुळे मस्तकातील उष्णता कमी होते आणि मेंदूला उत्साह, तरतरीतपणा येतो.
- उष्ण प्रकृतीच्या व्यक्तींना दुधीच्या सेवनाने पोषणमूल्य प्राप्त होतात. तसेच शरीराला शीतलता प्राप्त होते.

- कडूदुधीची फळे विषारी असतात. त्याचा उपयोग फक्त तीव्र रेचक म्हणूनच करावा.
- अति मद्य सेवनाने लघवीचा त्रास होऊ लागला म्हणजे दुधी भोपळ्याचा एक ग्लासभर रस शर्करा टाकून घ्यावा, त्यामुळे मूत्रपिंडातील जळजळ थांबते.
- मानसिक व्याधींनी ग्रस्त व्यक्तीची असह्य डोकेदुखी थांबविण्यासाठी दुधीभोपळ्याचा एक अर्धा कप रस चमचाभर मधात घ्यावा. अर्थात हे मिश्रण विश्रांतीपूर्वी, झोपण्यापूर्वी घ्यावे त्यामुळे डोकेदुखी थांबते.
- डोळ्यांचा त्रास सुरू झाला, त्यातील लालीचे प्रमाण वाढले किंवा डोळे दुखू लागले तर दुधीभोपळ्याचा मऊ लगदा करून तो एका कापडामध्ये घ्यावा आणि आपल्या डोळ्यांवर ठेवून अर्धातास निश्चिंत विश्रांती घ्यावी; म्हणजे डोळ्यांचा त्रास कमी होतो.
- अति वीर्यपातामुळे शरीर दुर्बल झाले तर त्यासाठी दुधीभोपळ्याचा हलवा वेलदोडे, जायफळ, लवंग, दालचिनी घालून बनवावा आणि भोजनानंतर तो खावा म्हणजे साधारण तीन आठवड्यानंतर दुर्बलता नष्ट होते.
- पायाच्या तळव्यांना भेगा पडल्या किंवा त्या भेगांमधून रक्तस्राव होऊ लागला म्हणजे त्या कोरड्या त्वचेवर एरंडाच्या तेलाने मालीश करावे. त्यानंतर दुधीभोपळ्याचा लगदा त्या कोरड्या जागेवर रात्रभर बांधून ठेवावा. त्यामुळे पायाच्या भेगांचा त्रास कमी होऊन हळूहळू भेगासुद्धा भरून येतात.

❑

मटकी

सुगृहिणी मटकीचा उपयोग मोड आलेल्या धान्याच्या स्वरूपात करतात. प्रामुख्याने उसळीसाठी स्वयंपाकघरात ती हजर असते. मठ म्हणून ओळखल्या जाणाऱ्या मटकीला संस्कृतमध्ये 'मुकुष्टक' किंवा 'वनमुग्ध', इंग्रजीमध्ये 'ॲकोनाईटबीन' किंवा 'मॉथबीन' म्हणतात. मटकी 'पॅपिलिओनसी' कुळातील आहे.

मटकीमध्ये प्रथिने, स्निग्धपदार्थ, कार्बोहाइड्रेट खनिजे असून 'क' जीवनसत्त्वाचे

प्रमाण भरपूर आढळते. मटकी कामोत्तेजक, पित्तविकाररोधक, पाचक आणि हृदयास बल देणारी आहे. मटकी काळ्या रंगात आणि पांढरट हिरव्या रंगामध्ये आढळते. 'दालमोट' तयार करण्यासाठीसुद्धा गृहिणी मटकीचा उपयोग करतात.

उपयोग :

- नाश्त्यासाठी मटकीच्या मुठीया, फापडा, पापड इत्यादी स्वादिष्ट वस्तू बनवाव्यात. वेळेअभावी मटकी व मूग तळून नाश्त्यासाठी उपयोगात आणता येतात. मटकी व मूग वाफवूनसुद्धा नाश्त्यामध्ये वापरता येतात.
- मटकीमध्ये कॅरोटिन, आयामीन, रिबोफलाविन, निअॅसीन आणि 'क' जीवनसत्त्व असल्यामुळे तिचा वापर आहारात निरनिराळ्या प्रकारे करावा. मटकीची आमटीसुद्धा स्वादिष्ट असते.
- मटकीच्या पिठाचा उपयोग पापडांसाठी किंवा अन्यपदार्थ तयार करण्यासाठी करावा. मटकीच्या ओल्या शेंगातील दाण्याचा किंवा वाळलेल्या दाण्याचा पाण्यात फुगवून उसळीसारखे अनेक पदार्थ करता येतात. कोणत्या ना कोणत्या प्रकारे मटकी खाणे गुणकारी ठरते; कारण तिच्यामध्ये लिसिथिनही मोठ्या प्रमाणात आढळते. ते मेंदूला आवश्यक असते.
- विकारामध्ये शौच्यावाटे रक्त पडत असेल तर मटकी खाणे लाभदायक ठरते. त्यासाठी मटकी वाफवून त्यामध्ये किसलेला कांदा घालावा व त्याचे सेवन करावे म्हणजे रक्त पडणे बंद होते.
- मटकी अनेक प्रकारच्या विकारांमध्ये उपयोगी ठरते. प्रामुख्याने रक्तपित्त, पित्त-कफ, ताप, दाह, उन्माद, जठराग्नी इत्यादी विकारांमध्ये मटकी खाणे गुणकारी ठरते.

❑

मका

मानवी खाद्य आणि पशुखाद्य यासाठी उपयोगात येणाऱ्या मक्याला इंग्रजीमध्ये 'मेज' किंवा 'इंडियन कॉर्न', संस्कृतमध्ये 'महायावनाल', तर लॅटिनमध्ये 'झियामेझ' या नावाने ओळखतात. मका 'पीएसी' कुळातील एक तृणधान्य आहे.

प्रथिने, स्टार्च आणि तेल यांमुळे मका खाद्यान्न म्हणून उपयोगात आणणे योग्य आहे. परंतु, मका पचनास जड आहे. त्यामुळे सुदृढ शरीराच्या व्यक्तींनीच तो खाणे

उपयुक्त ठरते. मक्यापासून, पिठापासून अनेक पदार्थ बनविता येतात.

उपयोग :

- ओल्या मक्यापासून पोहे बनवून ठेवावेत म्हणजे आवश्यकता पडेल तेव्हा त्या पोह्यांचा चिवडा करण्यासाठी, नाश्त्यासाठी उपयोग करावा.
- मका दळून त्याचे पीठ तयार करून ठेवावे. त्या पिठाच्या भाकरी बनवाव्यात. मक्याचे पीठ बट्टी, ढोकळे, वडे इत्यादी तयार करण्यासाठी उपयोगात आणावे.
- मक्याचे कोवळे कणीस भाजून खाणे अधिक पौष्टिक असते. ती कोवळी कणसे खूपच स्वादिष्ट असतात.
- वाळलेल्या मक्याच्या दाण्याच्या उत्कृष्ट लाह्या बनतात. 'पॉपकॉर्न' सध्या सर्वांच्याच आवडीचे आहे.
- मक्याचे दाणे काढून शिल्लक राहिलेल्या कणसाची राख 'जिवाणू ' नष्ट करणारी असते. ज्या जुन्या घरांमध्ये भिंतीत वाळवी लागते, त्याठिकाणी ती राख पाण्यात मिसळून सोडावी म्हणजे किटाणू, जंतू नाहीसे होतात. या राखेमध्ये रंग नाहीसे करण्याचीसुद्धा शक्ती असते.
- आपला पाळलेला कुत्रा किंवा बकरीच्या अंगावरील केस झडू लागल्यास त्यांना मक्याच्या कणसाची राख खावयास घालावी म्हणजे त्यांचे केस गळणे थांबते.
- मक्याचे पीठ भाकरीसाठी उपयोगात आणतो तेव्हा आट्यामध्ये पाण्याऐवजी तांदळाची पेज उपयोगात आणावी म्हणजे भाकरी मधुर, स्वादिष्ट आणि नरम तयार होईल.
- मक्याच्या कणसाची राख मुंग्या, किडे, ढेकूण असतील त्या ठिकाणी टाकावी म्हणजे ते तत्काळ मरून पडतील किंवा निघून जातील.
- मक्याच्या कणसाच्या राखेचा उपयोग भांडी धुण्यासाठी करावा त्यामुळे भांडी स्वच्छ आणि निर्जंतूक होतात.

❑

❀ **मधुमालती** (माधवलता) ❀

पांढऱ्या, सुगंधी, लहान आकाराच्या फुलांचे झुडूप माधवलता किंवा मधुमालती या नावाने सुपरिचित आहे. भारतामध्ये ओलसर जागेवर सर्वत्र आढळणाऱ्या या वनस्पतीचा उल्लेख अष्टांगसंग्रह, सुभुतसंहिता, राजनिघंटु तसेच संस्कृत साहित्यातील शाकुंतल, मालविकाग्नीमित्र, विक्तोमोर्वशीय इत्यादी ग्रंथसंपदेमध्ये आढळतो.

हिंदीमध्ये 'माधवीलता', संस्कृतमध्ये 'माधवी' किंवा 'अतिमुत्तलता' या नावाने ओळखली जाणारी ही हळदवेल 'मालपीगीएसी' कुळातील आहे. या वनस्पतीच्या कोवळ्या भागावर लव असते. वनस्पतीची साल तपकिरी आणि खवलेयुक्त असते. पाने साधी, चिवट, समोरासमोर, लांबटगोलसर आणि दोन्हीकडे टोकदार असतात. फुलांमध्ये दहा 'केसर दले' असतात. त्यापैकी एक सर्वांत मोठे असते. बी मात्र एकच गोलसर असते. माधवलता ही वनस्पती औषधी गुणधर्मयुक्त आहे.

उपयोग :

- माधवलतेच्या पानांचा रस कृमिनाशक असतो. त्यामुळे खरजेवर त्याचा उपयोग केला जातो.
- माधवलतेच्या पानांचा उपयोग जुना संधिवात, दम्यावर तसेच त्वचारोगावर केला जातो.
- या वेलीची पाने प्राण्यांचे एक अन्न असते.
- मधुमालतीच्या सालीमध्ये टॅनिन आणि हिप्टॅझिन हे ग्लुकोसाईड असतात.
- माधवलतेचे लाकूड लालसर, पिंगट, मध्यम, जाड असते. ते निरनिराळ्या शेती अवजारांच्या दांड्यासाठी किंवा जड म्हणून उपयोगात येते.

❑

मसूर

स्वयंपाकघरामध्ये कडधान्य म्हणून खाद्यान्नामध्ये उपयोगात येणारी मसूर संस्कृतमध्ये 'मसुरिका' किंवा 'मसुरा', इंग्रजीत 'लेंटिल' या नावाने ओळखली जाते. ती 'पॅपिलिओनसी' कुळातील आहे. प्राचीन भारतीय ग्रंथामध्येसुद्धा मसुरीचा उल्लेख आढळतो.

प्राचीन काळापासून यहुदी लोक (ख्रिश्चन) आणि इतर लोक मसुरीचा कडधान्यात उपयोग करीत आले आहेत. संपूर्ण मसूर काळ्या रंगाची असते पण तिची डाळ लाल रंगाची असते. ही 'केसरी डाळ' पार्शी आणि हिंदू लोकांपेक्षा मुस्लीम लोकांमध्ये जास्त प्रमाणात उपयोगात आणली जाते. या मसुरीमध्ये कार्बोहायड्रेट, प्रथिने, लवणे, स्निग्ध पदार्थ आढळतात. 'क' जीवनसत्त्वांनी संपन्न या मसुरीमध्ये लोहाचे प्रमाणसुद्धा अधिक असते.

उपयोग :

- उसळ आणि डाळीची आमटी म्हणून मसुरीचा उपयोग स्वयंपाकघरातून करण्यात येतो. दालफ्राय करण्यासाठीसुद्धा मसुरीची डाळ उपयोगात आणतात.
- गृहिणींनी मसूरपाक तयार करून ठेवावा. तो मसूरपाक शक्तिवर्धक पौष्टिक असतो. मसुरपाकामुळे पित्त, कफ, रक्तपित्त, ताप हे विकार दूर होतात. मसुरपाक गोड, शौच रोखणारा थंड, हलका, कोरडा आणि वातूळ असतो.
- एखाद्या व्यक्तीस त्रिदोषजन्य उलटीचा त्रास होत असेल तर त्याने डाळिंबाच्या पिकलेल्या दाण्याचा रस काढून त्यामध्ये भाजलेल्या मसुराचे पीठ कालवावे. या मिश्रणाच्या प्राशनाने त्रिदोषजन्य उलटी थांबते.
- लोहांशामुळे मसुरी मुरडा थांबविण्यासाठी लाभदायक आहे. तसेच मूळव्याधीमध्ये गुणकारी आहे.
- मसुरीची डाळ गरिबांचे अन्न म्हणून मानले जात असले तरी ते सत्त्वयुक्त असून त्यात सोयाबीन किंवा वाटाण्यापेक्षाही जास्त ॲल्युमिनॉइड्स असतात. तसेच गंधकाच्या अभावामुळे मुगडाळीप्रमाणेच ते पचनास हलके असते.

❑

माका

औषधी गुणसंपन्न माक्याच्या या वनस्पतीला संस्कृतमध्ये 'भृंगराज', 'पितृप्रिया', 'केशरंजक' या नावाने ओळखतात. माका 'कम्पोझिटी' कुळातील वनस्पती आहे.

माक्याचे खोड व फांद्या उभ्या किंवा काहीशा झुकलेल्या आणि केसाळ असून, कधीकधी त्यांच्या पेऱ्यातून मुळे फुटतात. पाने साधी, बिनदेठाची, समोरासमोर, लांबट भाल्यासारखी आहेत. फुले पांढरी, लहान, स्तबक प्रकारच्या फुलोऱ्यात पानांच्या बगलेत किंवा फांद्यांच्या टोकास येतात. फळे संकृत्स्न (शुष्क आणि एकबीजी) चपटी, पंखधारी असतात.

उपयोग :

- पिवळा माका, पांढरा माका किंवा काळा माका या सर्व प्रकारच्या वनस्पतींच्या तेलाचा उपयोग केशवर्धनासाठी होतो. परंतु, अलाका (भृंगराज) या नावाने माक्याचा केशवृद्धीच्या गुणांच्या संदर्भातील उल्लेख प्राचीन ग्रंथात आढळतो.
- यकृत आणि प्लीहा विकारात आणि त्वचारोग दूर करण्यासाठी माका वनस्पती उपयुक्त आहे.
- माका पौष्टिक आणि रेचक आहे.
- काविळीच्या विकारामध्ये माक्याचा रस मिरपूड घालून दह्याबरोबर घेतात.
- लहान मुलांमध्ये पडसे दूर करण्यासाठी त्यांना मधाबरोबर माक्याचा रस दिला जातो.
- मूळव्याधीवर माक्याचा रस गुणकारी आहे.
- केसांच्या वाढीसाठी तसेच केस काळे करण्यासाठी तीळतेलात आणि खोबरेलतेलात माक्याचा पाला किंवा रस उकळून तयार करून उपयोगात आणला जातो.
- आगीच्या दाहावर, भाजल्यावर माका, मरवा व मेंदी यांचा पाला वाटून लावला जातो. भाजल्याचे डागसुद्धा त्या औषधी गुणांनी नाहीसे होतात.

- माका उष्ण, कडू, रुक्ष आणि वेदनाशामक आहे. दातदुखीसाठी माका हिरड्यांवर चोळतात तसेच डोकेदुखी थांबविण्यासाठी चोळतात. हत्तीरोगावर माका उत्कृष्ट औषध आहे. हत्तीरोग दूर होण्यासाठी तीळतेलात उकळलेला रस लावतात.
- माक्याचे मूळ वांतिकारक असते. त्याच्या रसाने पोट साफ होते.
- प्राणीमात्रांच्या जखमांवर बाहेरून लेप लावल्यास माका उपयुक्त ठरतो.
- चीन देशात रक्तस्राव थांबविण्यासाठी माक्याचा उपयोग केला जातो.
- खाण्यामध्ये भाजी पदार्थातही काही लोक माक्याचा उपयोग करतात.

❑

माईनमूळ

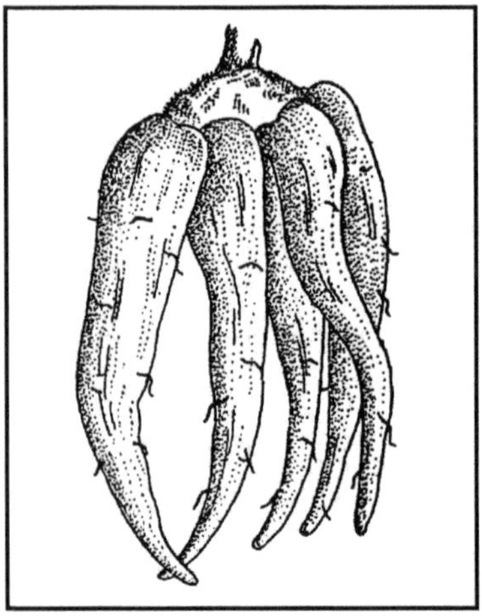

मुळ्यासाठी लागवड केल्या जाणाऱ्या वनस्पतीमधील माईनमूळ वनस्पती भारताच्या अनेक क्षेत्रांत आढळते. संस्कृतमध्ये 'मायिणी' आणि मराठीत 'मायमूळ' किंवा 'माईनमूळ' संबोधली जाणारी वनस्पती 'लॅबिएटी' कुळातील आहे. बहुवर्षायू या वनस्पतीची मूळे जाड आणि मांसल असतात. खोड दंडगोलाकार, बळकट काहीसे शाखायुक्त आणि तळाशी काष्ठयुक्त असते. त्या वनस्पतीच्या फांद्यासुद्धा काष्ठयुक्त असून त्यावर लवदार लांब केस असतात. पाने दीर्घवर्तुळाकार, आयताकृती, विशालकोनी, स्थूलदंतुर असतात. फुले मोठी, आकर्षक वेढ्यात असतात. फुलोऱ्याच्या दांड्यावर दाट, ग्रंथियुक्त केस असतात. वनस्पतीच्या कपालिका (फळे) गोलसर, लहान, गुळगुळीत व काळी असतात.

उपयोग :

- माईनमूळ वनस्पती भूक वाढविणारी वनस्पती आहे. तिखट, गोड, कडू, रुचकर अशा या माईनमूळामध्ये शक्तिवर्धक गुणधर्म आहेत.
- माईनमुळ्याच्या उपयोगाने शरीराची निरुपयोगी गाठ वायू, कफ, गुल्म, शीतज्वर यांचा नाश होतो.
- माईनमुळ्याची मुळे सूज नाहीशी करण्यासाठी, जंतकृमी नाशासाठी, प्लीहाविकार

दूर करण्यासाठी, संग्रहिणी विकार घालविण्यासाठी उपयुक्त आहेत.

- माईनमुळे मूळव्याध आणि पोटाच्या विकारांचा नाश करण्यासाठी गुणकारी आहेत.
- माईनमुळ्याचे लोणचेसुद्धा तयार केले जाते.

❑

❀ माठ ❀

पालेभाज्यांमध्ये उपयोगात आणल्या जाणाऱ्या माठाचे हिरवा माठ आणि तांबडा माठ असे दोन प्रकार आढळतात. संस्कृतमध्ये 'मारिष' आणि इंग्रजीत 'जोसेफसकोट' या नावाने ओळखला जाणारा माठ 'अमॅरॅन्थेसी' कुळातील आहे. राजगिरा, तांदुळजा आणि पोकळा यांच्या प्रजातीतील माठ आहे. तांबडा माठ पुष्कळसा पोकळ्यासारखाच दिसतो.

काटेमाठ ही माठाचीच दुसरी जात आहे. तिचा रंग हिरवा ते लाल किंवा जांभळा असतो. त्या वनस्पतीच्या पानांच्या बगलेत काटे आणि पसरट फांद्या असतात. गरिबांचे घरी या पानांची भाजी चवीने खाल्ली जातात.

उपयोग :

- माठ ही वनस्पती आकुंचन पावणारी स्तंभक आहे.
- माठामध्ये वेदनाहारीचा गुणधर्म असतो. ही वनस्पती घशातील आणि तोंडातील व्रणावर गुणकारी असते.
- देवादिकांना पंचपक्वाने करतात त्यावेळी या माठाची भाजी अग्रक्रमाने करतात.
- काटेमाठाची मूळे मासिक अतिस्त्रावात उपयुक्त असतात.
- काटेमाठाच्या मुळांचा उपयोग परमा, पोटशूळ किंवा इसब या रोगविकारांवर केला जातो.
- प्राणिमात्रांना जनावरांना दूध वाढविण्यासाठी डाळींबरोबर माठ शिजवून देतात.
- माठामध्ये पोटॅशियम, कॅल्शियम, लोह आणि फॉस्फरसचे प्रमाण जास्त असते. या वनस्पतीत भरड तंतूचेही प्रमाण अधिक आढळते.

❑

मालती

सुगंधित पाने आणि पांढऱ्या शुभ्र फुलांनी युक्त मालती इंग्रजीत 'कॉमन मिर्टल' या नावाने ओळखली जाते. मालती किंवा विलायती मेंदी 'ॲपोसायनेसी' कुळातील आहे.

मालती या वनस्पतीच्या सुमारे १०० जाती आहेत; पण त्या द. अमेरिका, द. युरोप, प. आशिया, ऑस्ट्रेलिया, भूमध्य सामुद्रिक प्रदेशात आढळतात. भारतात मात्र एकाच जातीची मालती आढळते. त्या झुडपांची उंची ३ ते १० फुटांपर्यंत असते. लहान पाने सुगंधी, चिवट, गुळगुळीत, चकचकीत, अंडाकृती किंवा भाल्यासारखी असतात. फळे मृदू, लांबट, गोलसर, मांसल, जांभळट, काळसर असतात. त्यात कठीण बिया असतात. मालतीच्या सुगंधित पानांचा उपयोग चवीसाठी, स्वयंपाकघरात केला जातो. तसेच पाने-फुलांचा उपयोग हार, तुरे बनविण्यासाठी केला जातो.

उपयोग :

- पाने, फुलातून बाष्पनशील तेल तयार होते, ते तेल 'मिर्टल ऑईल' या नावाने ओळखले जाते.
- मालती तेल जंतुनाशक, पूतिरोधक आणि चर्मरक्तकर म्हणून उपयोगी आहे.
- मर्टल तेल मूत्राशय आणि श्वासनलिका यांच्या विकारांवर उपयुक्त आहे.
- मालती तेल संधिवाताकरितासुद्धा बाहेरून लावण्यासाठी उपयुक्त आहे.
- मालतीफळात बाष्पनशील तेल, सायट्रिक आम्ल, मॅलिकआम्ल, टॅनिन, रेझीन आढळते.
- मालती बियांमध्ये १२-१५ टक्के तेल आढळते.
- मालती पाने स्तंभक असतात.
- मालती पानांचा उपयोग मेंदूचे विकार, पोटाचे विकार, अग्निमांद्य, यकृताचे विकार, फुप्फुस विकारांवर उपयुक्त आहे.
- तोंड आल्यावर पानांचा काढा चुळा भरण्यासाठी उपयुक्त आहे.
- निरनिराळ्या जखमा, इसब यावरसुद्धा पाने उपयुक्त आहेत.
- मालती फळे आमांश, अतिसार, रक्तस्राव, संधिवातावर उपयोगी आहे.

❀ माहवा (मोह) ❀

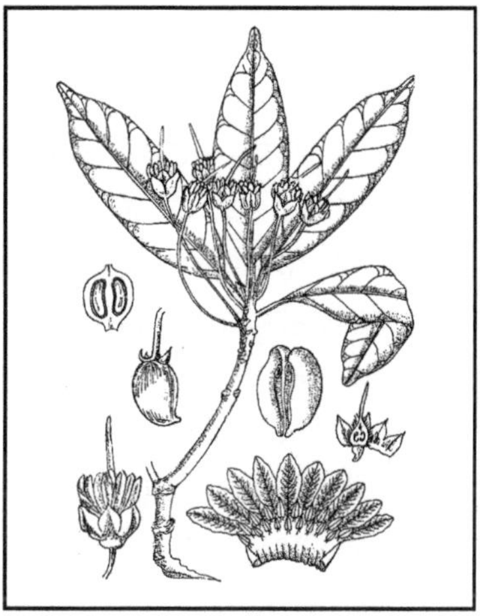

मोहाच्या वृक्षाची फुले कच्ची किंवा शिजवून खाण्याबद्दल अनेक प्रकार आहेत. निरनिराळी सरबते, सिकरी, मुरब्बा किंवा अल्कोहोल तयार करण्यासाठी या वृक्षफुलांचा उपयोग केला जातो.

माहवा ही वनस्पती हिंदीमध्ये 'महुआ', संस्कृतमध्ये 'मधुका', इंग्रजीत 'साऊथ इंडियन महुआ', 'इंडियन बटर ट्रू ई' किंवा 'मोवा ट्री' या नावाने ओळखली जाते. 'सॅपोटेसी' या कुळातील ही वनस्पती आहे. या वनस्पतीचे लॉगीफोलिया आणि लॉटिफोलिया अशा दोन जाती आहेत. त्यापैकी लॉगिफोलिया या दक्षिण भारतीय वृक्षाची साल करडी किंवा गर्द तपकिरी आणि खवलेदार असते, तर फुले फांद्यांच्या टोकास वाढलेली आढळतात. ती लांब आणि सुगंधी असतात. लॅटिफोलिया किंवा इंडिका हा वृक्ष उत्तर भारत आणि द्विपकल्पाच्या दक्षिण भागात आढळतो. वृक्षाच्या खोडाची साल गर्द रंगाची व चिरा पडलेली असते; तर फुले अनेक लहान आणि पाने दाट झुबक्यांनी फांद्यांच्या शेवटी असतात.

मोह वृक्षाची फुले, पाने, बिया आणि साल प्राचीन भारतात पूर्वीपासूनच उपयोगात आणली जात आहे. त्या वृक्षाचे प्राचीन साहित्यामध्ये वनप्रस्त असे नामकरण झालेले आहे. मोह वृक्षाच्या फुलांमध्ये शीतलता आणि पोषकता असते.

उपयोग :

- मोह फुले श्वासनलिकेची सूज कमी करण्यासाठी उपयोगात आणतात.
- मोह फुलांमध्ये कफहारी हा गुणधर्म आहे.
- मोह फुले विशिष्ट प्रकारच्या जिवाणू विरोधी गुणधर्मांनी संपन्न असतात.
- मोह वृक्षाची पाने चवीने तुरट, पण जखम भरून काढणारी असतात.
- मोहाच्या पानांची राख लोणी किंवा तुपामध्ये मिसळून जखमा लवकर बऱ्या होण्यासाठी उपयोगात आणतात.
- मोह वृक्षाच्या बियांमुळे मातेच्या स्तनामध्ये दूध वाढते; तसेच त्या दुधाचा प्रवाहसुद्धा वाढतो.

- मोह वृक्षाच्या बियांपासून तयार केलेले तेल रेचक म्हणून उपयोगात येते; तसेच ते तेल त्वचारोगावर उपयोगी ठरते.
- मोह वृक्षाच्या सालीचा काढा तयार करून तो दातांसाठी व हिरड्यांसाठी उपयोगात आणला जातो.
- मोह वृक्षाच्या सालीचा काढा खरूज या रोगावरही गुणकारी आहे; तसेच मधुमेहींसाठीसुद्धा तो उपयुक्त आहे.
- मोहाची फुले खाद्यपदार्थ म्हणून उपयोगात येतात, तसेच मद्यार्क तयार करण्यासाठीसुद्धा उपयोगी ठरतात.
- मोहाचे तेल स्वयंपाकासाठी उपयोगात आणले जाते; तसेच साबण करण्यासाठीसुद्धा त्याचा उपयोग होतो.
- मोहाची पेंड खत म्हणून उपयोगात आणली जाते.
- मोह फुलांपासून तयार केलेले स्पिरीट शक्तिवर्धक आणि पोषक ठरते.
- मोहाची फुले आणि पाने पाळीव जनावरांना चारा म्हणून उपयोगात आणतात.
- मोहाच्या तेलाचा उपयोग टेनिस कोर्टवर लेपन देण्यासाठी केला जातो; त्यामुळे शिदोडांचा नायनाट होतो.
- मोह फुलांचे तेल निरनिराळ्या औषधांमध्ये उपयोगात आणले जाते.
- मोहाचा उपयोग अल्सर, महारोग आणि फ्रॅक्चर यांसारख्या विकारात करतात.
- मोहामुळे कानाचे दोष आणि हृदयरोग हे विकार दूर होतात.
- मोहाचा अर्क संधिवात बरा करण्यासाठी होतो.
- मोहामुळे यकृत दोष नाहीसे होतात.
- मोह खोकला नाहीसा करण्यासाठी तसेच पचनसंस्था स्वच्छ करण्यासाठी उपयुक्त आहे.
- चर्मरोग, मूळव्याध, संधिवात या विकारांत महुआ तेलाचा उपयोग केला जातो.
- मोह (महुआ) तेल सारक आणि वांतिकारक आहे.

❑

मिरे

उष्ण, तिखट आणि झोंबणाऱ्या चवीचे मिरे मसाले पदार्थात अत्यावश्यक असतात. खडा मसाला म्हणून गृहिणी त्याचा उपयोग करतात. हिंदीमध्ये 'काली मिर्च' किंवा 'गोल मिर्च', संस्कृतमध्ये 'मरीच', इंग्रजीमध्ये 'ब्लॅक पेपर', लॅटिनमध्ये 'पायपर नायग्रम' या नावाने ओळखली जाणारी मिरे 'पायपरेसी' कुळातील आहे.

जगातील सर्वांत जुने आणि महत्त्वाचे मसाल्याचे पीक म्हणून मिऱ्यांची ओळख आहे. प्रामुख्याने पांढरी मिरी आणि काळी मिरी अशा दोन प्रकारात प्राप्त होणारी मिरी तीव्र वासाची असते. काळी मिरी लोणची, तिखट खाद्य पदार्थांसाठी वापरतात; तर पांढरी मिरी कमी तिखट आणि अधिक स्वादयुक्त असते. युरोपमध्ये तर ताजी हिरवी मिरी पसंत केली जाते. या मिऱ्यांमध्ये प्रथिने, स्निग्ध पदार्थ, कार्बोहायड्रेट, खनिजद्रव्ये, अजीवनसत्त्व फायमिंग इत्यादी घटक आढळतात.

उपयोग :

- दूध, दही, काकडीच्या कोशिंबिरीत, आमटीत, भाजीत, लोणच्यात किंवा पापडांमध्ये मिरे कुटून घालावेत. दररोजच्या आहारात मिऱ्याचा उपयोग करण्यासाठी रोज मिरे नवीन कुटून वापरावे, एकदाच कुटून मिऱ्याची पूड तयार करून ठेवू नये.
- सर्दी किंवा खोकल्याचा त्रास होत असेल तर, मिऱ्याची पूड दुधामध्ये उकळून ते दूध प्यावे. ते लाभदायक होते; सर्दी, खोकला बरा होतो.
- अचानकपणे उदरशूळ झाल्यास, आले आणि लिंबाच्या रसामध्ये थोडीशी मिऱ्याची पूड घालून ती प्यावी; म्हणजे उदरशूळ थांबतो.
- अंग गारठले किंवा अंग आखडले तर, मिरे थंड पाण्यात बारीक वाटून त्याचा लेप द्यावा म्हणजे स्नायू व्यवस्थित कार्यरत होतात.
- बऱ्याचवेळा रांजणवाडीमध्ये खूप त्रास होतो, ती खुपू लागते तेव्हा मिरे पाण्यात घालून त्याचा लेप रांजणवाडीवर लावावा म्हणजे रांजणवाडी त्वरित पिकून फुटते. 'पू' निघून जातो आणि आराम मिळतो.
- जेव्हा सोमलचे विष चढते तेव्हा ५-६ ग्रॅम मिऱ्याचे चूर्ण ५०-६० ग्रॅम लोण्यामध्ये कालवून खावे म्हणजे विष उतरते.
- जेव्हा अचानकपणे ग्लानी येते, बेशुद्धावस्था निर्माण होते अशावेळी बेशुद्ध व्यक्तीच्या नाकामध्ये मिरीचे चूर्ण फुंकले तर त्याला असंख्य शिंका येतात, त्यामुळे त्याची बेशुद्ध अवस्था नाहीशी होते, म्हणजे तो शुद्धीवर येतो.

- तापामध्ये सुस्ती येऊ लागते. मन अस्वस्थ होते. अशावेळी व काडेचिरायतासारख्या एखाद्या कडू औषधाबरोबर मिरीपूड घ्यावी म्हणजे सुस्ती आणि तापही निघून जातो.
- श्वासोच्छ्वासाच्या विकाराने बेजार झालेल्या व्यक्तींनी रोज मिरे वाटून ते मधाबरोबर चाटावे म्हणजे ते लाभदायक ठरतात.
- अपचनाचा त्रास होत असताना किंवा पोटफुगीचे विकार झाले असताना मिरी, सुंठ, हिरडा व पिंपळी यांचे चूर्ण करून मधात चाटण घ्यावे म्हणजे लाभदायक ठरते.
- काही व्यक्ती शीतपित्ताने बेजार होतात, अशा व्यक्तींनी मिऱ्याची पूड गावरानी तुपाबरोबर चाटावी; आणि तुपामध्ये मिरे वाटून त्याचा लेप करावा, म्हणजे आराम मिळतो.
- पांढरे मिरे, साखर व तूप एकत्र करून सेवन केले तर डोळे सतेज होतात आणि मेंदूतील उष्णताही शांत होते.
- मिऱ्याचा उपयोग करताना सावधानता बाळगावी, त्याचे अतिरिक्त सेवन झाले तर आतड्यांमध्ये, जठरामध्ये दाह सुरू होतो. उलट्या होतात, पोटात दुखू लागते, मूत्राशय व मूत्रनलिकेत तीव्रता येते. गुद्नलिकेत दाह होतो आणि त्वचेवर शीतपित्ताच्या गाठीसुद्धा उठू शकतात; म्हणून मिऱ्याचा उपयोग सावधानतेने करावा त्यासाठी वैद्याचा सल्ला घ्यावा.
- मिरे स्वादिष्ट भोजनासाठी आवश्यक आहेत आणि मिऱ्यांमुळे शारीरिकक्रिया गतिशील राहतात म्हणून गृहिणींनी योग्य प्रमाणात योग्यवेळी मिऱ्यांचा वापर करावा.

❑

❁ मिरची ❁

स्वयंपाकघरातील भोजनातील चवीसाठी मिरची आवश्यक असे घटक आहे. हिंदीमध्ये 'मिर्च', संस्कृतमध्ये 'तीष्णा' किंवा 'उज्वला', इंग्रजीमध्ये 'चिली' म्हणून ओळखल्या जाणाऱ्या मिरचीचा कूळ 'सोलॅनसी' आहे. रंगाने लालमिरची आणि हिरवी मिरची या प्रकारच्या मिरच्या आढळत असल्या, तरी गुणधर्मावरून, तिचे तिखटपणावरून तेजपूरी मिरची, लवंगी मिरची आणि सिमला (भोपळी) मिरची असे प्रमुख प्रकार पडतात.

गृहिणी स्वयंपाकघरात मसाल्यामध्ये मिठानंतर मिरचीलाच महत्त्व देतात. त्यांच्या

मतानुसार तिखट-मिठाशिवाय स्वयंपाक स्वादिष्ट होत नाही. त्या आवश्यकतेनुसार ओली मिरची, सुकी मिरची, लाल मिरची, हिरवी मिरची यांचा उपयोग करतात. लोणच्यामध्येसुद्धा मिरच्यांचा उपयोग करण्यात गृहिणी तत्पर असतात. मिरच्या तिखट, चविष्ट आणि रुचकर असल्या तरी अत्याधिक प्रमाणात खाऊ नयेत. मिरचीच्या अतिरिक्त सेवनाने तमोगुण वाढतो. त्वचारोग होतो. रक्तातील उष्णता वाढते. जठर नरम पडते. डोळ्यांचे नुकसान होते. पुरुषत्वास धोका पोहचतो. दाह-प्रमेह आणि लघवीची जळजळ

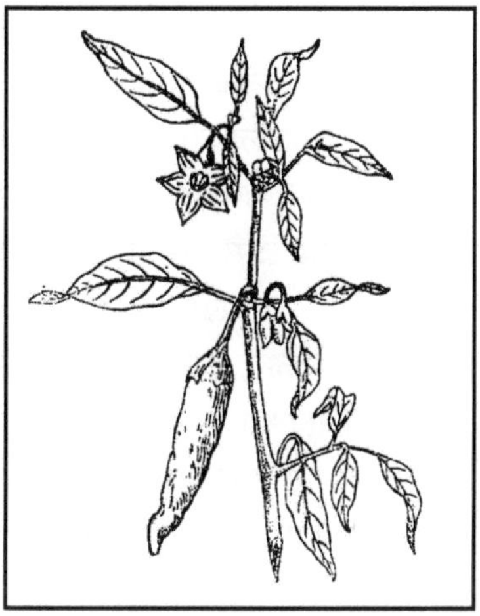

होणे, मूळव्याध इत्यादी विकार होतात, म्हणून मिरचीचा आहारामध्ये सांभाळून उपयोग करा.

उपयोग :

- मिरच्यांचा उपयोग करताना जाडसालीच्या मिरच्यांचा उपयोग करावा. त्या पातळ सालीपेक्षा कमी तिखट असतात आणि शरीरासाठीसुद्धा जास्त नुकसानकारी ठरत नाही.
- लाल मिरचीचा उपयोग करण्यासाठी सुकलेल्या लाल मिरच्यांची कुटून किंवा दळून तिखट पावडर बनवून ठेवावी. आवश्यकतेनुसार ती रोजच्या स्वयंपाकासाठी वापरावी.
- चटणी, रायते, भाजी, आमटी, सांबार, कढीमध्ये हिरव्या मिरच्यांचा उपयोग करावा. भज्यांसाठीसुद्धा हिरव्या मिरच्या स्वादिष्ट ठरतात.
- कॉलरा निवारण करण्यासाठी मिरच्यांच्या गोळ्या उपयोगी ठरतात. त्यासाठी समप्रमाणात मिरच्या, कापूर आणि हिंग घ्यावा हे सर्व पदार्थ एकत्र दळून त्यांच्या वाटाण्याएवढ्या गोळ्या कराव्यात, पाण्याबरोबर तासातासाने कॉलऱ्यामध्ये ही गोळी घेतली तर ती गुणकारी ठरते.
- निरनिराळ्या प्रकारच्या औषधांसाठी, चूर्णामध्ये, लेप, मलमांमध्ये मिरचीचा उपयोग जंतुनाशक म्हणून केला जातो.
- हिरवी मिरची तसेच चुना समप्रमाणात घ्यावा. तो कांद्यांच्या रसात घालून त्याच्या

गोळ्या बनवाव्यात. त्या गोळ्या दररोज सकाळी २ आणि रात्री २ याप्रमाणात घेतल्यास जुलाब, हगवण, आमांशसारखे विकार दूर होतात.

- संधिवात झाला तर त्यातील परिणामकारक भागावर मिरचीचे मलम लावावे, छातीतील दुखण्यावर आर्थराईटिसवरसुद्धा मिरचीचे मलम उपयोगी आहे.
- दातदुखीचा त्रास असह्य होऊ लागला तर मिरच्यांच्या रसात कापूस भिजवून तो दुखणाऱ्या दाताखाली धरून ठेवावा; त्यामुळे दातदुखी थांबते.
- घशाचे विकार, टॉन्सिल्स यावरसुद्धा मिरचीचा रस उपयोगी आहे. त्यासाठी थोडा रस पोटातून घ्यावा आणि मिरचीच्या रसात कापड भिजवून गळ्याभोवती गुंडाळावे.
- भूक लागत नसल्यास भूक लागण्यासाठी थोड्या प्रमाणात ताजी मिरची खावी.
- आतड्यामध्ये कळा निर्माण होऊ लागल्या, पोटामध्ये दुखू लागले तर (जंतामुळे) मिरचीचा काढा घ्यावा.
- मिरचीमुळे ताप कमी होतो, तसेच रक्त शुद्ध होते.
- मिरचीचा उपयोग अल्प प्रमाणात केला तर, पचनक्रियासुद्धा चांगली राहते. मिरचीमुळे नत्रयुक्त पदार्थांचे योग्यप्रकारे परिवर्तन होऊन, पौष्टिक तत्त्वाचा संग्रह होतो; तसेच शरीराचे कार्य सुरळीतपणे चालते.
- छातीमधील दुखणे थांबविण्यासाठी मिरचीचा काढा गुणकारी ठरतो, त्यामुळे एक प्रकारे नवशक्ती प्राप्त होते.
- भारतामध्ये बहुतेक सर्वच ठिकाणी लाल किंवा हिरव्या, ओल्या किंवा कोरड्या मिरचीचा उपयोग काही ना काही प्रमाणात केला जातो. मिरचीमुळे भारतीयांना भोजन स्वादिष्ट किंवा चवदार जाणवते. मिरचीचे वरील औषधी गुणधर्म लक्षात घेऊन तिचा उपयोग जास्त प्रमाणात करू नये. मिरचीच्या दीर्घकाळ उपचारामुळे शरीराची, त्वचेची, आतड्यांची, पोटाची आग होऊ शकते. मिरचीच्या जास्त तिखटपणामुळे किडनीलासुद्धा इजा पोहचू शकते. त्यामुळे मिरचीचा उपयोग आवश्यक तेवढ्याच प्रमाणात करावा.

❑

मूग

स्वयंपाकघरातील कडधान्यात समाविष्ट मूग अनेक प्रकारच्या व्यंजनांमध्ये उपयोगात आणले जातात. हिंदीमध्ये 'मूंग', संस्कृतमध्ये 'मूग्द', इंग्रजीत 'ग्रीन ग्राम' तर लॅटिनमध्ये 'व्हिग्ना रेडिआटा' म्हणून ओळखल्या जाणाऱ्या मुगाचा कुळ 'पॅपिलिओनसी' आहे.

स्वयंपाकघरामध्ये मोड आणून, उसळ करण्यासाठी, आमटीसाठी, मूग पिठाचे लाडू करण्यासाठी, मुगाचा शिरा करण्यासाठी, पापडासाठी उपयोग होतो. मूग काळे, पिवळे, पांढरे, हिरवे आणि लाल रंगाचे असतात.

उपयोग :

- मुगाचे लाडू बनवून खाणे चांगले असते. त्यासाठी मूग भाजून त्याचे पीठ तयार करावे. नंतर जेवढे पीठ असेल तेवढेच तूप कढईत घालावे. त्यामध्ये ते खमंग भाजून घ्यावे. ते भाजले जात असताना अधून मधून थोडे दुधाचे शिंतोडे त्यात टाकावेत. त्यामुळे भाजलेले पीठ चांगले रवाळ होते. ते पीठ थोडे कोमट होऊ द्यावे. त्यानंतर त्यामध्ये योग्य त्या प्रमाणात साखर, बदाम, पिस्ते, लवंग, वेलची, मिरी, बारीक करून घालावी. त्याचे लाडू बनवावेत. मुगाचे लाडू हिवाळ्यात खाणे गुणकारी असते. ते लाडू वीर्यवर्धक, वातपित्तशामक आणि शीतल असतात.
- आजारी व्यक्तीची पचनशक्ती मंदावलेली असते त्या व्यक्तीस मुगाची खिचडी, आमटी, भात देणे गुणकारी ठरते.
- मुगाचे सांडगे (कोरडे) आणि पापड बनवावेत.
- आजारी माणसाला तापामध्ये मुगाचे पाणी द्यावे. हे मुगाचे पाणी गुणकारी असते, त्या मुगाच्या पाण्याने दुधाची गरज भागते.
- मूग थंड, मधुर, कफनाशक, पित्तनाशक, हलके, रुक्ष, तापनाशक असतात.

मुळा

मुळ्याचा जगभर प्रसार झाला असून, तो खाद्यान्न म्हणून आणि आयुर्वेदिक वनस्पती म्हणून उपयोगात येतो. संस्कृतमध्ये 'हस्तिदंत' किंवा 'मूलक', इंग्रजीत 'रॅडिश' म्हणून ओळखला जाणारा मुळा 'क्रुसीफेरी' कुळातील आहे.

कंदमूळ असलेल्या या मुळ्याची पाने, शेंगा सर्वांचाच उपयोग आहारात केला जातो. मुळ्याचा आकार, रंग, आकारमान, चव यावरून निरनिराळ्या जाती आहेत. मुळा कच्चा किंवा भाजी करूनही खातात.

उपयोग :

- मुतखड्याचा त्रास होऊ लागल्यास, मुळयाच्या पानांच्या रसात सुराखार (एक प्रकारचा क्षार) घालावा आणि ते द्रव्य संबंधित व्यक्तीस पिण्यास द्यावे. यामुळे मुतखडा नाहीसा होतो.
- पोटात दुखू लागल्यास, गॅसचा त्रास होऊ लागल्यास मुळ्याच्या रसामध्ये लिंबाचा रस घालून तो पिण्यास द्यावा. त्यामुळे पोटदुखी किंवा गॅसचे विकार दूर होतात.
- आम्लपित्ताचा त्रास होत असल्यास कोवळ्या मुळ्यामध्ये साखर घालून खावी किंवा गुळाच्या पानांच्या रसात साखर घालून प्यावे म्हणजे आम्लपित्त नाहीसे होते.
- मूत्रावरोधामध्ये किंवा लघवीचा त्रास होत असेल तेव्हा मुळ्याचा रस काढून त्या ठिकाणी लावा. बायकार्ब घाला. हे द्रावण प्यायल्याने मूत्रावरोध दूर होतो तसेच लघवी साफ होते.
- मुळा कफ बाहेर काढतो. मुळ्यामुळे जुना खोकला नाहीसा होतो. मात्र, मुळा बी-शुष्क आणि गरम असल्यामुळे यकृताचे नुकसान होते तसेच मूत्रपिंडाचे नुकसान होते. भोजनाचेवेळी चविष्ट पदार्थ म्हणून मुळ्याच्या पानांची कोशिंबीर करावी त्यात थोडा लिंबाचा रस घालावा ते स्वादिष्ट व रुचकर होते.
- मुळ्याचे पराठेसुद्धा उत्तमप्रकारे बनविता येतात. तसेच मुळ्याची पाने चिरून त्यात बेसन पीठ घालून स्वादिष्ट भाजीसुद्धा बनविता येते.
- मुठीया किंवा थालीपीठ बनविण्यासाठीसुद्धा मुळ्याचा भरपूर प्रमाणात उपयोग करावा तसेच मुळ्याच्या शेंगांची भाजी आणि रायतेही आहारात उपयोगी आहेत.
- एखाद्या कारणाने त्वचेला सूज आली, त्वचेखाली पाणी साठले तर मुळा व तीळ एकत्र करून खावे; त्यामुळे त्वचेखाली साठलेले पाणी शोषले जाते आणि सूजही नाहीशी होते.
- मुळ्यामध्ये प्रोटिन्स, कार्बोहायड्रेट, लोह आणि फॉस्फरस असते. पोटॅशिअम आणि 'अ' व 'क' जीवनसत्त्वेसुद्धा मुळ्यामध्ये आढळते. त्यामुळे मुळ्यामध्ये मुतखडा विरघळण्याचा गुणधर्म आहे.

- मुळ्याची ताजी पाने रक्तपित्तशामक आहेत. पण ताज्या पानांचा रस आणि मुळा बी मूत्रल, अनुलोमन आहे.
- मुळा खाताना सावधानतासुद्धा बाळगावी. भुकेल्यापोटी मुळा खाल्ल्याने छातीत जळजळ सुरू होते आणि पित्तप्रकोप निर्माण होतो. सामान्यपणे शरद ऋतूमध्ये मुळा खाणे गुणकारी ठरत नाही.

❑

मुरडशेंग

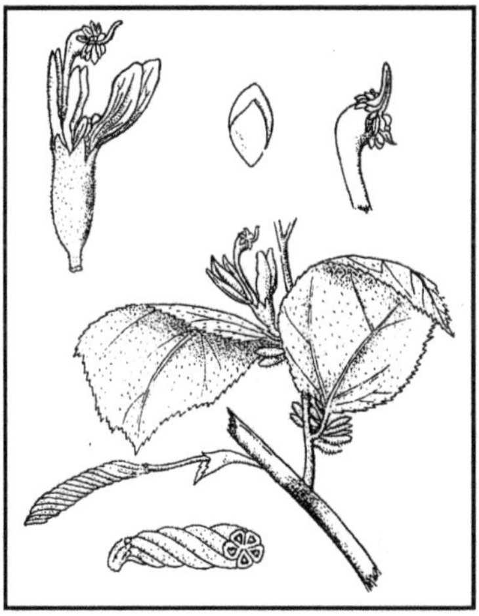

पानझडी आणि मोठ्या झुडूपाच्या प्रकारातील मुरडशेंग वनस्पती हिंदीमध्ये 'मरोरफल्ली', संस्कृतमध्ये 'आवर्तनी' तर इंग्रजीत 'ईस्ट इंडियन स्क्रू' या नावाने ओळखली जाते. 'स्टर्क्युलिएसी' कुळातील या वनस्पतीची उंची ४ ते १३ फूट असते.

मुरडशेंगेच्या ज्या ६० प्रजाती आहेत त्यापैकी भारतामध्ये ४ प्रकारच्या प्रजाती आढळतात. औषधी आणि धाग्याकरिता या जाती महत्त्वाच्या आहेत.

मुरडशेंग वनस्पतीची पाने साधी, एकाआड एक, दातेरी, तळाशी तिरपी, हृदयाकृती, निमुळती असून खालच्या बाजूने लवदार असतात. फुले सुरुवातीला लाल नंतर निळसर रंगाची आढळतात. वनस्पतीची फळे लांब, हिरवट, तपकिरी आणि गोलसर असतात. त्यातील बिया अनेक कोनयुक्त, बारीक असतात.

उपयोग :

- मुरडशेंगा वाळल्यानंतर पोटाच्या तक्रारी दूर करण्यासाठी उपयुक्त आहेत.
- पोटफुगी, मुरडा इत्यादींसाठी सुकीफळे गुणकारी आहेत.
- वनस्पतीची खोडे व फळे कफहारी आणि आग कमी करणारी आहे.
- मुळे व खोड स्तंभक आणि दुग्धऱ्हासक आहेत.
- शरीरात काही विकारात विशेषत: छातीमध्ये 'पू' झाल्यास किंवा जठरात मुळांचा रस गुणकारी असतो.

- वनस्पती मुळांचा रस मधुमेहासाठी उपयुक्त आहे.
- वनस्पतीची साल, अतिसार, आमांश आणि पित्तांशामुळे आलेली मळमळ घालविण्यासाठी उपयुक्त आहे.
- मुरडशेंगेच्या लाकडाचा कोळसा बंदुकीच्या दारूत उपयुक्त आहे.
- लहान मुलांच्या अनेक तक्रारी मुरडशेंगेतून दूर होतात.

❑

मेथी

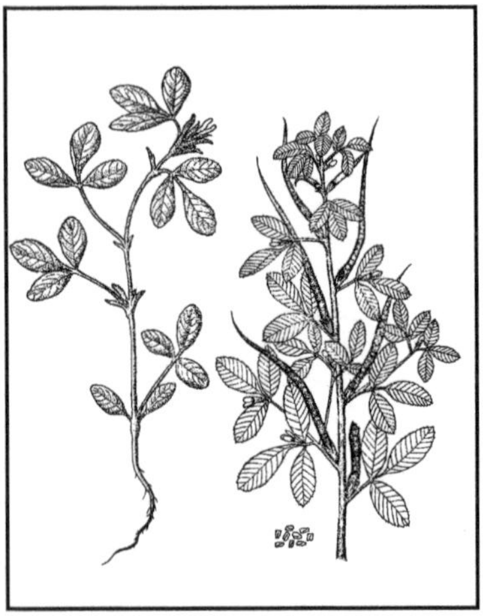

स्वयंपाकघरात पदार्थांना स्वाद आणण्यासाठी मेथीचा उपयोग सुगृहिणी करतात. अशा या मेथीला संस्कृतमध्ये 'मेथीका' किंवा 'चंद्रिका', इंग्रजीमध्ये 'फेनुग्रीक', तर लॅटिनमध्ये 'ट्रायगोनेल्ला फोनुमग्रीकम' म्हणतात. मेथी ही 'पॅपिलिओनसी' कुळातील आहे.

पालेभाज्या आणि मसाल्याच्या पदार्थांप्रमाणे उपयोगात येणाऱ्या मेथीचे लाल पिवळे दोन प्रकार आहेत. त्यापैकी लालमेथी रानावनात आढळते. ती तुलनात्मकदृष्ट्या कमी गुणकारी आहे. सुश्रूतांनी मेथीला वीर्यवर्धक, पित्तनाशक, वायुनाशक आणि रक्तशुद्ध करणारी समजून, मातेच्या दुधासमान अत्यंत पौष्टिक मानले आहे. मेथीमध्ये एक प्रकारचे तेल आणि फॉस्फरिक ॲसिड असते. त्यांचा उपयोग वातनाडीवर होत असतो. सुगृहिणी भाजीसाठी तर मेथीचा उपयोग करतातच; त्याशिवाय अनेक व्यंजन तयार करण्यासाठी करतात. थंडीमध्ये मेथीचे लाडू बनविले जातात.

उपयोग :

- गृहिणींना निरनिराळ्या प्रकारच्या चटण्या करण्यामध्ये तसेच ढोकळा, मुठीया आणि गोट्यासारखे पदार्थ करताना ते रुचकर बनविण्यासाठी मेथीचा उपयोग करावा.
- कैरीचे लोणचे बनविताना दळलेल्या मसाल्याबरोबर मेथीचा उपयोग करावा म्हणजे लोणचे स्वादिष्ट, रुचकर होते. या लोणच्यामध्ये जर कैरी आंबट असेल तर

तिच्यातील सांधे जखडण्याचा गुणधर्म, वायू गुणधर्म यांसारख्या आजारावर मेथीचा गुणकारी उपयोग होतो आणि लोणचे लाभदायक ठरते.

- ज्या व्यक्ती वात व्याधींनी ग्रस्त असतात अशांनी थंडीच्या दिवसात त्रास होऊ नये म्हणून मेथी खाणे गुणकारी ठरते. अशा या थंडीमध्ये मेथी व डिंकाचे लाडू किंवा मेथीपाक खाणे शरीराला हितकारक ठरते. मेथीपाक बनविण्यासाठी १ किलो मेथी दळून त्या मेथीच्या दुप्पट गावरानी तूप आणि त्याच्या सुमारे १०-१२ पट दूध घालून ते उकळावे. सामान्यपणे मधाप्रमाणे घट्ट होईल तोपर्यंत उकळावे; नंतर त्यात सुमारे ३ किलो साखर घालून मेथीपाक बनवावा.
- बाळंतरोगांमध्ये बाळंतीणींनी मेथीपाक खावा किंवा मेथीचे लाडू खावेत.
- खानदेश किंवा नागपूर विदर्भामध्ये तापणाऱ्या उन्हामुळे अनेकवेळा शरीर थकते; उन्हामुळे अनेक प्रकारचे विपरीत परिणाम होतात असे होऊ नये म्हणून उन्हातून आल्यावर मेथीचा उपयोग करावा. त्यासाठी सुकीमेथी थंड पाण्यात भिजत ठेवावी, ती भिजल्यानंतर चांगल्या प्रकारे तिचा अंश पाण्यामध्ये उतरेल अशी क्रिया करावी. नंतर ते पाणी गाळून त्यात थोडे मध घालून ते प्यावे.
- मेथी आणि मेथीचे पदार्थ विशेषत: मेथीपाक स्त्री आणि पुरुष या दोहोंसाठी अत्यंत गुणकारी आहे. त्यामुळे शरीर निरोगी राहते. सुदृढ बनते व वीर्यवृद्धीही होते.
- सुगृहिणींनी घरातील पित्तप्रकृतीच्या व्यक्तींसाठी त्यांना मलावरोधामध्ये मेथीची उसळ तयार करून द्यावी म्हणजे त्यांचे आरोग्य सुदृढ राहील.
- मेथी वातरोग, विषमज्वर, नाकाचे रोग, डोळ्यांचे रोग, पंडूरोग, कावीळ, प्रदररोग, बाळंतरोग, प्रमेहरोग, हिस्टेरिया, नेत्ररोग, आम्लपित्त इत्यादींसाठी गुणकारी आहे. तसेच कृमी, संधिवात, पोटशूळ, गोळा, चमक येणे, कमरेचे दुखणे यांवरसुद्धा मेथी गुणकारी आहे; म्हणून गृहिणींनी फोडणीसाठी तर मेथीचा उपयोग करावाच. त्याशिवाय भाज्यांसाठीही मेथीचा उपयोग करावा.
- अंगावरील गाठी, फोड आणि त्वचेवरील संसर्गजन्य जखमा यासाठी मेथी अत्यंत उपयुक्त आहे.
- चिवट खोकल्यासाठी मेथीच्या बियांची पावडर करून त्यामध्ये मध घालून पेय तयार करावे मध नसेल तर गुळाचा उपयोग करावा म्हणजे खोकला नाहीसा होईल.
- मेथी नियमितपणे खाण्यात आली तर संधिवात, मज्जातंतूचे विकार होत नाहीत. तसेच वेदनांवरही ती उपयोगी ठरते.
- शारीरिक त्वचेवर पुटकुळ्या, फोड किंवा काही अन्य विपरीत व्रण निर्माण झाले, तर मेथीच्या बियांचा काढा घ्यावा.

- मेथी सायटिका किंवा पायातील मज्जास्नायूंतील वेदना यासाठी उपयुक्त आहे.
- घशाचे संसर्ग विकार, तोंडातील अल्सर, घटसर्प यासाठीसुद्धा मेथी अत्यंत उपयुक्त आहे.
- सुरक्षित त्वचेसाठी औषधी वनस्पती म्हणून मेथीची गणना केली जाते. अर्थात तिचा उपयोग सौंदर्यवर्धनासाठीसुद्धा केला जातो.
- तोंडातील आल्सर दूर करण्यासाठी मेथीची पाने उपयुक्त ठरतात.
- पोटातील गॅस, अतिसार किंवा हगवणीवर मेथीच्या बिया उपयुक्त आहेत.
- मेथीची पाने सुवासिक, शीतलता आणणारी व रेचक आहेत, त्या पानांमध्ये शरीर शुद्ध करण्याचाही गुणधर्म असतो.
- मेथीच्या पानांमध्ये रक्तवाढ होण्याचा गुणधर्म आहे.
- मेथीच्या बियांचा उपयोग शरीरातील अंतर्गत स्वच्छतेसाठी होतो.
- मेथीचे बी 'जिभेची चव' वासाचे ज्ञान किंवा स्पर्शज्ञान यासारख्या संवेदना परत मिळविण्याचे कार्य करतात.
- डोक्यातील कोंडा काढून टाकण्यासाठी मेथीचे बी उपयुक्त आहे.
- घसादुखीच्या विकारांवर, सुजण्यावर मेथी बिया शिजवून त्या पाण्याने गुळण्या करतात.
- मेथ्यांच्या चहाने शरीरातील दुर्गंधी दूर होते, त्यामुळे स्त्रियांच्या योनीमुखाची किंवा त्यांच्या घामाची दुर्गंधी दूर होते.
- मेथीचा चहा सर्दी, खोकला, न्युमोनिया, ब्रॉन्काइटिस, एन्फलुएंझा, सायनस इत्यादींवर उपयुक्त आहेत.
- मेथी बियांचा उपयोग मधुमेहींसाठी मोठ्या प्रमाणात होतो. केस, मुलायम, चमकदार होण्यासाठी मेथी पानांचा लेप उपयोगात आणतात.
- ताज्या मेथी पानांच्या पेस्टमुळे त्वचारोग दूर होतात, तसेच त्वचेवरील सुरकुत्या कमी होतात व त्वचा तजेलदार होते.

❑

मेहंदी (मेंदी)

सौंदर्यसाधनांमध्ये अग्रस्थानावर असलेली मेंदी हिंदीमध्ये 'मेहंदी', संस्कृतमध्ये 'मेदिका', 'मेधी', इंग्रजीत 'हेन्नाप्लँट' या नावाने ओळखली जाते. हे फुलझाड 'लिथ्रेंसी' कुळातील आहे.

सर्व भारतात सुपरिचित अशा या वनस्पतीची लागवड सर्वच ठिकाणी केली

जाते. मेंदीच्या पानातील रंगद्रव्यामुळे तसेच फुलातून मिळणाऱ्या हिना अत्तरामुळे तिला व्यापारी महत्त्व प्राप्त झालेले आहे. मेंदीची पाने साधी, लहान, समोरासमोर, दीर्घवर्तुळाकृती, विनादेठाची असतात. पुष्पगंध पांढरट, काहीशी गुलाबी, असंख्य, द्विलिंगी आणि सुगंधी असतात. फळे (बोंडे) लहान, गोलाकृती, कोरड्या स्वरूपाची असतात. फळांमध्ये असंख्य बिया असतात.

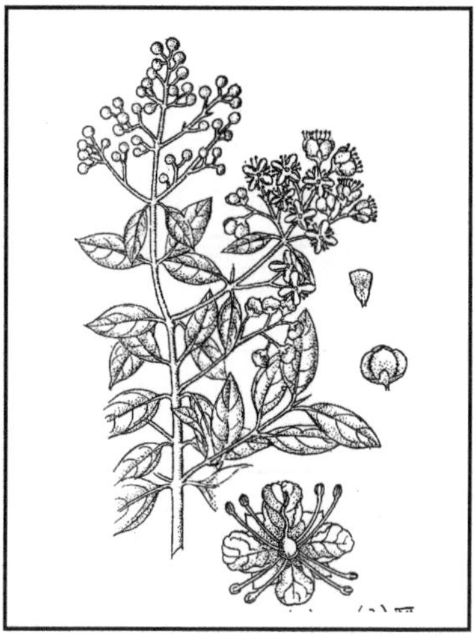

मेंदीची लागवड ओलावा धरून ठेवणाऱ्या जमिनीमध्ये केली जाते. भारतामध्ये मेंदीच्या कोरड्या पानांचे उत्पादन सुमारे ३० लाख किलोग्रॅम आहे. पंजाब, गुजरात, मध्यप्रदेश या राज्यात जास्त प्रमाणात मेंदीचे उत्पादन घेतले जाते.

उपयोग :

- मेंदीच्या खोडाच्या सालीच्या अर्कामुळे त्वचारोग, पांढरे कोड वगैरे विकार दूर होतात.
- मेंदीखोडाची साल प्लीहावृद्धीसाठी आणि कावीळ विकारासाठी उपयुक्त ठरते.
- खोडाच्या सालीच्या काढ्याने मुतखडा दूर करता येतो.
- मेंदीच्या पानांचा लेप गळवे, जखमा, खरचटणे, भाजणे आणि त्वचेचा दाह इत्यादींवर बाह्य उपचार म्हणून उपयुक्त आहे.
- मेंदीच्या पानांमध्ये वांतिकारक आणि कफोत्सारक गुणधर्म आहेत.
- वीर्यनाशावर किंवा स्वप्नदोषांवर उपचार म्हणून मेंदीच्या पानांचा रस दुधातून किंवा पाणी व साखरेबरोबर दिला जातो.
- मेंदीच्या पानांचा काढा स्तंभक असतो. घसादुखीवर गुळण्या करण्याकरिता त्याचा उपयोग केला जातो.
- पायांची आग शमविण्यासाठी, शरीरातील अतिरिक्त उष्णता उत्सर्जित करण्यासाठी, डोकेदुखी थांबविण्यासाठी मेंदी डोक्याला किंवा पायाला मोठ्या प्रमाणावर लावली जाते.
- मेंदीच्या पानांचा, सालींचा अर्क क्षयविकार दूर करण्यासाठी जिवाणूंविरुद्ध प्रतिकार क्षमता निर्माण करण्यासाठी उपयोग होतो.

- मेंदीच्या पानांचा, सालींचा, बियांचा उपयोग आयुर्वेदाप्रमाणे युनानी औषधींसाठी केला जातो.
- मेंदीची फुले प्रशीतक (थंडावा देणारी) आस्वापक (निद्रावश करणारी) आहेत.
- मेंदीच्या फुलातून उर्ध्वपतन पद्धतीने टीरोझसारखे सुगंधी द्रव्य प्राप्त करता येते. त्यालाच हिना किंवा मेंदीतेल संबोधिले जाते.

❑

❁ मोथा ❁

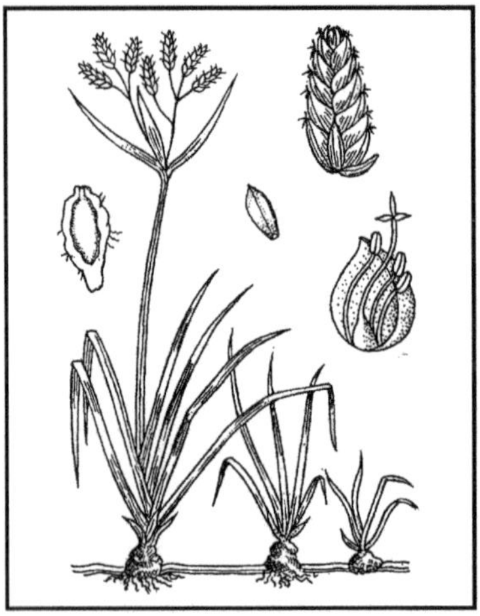

तणासारख्या वाढणाऱ्या आणि वराहांनासुद्धा आवडणाऱ्या या वनस्पतीला 'वराही' म्हणूनसुद्धा ओळखले जाते. प्राचीन भारतीय अनेक ग्रंथांत या वनस्पतीचा उल्लेख भद्रमुस्ता म्हणून आढळतो. बहुवर्षायू अशी ही वनस्पती पाणथळ जागेमध्ये आढळते.

मोथाच्या जमिनीतील खोडापासून अनेक ग्रंथीखोडे आणि मुळे तयार होतात. वनस्पतीची पाने साधारणपणे गवतासारखी खोडाएवढी लांब असतात तर फुलोरा संयुक्त चवरीसारखा किंवा साधा असतो. शेतीच्या दृष्टिकोनातून हे गवत-तण त्रासदायक असते. तसेच त्याला काढून टाकणेसुद्धा सहज, सुलभ नसते.

मोथा या वनस्पतीच्या सुमारे ६०० जाती आहेत. त्यापैकी भारतामध्ये शंभर प्रकारच्या जाती आढळतात. संस्कृतमध्ये 'मुस्ता', इंग्रजीत 'नटग्रास' या नावाने ओळखली जाणारी ही वनस्पती 'सायपेरेसी ' या कुळातील आहे. या वनस्पतीचे ग्रंथीखोड औषधी गुणसंपन्न असते.

उपयोग :

- मोथाचे ग्रंथीखोड लघवी साफ करण्याचे असे मूत्रल गुणधर्मयुक्त असते.
- मोथा ग्रंथीखोड आवर्तजनक म्हणजे विटाळ साफ करणारे आहे.
- ग्रंथीखोड उत्तेजक असून पोटातील तक्रारींवर आणि मलाशयाच्या दाहावर ते गुणकारी असते.

- ग्रंथीखोड घाम आणणारे असे स्वेदकारी तसेच जीवजंतूंचा नाश करणारे असे कीडनाशक आहे.
- ग्रंथीखोडाचे चूर्ण अगरबत्त्यांसाठी किंवा उदबत्त्यांसाठी उपयोगात येते.
- ग्रंथीखोड केसांना लावण्याच्या तेलात आणि कपड्यांना सुवास येण्यासाठी उपयोगात आणतात. सुगंधीद्रव्ये तयार करण्यासाठी ग्रंथीखोड उपयुक्त आहे.
- ग्रंथीखोड आकुंचन करणारे असे स्तंभक असते.
- दुग्धस्राव वाढविण्यासाठीसुद्धा ग्रंथीखोड उपयुक्त आहे. कोकणामध्ये स्त्रिया छातीवर ग्रंथीखोडाचा लेप लावून दुग्धस्राव वाढवितात.
- ग्रंथीखोडामध्ये उडून जाणारे, बाष्पनशील सुगंधीतेल असते.
- मोथा ग्रंथीखोडाचा उपयोग उदर विकाराप्रमाणेच अतिसारावरही केला जातो. भूक लागत नसेल, तेव्हा अग्निमांद्यासाठी ग्रंथीखोड उपयोगात आणले जाते. तसेच त्याचा काढा ताप, अतिसार, उदर विकार इत्यादींवरही उपयोगात आणला जातो.

❑

मोहरी

स्वयंपाकघरातील मसाल्याच्या पदार्थांत उपयोगात येणारा आणि स्वयंपाकात फोडणीसाठी आवश्यक असलेला रुचकर पदार्थ म्हणजे मोहरी होय. संस्कृतमध्ये 'राजिका' नावाने ओळखली जाणारी ही वनस्पती 'क्रुसीफेरी' कुळातील आहे. काळ्या, पांढऱ्या आणि लाल रंगाच्या तीन प्रकारात आढळणाऱ्या मोहरीचे उत्पादन भारताच्या सर्वच प्रदेशात होते. त्यामुळे सर्वच भारतीय गृहिणींना मोहरी माहीत आहे. काही ठिकाणी मोहरी 'राई' या नावानेही ओळखली जाते. प्रामुख्याने लोणच्यामध्ये (रायते), फोडणीमध्ये, आमटीमध्ये, मठ्ठ्यामध्ये राईचा उपयोग प्रामुख्याने केला जातो. स्वयंपाकघरात अन्न पदार्थाला स्वादिष्ट बनविण्यासाठी मोहरीची अत्यंत आवश्यकता असते.

उपयोग :

- वृद्धापकाळामध्ये सांधेदुखीचा त्रास असह्य होत असेल किंवा अर्धांगवायू झालेला असेल, तर मोहरीच्या तेलाने मालीश करावी म्हणजे त्याचा गुण येतो.
- स्वयंपाकघरामध्ये फोडणीसाठी, आमटीसाठी, चटणीसाठी, भाज्यांसाठी मोहरीचा खास कूट उपयोगात आणावा. मोहरीचा कूट तयार करण्यासाठी दळलेली मोहरी मीठ आणि लिंबाचा रस एकत्र करावा. त्याचा व्यवस्थितपणे गोळा बनवून ठेवावा. फोडणीमध्ये आवश्यकतेप्रमाणे तो घेऊन पदार्थांची चव वाढवावी.
- पायामध्ये अचानकपणे काटा रुतला किंवा काच शिरली असेल, तर ते काढण्यासाठी मोहरीच्या पिठामध्ये तूप आणि मध एकत्र करून मिश्रण चांगले फेसून ते काटा किंवा काचेच्या रुतलेल्या ठिकाणावर लेप म्हणून लावावे. काही वेळामध्ये पायात शिरलेले हे पदार्थ आपोआप बाहेर येतात.
- शरीरातील विष बाहेर काढण्यासाठी सुमारे ६ ग्रॅम वाटलेली मोहरी आणि ६ ग्रॅम मीठ गरम पाण्यात घालून प्यावयास द्यावे. त्यामुळे उलट्या होतात आणि आतील विष बाहेर पडते.
- डोळ्याला रांजणवाडीचा त्रास होऊ लागला तर त्या रांजणवाडीवर मोहरीचे पीठ तुपात घुसळून लावावे; पण हा लेप लावताना त्याचा यत्किंचितही अंश डोळ्यांत जाणार नाही याची काळजी घ्या. रांजणवाडी त्वरित बरी होते.
- थंडीच्या दिवसांमध्ये कफाचा त्रास होऊ लागला किंवा खोकल्याने बेजार झाला असाल तर ४ रतीभार मोहरी, ११२० मि. ग्रॅम साखर आणि रतीभार सैंधव एकत्र करून ते सकाळ-संध्याकाळ पोटात घ्यावे; म्हणजे छातीतील साठलेला कफ त्वरित सुटतो, मोकळा होतो. तसेच तो बाहेर पडून त्रास कमी होतो. यामुळे खोकलासुद्धा त्वरित निघून जातो.
- जेव्हा सर्दीने पाय थंड पडतात किंवा सन्निपाताच्या तापात शरीर थंड पडते, तेव्हा मोहरीच्या तेलाने मालीश करावे किंवा मोहरीचा लेप लावावा म्हणजे तत्काळ उष्णता निर्माण होऊन त्रास कमी होतो.
- जेव्हा उलट्या होणे बंद होत नाहीत, तेव्हा मोहरी पाण्यात वाटून ती पाण्यात भिजत ठेवावी त्याचा लेप पोटावर लावल्यास त्वरित उलट्या होण्याचे बंद होते.
- मोहरी कोड, खरूज आणि पोटातील जंतुनाशक आहे. तसेच ती उष्ण, तीक्ष्ण, अग्निदीपक, रक्तपित्त करणारी, पित्तशामक आहे; त्यामुळे योग्य तो विचार करूनच तिचा उपयोग करावा.
- मोहरी अत्याधिक उष्ण आहे. त्या मोहरीचा अतिरिक्त उपयोग केल्यास आतड्याचे,

जठराचे, नुकसान होण्याची शक्यता असते म्हणून मोहरीच्या उपयोगात सावधानता बाळगावी.

- काही प्रसंगी मोहरीमुळे नशा येते. मोहरी जठरास खिळखिळी करते. दुर्बल बनवते. त्यामुळे सावधानतेने मोहरीचा उपयोग करावा.
- मोहरीच्या पानांची भाजी वायुनाशक, कफनाशक, कंठरोगनाशक, कृमिनाशक आणि रुचकर असली तर पित्तप्रकृतीच्या व्यक्तींनी किमान उन्हाळ्यामध्ये तरी तिचा उपयोग करू नये.
- आयुर्वेदाप्रमाणे पोटातील मृतगर्भ बाहेर काढण्यासाठी मोहरी, हिंगाचे चूर्ण तीन मासे घेऊन कांजीबरोबर खायचे असते; पण शक्यतोवर या संदर्भात वैद्याचा सल्ला घेणे आवश्यक आहे.
- संपूर्ण शरीराचे मसाज करण्यासाठी मोहरीचे तेल उपयुक्त असते.
- सायटिका, संधिवात, स्नायुदुखी, पोटदुखी, छातीदुखी, शीर आखडणे यावर मोहरीची पाने उपयोगी ठरतात.
- मोहरी भूक वाढविण्यासाठी आणि अन्नपचनासाठी उपयुक्त आहे.

❑

मोसंबी

नारिंगाच्या अनेक प्रकारांपैकी हा मधुर प्रकार असून गृहिणी त्याचा उपयोग जेवणानंतर फलाहार म्हणून करतात. हिंदीमध्ये 'मुसंबी', इंग्रजीमध्ये 'स्वीट ऑरेंज' किंवा 'मोझांबीक ऑरेंज' या नावाने प्रसिद्ध असलेले मोसंबी 'रूटेसी' कुळातील आहे. मोसंबीचे माल्थ ब्लड रेड, पाइनॅपल, माल्टा कॉमन, साथगुडी अथवा चिनी हे प्रकार आहेत.

मोसंबीमध्ये 'ए', 'बी', 'सी' हे 'जीवनसत्त्व' आढळतात. ते प्रौढांपेक्षा लहान मुलांना अधिक फायदेशीर ठरतात. मोसंबी सौंदर्यवर्धक आहे. तिच्या सेवनाने रक्त आणि शरीराची कांती सतेज होते. मोसंबी लिंबाच्या जातीची असली तरी ती लिंबापेक्षा अनेक पटींनी मोठी असतात. तसेच मोसंबीचा स्वाद संत्र्यापेक्षाही गोड असतो.

प्रामुख्याने मोसंबी हे मोझांबीक (आफ्रिका) मधील फळ आहे. त्यावरूनच त्याला मोसंबी नाव पडले असावे.

उपयोग :

- मोसंबीचे सेवन करताना तिची साल काढणे जरुरीचे असते. तसेच मोसंबी खाण्यापेक्षा तिचा रस काढून तो पिणे शरीरास अधिक लाभदायक ठरतो आणि शरीराला शीतलताही प्राप्त करून देतो.
- मोसंबी पौष्टिक, स्वादिष्ट, शीतल, मधुर, रुचकर, पाचक, दीपक, हृदयास उत्तेजना देणारी, धातुवर्धक आणि रक्त सुधारणारी आहे. त्यामुळे सुगृहिणींनी स्वत: आणि आपल्या घरच्या मंडळींना अधिकाधिक मोसंबीचा रस पुरविण्याचा प्रयत्न करावा.
- उन्हाळ्यामध्ये मोसंबी अत्यंत गुणकारी ठरते. ती तृष्णाशामक आहे, तसेच मोसंबीच्या रसामध्ये साखर घालून सरबत तयार करून घ्यावे म्हणजे उन्हाळ्यात शरीरास आवश्यक ती शीतलता प्राप्त होते.
- मोसंबी रस अ, ब, क जीवनसत्त्वयुक्त असल्याने त्यामुळे शक्तीची वृद्धी होते. या रसपानाने शरीर व त्वचा तेजस्वी होते.
- मोसंबीतून मुलांची पचनशक्ती वाढते व पर्यायाने मुलांच्या वाढीस ती उपयोगी ठरते.
- मोसंबीच्या सालीमधून सुगंधी तेल प्राप्त करता येते. त्या सालीतून अर्क, इसेन्ससुद्धा प्राप्त करता येतो. त्याचा उपयोग सरबतासारखे थंड पेय तयार करण्यासाठी, दारू निर्मितीसाठी आणि साबण तयार करण्यासाठी होतो.
- मोसंबीच्या रसामध्ये ग्लुकोज, फ्रुक्टोज आणि सुक्रोज या शर्करात निरनिराळ्या प्रकारच्या कार्बन आम्लांचा समावेश आहे.
- मोसंबी रस तत्काळ उत्साहवर्धक असून अशक्त, आजारी व्यक्तीस, वृद्धांना, बालकांना उपयुक्त असते.
- अन्नपदार्थांना सुगंध, स्वाद आणण्यासाठी मोसंबी उपयुक्त आहे.
- मोसंबीमुळे रक्त शुद्ध होते.
- मोसंबीचा रस तापामध्ये तहान शमविणारा आहे.
- मोसंबीरसाने श्लेष्मविकार दूर होतात. तसेच भूक वाढते. मोसंबी फळांची ताजी साल चेहऱ्यावरील व्रण, मुरूम घालविण्यासाठी उपयुक्त आहे.
- मोसंबीची साल वातहारक असते.
- मोसंबी या गोड नारंगी फळाचे अनेक औषधी उपयोग असून त्याच्या अनेक

जाती आहेत. त्यात माल्टा, ब्लडरेड, पाइनॅपल, माल्टा-कॉमन, साथगुडी अथवा चिनी इत्यादी प्रमुख आहेत.

❑

महाळुंग

काटेरी आणि सदापर्णी ही वनस्पती प्राचीन भारतापासूनच प्रसिद्ध आहे. कौटिलिय अर्थशास्त्रात महाळुंगाचा उल्लेख आहे. 'बीजोरू' संस्कृतमध्ये 'महाफल' किंवा अम्लकेशर' तर इंग्रजीत सिट्रोन, ॲडम्सॲपल या नावाने ओळखल्या जाणाऱ्या महाळुंगाचे कूळ 'रूटेसी' आहे.

लांबट पानांच्या मोठ्या एकलिंगी फुलाच्या अशा या वनस्पतीवर गोलसर, लांबट, टोकदार, ओबडधोबड आणि जाड सालीची फळे असते. पिकल्यावर ते पिवळे होते. त्यातील गर फिकट सुगंधी, थोडा आंबूस, कडवट असतो. या वनस्पतीला चार पाकळ्यांची पांढरी फुले येतात. या वनस्पतीमध्ये आणि वनस्पतीच्या फळांमध्ये अनेक औषधी गुणधर्म आहेत.

उपयोग :

- महाळुंगाचा रस थंडावा देणारा असा प्रशीतकर असतो. तसाच तो आकुंचन पावणारा स्तंभक असतो.
- महाळुंगाच्या रसाने शरीरातील कृमींचा नाश होतो.
- महाळुंगाच्या रसाने जठराग्नीला शक्ती मिळते आणि त्यातून पचनसंस्था सुधारते, सुदृढ होते.
- महाळुंगामुळे यकृताचे विकार दूर होतात.
- महाळुंगाचा रस सर्वसामान्य थकवा, अशक्तपणा घालविण्यास उपयोगी ठरतो.
- महाळुंगाच्या रसाने मलावरोधाचे विकार दूर होतात.
- महाळुंगाच्या फळाची साल आमांशावर उपयुक्त ठरत असते.
- ज्वर कमी होण्यासाठी महाळुंगाच्या पानापासून विशिष्ट प्रकारे बनविलेला काढा उपयुक्त असतो.

- महाळुंगाची पाने चावून चघळून त्याचा रस हिरड्यांवर राहू दिला म्हणजे हिरड्यांतून येणारे रक्त बंद होते.
- मळमळ, उलटी किंवा तोंडातील दुर्गंधी यासाठी महाळुंग उपयुक्त आहे.
- ओटीपोटात होणाऱ्या वेदना महाळुंगाच्या रसाने शमतात.
- महाळुंगाच्या बिया भूक वाढविणाऱ्या (दीपक) आणि बल देणाऱ्या असतात.
- महाळुंग क्षुद्र रक्तदोष दूर करते.
- महाळुंगाचे फळ रुचकर, पथ्यकर, पित्तशामक आणि शक्तिवर्धक आहे.
- सरबत, मुरंबा, लोणचे, मार्मालेड इत्यादी पदार्थ तयार करण्यासाठी महाळुंगाचे फळ उपयुक्त आहे.

❑

❁ रताळे ❁

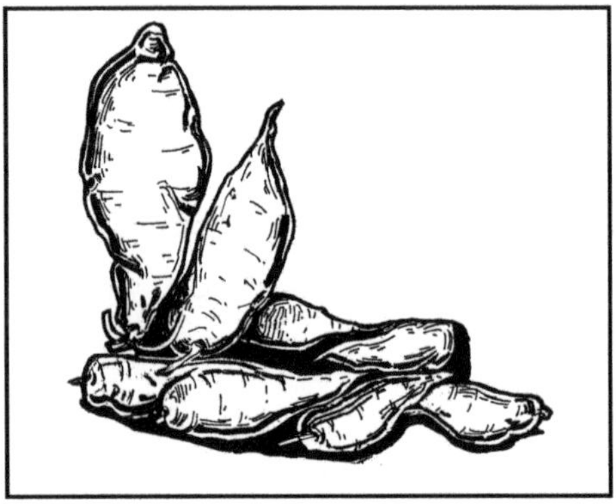

बहुवर्षायू औषधीय वनस्पतींपैकी, रताळे ही एक बारीक, जमिनीवर सरपटत वाढणारी वेल आहे. संस्कृतमध्ये 'पाटलाम' तर इंग्रजीत 'स्वीट पोटॅटो' या नावाने ओळखले जाणारे रताळे 'कॉन्व्हॉलव्हीलेसी' कुळातील आहे. रताळे वेलीची मुळे मांसल आणि पिठूळ असतात. तसेच पाने साधी, एकाआड एक, मिश्र आकाराची, अंडाकृती, हृदयाकृती लांब खंडित किंवा अखंडित असतात. वनस्पतीची फुले पांढऱ्या किंवा जांभळ्या रंगाची असतात. एका झाडाला सुमारे ४०-५० निरनिराळ्या आकाराची रताळी येतात. त्या रताळ्यांच्या सालीचा रंग तपकिरी, पांढरा, मलईसारखा पिवळा, सोनेरी, लाल, जांभळा किंवा गुलाबी असतो. त्यातील गर पांढरा, पिवळा, लाल किंवा जांभळासर रंग छटांनी युक्त असतो.

भारतामध्ये प्रामुख्याने पांढऱ्या किंवा लाल सालीच्या रताळ्याची लागवड केली जाते. रताळ्यामध्ये असलेल्या निरनिराळ्या रासायनिक संघटनांमुळे त्यांचा उपयोग औषधी वनस्पती म्हणून होतो.

रताळ्यामधील साठवणींमध्ये स्टार्चच्या काही भागाचे शर्करांत रूपांतर होते.

रताळी उकडून खाल्ल्याने त्यांची गोडी वाढते. रताळे आणि त्यांची वेल सूक्ष्म जंतुनाशक आहे. रताळ्यामध्ये 'अ', 'ब', 'क' जीवनसत्त्वे अनेक प्रथिने आणि महत्त्वाची सर्व ॲमिनो आम्ले असतात.

उपयोग :

- रताळ्यामध्ये कवचनाशकाचा गुणधर्म आहे.
- रताळे सारक असून पौष्टिक आहे. तसेच बलवर्धक आहे.
- रताळ्यामुळे प्राणिमात्रांचे दूध वाढते. त्यामुळे दुभत्या जनावरांना रताळे खाऊ घालतात.
- रताळ्याचा उपयोग औद्योगिक अल्कोहोल, सरबत, स्टार्च, व्हिनेगार, यीस्ट इत्यादी तयार करण्यासाठी करतात.
- रताळ्याच्या स्टार्चचा उपयोग बेकरी उत्पादनात निरनिराळ्या तयार खाद्यपदार्थात आणि सौंदर्यप्रसाधनात केला जातो.
- रताळ्यामध्ये जलांश ६८.५ टक्के, कार्बोहायड्रेट २८.२ टक्के, प्रथिने १.२टक्के, खनिज पदार्थ १ टक्का, स्निग्धपदार्थ ०.३ टक्के असतात.

❑

रामफळ

सीताफळापेक्षा आकारमानाने मोठ्या असलेल्या रामफळाचा समावेश पानझडी वृक्षामध्ये होतो. संस्कृतमध्ये 'रामफळ', इंग्रजीमध्ये 'बुलक्स हार्ट' तर लॅटिनमध्ये 'ॲनोनारेटीक्युलाटा' या नावाने ओळखल्या जाणाऱ्या रामफळाचा 'ॲनोनसी' या कुळात समावेश होतो.

मारुतीफळ, सीताफळ, रामफळ, मामफळ या सर्वांचा समावेश 'ॲनोना' कुळातच आहे. याच्या सुमारे १२० जाती आहेत. रामफळाची रचना सीताफळाप्रमाणेच असून ते रंगाने पिवळसर, लालसर आणि मोठे असते. काही एकएकट्या फळाचे वजन तर एक किलोग्रॅमपर्यंत असते. त्या फळाचा हृदयासारखा

आकार आणि त्याचे रंगरूप यामुळेच त्याला 'बुलक्स हार्ट' (बैलाचे हृदय) हे नाव दिले गेले. रामफळातील गर (मगज) काहीसा तांबूस, गोड, रुचकर, रवाळ किंवा पिठूळ पांढरट असतो. या फळामध्ये औषधी गुणधर्म आहेत.

उपयोग :

- रामफळाची पाने आणि बी कीटकनाशक आहे.
- रामफळाच्या खोडाची साल स्तंभक आहे.
- कच्च्या रामफळातील गर (मगज) कृमिनाशक आहे.
- पक्व रामफळातील गर (मगज) आमांशनाशक आहे.
- रामफळ तहान कमी करणारे असून पित्तनाशक आहे.
- रक्तदोषावर रामफळ उपयुक्त आहे.
- रामफळाच्या सालीमध्ये ॲनोनाईन हे अल्कलाईड असते.
- रामफळाची पाने आणि कोवळ्या फांद्या त्यातील टॅनिनमुळे कातडी कमावण्यासाठी उपयोगात येतात.
- रामफळाच्या अपक्व आणि सुटलेल्या फळात काळा रंग तर ताज्या पानात निळा रंग असतो.
- रामफळाच्या बियांचे तेल कीटकनाशक म्हणून उपयोगात आणतात. साबण तयार करण्यासाठीसुद्धा त्याचा उपयोग होतो.
- रामफळाच्या कोवळ्या फांदीच्या सालांपासून उत्तम धागा प्राप्त होतो.

❑

राजगिरा

माठाच्या एकूण ज्या साठ जाती आहेत, त्यातीलच एक जात म्हणजे राजगिरा होय. 'अमरॅन्टेसी' कुळात समावेश. सर्व भारतामध्ये आढळणाऱ्या राजगिऱ्यांची उंची २-३ फूट असते. सामान्यपणे राजगिऱ्याच्या लागवडीनंतर २-३ महिन्यांमध्ये त्या वनस्पतीच्या शेंड्यावर तुरा येतो. त्या तुऱ्यामध्ये लहान बारीक बिया असतात. त्या बिया म्हणजेच 'राजगिरा' होय.

उपवासाच्या दिवशी सर्व ठिकाणी

राजगिऱ्याच्या बियांचा उपयोग केला जातो. भाजलेल्या त्या बियांपासून लाह्या, चिक्की, लाडू तसेच राजगिऱ्याच्या पिठापासून निरनिराळे पदार्थ बनविले जातात. राजगिऱ्याच्या बिया जशा खाण्यासाठी उपयोगात आणतात तसेच राजगिऱ्याची पानेसुद्धा भाजीसाठी उपयोगात आणली जातात. तसेच राजगिऱ्याच्या पानांमध्ये, देठांमध्ये आणि बियांमध्ये आहारासाठी उपयुक्त घटक असतात.

महाराष्ट्रातील सुपरिचित अशा राजगिऱ्यावर अनेक प्रकारे संशोधन करण्यात आलेले आहे. राजगिऱ्यातील उत्तम प्रथिनांमुळे अमेरिकेत राजगिऱ्यांची लागवड मोठ्या प्रमाणात केली जाते. राजगिऱ्याच्या गुणवैशिष्ट्यांत त्यामध्ये सर्वाधिक प्रथिने, मेद, क्षार, चुना, उष्मांक, स्फूर आणि लोह आढळते. त्यामुळे गहू, तांदूळ, ज्वारी, बाजरी किंवा मक्यापेक्षा राजगिऱ्यात अधिक सकसता आहे.

उपयोग :

- राजगिऱ्यामध्ये गव्हापेक्षा दुप्पट लायसिन, मक्यापेक्षा तिप्पट लायसिन असल्याने तो आहारासाठी उपयुक्त आहे.
- राजगिऱ्यांच्या सूक्ष्म बियांमध्ये सर्वाधिक प्रथिनांचे प्रमाण आहे. त्यामध्ये शरीरास उपयुक्त लायसिन अमिनो आम्ल आहे. ते पोषणासाठी उत्तम आहे.
- राजगिरा एक उत्तम, अति पौष्टिक आणि चविष्ट अन्नघटक आहे.
- राजगिऱ्यामध्ये अन्य तृणधान्यांपेक्षा मेदाचे प्रमाण सर्वाधिक असते. त्यातील लायनोलेईक आम्ल शरीर पोषणास उपयुक्त असते.
- अन्य पालेभाज्यांपेक्षा राजगिऱ्याच्या पानांमध्ये 'ब' आणि 'क' जीवनसत्त्वे, प्रथिने, कॅरोटिन, चुना, लोह जास्त प्रमाणात आढळतात.
- नेहमीच्या धान्यातील गहू, तांदूळ, ज्वारी, बाजरी यापेक्षा राजगिऱ्यामध्ये सर्वाधिक पोषण तत्त्व असल्यामुळे आहारात राजगिऱ्याची अत्यंत आवश्यकता आहे. तसेच त्याची मोठ्या प्रमाणात लागवड होणे जरुरीचे आहे.

❑

रायआवळा

'यूफोरबीएसी' (एरंड) कुळातील रायआवळा हिंदीमध्ये 'हरफारेवडी', संस्कृतमध्ये 'लवली', गुजरातीमध्ये 'खाटाआमळा', कन्नडमध्ये 'करिनिल्ली', तर इंग्रजीमध्ये 'स्टारगुजबेरी' या नावाने ओळखली जाते.

पानझडी आणि लहान हा वृक्ष मूळचा मॅलॅगॅसी मादागास्कर बेटातील आहे. या

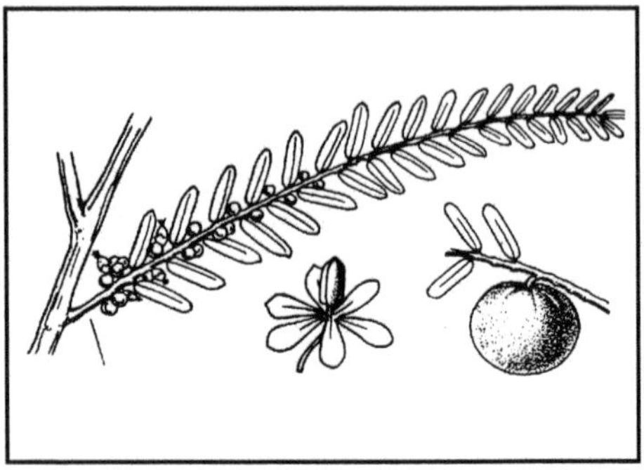

वृक्षाच्या लहान व साध्या पानांच्या दोन रांगा असतात. त्याची कोवळी पाने लालसर नंतर हिरवी आणि एकाआड एक असतात. रायआवळ्याचे मृदूफळ पिवळट, गोलसर, मांसल, आंबट आणि किंचित कडवट असते. त्यावर सात आठ खोलगट रेषा असतात. त्यामध्ये एकच 'बी' पण कठीण स्वरूपाची असते.

उपयोग :

- रायआवळ्यामध्ये आकुंचन करण्याचा गुणधर्म असल्यामुळे ते फळ स्तंभक आहे.
- रायआवळ्याच्या सेवनाने भूक प्रज्वलित होते.
- रायआवळ्याच्या मुळाच्या सालीचा रस विषारी असून तो घेतला गेल्यास झोप येते. तसेच डोकेदुखी सुरू होते. जास्त प्रमाणात रस घेतल्यास पोटात तीव्र वेदना होऊन मृत्यूसुद्धा येतो.
- रायआवळ्याच्या सालीमध्ये टॅनिन, सॅपोलीन, गॅलीक आम्लख लुपीऑल इत्यादी पदार्थ आढळतात.
- मळमळ किंवा ओकारी थांबविण्यासाठी रायआवळ्याच्या फळाचे सेवन केले जाते.
- रायआवळ्याच्या फळामुळे रक्त शुद्ध होण्यास मदत होते.
- रायआवळा फळाच्या सेवनाने बद्धकोष्ठतेचा विकार नाहीसा होतो.
- रायआवळा फळाच्या अर्काने मूळव्याध, मुतखडा यांसारखे विकार दूर होतात.
- रायआवळा फळामध्ये पाणी ८९.६३ टक्के, प्रथिने ०.९० टक्के, भरड धागा ०.५८ टक्के, कार्बोहायड्रेट ७.२९ टक्के, राख ०.८४ टक्के, ऑसिटिन आम्ल १.७० टक्के व इथर अर्क ०.७६ टक्के इत्यादी असतात.

❑

❀ रासबेरी ❀

'रोझेसी' कुळातील रासबेरी एक फुलझाड आहे. ब्लॅकबेरीच्या रूबस प्रजातीमधील फळाबद्दल सुपरिचित अशी एक सरळ उभी राहणारी काटेरी वनस्पती आहे. इंग्रजीत म्हैसूर रासबेरी, महाबळेश्वर रासबेरी या नावाने ओळखले जाणारे हे गौरीफळ

सर्वसामान्यपणे कालाअंचू या नावानेही प्रसिद्ध आहे.

रासबेरीची पाने संयुक्त एकाआड एक, विषमदली, गर्द हिरवी आणि दातेरी असतात. फांद्यांच्या टोकास किंवा पानांच्या बगलेत लहान पुष्पबंध (फुलांचे झुपके) असतात. त्याचे फळ गोलसर पूर्ण पिकल्यावर गर्द जांभळे दिसते, ते लहान आठळीयुक्त असते. रासबेरीचा रस चवदार असून इतर फळांच्या रसाबरोबर त्याचे मिश्रण करतात. या फळाच्या रसामध्ये काही औषधी गुणधर्म आढळतात.

उपयोग :

- रासबेरी फळाचा मुरांबा,जेली, सरबते तयार केली जातात किंवा ती फळे डबा बंद केली जातात.
- निरनिराळ्या प्रकारच्या मिठाईसाठी, आइस्क्रीमला स्वाद आणण्यासाठी रासबेरी रसाचा उपयोग केला जातो.
- रुग्णांना उत्साहवर्धक म्हणून, तोंडातील औषधाची चव बदलावी म्हणून रासबेरीचा रस दिला जातो.
- रासबेरीच्या सुकलेल्या बियांमध्ये १० ते १५ टक्के वसा आम्ल असते.
- रासबेरीच्या काही जातीच्या पानांचा काढा स्तंभक असतो. त्याचा उपयोग शौचाच्या तक्रारी दूर करण्यासाठी केला जातो.
- रासबेरीच्या पानांचा रस रक्त शुद्धिकारक आहे.
- रासबेरीच्या पानांच्या रसाने अरेखीत स्नायू उत्तेजित होतात.

□

❀ रिठा ❀

शोभेसाठी लावल्या जाणाऱ्या रिठा वनस्पतीचे कुळ 'सॅपिन्डेसी' आहे. या कुळातील १५ जातींपैकी ७ भारतात आढळतात. मात्र, भारतात त्यांच्या नावाबद्दल, जातीबद्दल एकमत नाही. रिंगिन पिटा म्हणून ओळखल्या जाणाऱ्या रिठ्याला संस्कृतमध्ये

'अरिष्ट फेनिल', इंग्रजीत 'सोनपट ट्री ऑफ साऊथ इंडिया' या नावाने ओळखतात.

सामान्यपणे समुद्रकिनाऱ्यावर, डोंगराच्या उतरणीवर आढळणाऱ्या या झाडाची पाने संयुक्त, एकाआड एक, समदली, पिसासारखी लांब असतात. झाडाची साल करडी, चकचकीत, खरबरीत, गळून पडणाऱ्या खवल्यांनी युक्त असते. या वृक्षाला नियमित लहान, पांढरी फुले येतात. वृक्षाचे फळ आठळीयुक्त असते. कोवळेपणी ते केसाळ व पिकल्यावर मऊ, भुरकट स्वरूपाचे असते. फळामध्ये दोन-तीन काळपट कठीण वाटाण्याएवढ्या बिया असतात. यामध्ये औषधी गुणधर्म आहे.

उपयोग :

- रिठ्याची फळे मलशुद्धीकरिता उपयोगात येतात.
- रिठ्यामध्ये सॅपोनिन हे द्रव्य असल्यामुळे त्याचा उपयोग सोने, हिरे व केस स्वच्छ करण्यासाठी उपयोगात आणतात. तसेच रेशमी, लोकरी आणि अन्य तलम कापड धुण्यासाठीही उपयोग करतात.
- रिठ्याचे मूळ व साल कफ पाडणारे (कफोत्सारी) असते.
- रिठ्याच्या बियांचे तेल औषधीयुक्त आहे तसेच फळ पौष्टिक, विषबाधा कमी करणारे आहे.
- रिठा स्तंभक, ओकारी आणणारा, रेचक आणि भोवळ आणणारा आहे.
- रिठ्याची पूड तपकिरीप्रमाणे ओढल्यास उन्माद, अर्धशिशी, दमा इत्यादींवर गुणकारी ठरते.
- रिठ्याचा उपयोग साबणाप्रमाणे करतात.

❑

रिंगणी

बटाटा आणि वांगे यांच्या सोलॅनम या प्रजातीतील हे काटेरी झुडूप आहे. याच्या एकूण १५०० जाती असून, त्यापैकी भारतामध्ये ४० जाती आहेत, त्या रानरिंगणी,

मोतीरिंगणी, चिचुर्डी, डोर्ली या नावानेसुद्धा ओळखल्या जातात. संस्कृतमध्ये 'बृहती', 'इंगुली' तर इंग्रजीमध्ये 'पॉयझनबेरी', 'इंडियन नाईटशेड' या नावाने ओळखली जाते. रिंगणीच्या खोड आणि फांद्यांवर मोठे, वाकडे, तीक्ष्ण काटे आणि तारकाकृती केस असतात. पाने साधी, एकाआड एक अंडाकृती, काटेरी, केसाळ असतात. पुष्पबंध लहान, फिक्कट, जांभळी, द्विलिंगी असतात. मृदूफळ गोलसर, प्रथम लालसर आणि नंतर गर्द पिवळे असते, त्यात अनेक बिया असतात. या वनस्पतीमध्ये धोत्रा फुलाप्रमाणे औषधी गुण आहेत. रिंगणीचे सर्वच भाग औषधीगुणांनी युक्त आहे.

उपयोग :

- रिंगणीचे मूळ दशमुळांपैकी एक आहे. त्यातूनच आयुर्वेदिय दशमूळ काढा तयार करण्यात येतो.
- दशमूळ काढा पोटातील वायू काढून टाकणारा आहे.
- दशमुळात कफोत्सारी गुणधर्म आहे.
- जंतविकार, घशाचे विकार, ताप किंवा पोटदुखीवर दशमूळ उपयुक्त आहे.
- या फळांचा उपयोग भूक वाढविण्यासाठीसुद्धा करतात.
- ही वनस्पती मेंदूची अशक्तता कमी करण्यासाठी आणि गुंगी आणण्यासाठी उपयोगात आणतात.
- प्रसूतीच्या कठीण परिस्थितीत लघवीची अडचण जाणवल्यास रिंगणीच्या मुळाचा उपयोग करतात.
- नाकातील जखमा भरून काढण्यासाठी मूळ कुटून ही पावडर लावतात.
- ओकारी थांबविण्यासाठी रिंगणीच्या पानांचा रस, आल्याच्या रसाबरोबर देतात.
- त्वचेची खाज कमी करण्यासाठी फळे व पाने साखरेबरोबर चोळून त्याचा उपयोग करतात.
- रिंगणीची अर्धपक्व फळे खाण्यासाठी उपयोगात आणतात. मात्र, पक्व फळे सारक, पाचक आणि विषारी असतात.

- भुईरिंगणी प्रमेहावर, डेंग्युज्वर, दमा, खोकल्यावर, छातीच्या विकारांवर उपयुक्त आहे.

❑

❀ रुद्राक्ष ❀

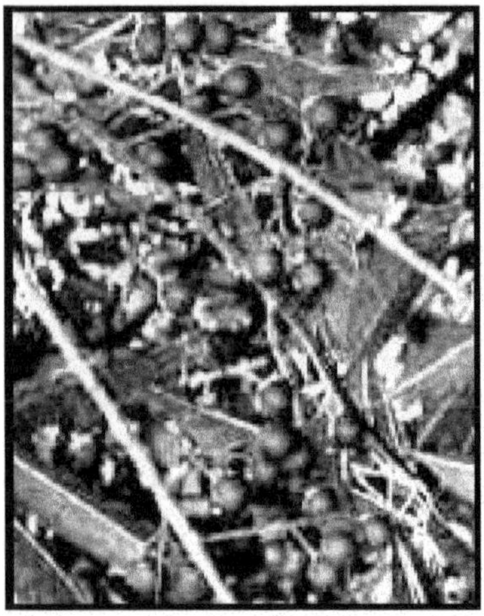

हिंदू धर्मामध्ये सन्मानाचे स्थान प्राप्त करणारी ही वनस्पती कोकणातील जंगलात मोठ्या प्रमाणात आढळते. संस्कृतमध्ये 'रुद्राक्ष' या नावाने प्रसिद्ध असलेली वनस्पती इंग्रजीत 'यूटॅसम बीड ट्री' म्हणून ओळखतात. फुलझाडांपैकी ही वनस्पती 'टेलिएसी' या कुळातील आहे. या प्रजातीमध्ये २०० जाती असून, त्यापैकी भारतात २६ जाती आढळतात. रुद्राक्षाची पाने साधी, एकाआड एक मध्यम आकाराची, आयात भाल्यासारखी, दातेरी असतात. झाडाची साल गडद, करडी, छिद्रयुक्त आडव्या बारीक चिरांनी भरलेली असतात. फुले लहान, पांढरी असतात. फळ आठळीयुक्त गोलसर करवंदाएवढे, गुळगुळीत, जांभळे असते. आठळी कठीण, गोलसर असून फळावर जाड उंचवटे व पाच खाचा असतात. रुद्राक्षाचे लाकूड, पांढरट, करडे, बळकट व चिवट असते.

उपयोग :

- रुद्राक्ष फळातील गर आंबट आणि खाद्य असतो.
- रुद्राक्ष फळातील गर मेंदूचे विकार आणि अपस्माराचे झटके यावर उपयुक्त आहे.
- रुद्राक्षाची आठळी संधिवात, विषमज्वर यावरही उपयुक्त आहे.
- या वनस्पतीच्या खोडावरच्या सालीचा काढा अपचन, पित्तविकार आणि रक्तवांत्यांवर उपयुक्त आहे.
- रुद्राक्ष फळांची माळ काही फकीर, संत, भाविक गळ्यात उपयोगात आणतात.
- रुद्राक्षाप्रमाणेच अन्य प्रकारच्या रुद्राक्षी वनस्पती फळांचा उपयोग कफोत्सारक, स्तंभक म्हणून केला जातो.
- तोंडाची चव जाणे, जीभेवर भेगा पडणे, शरीर जड होणे या विकाराच्या निवारणासाठी रुद्राक्ष काढ्याने गुळण्या कराव्यात.

- छातीतील दुखण्यावर तसेच न्यूमोनिया विकारावर रुद्राक्षतेल थोडे गरम करून छातीला चोळावे.
- मानसिक ताणतणाव, उदासीनता, दडपण किंवा रक्तदाबावर नियंत्रणासाठी, आत्मविश्‍वास निर्माण होण्यासाठी रुद्राक्षाची माळ वापरावी.
- आयुर्वेदिक उपयोगासाठी रुद्राक्षाची रुद्राक्ष, भद्राक्ष, रौद्राक्ष आणि साद्राक्ष अशी चार नावे व प्रकार आहेत.

❑

लवंग

वैद्यकशास्त्रातील आणि आहारशास्त्रातील लवंगाचा वापर फार पुरातन आहे. सुगंधी, उत्तेजक आणि वायुनाशक असलेल्या लवंगाला हिंदीमध्ये 'लौंग', संस्कृतमध्ये 'देवकुसूम' किंवा 'लवंग', इंग्रजीत 'क्लोव्ह' तर लॅटिनमध्ये 'सायझीजीयम ॲरोमॅटिकम' म्हणून ओळखतात. लवंग 'मिर्टेसी' या कुळातील आहे.

लवंग जंतुनाशक, कीटकनाशक, पूतीरोधक आणि स्तंभक आहे. मसाल्याचा महत्त्वाचा घटक असलेल्या लवंगाचा वापर अगदी रामायण-महाभारत काळापासून आहे.

उपयोग :

- लवंग पाण्यात उकळून ते कोमट पाणी प्यायल्याने सर्दी दूर होते किंवा लवंगाच्या तेलात थोडी साखर मिसळून ते खाल्ल्याने सर्दी नाहीशी होते.
- लवंग तोंडात चघळल्याने खोकल्याची ढास कमी होते. तसेच घशाची खवखव कमी होते आणि खोकला दूर होण्यास मदत होते.
- भाजलेली लवंग तोंडात ठेवल्याने, चघळल्याने घशाची सूज कमी होते आणि खोकला व सर्दी दूर होते.
- लवंगाच्या तेलात कापसाचा बोळा भिजवून तो बोळा ठणकत असलेल्या दातांवर घट्ट दाबून ठेवावा म्हणजे दात दुखणे बंद होते.

- लवंगाचे तेल कपाळावर चोळल्याने डोकेदुखी थांबते.
- लवंगाचे तेल सांधेदुखीवर रामबाण औषध म्हणून कार्य करते. सांधेदुखीवर लवंगाच्या तेलाने मालीश केल्याने सांधेदुखी बंद होते.
- रातआंधळेपणामध्येसुद्धा लवंग गुणकारी आहे. बकरीच्या मूत्रामध्ये लवंग उगाळून डोळ्यांत घातल्याने रातआंधळेपणा दूर होतो.
- कॉलराग्रस्त व्यक्तीने लवंगाच्या तेलाचे दोन-तीन थेंब साखरेमध्ये किंवा बत्ताशामध्ये घालून खाल्ले तर त्या व्यक्तीला होणाऱ्या उलट्या बंद होतात. जुलाब थांबतात.
- लवंग गरम पाण्यात भिजवून ते पाणी स्त्रीला प्यायला दिले तर तिला होणारा उलट्यांचा त्रास कमी होतो.
- लवंगाचे तेल हातरुमालावर टाकून ते हिवाळ्यात विशेषत: सर्दीच्या काळात हुंगणे गुणकारी ठरते.
- लवंगाचा लेप कपाळावर लावला तर डोकेदुखी थांबते.
- आयुर्वेदात प्रसिद्ध असलेल्या 'लवंगदिवटी' च्या गोळ्या अनेक रोगांवर उपयोगी पडतात. त्या बाजारामध्ये तयार मिळतात किंवा त्या तयार करण्यासाठी लवंग, मिरे आणि बेहडा समप्रमाणात घेऊन त्यामध्ये तेवढ्याच वजनाचा पांढरा कात घालून ते घोटावे; त्यानंतर बाभळीच्या आंतरसालीच्या काढ्यात पुन्हा चांगले घोटून लहान लहान गोळ्या बनवाव्यात. या गोळ्यांनी तोंडाची गेलेली चव परत येते; तसेच खोकला पूर्णपणे दूर होतो.
- डोकेदुखीचा नेहमीचा त्रास मिटविण्यासाठी एक लिटर पाण्यात चार लवंगा उकळा सुमारे ५०० मिली. पाणी शिल्लक राहील, तोपर्यंत उकळा. त्यानंतर त्यात चवीप्रमाणे थोडी साखर घालून ते प्यावे म्हणजे डोकेदुखी थांबते.
- मर्यादेपेक्षा जास्तवेळा तहान लागत असेल तर एक ग्लास पाण्यामध्ये चार लवंगा उकळून ठेवा. थोड्या थोड्या वेळानंतर २-२ चामचे ते द्रावण घ्यावे म्हणजे तहान शमते.
- पानाच्या विड्यांमध्ये काही वेळा चुकून चुन्याचे प्रमाण जास्त होते, तेव्हा जिभेला फोड येतात किंवा जिभेला छाले पडतात, अशावेळी एक लवंग खावी म्हणजे जिभ पूर्ववत होऊन, जळजळ थांबेल.
- अपचन, गॅस किंवा थंडीमुळे होणारा पोटदुखी विकार घालविण्यासाठी एक चमचा बारीक पूड केलेली खडीसाखर आणि गरजेनुसार एक ते तीन थेंब लवंगाचे तेल एकत्रित करून खावे.

- छातीमधील अवघडणे किंवा आखडणे दूर करण्यासाठी गरम पाण्यात लवंग तेलाचे काही थेंब टाकून ती वाफ श्वासावाटे आत घ्यावी.
- दातांचा पायरिया घालविण्यासाठी दातांचे, हिरड्यांचे लवंगतेलाने मालीश करावे.
- रात्री डासांपासून त्रास होत असेल तर उघड्या शरीरावर लवंगतेल चोळावे म्हणजे डास जवळ येणार नाहीत.
- लवंगतेल वेदनाशामक असून कीटाणूनाशक आणि तजेलता आणण्यासाठी उत्तम आहे.

❑

❀ लसूण ❀

आहारशास्त्रातील आयुर्वेदिक दृष्ट्या महत्त्वाचा लसूण सर्वपरिचित आहे. संस्कृतमध्ये 'लशून', इंग्रजीत 'गार्लिक' तर लॅटिनमध्ये 'एलिअम सटायव्हम' म्हणून ओळखल्या जाणाऱ्या लसणाची जातकूळ 'लिलीएसी' आहे.

उग्र वासाच्या पण बहुगुणी असलेल्या लसणातील खमंगपणामुळे त्याचा आहारातील उपयोग मोठ्या प्रमाणात आहे. लसूण हा उत्तेजक, पाचक, वायुसारक, ज्वरहारी (ताप कमी करणारा), वाजीकर (कामउत्तेजक), दीपक, कफोत्सारक असून, पोटदुखीवर आणि कानदुखीवरही त्याच्या रसाचा उपयोग करतात. हृदयाच्या, फुप्फुसाच्या, श्वासनलिकेच्या विकारासाठी, जंत, कुष्ठरोग, डांग्या खोकला आणि मूत्रपिंडाच्या विकारावरही लसणाचा उपयोग होत असतो. त्याच्या रसाचा उपयोग जखमा व जुनाट व्रण धुण्यासाठी, कातडीचा विकार दूर करण्यासाठी होत असतो.

उपयोग :

- नवीन घरातील रंगाची किंवा अन्य दुर्गंधी घालवायची असेल तर त्या घरात लसणाचे लहान-लहान तुकडे करून पसरावेत म्हणजे दुर्गंधी नाहीशी होईल.
- माशा किंवा कीड्यांचा त्रास होत असेल आणि ते घालवायचे असतील तर

पेटत्या निखाऱ्यावर चिमूटभर हिंग आणि लसणाच्या तीन-चार कळ्या जाळाव्यात म्हणजे त्या वासाने माशा, किडे घोंगावणार नाहीत ते निघून जातील.

- डोक्यांमध्ये उवांचे प्रमाण वाढले असेल तर त्यापासून आराम मिळण्यासाठी लसणाचा रस आणि लिंबाचा रस एकत्र करून रात्री झोपताना डोक्यावर चोळावा. सकाळी उठल्यानंतर साबणाने डोके स्वच्छ धुऊन घ्यावे. ३-४ दिवस ही प्रक्रिया केली तर डोक्यातील संपूर्ण उवांचा नायनाट होईल आणि शांतता लाभेल.
- लसूण सोलल्यानंतर हाताचा, विळीचा किंवा चाकू, सुरीचा गंध घालविण्यासाठी त्या स्थानावर मीठ चोळावे व पाण्याने धुवावे म्हणजे गंध नाहीसा होईल.
- लसूण, मध आणि कलिंगड एकाच वेळी खाऊ नये. असे केल्यास पोटाचा त्रास होतो. आतड्यांना सूज येते.
- मद्यप्राशन शरीरास हानिकारक आहे पण त्यावेळी फ्राय केलेला लसूण खाणे गुणकारी ठरते.
- लसूण हृदयासाठी आवश्यक असला तरी पित्तवर्धक असल्याने पित्तप्रकृतीच्या व्यक्तींनी त्याचा उपयोग टाळावा; तसेच गर्भवती स्त्रियांनी त्याचा अतिशय कमी उपयोग करावा.
- लसूण कफहारी असल्याने छातीमध्ये जेव्हा कफ दाटतो तेव्हा लसूण तेल छातीवर चोळावे त्यामुळे कफ सुटतो आणि त्वरित आराम मिळतो.
- लसूण मेधाशक्ती वाढविणारा आणि तुटलेली हाडे सांधणारा आहे. त्यामुळे अपघातात सापडलेल्या व्यक्तीला लसूण खावयास देणे अधिक फायदेशीर ठरते; पण लसणाचे अतिसेवनसुद्धा स्वास्थ्यासाठी अस्वास्थ्यकारक ठरू शकते.
- पोटामध्ये वात निर्माण झाल्यास लसणाच्या पाकळ्या पाट्यावर वाटून, स्वच्छ कापडातून पिळून १० ते ३० थेंब मिळवावेत; ते थेंब १/४ ते १/२ चमचा तुपाबरोबर घ्यावेत.
- पुरुषातील वीर्यवृद्धी करणाऱ्या लसणामुळे पौरुष दौर्बल्य नष्ट होते. त्यासाठी लसूण दुधाबरोबर रोज खावा किंवा लसूण घालून उकळलेले दूध प्यावे. यासाठी एक कळीचा लसूण तुपात तळून मधाबरोबर खायला द्यावा.
- स्त्रियांसाठीही लसूण उपयोगी आहे. मासिकपाळी मोकळी येत नसल्यास नेहमी लसूण खायला द्यावा.
- नायट्यासारख्या भयानक खाज सुटणाऱ्या विकारावरही लसूण उपयोगी ठरतो. लसूण वाटून त्याचा रस ३-४ दिवस नायट्यावर चोळावा म्हणजे नायटा दूर होतो. गजकर्णही बरा होतो.

- लसणाचा औषधी म्हणून उपयोग करताना लसूण सोलून, लसणाच्या चौपट दही घ्यावे. मातीच्या किंवा योग्य धातूच्या भांड्यात, दह्यात सोललेले कांदे किंवा पाकळ्या २४ तास भिजत ठेवाव्यात. नंतर त्या सोललेल्या बदामासारख्या दिसणाऱ्या पाकळ्या घेऊन त्याचा १/४ भाग साजूक तुपात लालसर होईपर्यंत तळावा. सकाळ-संध्याकाळ आपल्या पचनशक्तीनुसार त्या खाव्यात. कोणत्याही वनौषधीचा उपयोग करण्यापूर्वी आपल्या कौटुंबिक डॉक्टरचा सल्ला अवश्य घ्यावा.
- अभ्यासू विद्यार्थ्यांनी, बुद्धिवाढीसाठी लसणाचा उपयोग करावा.
- थंडीमुळे, सर्दीमुळे कानाचे पडदे बसतात. अशावेळी लसणाची सोललेली कळी कापसात गुंडाळून कानात ठेवावी. कानामध्ये काहीवेळेस असह्य वेदना होतात. कान ठणकायला लागतो. अशावेळी २-४ चमचे तिळाच्या तेलात लसणाची एक पाकळी घालून तळावी. तेल थंड झाल्यावर किंवा सहन करू शकाल एवढे कोमट ठेवून त्याचे २-३ थेंब कानात घालावेत; कान कापसाच्या बोळ्याने बंद करावा.
- धावपळीच्या आणि नोकरीच्या या युगात वेळेची बचत आणि 'शॉर्ट कट'ला महत्त्व प्राप्त होणे साहजिकच आहे. यासंदर्भात लसणाच्या बाबतीत वेळ वाचविण्यासाठी रिकामपणात लसूण सोलून ठेवावा. त्याला मीठ लावून तो एका काचेच्या बाटलीत ठेवावा आणि पाहिजे त्या वेळी त्याचा उपयोग करावा असा लसूण १२ महिनेसुद्धा तसाच कायम राहतो.
- लसूण फुफ्फुसांचा जुना आजार, दमा, क्षयरोग किंवा श्वासाच्या विकारांसाठी उपयुक्त आहे.
- बाह्य उपचारांमध्ये त्वचेवरील जखम, संसर्ग, खरूज, नायटा, गजकर्ण, गाठ इत्यादींवर लसणाचे पोटीस बांधावे.
- लसणाचा रस बहिरेपणा घालविण्यासाठी, पांढऱ्या केसांना थोपविण्यासाठी उपयुक्त आहे.
- लसणामुळे शरीरातील कोलेस्ट्रॉल कमी होते. संसर्गजन्य जंतूंचा नाश होतो. कॅन्सरपासून संरक्षण होते आणि त्वचेचे रोग बरे होतात.
- लसूण उपद्रवी जंतूंची वाढ थांबविते, तसेच आवश्यक त्या आम्ल निर्मितीच्या जिवाणूंमध्ये वाढ करते.
- प्लेगसारखे महाभयानक रोग दूर करण्यासाठी लसणाचा उपयोग केला जातो.
- लसूण केसांसाठी एक उत्तम शक्तिवर्धक आहे. डोक्यातील वाढलेला कोंडा दूर करण्यासाठी लसणाच्या तेलाने डोक्याच्या त्वचेला मालीश करावे, त्यानंतर डोके धुवावे.

- सर्दीमुळे जेव्हा डोके जड होते, तेव्हा लसणाचे कालवण उपचार म्हणून अधिक परिणामकारक ठरते.
- दम्याच्या विकारांसाठी, डांग्याखोकला दूर करण्यासाठी, ब्रॉन्काइटिस विकार दूर करण्यासाठी लसूण रामबाण उपाय आहे.
- संधिवाताच्या विकारावर, स्नायू आखडण्यावर, मुरगळण्यावर, लचकण्यावर लसणाचे तेल प्रभावी ठरते.
- लसणातील जीवनसत्त्वे आणि खनिज पदार्थ आपल्या आतड्यातील अनावश्यक वायू बाहेर फेकण्यासाठी उपयोगी ठरतात.
- क्षयरोगाच्या उपचारांसाठी लसूण उत्तम औषध आहे.
- लसणामुळे आतड्यातील अन्नाचे सडणे, कुजणे, थांबते; शरीर सुदृढ राहते आणि जीवनशक्ती वाढते.
- थंड हवामानामध्ये किंवा थंडीच्या दिवसांत लसणाचा योग्य प्रकारे उपयोग केला तर ती व्यक्ती सुदृढ, निरोगी, तेजस्वी आणि दीर्घायू होते.
- घरातील पाळीव प्राण्यांसाठी लसूण उत्तम टॉनिक आहे. लसणाच्या सेवनाने कुत्र्यांमध्ये कृमींचा विकार, डिस्टेम्परचा विकार निर्माण होत नाही. गाई, बैल, बकऱ्या इत्यादी प्राण्यांनी लसूण खाल्ल्यास त्यांनासुद्धा विकार संभवत नाहीत. लसणामुळे प्राण्यांच्या जखमासुद्धा त्वरित भरून निघतात. म्हणजेच लसूण स्त्री-पुरुष, प्राणिमात्र इत्यादी सर्वांना गुणकारी आहे. लसणामुळेच या सर्व सजीवांचे आयुष्यमान वाढते.

❑

लाजाळू

ग्रामीण भागात सर्वांना परिचित लाजाळू वनस्पती वनौषधींपैकी एक वनस्पती आहे. वेलीसारख्या लहान, काटेरी झुडपाचे दर्शन बांधावर किंवा सांडपाण्याच्या जमिनीजवळ होते.

लॅटिनमध्ये 'मिमोसा पुदीका' नावाने ओळखल्या जाणाऱ्या लाजाळूस इंग्रजीमध्ये 'सेन्सिटिव्ह प्लॅन्ट' म्हणून ओळखतात.

लाजाळू वनस्पतीच्या वैशिष्ट्यांमध्ये वनस्पतीच्या पानांना कशाचाही स्पर्श झाला की, पाने आपोआप मिटतात; नंतर पुन्हा उघडतात. वेलीसारख्या या काटेरी, लहान झुडपाची मुळे तांबूस असून, चवीला तिखट, आंबट असतात. मुळांचा उपयोग औषधी कार्यासाठी मोठ्या प्रमाणात होत असतो.

लाजाळू जखमेतील वाहते रक्त थांबविणारी आहे. तसेच मूळव्याधीत उपयोगी आहे. लाजाळू मलावरोध करीत असते. गर्भाशयाच्या अंत:त्वचेला शक्ती देण्याचेही कार्य लाजाळूद्वारे होत असते.

औषधीदृष्ट्या रक्तरक्षक म्हणून ओळखली जाणारी लाजाळू वनस्पती खरोखरच 'जीवनरक्षक' वनस्पती आहे असे म्हटले तरी वावगे होणार नाही.

उपयोग :

- लाजाळू वनस्पती शीतल असून रक्तस्तंभक, रक्तसंशमन करणारी आहे.
- लाजाळू वनस्पतीचा उपयोग पित्तविनाशासाठी, पित्तशमनासाठी चांगल्या प्रकारे होतो.
- काविळीमध्ये दररोज तीनवेळा या वनस्पतीचे चूर्ण ६ चमचे, मध २ चमचे समप्रमाणात करून घ्यावे म्हणजे कावीळ नाहीशी होते.
- काही कारणास्तव डोळ्यांच्या बुबुळावर मांसवृद्धी होते तेव्हा लाजाळूच्या पानांचा ताजा रस आणि अश्वमूत्र समभागात घेऊन, सकाळ-संध्याकाळ डोळ्यांस लावावे म्हणजे मांसवृद्धी निघून जाते.
- स्त्रियांच्या अंगावरून जास्त जात असेल तेव्हा लाजाळूच्या बियांचे चूर्ण, अशोक चूर्ण, प्रवाळ, पंचामृतरस व मध एकत्र करून तीनवेळा घ्यावे.
- गर्भाशय योनीमार्गातून खाली सरकले, योनीभ्रंश झाला तर लाजाळूच्या पानांचा रस किंवा मुळ्या उगाळून खाली सरकलेल्या भागावर लावाव्यात.
- स्त्रियांच्या स्तनांवर सूज आली तर लाजाळूचे पंचांग (अखंड झाड) वाटून, गरम करून, सुजेवर लेप देणे गुणकारी ठरते.
- स्त्रियांचे स्तन सैल झाले असता लाजाळू आणि अश्वगंधाची मूळे एकत्रित वाटून स्तनांवर नित्य लेप द्यावा. त्यातून स्तन घट्ट होण्यास मदत होते.
- जेव्हा जुलाबातून रक्त पडते तेव्हा लाजाळूच्या मुळांचे चूर्ण दह्यात मिसळून द्यावे.
- मूत्र विकारामध्ये, अडथळे निर्माण झाले तर लाजाळूचे पंचांग (अखंड झाड)

घेऊन त्याच्या ८ पट पाण्यात काढा करावा; तो उकळून चतुर्थांश होईपर्यंत करावा; त्यानंतर तो काढा घ्यावा म्हणजे मूत्र विकार दूर होतात.

- अवेळी वीर्यपतन होत असल्यास लाजाळूच्या बियांचे चूर्ण आणि साखर एकत्र करून दोन आठवडे घ्यावे.

❑

लिंबू

शरीरशास्त्र, सौंदर्यशास्त्र, आरोग्यशास्त्र आणि रसायनशास्त्रातही बहुगुणी लिंबू सर्वांनाच परिचित असते. हिंदीमध्ये 'निंबू', इंग्रजीमध्ये 'लाइम', आणि लॅटिनमध्ये 'सिट्रस ऑरॅन्टिफोलिया' या नावाने प्रसिद्ध असलेले लिंबू 'रूटेसी' कुळातील आहे. सर्वसाधारणपणे माहिती लाईम, साखर लिंबू आणि रंगपूर लाइम अशा प्रकारात लिंबू आढळते. गोलाकार आणि अंडाकृती या दोन आकारात लिंबाची फळे पाहावयास मिळतात.

भूक वाढविण्यास मदत करणाऱ्या 'स्कर्व्ही' या रोगाला रोखणारे लिंबू कृमिनाशक आहे. पित्तप्रकोपी आहे. लाइम कार्डीअल या पौष्टिक पेयांमध्ये, जेली, मुरंबे आणि मद्यात स्वाद आणण्यासाठी, सरबते तयार करण्यासाठी लिंबू गुणकारी आहे. नित्य आहारातील लोणच्याच्या स्वरूपात तर ते सर्वांना परिचित आहेच.

जगामध्ये सर्वच देशांत आढळणाऱ्या लिंबाच्या निरनिराळ्या २५ जाती आहेत. फळबागायत म्हणून शेतात किंवा अंगण परिसरात लिंबाची लागवड होत आहे. निरनिराळ्या लिंबांच्या जातींपैकी ५ प्रमुख जाती पुढीलप्रमाणे आहेत–

- कागदी लिंबू (सायट्रस ॲसिडा)
- जम्हिरी लिंबू (सायट्रस लेमोनम)
- साधे लिंबू (सायट्रस मेडिका)
- सरबती लिंबू (साइट्रस लेमेट्टा)
- इडलिंबू (साइट्रस डेकुमाना)

वरील लिंबाच्या निरनिराळ्या जातींमध्ये गुणधर्म सारखे असले तरी त्यातील आम्लयुक्त गुणधर्म वेगवेगळे असतात. कागदी लिंबाचा उपयोग चयापचयनासाठी, जंतुनाशक, रुचिवर्धक आणि त्रिदोषनाशक आहे. त्यामुळे भूकवाढ होते; हृदय बलशाली होते आणि कीटाणूंच्या विषारी गुणांचा नाश होतो.

जम्हिरी लिंबाची साल टणक, जाड, उष्ण आणि जंतुनाशक असते. यातील पिकलेल्या लिंबाची साल अग्निवर्धक असते आणि पोटाचे विकार दूर करणारी असते. गंभीर स्वरूपाच्या संधिवातामध्ये, गाठीमध्ये याचा उपयोग महत्त्वाचा मानला जातो.

साध्या लिंबाच्या पिकलेल्या फळामध्ये उत्तम रसास्वाद असतो. ते पौष्टिक, पाचक आणि उत्साहवर्धक आहे. दमा, कफ, तहान आणि खोकला यामध्ये त्याचा रस गुणकारी असून महारोग दूर करण्यात उपयोगी ठरते.

सरबती लिंबाचे फळ मधुर, तहान भागवणारे तसेच ताप, पित्तज्वर आणि मेंदूसंबंधित विकार दूर करण्यासाठी उपयोगी आहे.

इडलिंबू आंबट, खारट असते तर त्याचा रस थंड आणि साल उष्ण असते. हृदयविकारांमध्ये मधाबरोबर या लिंबाचा रस उपयोगी ठरतो.

उपयोग :

- लिंबूरसामध्ये साईट्रीक आम्ल असते. त्यामुळे त्याच्या सेवनाने पोटातील रोगजंतू नाहीसे होतात.
- लिंबू खारट असले तरी त्यांच्या सेवनानंतर त्याचे रूपांतर क्षारामध्ये होते आणि त्यातूनच रक्तामध्ये मिसळलेले विषारी आम्लतत्त्व नाहीसे होतात व रक्त शुद्ध होते.
- लिंबामध्ये प्रोटीन्स, साखर, कॅल्शियम, पोटॅश, फॉस्फरस, लोह आणि नैसर्गिक मीठ असते. त्यामुळे लिंबू हे स्वास्थ्यवर्धक आहे.
- लिंबाच्या रसाचा उपयोग करायचा असेल तर त्या लिंबाचा रस काढतेवेळी भांड्यामध्ये चिमूटभर मीठ टाकावे म्हणजे रस कडवट होणार नाही.
- लिंबू ताजे, टवटवीत ठेवायचे असतील तर ते मीठ असलेल्या भांड्यामध्ये ठेवावे
- मासळी करण्यापूर्वी लिंबू आणि हळद लावून ती धुतल्यास दुर्गंधी येणार नाही.
- तोंडाची दुर्गंधी घालवायची असेल, तर गुलाबपाण्यात लिंबाचा रस टाकून त्याच्या गुळण्या कराव्यात. या प्रकारच्या गुळण्यांनी दुर्गंधी तर दूर होतेच पण त्याशिवाय हिरड्यासुद्धा बळकट होतात.

- हवाबंद डब्यातील भाजीपाला ताजा स्वादिष्ट ठेवायचा असेल, तर त्यावर लिंबाचा रस उपयोगात आणावा.
- जेवण करताना मधे मधे पाणी पिऊ नये, पाणी प्यायचेच असेल तर लिंबूरसमिश्रित पाणी प्यावे म्हणजे ते स्वास्थ्यास लाभकारक ठरते.
- रेशीम सिल्कच्या साड्या धुताना शेवट शेवटच्या ज्या पाण्यातून साड्या काढण्यात येतील, त्या पाण्यात लिंबाचा रस टाकावा; यामुळे रेशमी सिल्क साड्यांची चमक कायम राहते.
- स्वयंपाकात भेंडीची भाजी तयार करायची असेल तर त्यात थोडा लिंबाचा रस टाकावा त्यामुळे भेंडीतील चिकटपणा नाहीसा होतो आणि भेंडी कुरकुरीत स्वादिष्ट होते.
- सफरचंद उकडावयाचे असतील तर त्यामध्ये दोन थेंब लिंबाचा रस टाकावा म्हणजे सफरचंद काळे पडणार नाही.
- केळी व सफरचंद चिरल्यावर त्या फोडींना लिंबाचा रस लावावा म्हणजे फोडी काळ्या पडत नाहीत.
- स्वयंपाकघरातील भांड्याना दुर्गंधी सुटलेली असेल तर ती भांडी घासण्यामध्ये लिंबाच्या रसाचा उपयोग करावा म्हणजे दुर्गंधी नाहीशी होईल.
- स्वयंपाकघरातील कचराकुंडीतून दुर्गंध येऊ नये म्हणून त्यात कचराकुंडीच्या खालच्या भागात लिंबाच्या साली टाकाव्यात.
- उपयोगात आणलेल्या लिंबाच्या साली सुकवून, दळून ठेवाव्यात त्या मिश्रणाबरोबर मिठाचा उपयोग करून, भांडी स्वच्छ केल्यास, भांडी स्वच्छ होतात आणि ती चमकूही लागतात.
- उपयोगात आणलेल्या लिंबाच्या साली फेकून न देता त्या पाण्यात पिळून घ्याव्यात किंवा भिजवून ठेवाव्यात. या साठवलेल्या पाण्याचा उपयोग टेरेलिन आणि सिल्कचे कपडे धुताना केल्यास त्या कपड्यांना चकाकी येते.
- ॲल्युमिनियमची भांडी आतून अधिक घाणेरडी झाल्यास त्या भांड्यामध्ये पाणी आणि लिंबू टाकून उकळवावे या प्रक्रियेने भांडी पूर्णपणे स्वच्छ होतात.
- दैनंदिन जीवनामध्ये स्वयंपाकाचा कुकर पिवळसर झाल्यास त्या कुकरमध्ये एक उपयोगात आणलेले लिंबू टाकावे. उकळत्या पाण्याने, वाफेने त्या लिंबाच्या सालीतील रस बाहेर निघतो त्यानंतर तो कुकर वॉशिंग पावडरने धुतल्यास पूर्ववत स्वच्छ चमकू लागतो.

- पितळ्याच्या भांड्यावर लिंबाच्या साली रगडल्यास ती पितळेची भांडी पूर्ववत चकाकू लागतात.
- लिंबू थंड पाण्याच्या पात्रात फ्रिजमध्ये ठेवले तर सुमारे ३ महिन्यांपर्यंत ते सुरक्षित राहते.
- बाथरुममधील दर्प घालविण्यासाठी एका मगामध्ये लिंबाचे उपयोगात आणलेले साल एकत्र करून ती खिडकीजवळ ठेवावी. त्यामुळे वाऱ्याबरोबर हळूहळू लिंबाचा सुगंध बाथरुममध्ये दरवळू लागतो.
- लसूण सोलतांना त्या लसणाचा गंध हाताला लागतो, तेव्हा हातावर लिंबाचा रस चोळून तो साबणाने धुतल्यास गंध नाहीसा होतो किंवा वास नाहीसा होतो.
- बाजारातून आणलेला भाजीपाला उपयोगात न आणता पडू दिला तर कालांतराने तो शिळा होत जातो; असा शिळा झालेला भाजीपाला सुमारे अर्धा तास लिंबू रस मिश्रित थंड पाण्यात भिजवून ठेवला तर त्याचे शिळेपण दूर होते. तो भाजीपाला ताजा, टवटवीत दिसू लागतो.
- सर्दी, पडसे यांच्या अत्याधिक त्रासाने ग्रासले असता लिंबू अग्नीवर शेकून त्याचा रस प्यायल्यास त्वरित आराम मिळतो.
- बिनदुधाच्या चहामध्ये लिंबाचा रस टाकून प्यायल्यास डोकेदुखी थांबते.
- डोकेदुखी होत असेल तर कानामध्ये गरम केलेल्या लिंबाच्या रसाचे २-३ थेंब टाकावेत म्हणजे तात्काळ आराम मिळतो.
- तोंडाच्या दुर्गंधीचा नेहमीचा त्रास मिटविण्यासाठी ग्लासभर पाण्यात लिंबाचा रस मिसळून त्याने चूळ भरावी असे काही दिवस नियमितपणे केल्यास दुर्गंधी संपुष्टात येते.
- आहारामध्ये केळ्याचा आणि सफरचंदाचा उपयोग करताना किंवा कस्टर्ड, चाट, सॅलड मध्ये केळे व सफरचंदाचा उपयोग करताना ते कापून ठेवल्यानंतर त्यावर लिंबाच्या रसाचा शिडकाव करावा त्यामुळे केळी, सफरचंद काळी पडणार नाहीत तसेच त्यांची चव आणि सुगंध कायम राहील.
- केळे, सफरचंद, नासपती यासारख्या फळांना अधिक वेळ ताजेतवाने ठेवण्यासाठी लिंबाच्या रसामध्ये एकवेळ बुडवून काढावे.
- हृदय धडधडत असेल किंवा जीव घाबरत असेल तर लिंबाचा रस चाखल्याने त्वरित आराम मिळतो.
- बीट कापताना हाताला रंग लागतो तो काही वेळाने काढणे कठीण होते अशा वेळी लिंबाची साले हात साफ करण्यासाठी उपयोगात आणली तर हात त्वरित स्वच्छ होतो.

- कपड्यावर जमा झालेला घाम त्वरित घालविण्यासाठी त्यावर लिंबाचा रस चोळावा. घाण जास्त असेल तर तो कपडा लिंबू रस मिश्रित पाण्यामध्ये बुडवून ठेवावा. काही तासानंतर पाण्याने तो कपडा धुतल्यास त्यातील घाण त्वरित दूर होते.
- संगमरवरी मूर्ती किंवा शो-पीसला अधिक चमक आणण्यासाठी त्यावर लिंबू आणि मीठ चोळावे त्यानंतर १०-१५ मिनिटांनी ते स्वच्छ धुऊन काढावे.
- चामड्याचा, लेदरचा बेल्ट किंवा बॅग, पर्स स्वच्छ करायची असेल तर लिंबू कापून सालासहित पाण्यात टाकावे त्या पाण्याचा उपयोग चामड्याच्या वस्तू स्वच्छ करण्यासाठी करावा म्हणजे त्या अधिक स्वच्छ होतात आणि त्याचा रंगही कायम राहतो.
- फर्निचरवरील डाग काढण्यासाठी लिंबू किंवा मिठाचे मिश्रण उपयोगात आणणे अधिक फायदेशीर ठरते.
- फर्निचरमध्ये चमक वाढविण्यासाठी पाण्यामध्ये लिंबाच्या रसाचे काही थेंब टाकावे व त्याचा उपयोग करावा.
- आरसे आणि काच यावर अधिकाधिक चकाकी आणण्यासाठी आठवड्यातून एकवेळा त्यावर लिंबाच्या रसाचे थेंब टाकावे. त्यानंतर टिश्यू पेपरच्या साहाय्याने ते शेवटी वृत्तपत्राच्या कागदाने ते पुसून काढावे म्हणजे चकाकू लागतील.
- बूट चमकविण्यासाठी त्यावर पॉलिश करण्यापूर्वी लिंबाचा रस लावावा.
- घराचे किंवा इमारतीचे तळ टाईल्सचे असेल आणि ते स्वच्छ करायचे असेल तर कपड्याचा एक तुकडा लिंबाच्या रसात बुडवून तो कपडा टाईल्सवरून फिरवावा. त्यानंतर कोरड्या कपड्याने टाईल्स पुसून घ्यावी. या प्रक्रियेने टाईल्स स्वच्छ तर होतेच शिवाय त्यावर चकाकीही येते.
- उचकीमुळे अधिक त्रास होऊ लागला असेल, उचकी बंद होत नसेल अशावेळी लिंबू चाखावे; उचकी बंद होईल.
- लिंबाचा नियमित उपयोग करीत असतांना राखून ठेवलेले लिंबू सुकले गेल्यास त्यातून रस काढण्यासाठी त्यांना काही मिनिटे उकळत्या पाण्यात टाकावे म्हणजे सुलभपणे संपूर्ण रस काढणे सहज शक्य होईल.
- उपयोगात आणलेल्या लिंबाच्या वाळलेल्या साली उकळून त्याने काचेची भांडी धुतल्यास ती स्वच्छ होतात, त्यांना चकाकी येते.
- उन्हाळ्यामध्ये लिंबाचा रस आणि साखर मिश्रित सरबत प्यायल्यास उन्हाचा त्रास कमी होतो.

- चेहऱ्यांवरील सुरकुत्या नाहीशा करण्यासाठी, त्वचेची घाण दूर करण्यासाठी चेहऱ्यावर लिंबाचा रस लावावा. चेहऱ्याच्या ब्लिचिंगसाठी लिंबाचा रस, थंड दूध आणि मध मिश्रित मिश्रण उपयोगात आणावे म्हणजे काळवंडलेली त्वचा स्वच्छ होते; आणि चेहऱ्यावर तजेलता दिसून येते.
- लिंबाचा रस, चंदनाची पूड आणि दही यांचे एकत्रित मिश्रण तेलकट त्वचेसाठी लाभदायक असते.
- लिंबाचा उपयोग केल्यानंतर आपण त्या साली फेकून देतो त्या साली फेकून न देता त्यात थोडे मीठ घालून मिक्सरमध्ये बारीक करून त्याचा गोळा करावा. मीठ घातल्याने पाणी सुटून लगदा तयार होतो. तो गोळा एका बरणीत भरून ठेवावा. त्याचा उपयोग तांब्या-पितळेची भांडी घासण्यास होतो. अर्थात त्यामुळे चिंचेची गरज पडत नाही आणि कित्येक दिवस तो गोळा उपयोगात आणता येतो.

❑

वाटाणा

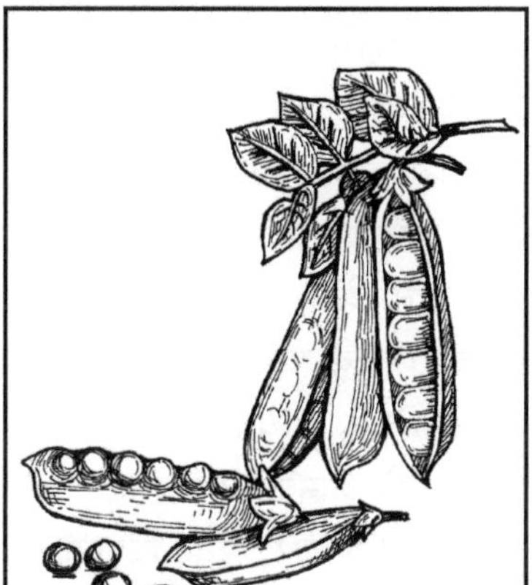

विपुल प्रथिने, कार्बोहायड्रेट 'अ', 'क' जीवनसत्त्वे आणि कॅल्शियम, फॉस्फरस खनिजांनी संपन्न अशा वाटाण्याला आंतरराष्ट्रीय महत्त्व आहे. संस्कृतमध्ये वर्तुळा, इंग्रजीमध्ये 'ग्रीन पीज' आणि लॅटिनमध्ये 'पायसम सटाव्हम' म्हणून ओळखला जाणारा वाटाणा 'पॅपिलिओनसी' या कुळातील आहे.

वाटाणा हे उपयुक्त कडधान्य असून, पांढऱ्या आणि हिरव्या रंगामध्ये आढळते. देशी आणि विलायती अशा वाटाण्याच्या प्रमुख जाती आहेत. वाटाणा क्षुधावर्धक, कफहारी, पित्तशामक व चर्मदाह कमी करणारा आहे.

उपयोग :

- ओले वाटाणे उपलब्ध असलेल्या कालावधीत स्वयंपाकघरामध्ये त्याचा साठा अतिशय उपयुक्त ठरतो. निरनिराळ्या भाज्यांमध्ये वाटाण्याचा उपयोग करावा म्हणजे त्या भाज्यांना चांगली चव येते. पुलाव, खिचडी इत्यादींमध्येसुद्धा हिरवे वाटाणे घालावे त्यामुळे त्या पदार्थांची चव अधिकच सरस होते.

- वाटाण्यातील निरनिराळे खनिज शरीरासाठी उपयोगात यावेत म्हणून श्रावणात प्रत्येक सोमवारी वाटाण्याची भाजी बनवावी किंवा वाटाण्याच्या पानांची भाजी बनवावी त्यामुळे पित्तनाश व कफनाश होतो.
- वाटाण्याच्या पानांची भाजी पचण्यास हलकी, भेदक आणि त्रिदोषघ्न असते.
- वाटाणे मधुर, रुक्ष व थंड असतात; त्यांच्यामध्ये खनिजद्रव्यांचे प्रमाणही अधिक असते आणि पोषणमूल्याने ते समृद्ध असतात. हवाबंद डब्यात किंवा सुकवून त्यांना स्वयंपाकगृहामध्ये सांभाळून ठेवणे महत्त्वाचे ठरते.
- जेवणानंतर चार-पाच वाटाण्याच्या शेंगा खाल्ल्यास जेवण तत्काळ पचते.
- कावीळ झालेल्या व्यक्तीने आठवडाभर सकाळ-संध्याकाळ वाटाण्याचे सूप घेतल्यास त्याची कावीळ पूर्णपणे दूर होते.
- वाटाण्याचा उपयोग सौंदर्यसाधनासाठीसुद्धा होतो. वाटलेला वाटाणा, दूध आणि लिंबाचा रस यांचे उटणे लावल्यास काळे डाग दूर होतात.
- शरीराच्या भाजलेल्या जागेवर ताज्या वाटाण्याचा लेप लावल्यास दाह कमी होतो.
- वाटाण्याचे नियमितपणे सेवन केले तर शरीरातील रक्ताचे प्रमाण वाढते, तसेच रक्त शुद्ध होते.
- वाटाण्यामुळे शारीरिक थकवा दूर होतो. अशक्त व्यक्तींना आपले स्वत:चे वजन वाढविण्यासाठी वाटाणे खाणे लाभदायक ठरते. ताजा वाटाणा खाल्ल्याने आवाजात गोडवा येतो.
- वाटाण्याचे पोषणमूल्य अधिक आहे. त्यामध्ये 'अ' आणि 'क' जीवनसत्त्वे, कॅल्शियम, गंधक, ताम्र, लोह, फॉस्फरस, मॅग्नेशियमचेही प्रमाण आढळते.
- वाटाणे आमकारक, वृष्य, ग्राही आणि लघू गुणसंपन्न आहेत.
- वाटाणे शीतल, मधुर विपाकी, पौष्टिक, रुक्ष आणि वातूळ आहेत.

❑

वांगी

आहारशास्त्रातील, वनस्पतिशास्त्रातील महत्त्वाची वांग्याची फळे सर्वच आशियाईंना सुपरिचित आहेत. हिंदीमध्ये 'बैंगन', इंग्रजीमध्ये 'ब्रिंजल', संस्कृतमध्ये 'वर्ताक', लॅटिनमध्ये 'सोलॅनम मॅलॅनजेना' नावाने प्रसिद्ध असलेली वांगी 'सोलॅनसी' कुळातील आहेत.

प्राचीन काळापासून वांगी या फळाचा उपयोग भाजीसाठी केला जातो. गोल

आकाराची आणि लांबट आकाराची वांगी सर्वच ठिकाणी पिकवली जातात. महाराष्ट्रात मात्र मांजरी गोटा, पुसा क्रांती, वैशाली, पुसा जांभळी गोल, पुसा जांभळी लांब या प्रकारची वांगी अधिक उपयोगात येतात. 'भाज्यांचा राजा' म्हणून ओळखली जाणारी वांगी कफनाशक आहेत. ती कफहारक, वीर्यवर्धक, अग्निप्रदीपक, पित्तनाशक आणि पचण्यास हलकी असतात.

उपयोग :

- थंड प्रकृतीच्या स्त्रियांची मासिकपाळी बंद होणे. ऋतुस्राव क्षीण होणे किंवा साफ न होणे अशा तक्रारी असतील तर त्यांनी हिवाळ्यात वांग्याची भाजी, गूळ आणि बाजरीची भाकरी असा आहार नियमितपणे घेतला तर त्यांचे वर उल्लेखिलेले विकार दूर होतात.
- धोतऱ्याची विषबाधा झाली असेल तर वांग्याचा ४० ग्रॅम रस घ्यावा म्हणजे विष उतरेल.
- निद्रानाश झालेल्या व्यक्तींनी कोवळी वांगी विस्तवावर भाजून, मधात कालवून, ती सायंकाळी चाटून खाल्ली तर त्याना चांगली झोप येईल. त्यांचा निद्रानाश विकार दूर होईल.
- अपचनाचे वेळी वांगे आणि टोमॅटोचे सूप तयार करून ते प्यावे म्हणजे मंदाग्नी दूर होतो, तसेच अपचन झालेल्या अन्नाचेसुद्धा पचन होते.
- वर्णाने काळ्या असलेल्या वांग्यापेक्षा पांढरी वांगी गुणवत्तेत कमी असतात, पण पांढरे वांगे कोंबडीच्या अंड्यासारखे मूळव्याधीवर फायदेशीर असते.
- वांगे अधिक आहारात उपयोगात आणले गेले किंवा वांग्याची भाजी खाल्ली तर लघवीचे प्रमाण वाढते आणि त्यातूनच मूत्रविकार उत्पन्न होतात.

❑

❀ वेलची (वेलदोडे) ❀

स्वयंपाकात, मिठाईमध्ये किंवा बर्फीमध्ये मोठ्या प्रमाणात उपयोगात येणाऱ्या वेलचीला इलायची सुद्धा म्हणतात. हिंदीमध्ये 'छोटी इलायची', संस्कृतमध्ये 'एला'

किंवा 'उपकंचिका', इंग्रजीमध्ये 'कार्डमॉम' या नावाने ओळखत असून तिचा 'झिंझिबरेसी' कुळात समावेश होतो.

वेलदोड्याच्या वाळलेल्या फळांचा उपयोग औषधातसुद्धा होतो. आवश्यकता पडेल तेव्हा ती फळे फोडून त्यातील बिया काढतात. त्या बिया म्हणजेच वेलची होय. रेचकाबरोबरच सुगंधी पदार्थ म्हणून 'वेलची' गृहिणींना ज्ञात आहे.

उपयोग :

- मनसोक्त केळी खाल्ल्यानंतर त्यावर अगत्याने वेलची खावी; म्हणजे अपचन होणार नाही.
- भोजनानंतर मुखशुद्धी म्हणून वेलची खावी किंवा पानाच्या विड्यातून वेलची खावी म्हणजे मुखदुर्गंधी दूर होते आणि पचनास मदत होते.
- दुग्धजन्य पदार्थ, निरनिराळ्या प्रकारच्या मिठाया सेवनानंतर किंवा दूध प्राशनानंतर वेलचीचा उपयोग करावा. शक्य झाल्यास या पदार्थामध्येच वेलची उपयोगात आणावी म्हणजे ते पदार्थ रुचकर होतील आणि स्वादिष्ट होतील आणि पचनास सुलभता होईल.
- वेलची सुगंधी असून हृदयासाठी चांगली आहे. ती दीपक, पाचक, वातहारी, उत्तेजक असून दाहनाशक आणि उदरपीडानाशक आहे. तिच्या सेवनाने जठरातील शिथिलता दूर होते. तसेच पोटफुगी नाहीशी होते.
- वेलची खाताना सावधानता बाळगणे गरजेचे असते. शक्यतोवर वेलची रात्रीच्या वेळी खाऊ नये; तिच्यामुळे कोड होण्याची शक्यता असते.
- वेलची खाण्यासंदर्भात स्त्रियांनी सावधानता बाळगावी. गर्भारपणामध्ये वेलचीचे अतिरिक्त सेवन केल्यास गर्भपात होण्याची शक्यता नाकारता येत नाही.
- वेलची औषधी गुणसंपन्न आहे. वेलचीचे दाणे, बदाम, जायपत्री, साखर आणि गाईचे लोणी एकत्र करून सकाळच्यावेळी नियमितपणे घेतल्यास धातुपुष्टी होते आणि वीर्यालाही घट्टपणा येतो.

- नेपाळ नावाच्या वनस्पतीची विषबाधा झाल्यास वेलचीचे चूर्ण दह्याबरोबर खावे म्हणजे विष उतरते.
- उलट्यांचा त्रास होऊ लागल्यास वेलचीच्या तेलाचे ५ थेंब डाळिंबाच्या सरबतात घालून प्यावे म्हणजे उलट्या, उचकी थांबते.
- डोळ्यांसाठीसुद्धा वेलची गुणकारी आहे. त्यासाठी वेलचीचे चूर्ण आणि साखर समप्रमाणात घेऊन एरंडेल घेऊन सुमारे ४ मासे दररोज सकाळी घ्यावे. त्यामुळे डोळ्यांची अतिरिक्त उष्णता कमी होते. डोळ्यांना थंडावा जाणवतो. तसेच डोळ्यांचे तेज वाढण्यासही मदत होते.
- खोकल्याने, कफाने जेव्हा अधिकच त्रास होऊ लागतो. तेव्हा वेलचीच्या दाण्याचे बारीक चूर्ण आणि सुंठेचे चूर्ण प्रत्येकी सुमारे ४ रतीभर घेऊन, मधात कालवून त्याचे चाटण करावे; म्हणजे कफ निघून जातो आणि खोकला येणे बंद होते.
- वेलचीपाक खाल्ल्याने उत्साह वाढतो, शक्ती येते आणि डोळ्यांचे तेजही वाढते. वेलचीपाक करण्यासाठी ५० ग्रॅम वेलचीचे दाणे, ५० ग्रॅम वास कापूर, ५० ग्रॅम बदाम घेऊन भिजत ठेवावे. कापडाने गाळून त्यातील पाणी काढून टाकावे. त्यानंतर ५० ग्रॅम पिस्त्याबरोबर ते बारीक वाटून २ लीटर दुधात शिजवावे. दुधाला घट्टपणा आल्यानंतर त्यात ७५० ग्रॅम साखर मिसळावी आणि मंद आचेवर ते शिजू द्यावे. शिऱ्याप्रमाणे घट्ट झाल्यावर त्यावर चांदीचा वर्ख लावावा म्हणजे वेलचीपाक तयार होईल.
- लघवीमध्ये जळजळ होत असेल हाता-पायांमध्ये आग सुरू झाल्यास आणि शरीराचा दाह सुरू झाल्यास आवळ्याच्या रसाबरोबर वेलचीचे सेवन करावे; म्हणजे हे सर्व विकार नाहीसे होतील.
- वेलचीमधील लहान वेलची मानसिक प्रसन्नता देणारी असून ती उष्ण, वातानुलोमन, अग्निप्रदीपक आहे. वैद्याच्या सल्ल्यानेच वेलचीचा उपयोग करणे गुणकारी ठरते. कारण वेलची उदरशूळात, उदरवातात गुणकारी असून शरीर थरथरणे थांबविते. ❑

वेखंड

या लांब, सुगंधी, बहुशाखीय वनस्पतीच्या मुळांचा उपयोग औषधीकार्यासाठी होतो. हिंदीमध्ये 'बच', संस्कृतमध्ये 'भूतनाशिनी वचा', इंग्रजीमध्ये 'स्वीट फ्लॅग' या नावाने ओळखली जाणारी वेखंड वनस्पती 'ॲरॅसी' कुळातील आहे. वैज्ञानिक भाषेत ती 'अकॉरस कॅलॅमस' या नावाने ओळखली जाते.

वेखंड वनस्पतीची पाने लांब पात्यासारखी, गडद हिरवी, जाड शिरा असलेली असतात. वनस्पतीचे फूल तुरेदार, वाकलेले, लांब कणसात असते; ते हिरवट रंगाचे असते. वनस्पतीची फळे पिवळसर रंगाची बियायुक्त असतात. दलदलीच्या ठिकाणी नदीकिनारी वाढणाऱ्या या वनस्पतीची लागवड अनेक ठिकाणी केली जाते. या वनस्पतीच्या जमिनीखाली वाढणाऱ्या मूळास किंवा कंदास आर्थिक महत्त्व प्राप्त झालेले आहे. वेखंडाच्या प्रामुख्याने दोन जाती आहेत; त्यातील एक जात देशी तर दुसरी जपानी आहे. वेखंडाचे पीक शक्यतोवर कीड किंवा रोगांपासून मुक्त असते. वेखंडाची वाळलेली मूलस्तंभे औषधांसाठी उपयोगात आणतात.

उपयोग :

- वेखंडामध्ये जे अनेक गुणधर्म आहेत त्यापैकी एक गुणधर्म म्हणजे पचनशक्तीमध्ये वाढ करणे हा होय.
- वेखंडामध्ये बाष्पनशील तेल असते; ते वायुनाशी असते. त्यामुळे पोटफुगीवर त्याचा चांगला उपयोग होतो.
- बाष्पनशील तेलद्रव्यामुळेच कफ पडण्यासाठीसुद्धा वेखंडाची मदत होते.
- डोकेदुखी थांबविण्यासाठी वेखंडाचा लेप कपाळावर लावतात.
- वेखंडाच्या लेपाने सर्दी-पडसेसुद्धा नाहीसे होते.
- वेखंड दम्यावर उपयुक्त आहे, त्यामुळे घशातील ग्रंथी वाहतात.
- वेखंडाच्या मुळांची भुकटी कृमी उत्सर्जक आहे.
- वेखंडाची पाने आणि मूलस्तंभक सुगंधी पदार्थात पेयद्रव्यात आणि कीटकनाशके तयार करण्यासाठी वापरतात.
- वेखंडात असलेल्या टॅनिन द्रव्यामुळे रक्ताचा अतिसार, संग्रहणी यावर ते उपयुक्त आहे.
- अल्कोहोलमध्ये काढलेले वेखंड, तेलविरहित अर्क गुंगी आणणारे आणि वेदनाहारी आहेत.
- वेखंड वांतिकारक आहे.

❀ शहाजिरे ❀

भारतीय स्वयंपाकघरात प्रत्येक ठिकाणी आढळणाऱ्या मसाल्याच्या पदार्थांमध्ये शहाजिऱ्याचा उपयोग केला जातो. या वनस्पतीच्या फुलांच्या देठाला एक पुष्पकोश असतो, त्या लांबट आकाराच्या पुष्पकोशाला जिरे असतात. त्याचे आकारमान नेहमीच्या जिऱ्यापेक्षा किंवा बडीशेपेपेक्षा लहान असते.

इंग्रजीमध्ये 'करावे' या नावाने परिचित असलेले शहाजिरे 'अंबेलिफेरी' कुळातील आहे. या वनस्पतीची वाढ दोन वर्षांत पूर्ण होते. वनस्पतीवर छत्रीच्या आकाराची पांढरी फुले येतात. फुलापासून प्राप्त होणाऱ्या शहाजिऱ्याचे अनेक औषधी उपयोग आहेत.

उपयोग :

- शहाजिऱ्याचा काढा मलेरियासारखे विकार दूर करण्यासाठी किंवा त्या विकारांना प्रतिबंध घालण्यासाठी उपयुक्त आहे.
- पोटाची जळजळ, पोटफुगी, पोटात मुरडा येणे, गॅसेस निर्माण होणे, अपचन होणे किंवा पोटाचे अन्य विकार दूर करण्यासाठी शहाजिरे गुणकारी आहे.
- मूळव्याधीच्या विकारामध्ये किंवा वेदनायुक्त सुजेवर शहाजिरे गुणकारी आहे.
- शहाजिऱ्यांचा काढा आतड्यातील वेदनांवर उपयुक्त आहे.
- शहाजिऱ्यांमुळे अतिसारावर नियंत्रण घालता येते.
- शहाजिऱ्याच्या सेवनाने अन्नाला, जिभेला चव येते.
- शहाजिऱ्यामुळे डोळ्यांतील नजरेवर सुयोग्य परिणाम होतो. नजर सुधारते.
- शहाजिऱ्यामुळे शरीरातील जंत नाहीसे होतात. म्हणजे शहाजिरे कृमिनाशक आहे.
- शहाजिऱ्यांमुळे फोड त्वरित बरे होतात तसेच पोटातील ट्युमरवर त्याचा योग्य परिणाम होतो.
- सामान्यपणे ५ ग्रॅम शहाजिरे १ लीटर पाण्यात घेऊन काढा तयार करावा, तो काढा प्रौढांनी दिवसाला ४-५ कप या प्रमाणाने घ्यावा. म्हणजे शरीराची प्रतिकारशक्ती कायम राहते.

❑

❀ शतावरी ❀

बहुगुणी औषधीयुक्त बहुपयोगी अशा वनस्पती औषधीत शतावरीचा उल्लेख अग्रक्रमाने केला जातो. या वेलवर्गीय वनस्पतीची वाढ डोंगराळ प्रदेशात अधिक आढळते. संस्कृतमध्ये 'शतवीर्या', 'जटामूल', 'कोशिका', 'नारायणी', इंग्रजीत 'ॲस्परॅग्रस' या नावाने ओळखली जाणारी शतावरी, शतमुळी 'लिलीएसी' कुळातील आहे. शतावरीची मुळे, पाने, बिया औषधांसाठी आवश्यक असतात. त्यामुळे ती मुळापासून खोदली जातात. म्हणून पुन्हा लागवड करावी लागते. शतावरीची मुळे पाने, बिया औषधांसाठी उपयुक्त आहे.

तारुण्य अबाधित ठेवणाऱ्या आणि वार्धक्याला दूर रेटणारी अनेक आवश्यक द्रव्ये या वनस्पतीमध्ये आढळतात. या वनस्पती द्रव्यांच्या सेवनाने आयुर्मर्यादासुद्धा वाढते.

उपयोग :

- शतावरीच्या सेवनाने शक्ती प्राप्त होते, रक्ताभिसरण सुधारते, हृदयाची कार्यक्षमता वाढते आणि हृदयामध्ये एखाद्या ठिकाणी सूज असेल तर ती सूजसुद्धा नाहीशी होते.
- शतावरीस नेत्र चक्षुष्य म्हणतात. त्या शतावरीने डोळ्यांचे विकार, विकृती दूर होते, तसेच डोळ्यांची शक्ती वाढते. शतावरी मज्जाधातूला बल देत असते.
- शतावरी शुक्र आणि स्तन्यकारी आहे. शतावरी बाळंतपणानंतर मातेच्या दुधात वाढ करण्यासाठी उपयुक्त आहे. शतावरीत दुधाची निर्मिती करणारी अनेक द्रव्ये आहेत.
- शतावरीमध्ये स्निग्ध गुण आहेत, त्यामुळे शरीरातील रुक्षगुणांचा नाश करून वात दोषांची वाढ थांबते आणि कफदोषांची वाढ होते.
- शतावरी गुणाच्या दृष्टिकोनातून गुरू आहे. त्यामुळे पचन सावकाश होते. परिणामतः शतावरी शरीराची पुष्टी करीत शरीराला बल देत असते.
- गुडघेदुखी, कंबरदुखी या सारख्या वाताच्या तक्रारी शतावरीने दूर होतात, म्हणजे शतावरी वातशामक आहे.

- शतावरी उत्तम शक्तिवर्धक औषध (टॉनिक) आहे. वयात येणाऱ्या तरुणींना, गर्भवती स्त्रियांना बाळंतपणामध्ये आणि मासिकपाळीत ते उपयुक्त आहे.
- शतावरी स्त्रियांप्रमाणेच पुरुषांसाठीसुद्धा उपयुक्त शक्तिवर्धक औषध आहे. पुरुषांच्या शुक्रजंतूत वाढ करण्यामध्ये आणि त्यांच्या निर्मितीमध्ये धातुपुष्टतेत शतावरी बहुगुणी आहे.
- शतावरी परिणामकारक रसायनी, शुक्रस्तन्यकारी, शोथनाशक आणि बुद्धिवर्धक आहे.
- शतावरी कल्पाचा उपयोग शरीरबल व त्वचा सुधारण्यासाठी, वजन, उंची वाढविण्यासाठी केला जातो, तसेच गर्भाची वाढ होण्यासाठी प्रसवोत्तर दौर्बल्य, अल्सर, कटीशूल दूर करण्यासाठीही उपयोग होतो.
- शतावरीमुळे त्वचा मऊ, कोमल होऊन त्वचेचे पोषण होते. त्यामुळे शतावरीचा उपयोग सौंदर्यप्रसाधनात मोठ्या प्रमाणात केला जातो.
- शतावरी तेल शरीराची स्थूलता कमी करण्यासाठी तसेच अशक्त व्यक्तीचे पोषण करण्यासाठी रामबाण औषध आहे.
- शतावरीमध्ये कॅल्शियम, पोटॅशियम, फॉस्फरस, थायमिन, रायबोफ्लेविन यांसारखी घटक द्रव्ये आढळतात. तसेच ग्लायकोसाइड्स, सॅपोजिन्स यासारखी महत्त्वाची रसायने आढळतात. या सर्वांचा उपयोग औषधासाठी केला जातो.
- शतावरीमध्ये दीपनीय द्रव्ये असतात. त्यामुळे शतावरी अग्नीला उद्दिपित करून आपले कार्य पूर्ण करते.
- शतावरी वृष्य असल्याने मधुर, स्निग्ध, बृहण आणि शक्ती वाढविणारी आहे.
- शतावरी संग्रहणी आणि अतिसारात उत्तम औषध आहे. तिच्यामुळे पुरीषामध्ये स्तंभव कार्य होत असते.
- शतावरी धातुनिर्मिती करणारी असल्याने स्त्री आणि पुरुष या दोन्हींच्या जननेंद्रियांना शक्ती देत असते.
- शतावरी अल्पग्राही आणि रक्तस्तंभक आहे. त्यामुळे तिचा उपयोग पित्तज, अतिसार आणि रक्तातिसारात होत असतो.
- शतावरीमध्ये सर्व धातूचे गुणधर्म आहेत; त्यामुळे ती ओजोवर्धक आहे.
- शतावरीमुळे त्वचेचा रंग उजळतो, तसेच त्वचा कांतीमान होते.
- कानदुखी किंवा कानात पू निर्माण झाल्यास शतावरीच्या रसात मध आणि तूप मिसळतात. त्याचे तीन थेंब कानात सोडतात; त्यामुळे कानदुखी थांबते व 'पू' नाहीसा होतो.

- अंगदुखीमध्ये किंवा शरीराच्या अशक्तपणामध्ये शतावरीचे तेल सर्वांगाला लावावे. त्यानंतर सुमारे २० मिनिटांनी गरम पाण्याने अंघोळ करावी म्हणजे वेदना नाहीशा होतात आणि आराम मिळतो.
- लघवीमधून रक्त येत असेल तर शतावरी आणि गोखरू समप्रमाणात घेऊन दुधामध्ये उकळावी. ते तयार झालेले दूध सकाळी आणि रात्री प्यावे म्हणजे विकार नाहीसा होतो.
- शतावरी व अश्वगंधा चूर्ण एकत्र समप्रमाणात तिन्हीवेळेस दुधाबरोबर चमचा चमचाभर घेतले म्हणजे धातुक्षय होत नाही. नपुंसकत्व राहात नाही किंवा शुक्राचे प्रमाण कमी होत नाही.
- मुतखड्यामुळे होणाऱ्या वेदना नाहीशा करण्यासाठी शतावरी, खडीसाखर पाण्यात वाटून घ्यावी.
- संभोगकाल वाढविण्यासाठी सकाळी व रात्री एक एक चमचा शतावरी, तूप, साखर, पिपली व मध यांचे मिश्रण घ्यावे.
- गर्भाशयाच्या विकारावर शतावरी तूप अत्यंत उपयुक्त आहे.
- स्मरणशक्ती वाढविण्यासाठी आणि बुद्धीची कुशाग्रता जोपासण्यासाठी शतावरी उपयुक्त आहे.
- मनोवांछित संतती होण्यासाठी शतावरी उपयुक्त औषध आहे.

❑

शेवगा

मुळापासून फळापर्यंत सर्व अंगांनी उपयोगात येणारा शेवगा सुगृहिणींना अपरिचित नाही. संस्कृतमध्ये 'शोभांजन' किंवा 'शिग्रू' किंवा 'हरितपत्र', इंग्रजीमध्ये 'ड्रमस्टिक' या नावाने ओळखला जाणारा शेवगा 'मोरिंगेसी' कुळातील आहे. शेवगा आयुर्वेदियदृष्ट्या अनेक गुणांनी संपन्न आहे.

शेवग्याची कोवळी पाने, फुले आणि शेंगा यांची भाजी करून ती खाण्यासाठी वापरतात. शेवग्याच्या पांढरा, काळा आणि लाल अशा तीन जाती आहेत. त्यापैकी

पांढऱ्या फुलांचा शेवगा बहुतेक सर्वच ठिकाणी आढळतो व त्याची भाजी करतात. रानात उगवणाऱ्या शेवग्याला 'रानटी शेवगा' म्हणतात. या रानटी शेवग्याच्या शेंगा कडू, पचनास जड आणि वातूळ असतात. शेवग्याच्या शेंगाची भाजी करताना शेंगा व्यवस्थित धुऊन घ्याव्यात. त्या सोलून तुकडे करून मसाले भाजी करता येते किंवा बेसनपीठ घालूनसुद्धा भाजी बनविता येते. शेंगा घातलेले पिठले स्वादिष्ट असते. कढीमध्येसुद्धा शेंगा घालतात.

उपयोग :

- लाल फुलांचा शेवगा अनेक रासायनिक गुणांनी संपन्न असतो. तो हृदयरोगावर प्लीहाविकारावर आणि मूतखड्याचावरही गुणकारी आहे. लाल शेवगा महावीर्यवान आहे.
- शेवग्याच्या झाडावरील डिंक सुरुवातीला पांढरा असतो; नंतर तो लाल होतो आणि शेवटी काळा बनतो. यापैकी कुठल्याही रंगाचा डिंक खाण्यासाठी उपयोगात आणू नये. तो विषारी असतो आणि पाण्यातही विरघळत नाही. त्याचा उपयोग कपड्यावरील रंगकामामध्ये केला जातो.
- क्षय, दमा, सर्दी, ॲनिमिया, थकवा, वांझपणा, कुपोषण इत्यादी विकारांविरुद्ध उपाय म्हणून शेवग्याची एक ओंजळ पाने एक ग्लास पाण्यात पाच मिनिटे उकळा आणि हे पाणी एक चिमूटभर मीठ, जिरे, अर्धा चमचा लिंबू रस घालून सकाळी नित्यनियमाने प्यावे म्हणजे विकार दूर होतात.
- आयुर्वेदाप्रमाणे शेवगा हा उष्ण असून वातहारी आहे. तो अग्निदीपक, पाचक, सारक असून पित्त आणि कफ यांना दूर सारणारा आहे.
- लहान मुलांना उत्तम टॉनिक म्हणून शेवगा रसाचा उपयोग करावा. त्यासाठी १कपभर पाण्यात शेवग्याचा रस आटवा. त्यात दूध मिसळून लहान बाळांना रोज द्या. म्हणजे त्यांची वाढ निरोगीपणे होईल. हाडे बळकट होतील, रोगप्रतिकारक शक्ती वाढेल आणि कुपोषणाला आळा बसेल.
- पांढऱ्या फुलांचा शेवगा वातहारी, दाहनाशक, प्लीहा, गळू, व्रण, पित्तदोष दूर करणारा आहे. त्याची फुले गरम, तिखट, तीक्ष्ण, रक्तप्रसारक आणि ग्राही असतात. त्यामुळे स्नायूंवरील सूज, कृमी, वायू, कफ, प्लीहा, गळू आणि गोळा उठणे विकार दूर होतात.
- जेव्हा धाप लागते, उचकी येते तेव्हा शेवग्याच्या पानांचा रस घ्यावा म्हणजे तो लाभदायक ठरतो.

- शेवग्याचे बी डोळ्यांसाठी गुणकारी असून ते उष्ण असते. वीर्यवर्धक नसते, वायुहारी, विषहारी, कफहारी असते. त्याच्या नस्याने डोकेदुखी त्वरित थांबते.
- मस्तकशूळ होत असेल तर शेवग्याच्या पानांच्या रसात मिरे वाटून, त्याचा लेप मस्तकावर द्यावा म्हणजे आराम मिळतो.
- मुतखडा नाहीसा करण्यासाठी शेवगा अत्यंत गुणकारी आहे. त्यासाठी शेवग्याच्या मुळ्यांच्या काढ्यात सोडा घालून प्राशन केले म्हणजे मुतखडा विरघळतो.
- पोटफुगी झाली तर शेवग्याच्या काढ्यात हिंग आणि सुंठ घालून घ्यावे म्हणजे आराम मिळतो.
- शेवगा पानाचा रस आणि तिळाचे तेल एकत्र शिजवून ते खरूज, संधिवात, मुरगळणे, मुकामार, सांधेदुखी इत्यादींवर लावावे म्हणजे आराम मिळतो.
- मज्जातंतूच्या विकारांसाठी, स्त्रियांच्या पाळीच्या तक्रारींसाठी, पाठदुखीसाठी शेवग्याच्या लोणच्याचा उपयोग करावा म्हणजे या विकारातून सुटका होते.
- कृमिनाशासाठी शेवग्याच्या काढ्यामध्ये मध घालून दिवसातून दोन वेळा घ्यावे म्हणजे लाभ होतो.
- शेवग्याची वाटलेली साल अग्निमांद्य, अपचन, उदरशूळ, पोटफुगी यावर उपयुक्त औषध आहे.
- शेवग्याचे तेल अत्यंत पातळ, स्वच्छ आणि महागडे असते; पण त्या तेलाचा उपयोग सुगंधी तेल बनविण्यासाठी किंवा घड्याळ दुरुस्तीसाठीच उपयोगात आणतात; ते खाण्यासाठी उपयोगात आणू नये.

❑

❀ सदाफुली ❀

पांढऱ्या किंवा जांभळट फुलांनी शोभिवंत होणाऱ्या या फुलझाडांमध्ये अनेक औषधी गुणधर्म आढळतात. 'कॅथरान्थस रोझेस' या वैज्ञानिक नावाने ओळखली जाणारी सदाफुली 'अपोसायनसी' कुळातील आहे. हिंदीमध्ये 'सदाबहार' या नावाने ही वनस्पती ओळखली जाते.

सदाफुलीच्या फुलांचा रंग पांढरा किंवा गुलाबी किंवा पांढरी आणि लाल केंद्राची असते. फुलांच्या ठिकाणी प्रत्येकी दोन शेंगा तयार होतात. त्यामध्ये लहान लहान काळ्या बिया असतात. सुमारे मीटरभर उंचीने वाढणाऱ्या या वनस्पतीच्या खोडाचा रंग जांभळट काळसर असतो. त्याला अनेक लवचिक फांद्या असतात. सर्वसाधारणपणे सर्वच ठिकाणी आढळणारी ही वनस्पती सर्व प्रकारच्या परिस्थितीला जुळवून घेत असते, त्यामुळे दुष्काळामध्येसुद्धा टिकून राहण्याचा चिवटपणा तिच्यामध्ये असतो. शेतामध्ये भरघोस उत्पादन निघते आणि त्या वनस्पतीला जनावरांपासूनसुद्धा धोका नसतो. या वनस्पतीच्या झाडांची पाने निर्यात केली जातात. झाडांच्या पानांबरोबरच वनस्पतीची मुळेसुद्धा निर्यात होतात. या वनस्पतीमध्ये फुलांच्या रंगानुसार तीन प्रकार असले तरी 'निर्मल' आणि 'धवल' रंगाची फुले प्रमाणित केली गेली आहे. त्या वनस्पतीत घटकद्रव्ये समान असून, वजन उत्पादनाच्या दृष्टीने अधिक असते.

उपयोग :

- सदाफुलीमध्ये निरनिराळ्या प्रकारची अनेक अल्कलाईड्स उपलब्ध असतात. वैद्यकीय संशोधनानुसार सुमारे १०० प्रकारचे अल्कालाईड्स त्यातून प्राप्त होतात.
- सदाफुलीत प्राप्त होणारे अल्कलाईड 'कर्करोग' प्रतिबंधक आहे. त्यामुळे त्याचे महत्त्व अधिकच वाढलेले आहे.
- सदाफुलीतील विंनक्रीस्टिन सल्फेट हे अल्कलाईड औषध म्हणून रक्ताच्या कर्करोगावर उपयुक्त आहे.
- सदाफुली मधुमेहासारख्या विकारावरही गुणकारी औषध आहे.
- रक्तस्राव थांबविण्यासाठी सदाफुलीचा उपयोग होत असतो.
- मलेरिया विकारात सदाफुली हितकारी ठरते.
- त्वचा विकारामध्येसुद्धा सदाफुली उपयुक्त मानली जाते.
- सदाफुलीची पाने आणि मुळापासून प्राप्त होणारा रस औषधासाठी उपयोगात आणला जातो.
- रक्तदाब वाढला तर सदाफुलीच्या रसाचा त्यावर चांगला उपयोग होतो.
- स्त्रियांच्या अंगावरून जास्त जात असेल तर पानांचा रस किंवा फांट ावा.

❑

❁ सफरचंद ❁

डायनिंग टेबलवरील फळांचा महाराजा म्हणून सन्मानल्या गेलेल्या सफरचंदाला हिंदीत 'सेब' किंवा 'सेबफल' म्हणतात. तसेच संस्कृतमध्ये 'सेवम्' तर इंग्रजीत 'ॲपल' म्हणतात. या वनस्पतीचा 'रोझेसी' कुळात समावेश होतो.

सफरचंदामध्ये अनेक आयुर्वेदिक गुणधर्म आहेत. दिवसभरातून एक तरी खावे. सफरचंदात 'ब' आणि 'क' जीवनसत्त्व असते. तसेच कार्बोहायड्रेट्स, लोह, पेक्टिन हे महत्त्वाचे घटक असतात.

उपयोग :

- आजारपणामध्ये रुग्णाला अन्य कोणताही आहार देण्यापेक्षा सफरचंदाचा आहार द्या. रुग्णाने फक्त सफरचंदच सेवन केले तर काही दिवसातच त्याचे विकार दूर होतात. त्यांच्या अंगी उत्साह संचारतो, त्याची पचनक्रिया सुदृढ होते आणि चेहरा तेजस्वी होतो.
- प्रत्येक व्यक्तीने दिवसभरातून एकदा तरी एखाद्या सफरचंदाचे सेवन करावे; त्यासाठी सफरचंद स्वच्छ धुऊन-पुसून न कापता संपूर्ण दातांनी तोडून, पूर्ण चघळून खावे. यामुळे हिरड्या मजबूत होतात. दातांच्या आजूबाजूस रोगजंतू शिल्लक राहात नाहीत. दातदुखी असेल तर ती बंद होते. तसेच शरीरातील विषारी द्रव्ये दूर होण्यास मदत होते.
- कमी रक्तदाब असणाऱ्या व्यक्तींनी सकाळी-सकाळीच अनोशापोटी सफरचंद खावे. त्याच्यासाठी ते उत्तम गुणकारी औषध आहे.
- दात स्वच्छ करण्यासाठी किंवा दातातून निघणारे रक्त बंद करण्यासाठी सफरचंदाचा उपयोग करावा. त्यासाठी सफरचंदाच्या रसात सोडा घालून दातांवर घासावा त्यामुळे रक्त बंद होते, तसेच यामुळे दातांवरील पिवळा स्तर निघून जातो आणि दात पांढरे शुभ्र होतात.
- सफरचंदाचा ताजा रस मधाबरोबर घ्यावा म्हणजे तो शरीरास अधिक पौष्टिक ठरतो.

- लहान मुलांना जुलाबामध्ये सफरचंद अत्यंत गुणकारी ठरते. सफरचंदातील 'पेक्टिन' मुळे जुलाब ताबडतोब थांबतात.
- अपचन होत असेल किंवा पचनक्रिया बिघडली असेल तर सफरचंद विस्तवावर भाजून खावेत. त्यामुळे पचनक्रिया पूर्ववत सुदृढ होते.
- डोळ्यांचे जडत्व, दृष्टिमंदता, डोळ्यांचे विकार इत्यादींमध्ये सफरचंद उपयोगी आहे. त्यासाठी सफरचंद विस्तवावर भाजून ते चांगले कुस्करून घ्यावे. त्याचे पोटीस बनवावे आणि ते पोटीस डोळ्यांवर बांधावे. काही दिवस ही क्रिया केली तर डोळ्यांचे विकार दूर होतात.
- सफरचंद रक्तशुद्धिकारक, पौष्टिक, मधुर, थंड, रुचकर, पित्तशामक, वायुनाशक आणि वीर्यवर्धक आहे. सफरचंद हृदयासाठी अत्यंत उपयोगी असून ते कामोत्तेजक, अतिसारामध्ये गुणकारी आणि पाचक आहे.
- ज्यांना मलावरोध आहे अशांनी रात्री सफरचंद खावे. त्यामुळे त्यांचा मलावरोध दूर होतो आणि पोटशुद्धी होते.
- सफरचंद वैज्ञानिकदृष्ट्या अत्यंत गुणकारी आहे. त्यामध्ये ग्लुकोज, कार्बोहायड्रेट, लोह, खनिज, क्षार, 'ब' जीवनसत्त्व, 'क' जीवनसत्त्व, टॉरटॉरिक ॲसिड असते. त्यामुळे अतिसार, पित्तज्वर, डोकेदुखी, धाप लागणे, मूत्रविकार, रक्तविकार, खोकला, स्मरणशक्ती कमकुवत होणे या सर्व विकारात ते लाभदायी ठरते.
- आम्लतेमुळे होणाऱ्या सांधेदुखीच्या रोगामध्ये सफरचंद अत्यंत लाभदायक ठरते.
- सफरचंदातील पेक्टिनमुळे पोटातील विषारी द्रव्ये नाहीशी होतात. पोटातील आम्लता कमी होते. पेक्टिनमुळेच कफ पातळ बनतो. त्या पेक्टिनमुळे मेंदू, हृदय, यकृत, जठर सुदृढ बनते. रक्तवाढ होते आणि चांगल्याप्रकारे भूकही लागते.
- वाढत्या वयाबरोबर काम न केल्याने किंवा व्यायाम न केल्यामुळे चरबीत वाढ होते. त्यामुळे कष्टाची कामे होत नाहीत. चरबीमुळे तहान, भूक लागत नाही पण थोडीबहुत हालचाल झाली तर जीव घाबरा होतो. अशी स्थिती असलेल्या व्यक्तींनी नेहमीचा आहार बंद करावा आणि सफरचंदाचेच सेवन करावे. म्हणजे शरीरात चैतन्य निर्माण होते. विकार दूर होतात.
- सफरचंदाचे लोणचे, मुरंबा, चटणी बनवितात. सफरचंदाचे सरबत तर सर्वमान्य झालेच आहे; म्हणजे स्वयंपाकघरात सफरचंदाची आवश्यकता असते; पण लक्षात ठेवावे की, सफरचंदाच्या गराप्रमाणेच त्याच्या बाह्यसालीलासुद्धा अधिक महत्त्व असते. त्यामध्ये 'सी' जीवनसत्त्वे असते. सफरचंद ज्ञानतंतूच्या आणि मेंदूच्या दुर्बलतेवर उत्तम फळ आहे.

❑

सफेदमुसळी

एक कंदमय औषधी वनस्पती म्हणून सफेदमुसळी मानवाला सुपरिचित आहे. सफेदमुळीचे कूळ 'लिलिएसी' आहे.

अलीकडेच भारतात सफेदमुसळीची लागवड करण्यास सुरुवात झालेली आहे. यापूर्वी ही वनस्पती जंगलातून नैसर्गिकरीत्याच प्राप्त केली जात असे. वनस्पतीची पाने लांब व अरुंद असून, एकाच ठिकाणी १०-१२ पाने एकत्र असतात. पानांच्या समूहातून एखाद्या लांब दांडीवर पांढरी फुले येतात. त्यावर हिरव्या रंगाची त्रिकोणी फळे तयार होतात. ती फळे बारीक, हलक्या, काळ्या रंगांच्या बियांनी संपन्न असतात. या वनस्पतीच्या क्लोरोफायटम् बोरीव्हिलीनम आणि क्लोरोफायटम ट्यूबेरोसम या जातींपैकी बोरीव्हिलीनम या जातीच्या वनस्पतीचा औषधी म्हणून उपयोग केला जातो. जमिनीतून जे कंद काढले जातात ते आधी स्वच्छ, साफ केले जातात. साल काढून नंतर मुसळी सुकविणे जरुरीचे असते. ती पूर्णत: कोरडी झाली तरच टिकून राहते; अन्यथा तीवर कीड पडण्याची शक्यता असते.

उपयोग :

- सफेदमुसळी शक्तिवर्धक आहे.
- सफेदमुसळीमध्ये पुष्टिवर्धक, शुक्रजंतुवर्धक आणि कामशक्तिवर्धकतेचे गुणधर्म आहेत. त्यामुळे संबंधित औषधात या वनस्पतीचा उपयोग केला जातो.
- सफेदमुसळीमध्ये पिष्टमय पदार्थ, प्रथिने व सॅपोनीन, सोडियम, पालाश, चुना, स्फुरद, झिंक, तांबे ही खनिजद्रव्ये आढळतात.
- बहुगुणी आयुर्वेदिक वनस्पती म्हणून तिचा उपयोग लहान-मोठ्या सर्वांनाच फायदेशीर आहे.

❑

सर्पगंधा

सर्पदंशावरील उतारा आणि वेडसरपणासाठी औषध म्हणून प्रसिद्ध असलेली सर्पगंधा ही वनस्पती 'पागल की दवा' या नावाने काही ठिकाणी ओळखली जाते. संस्कृतमध्ये 'चंद्रिका' तर शास्त्रीय नावावरून 'राउलफिया सरपेन्टीना' या नावाने ओळखल्या जाणाऱ्या करकथा किंवा सर्पगंधेचे कूळ 'अपोसायनेसी' आहे.

सर्पगंधा या सरळ वाढणाऱ्या झुडपाची उंची ६०ते ९० सें.मी. एवढी असते. लंबगोलाकार, नावेसारखी पाने साधी, पातळ असून फुले फांदीच्या टोकावर किंवा

बेचक्यातून गुच्छामध्ये येतात. या वनस्पतीची फळे लहान असून त्यातील बी लहान चपटे, मांसल असते. वनस्पतीची मुळे लांब व सरळ असतात. त्या वरच्या बाजूला जाड, गोलाकार तर खालच्या बाजूला बारीक होत जातात. सर्पगंधाची लागवड मुळाद्वारे केली जाते; तसेच फांद्यांमुळेसुद्धा केली जाते. सर्पगंधाचे बी फळातून वेगळे केल्यानंतर ३६ तासांच्या आत लागवड करणे सोयीचे असते. सर्पगंधाची साल, वाळवलेली मुळे औषधी, गुणसंपन्न आहेत. या झाडाच्या मुळात अनेक अल्कलॉईड्स असतात.

उपयोग :

- सर्पगंधाच्या मुळांपासून केलेल्या औषधाचा उपयोग उपशामक म्हणून, झोप येण्यासाठी तसेच रक्तदाब कमी करण्यासाठी केला जातो.
- मनोविकार दूर करण्यासाठी तसेच उच्च रक्तदाब सामान्य करण्यासाठी सर्पगंधा औषधी वनस्पती उपयोगात आणली जाते; पण रुग्ण जर तीव्र वेदनेने पीडित असेल तर या वनस्पतीचा उपयोग करू नये, कारण उपशामकतेस या औषधाने वेळ लागतो.
- प्राथमिक किंवा सौम्य अवस्थेमध्ये असलेल्या रुग्णासाठी, जुन्या मानसिक रोगासाठी या औषधाचा उपयोग करणे अधिक श्रेयस्कर ठरते.
- ज्या रुग्णांना श्वासनलिकेचा त्रास आहे, किंवा ज्यांच्या श्वासनलिका सुजलेल्या आहेत, जठरास क्षती पोहचलेली आहे, दम्याचा विकार आहे, अशांसाठी या औषधाचा उपयोग करू नये हेच हितावह असते.
- सर्पगंधा औषधात मन शांत ठेवण्याचा उत्तम गुणधर्म आहे.
- सर्पगंधामध्ये निरनिराळे नऊ प्रकारचे औषधी द्रव्य आढळते. त्या औषधी द्रव्यांपैकीच एकाचे नाव 'अजमॅलीन' असे निश्चित करण्यात आलेले आहे. अपस्मारासाठी ते औषध गुणकारी ठरलेले आहे.
- सर्पगंधाची मूळे पोटाच्या रोगावर आणि ज्वरातसुद्धा उपयुक्त आहेत.
- सर्पगंधा ज्वरनाशक, टॉनिक, खोकल्यासाठी उपशामक असे औषध आहे.

- सर्पगंधा लघवी वाढविणारे, रेचक, कृमिनाशक औषध आहे.
- मज्जासंस्थेच्या विकारांवर सर्पगंधाचे औषध उत्तम गुणकारी आहे.

❑

❀ सागरगोटा ❀

'सीझॅल्पिनेसी' कुळातील सागरगोटा किंवा गजगा संस्कृतमध्ये 'कुबेराक्षी' किंवा काकचिक्का, इंग्रजीमध्ये फिव्हरनट या नावाने ओळखला जातो.

सागरगोटा ही एक मोठी आणि काटेरी शेंग येणारी वेल असते. साधारणपणे कुंपणावर किंवा दुसऱ्या मोठ्या झाडावर ती चढलेली आढळते. या महालतेच्या सर्व भागावर कठीण, सरळ किंवा वक्र आणि पिवळसर काटे असतात. या महालतेची पाने संयुक्त, सोपपर्ण, पिसासारखी दोनदा विभागलेली असतात. सागरगोट्याच्या फांदीच्या टोकास किंवा पानांच्या बगलेत पावसाळ्यात मध्यम आकाराच्या पिवळ्या फुलांच्या मंजिऱ्या येतात. या वनस्पतीला फुगीर व काटेरी, टणक, गुळगुळीत, शिम्बा, लंबगोल आणि गोलाकार बिया येतात.

उपयोग :

- सागरगोट्याच्या मुळाचे साल आकुंचन पावणारे (स्तंभक) असते.
- मुळाची साल कृमिनाशक आणि ज्वरनाशक असते.
- मुळाची साल दम्याच्या विकारावर आणि मोठ्या आतड्याच्या विकारावर गुणकारी आहे.
- मुळाची साल पाळीच्या तापावर उपयुक्त आहे.
- सागरगोट्याची पाने वेदनानाशक आहेत.
- सागरगोट्याची कोवळी पाने एरंडेलात तळून सुजलेल्या आणि दुखणाऱ्या वृषणावर उपयुक्त आहे; त्यामुळे वेदना कमी होतात.
- कोवळी पाने मूळव्याधीवरसुद्धा उपयुक्त आहे.

- सागरगोटा वनस्पतीमध्ये 'बोंडयुसीन' नावाचे कटुद्रव्य असते.
- पानांचा रस दातदुखीवर, हिरड्यांवर लावतात.
- पाल्याच्या रसात आंबेहळद उगाळून, थोडी साखर घालून दिल्यास जंत विकार नाहीसा होतो.
- सागरगोट्याच्या बिया भाजून आणि कुटून पूड अंतर्गळावर पोटात घेण्यास व बाहेरून लावण्यास उपयोगी आहे.
- सागरगोटा कुष्ठरोग, दमाविकार आणि क्षयविकारावर उपयुक्त आहे.
- सागरगोट्याची पूड गरम ताकातून थोडा हिंग घालून अग्निमांद्यावर देतात.
- चेहऱ्यावरील पुटकुळ्या, मुरूम घालविण्यासाठी सागरगोट्याच्या बियांतील तेल उपयोगात आणतात.
- सागरगोटा तेलाचा उपयोग कानातून 'पू' वगेरे जात असल्यास कानात त्याचे १ते २ थेंब टाकण्यासाठी होतो.
- सागरगोटा तेल संधिवातावरही गुणकारी आहे.
- लहान बाळास किंवा तान्ह्या मुलास सागरगोटा उगाळून देतात.
- पोटदुखी थांबविण्यासाठी सुंठ, सैंधव मीठ, भाजलेला हिंग आणि भाजलेल्या सागरगोट्याची पूड गरम पाण्याबरोबर देतात.

संत्रा

मधुराम्ल अवीटगोडीचे संत्रीफळ जगन्मान्य असे नारंगफल होय. संस्कृतमध्ये 'नारंग' म्हणून ओळखल्या जाणाऱ्या या वनस्पतीचा 'रुटेसी' कुळात समावेश होतो.

थकलेल्या, दमलेल्या, निरुत्साही, तृषार्थ, बेचैन व्यक्तीस संत्रारस म्हणजे अमृतपानच होय. संत्रारसाच्या सेवनाने शीतलतेने, मधुरतेने त्या व्यक्तीस पुनर्जन्म लाभल्याची क्षमता प्राप्त होते. उत्साह द्विगुणीत होतो.

संत्री किंवा नारंगला एवढी लोकप्रियता लाभलेली आहे की, त्यातील औषधी गुणधर्म विसरून आपण त्याचा एक सुखासीन आहार म्हणून उपयोग करू लागलोय.

उपयोग :

- पाचकशक्ती वृद्धीसाठी संत्री उत्तम औषध होय. ज्यावेळेस आपली पचनशक्ती मंदावते, त्यावेळेस अन्नाचे व्यवस्थितरीत्या पचन न झाल्याने पोटात अन्न कुजण्याची, सडण्याची प्रक्रिया सुरू होते. त्या प्रक्रियेतूनच गॅसेस निर्माण होऊ लागतात आणि त्यामुळे पचनक्रियेत बिघाड होतो. जठरामध्ये अन्न तसेच पडून राहते अशावेळी संत्र्याचा रस प्यावा. त्या संत्रारसाने जठर आणि आतड्याचा मार्ग मोकळा होतो, स्वच्छ होतो. परिणामत: पचनशक्तीस उत्साह मिळून मदत होते.
- संत्र्यामध्ये लोह ३३ टक्के, फॉस्फरस २३.७ टक्के, गंधक ९ टक्के, क्लोरिन ३.२ टक्के तर सोडियम २.९ टक्के असते. त्याशिवाय फलशर्करा, निकोटिन ॲसिडही असते म्हणजे व्यक्तीसाठी आवश्यक त्या 'क' जीवनसत्त्वाची संपूर्ण आवश्यकता संत्र्यातून पूर्णत्वास येते.
- संत्र्याच्या एका फळात १०० उष्मांक (कॅलरी) मिळवून देण्याची क्षमता असते. त्याच संत्र्यामध्ये नैसर्गिक अल्कली (लवणे) पुरेशा प्रमाणात असतात. संत्र्यामध्ये 'अ', 'ब' आणि 'क' ही तीनही जीवनसत्त्वे योग्य त्या प्रमाणात उपलब्ध असतात. संत्र्यामुळे कधीही पोटफुगीचा विकार जडत नाही.
- संत्र्यामध्ये असलेली फलशर्करा आणि आम्लता पचनसंस्थेस बलवान करीत असते व शरीराची भूक वाढविते. त्यासाठी सकाळ-संध्याकाळ १-१ ग्लास संत्र्याचा रस घेणे आरोग्यवर्धक असते. त्या रसाने आतड्यांची शक्ती वाढते.
- संत्र्याच्या रससेवनाने गर्भावस्थेतील स्त्रीला उलट्या, ओकारीपासून होणाऱ्या त्रासातून विश्रांती लाभते. संत्र्यांचा एक कप रस साधारणपणे पाऊण कप दुधाबरोबरीची उष्णता शरीराला प्राप्त करून देत असतो.
- ज्या व्यक्तींना दम्याचा त्रास असतो किंवा ज्या व्यक्ती श्वसनेंद्रियांच्या त्रासाने बेजार होतात अशा व्यक्तींनी संत्र्याच्या रसाचा औषध म्हणूनच उपयोग करावा; त्यामुळे सर्व विकार दूर होतात व आराम मिळतो.
- जेव्हा बद्धकोष्ठता वाढते तेव्हा नियमितपणे रात्री झोपण्यापूर्वी आणि पहाटेच्यावेळी संत्री चावून खावीत. त्या प्रकियेने बद्धकोष्ठतेचा विकार कायमस्वरूपी नष्ट होतो.
- शरीरामध्ये जेव्हा स्थूलता निर्माण होते, मेद वाढतो, तेव्हा तो मेद कमी करण्यासाठी नियमितपणे संत्र्याचा रस घ्यावा.

- संत्र्याचा रस निरनिराळ्या ज्वरामध्ये, पंडुरोगात, दम्यामध्ये, सर्दीमध्ये, एन्फल्युएंझा, संधिवात, मधुमेहामध्ये आणि अनिद्रेच्या विकारात अत्यंत गुणकारी आहे.
- काही कारणांनी रक्तदाब वाढला तर त्वरित संत्रारस घ्यावा म्हणजे रक्तदाब सामान्य होतो.
- पायोरिया या विकारावर संत्र उत्तम औषध आहे. दातांचे आरोग्य सुधारण्यासाठीसुद्धा संत्र उपयुक्त, औषधी फळ आहे.
- ज्या व्यक्तींना लघवीचा त्रास असतो, ज्या व्यक्तींचे मूत्रपिंड (किडनी) दुर्बल झालेली असते, अशा व्यक्तींनी संत्रारस सेवनात कायम ठेवावा. संत्र्याच्या रसामुळे मूत्रमार्गातील अडथळेसुद्धा दूर होतात.
- दुग्धकल्प करणाऱ्या व्यक्तींनी दुधाबरोबर एक संत्रे चोखून खावे म्हणजे, दुधाचे त्वरित पचन होते. परिणामत: दुधकल्प यशस्वी होऊन शरीर बलवान होते.
- संत्री आणि लिंबामध्ये 'तेजाब' हे रसायन असते; पण लिंबाच्या रसापेक्षा संत्र्याच्या रसामध्ये तेजाबचे प्रमाण अत्यल्प असते; त्यामुळेच संत्रीरस उत्कृष्ट आरोग्यवर्धक ठरला आहे. संत्र्याच्या रसातील सायट्रिकॲसिड क्षारधर्मी असते. त्यामुळेच शरीरातील प्रतिकार शक्ती वाढीस लागते.
- काही बालकांमध्ये स्कर्व्ही किंवा रिकेट्स विकाराची लागण होते. प्रामुख्याने ज्या बालकांना मातेशिवाय अन्य दुधावर पोसले जाते, त्यांच्यामध्ये हे विकार जडतात; अशावेळी त्या बालकांना संत्र्याचा रस दिला तर त्या विकारांचा नाश होतो किंवा त्यांची लागण होत नाही. कॅल्शियमची उणीव भरून काढण्यासाठीसुद्धा बालकांना संत्रारस देणे आवश्यक असते.

❑

सोयाबीन

शाकाहारीचे मांस किंवा सोनेरी बीज म्हणून ओळखल्या जाणाऱ्या सोयाबीनमध्ये 'प्रोटिन्स' आणि 'कार्बोहायड्रेट' भरपूर प्रमाणात असतात. विशेषत: हा आहार 'कोलेस्ट्रॉल' आणि 'लॅक्टोज'युक्त असून तंतुमय आहे. हृदय रुग्णासाठी वरदान ठरलेल्या या आहाराचा उपयोग हजारो वर्षांपासून चीनमध्ये केला जात आहे. सोयाबीनचा 'पॅपिलिओनसी' कुळात समावेश होतो.

जगातिक स्तरावर सोया दूध, सोयासॉस आणि टेम्पट इत्यादी पदार्थांसाठी प्रसिद्ध असलेल्या सोयाबीनमध्ये अनेक गुणधर्म आहेत. त्यातील जेनिस्टीन आणि डेडझिन या प्रमुख घटकांमुळे ते स्त्री-पुरुषांच्या हार्मोन्स समस्यांमध्ये अत्यंत गुणकारी

आहे. जपानी महिलांतील कॅन्सरचे प्रमाण कमी असण्याचे कारण सोयाबीन हेच ठरले आहे. सोयाबीनमध्ये प्रोटिन्स, कार्बोद, एनर्जी, चरबी, फोलिक ॲसिड, कॅल्शियम आणि लोहाचे प्रमाण खूप आहे. या सर्व गुणधर्मांमुळे सोयाबीन एक औषधी वनस्पती म्हणून पुढे आलेली आहे.

उपयोग :

- सोयाबीन या आहारामुळे स्त्रियांमधील स्तनांच्या कॅन्सरचे प्रमाण संपुष्टात येते.
- सोयाबीनमधील आयसोफ्लेक्स इस्ट्रोजन हार्मोन्स संतुलित ठेवते.
- सोयाबीनमुळे पुरुषातील प्रोटेस्ट ट्यूमर विकार नाहीसे होतात.
- सोयाबीनमधील फायटू एस्ट्राजन हा घटक रजोनिवृत्तीच्या समस्या कमी करतो.
- सोयाबीनमुळे महिलांमधील अस्थिदोष दूर होतात.
- सोयाबीनमधील ओमेगा ३ (लिनोलिक ॲसिड) आणि ओमेगा ६ एलिनोलिक ॲसिड या मुख्य चरबीयुक्त ॲसिडमुळे हृदयाला ताकद मिळते, हृदय बळकट होते तसेच ते निरोगी राहते.
- उच्च प्रमाणातील कोलेस्ट्रॉल कमी करण्यासाठी सोयाबीन उपयुक्त आहे.
- सोयाबीन रक्तवाहिन्यांच्या आवरणाला लवचीकपणा आणते, तसेच लालपेशी परस्परांना चिकटून गुठळ्या होत नाहीत..
- सोया वनस्पतीत उच्चप्रतीचे फायटोइस्ट्रोजन असतात. त्याचा उपयोग रजोनिवृत्तीनंतर येणाऱ्या डोकेदुखी, गुडघेदुखी, सांधेदुखी, कंबरदुखी, छातीत दुखणे, योनीचा कोरडेपणा आणि मानसिक असंतुलन यांसारखे विकार दूर करण्यावर होतो.
- अलीकडेच सोया हा हार्मोन रिप्लेसमेंट थेरपीचा पर्याय बनलेला आहे.

❑

❀ सुंठ ❀

आले ही ओल्या स्वरूपातील औषधी वनस्पती आहे तर सुंठ ही वाळवलेल्या आल्याची प्रतिकृती आहे. सुंठ तयार करण्यासाठी आल्याच्या गड्ड्यांना चिकटलेल्या

मुळ्यातील माती आणि गड्ड्यांवरील साल काढून टाकावी लागते. अर्थात, यासाठी आले बराच वेळ पाण्यात भिजत ठेवून, धुऊन साफ करावे लागते. आल्याची साल खरवडून काढतात आणि नंतर ते ८-९ दिवस उन्हात वाळवितात. वाळत असतानाच २-३ वेळा ते हाताने घासतात. शेवटी वाळल्यानंतर सामान्य प्रतीची भुरकट रंगाची सुंठ तयार होते. काही ठिकाणी हळदी प्रमाणेच आल्याचे गड्डे शिजवून, त्यानंतर त्यांना वाळवून, चोळून सुंठ तयार करतात. यामध्ये शिजवताना थोड्या चुन्याच्या निवळीत पाणी टाकले जाते; तयार होणारी सुंठ भुरकट रंगाची असते. 'झिंजीबरेसी' कुळात समावेश होतो.

सुंठ मसाल्यातील पदार्थ असून त्यामध्ये प्रथिने व स्टार्च, राख आणि तंतुमय पदार्थ असतात. उत्तम प्रतीची पांढरी आणि आकर्षक सुंठ तयार करण्यासाठी गंधकाची धुरी द्यावी लागते.

उपयोग :

- मूळव्याधीने अनेकजण बेजार होतात अशा व्यक्तींनी सुंठेचे चूर्ण ताकात घालून प्यावे. त्यामुळे मूळव्याधीचा त्रास कमी होतो.
- शारीरिक सौंदर्यासाठी सुंठ बहुगुणी आहे. सुंठेचा काढा घेत राहिल्यास त्यामुळे शरीराचा रंग उजळतो, शरीर सुदृढ बनते आणि मनसुद्धा प्रसन्न राहते.
- अनेकांना सर्दीने घेरलेले असते, त्यांची जुनी सर्दी बरी करण्यासाठी सुंठ टाकून उकळलेले पाणी प्यावे. अशा प्रकारच्या दीर्घकालीन क्रियेने सर्दी बरी होते. यासाठी गृहिणींनी दररोज नवीन असा सुंठेचा तुकडा पिण्याच्या पाण्यात घालावा.
- अनेकांना जीर्णज्वराने पछाडलेले असते, अशा व्यक्तीने ताकाच्या वरच्या पाण्यात सुंठ उगाळून तीन आठवडे ते पाणी प्यावे म्हणजे जीर्णज्वर निघून जातो.
- काहीवेळा प्रयत्न करूनही उचकी थांबत नाही. अशावेळी सुंठ आणि गूळ गरम पाण्यात एकत्र कालवावे. त्याचे २-४ थेंब नाकात टाकावे म्हणजे उचकी थांबते.
- अंगमेहनतीचे काम करणाऱ्यांनी, शेतकऱ्यांनी, मजुरांनी उघड्यावर काम करताना पाणी, पावसाचा उलट परिणाम शरीरावर होऊ नये म्हणून सुंठेचे लाडू खावेत. अर्थात, हे लाडू बनविण्यासाठी सुंठेच्या चूर्णामध्ये थोडे तूप आणि गूळ घालून त्याचे लहान लहान लाडू बनवावेत. ते लाडू खाल्ल्याने शरीरातील शक्ती आणि उत्साह टिकून राहतो; त्यामुळे सर्दीसुद्धा होत नाही.
- कावीळ झाली असताना सुंठ आणि गूळ एकत्र खावे. त्यामुळे काविळीचा रोग बरा होतो.

- शरीरामध्ये अनेक प्रकारचे शूळ निर्माण होतात; अशावेळी सुंठ, हिंग आणि सोडा गरम पाण्याबरोबर घ्यावा म्हणजे शूळ नाहीसा होतो.
- संधिवात आणि अपचनाचे विकार दूर करण्यासाठी सुंठ व गोखरू समप्रमाणात घेऊन त्यांचा काढा तयार करावा. हा सुंठेचा काढा अपचन व संधिवात दूर करतो.
- बालकांच्या किंवा तरुणांच्या पोटामध्ये कृमी, जंत निर्माण होतात. ते कृमी, जंत नष्ट करण्यासाठी सुंठ आणि वावडिंगाचे चूर्ण मधामध्ये कालवून खावे.
- विंचवाच्या दंशामध्ये विपरीत परिणाम होऊ नये म्हणून सुंठ पाण्यात उगाळून त्याचे नस्य घ्यावे.
- ज्यांची प्रकृती पित्तप्रकृती असते अशा व्यक्तींसाठी सुंठ लाभदायक ठरत नाही.
- हत्तीरोग बरा करण्यासाठी गोमूत्र आणि गरम पाण्याबरोबर रोज सुंठ घ्यावी.
- जेव्हा भांगेची नशा जास्त चढते, तेव्हा ती चढलेली नशा उतरविण्यासाठी सुंठ गाईच्या दुधात घालून द्यावी किंवा सुंठ थंड पाण्यात उगाळून द्यावी.
- अनेकवेळा जुलाब होतात. ते जुलाब बंद करण्यासाठी सुंठ आणि वाळा पाण्यात घालून उकळावेत. ते उकळलेले पाणी थंड झाल्यानंतर प्यायला दिल्यास जुलाब होणे बंद होते.
- संग्रहणी हा रोग नाहीसा करण्यासाठी वाफवलेल्या गाजरात जिरे आणि सुंठ घालून खायला द्यावेत.
- गर्भवती स्त्रीला विषमज्वर झाला तर सुमारे तीन ग्रॅम सुंठ बकरीच्या दुधात वाटून ती खायला द्यावी. त्यामुळे विषमज्वर नाहीसा होतो.
- लघवीचा त्रास होत असेल किंवा मूत्राबरोबर रक्त पडत असेल तर होणाऱ्या वेदना आणि रक्तस्राव थांबविण्यासाठी सुमारे ५ ग्रॅम सुंठेचे चूर्ण बकरीच्या किंवा गाईच्या दुधाबरोबर घ्यावे म्हणजे विकार दूर होईल.

हळद

सुंदर, निरोगी आणि शक्तिमान शरीरासाठी हळद अत्यंत गुणकारी आहे. 'हल्दी' म्हणून हिंदीत प्रसिद्ध असलेल्या हळदीस गुजरातीत 'हलदर' या नावाने तर इंग्रजीत 'टरमरिक' या नावाने ओळखतात. 'झिंजीबरेसी' कुळातील हळदीची झुडपे २-३ फूट उंच असतात तर पानांची लांबी ३०-४० सें.मी. आणि रुंदी १०-१५ सें.मी. असते. पाने हिरवी, चिकणी आणि पांढऱ्या ठिपक्यांनी सज्ज असतात. त्या झुडपाचा पुष्पदंड

फिकट हिरव्या रंगाचा असून त्याची फळे लांबट गोल, गाठीदार असतात. पावसाच्या सुरुवातीला झुडपास फुले येतात. झुडपाच्या मुळाखाली हळदीचे कंद असतात. कंदाचा रंग आतून पिवळा, चमकदार असतो. कंद उग्र, तीव्र असल्यामुळे त्यांना पूर्णपणे स्वच्छ करून, उकळूनच बाजारात पाठविले जाते. हळदीची लागवड प्रामुख्याने तमिळनाडूमध्ये केली जाते. बंगाल आणि महाराष्ट्रात लागवड होते. हळदीची मोठी बाजारपेठ मात्र महाराष्ट्रातील सांगली (हरीपूर) या ठिकाणी आहे. हळदीचे काही विशेष गुणधर्म पुढीलप्रमाणे सांगता येतीलह्व·हळद पिवळ्या, चमकदार रंगाची असते. हळद उष्ण आणि उत्तेजक आहे. हळद रक्त शुद्ध करणारी आहे. हळदीला विशिष्ट सुगंध असतो. हळद विषहारी आहे. तसेच निर्जंतुक करणारी आहे. त्वचेचे दोष नष्ट करणाऱ्या पदार्थांमध्ये हळदीचा प्रथम क्रमांक असतो.

उपयोग :

- घशाच्या विकारासाठी हळद गुणकारी आहे. घसादुखीवर उपाय म्हणून अर्धा चमचा हळदपूड, एक कप दुधात उकळून त्यात थोडा गूळ घालून सकाळ-संध्याकाळ घ्यावे.
- पडसे किंवा खोकल्याचा विकार निवारण्यासाठी हळदीचा धूर हळूहळू नाकातून आत घ्यावा किंवा हळकुंड तिळाच्या तेलासोबत पेटवून धूर करावा आणि तो धूर हुंगावा. या प्रक्रियेनंतर थोडावेळ पाणी पिणे वर्ज करावे. इतरही पदार्थ खाणे-पिणे बंद ठेवल्यास हळदीधूर अधिक गुणकारी सिद्ध होतो.
- खोकला तीव्र स्वरूपाचा असेल तर हळद किंवा हळद पूड भाजून, अर्धा चमचा पूड १ते दीड चमचा मधाबरोबर दोन-तीन वेळा घ्यावे किंवा हळदीच्या भाजलेल्या चूर्णाचे एक चमचा तुपाबरोबर चाटण घ्यावे. तसेच उकळलेल्या दुधामध्ये अर्धा चमचा हळदपूड घालून ते प्यावे म्हणजे खोकला नाहीसा होतो.
- जखमेसाठी हळद अधिक उपयोगी आहे. जखमेवर हळदीचा लेप द्यावा. त्यामुळे रक्तस्राव थांबून जखम निर्जंतुक होते आणि जखम त्वरित भरून निघते.

- जबर मार लागलेला असेल किंवा स्नायूंचे दुखणे असेल तर हळकुंड पाण्यात उगाळून, ते गरम करून आवश्यक त्या जागी त्याचा लेप द्यावा म्हणजे सूज कमी होते आणि वेदनाही कमी होतात. काहीवेळा हळदपूड आणि मीठ समप्रमाणात घेऊन, पाण्यात मिसळून ते उकळी येईपर्यंत गरम करून लेप तयार करतात. तो लेप त्वचेला गरम असताना लावल्यास फायदेशीर ठरते.
- मधुमेह आटोक्यात आणण्यासाठी एका आवळ्याचा रस, एक चमचा मधाबरोबर घेऊन त्यात अर्धा चमचा हळद पूड मिसळून नेहमी सकाळी ते खावे.
- वारंवार उचकी येत असेल किंवा उचकीने हैराण झाला असाल तर हळदीचा धूर हुंगणे फायदेशीर ठरते.
- हत्तीरोग किंवा हत्तीपाय झाल्यास गूळ आणि गोमूत्राबरोबर हळद उपयोगात आणावी.
- कावीळ झाली तर १ ग्रॅम (१/४ चमचा) हळदपूड, अर्धी वाटी दह्याबरोबर घ्यावी. अर्धा चमचा हळद आणि मेंदीची २-३ कोवळी पाने अर्ध्या कप गरम दुधातून प्यावे म्हणजे कावीळ नष्ट होते.
- डोळे येण्याच्या विकारात ही हळद गुणकारी ठरते. एक भाग हळद ही वीस भाग पाण्यात उकळून ते मिश्रण अर्धे आटवून कापडाने गाळून घ्यावे. स्वच्छ निर्जंतुक बाटलीमध्ये ते बंद करून ठेवावे. नेहमी एक ते दोन थेंब डोळ्यांत टाकावेत म्हणजे डोळे खुपणे थांबते. तयार केलेल्या काढ्यात भिजविलेल्या स्वच्छ फडक्याची घडी डोळ्यांवर ठेवल्यास वेदना कमी होतात.
- हळद बाळंतिणीसाठी अतिशय गुणकारी असते. बाळंतिणीला हळद प्यायला द्यावी. हळद लावून तिला आंघोळ घालावी म्हणजे शरीर स्वच्छ होते. त्वचेचे रोगही दूर होतात आणि गर्भाशय शुद्ध होऊन चांगले दूध येण्यास मदत होते.
- नेहमी किंवा वारंवार उचकी येत असल्यास हळदीचा धूर हुंगावा म्हणजे उचकी दूर होते.
- पोटामध्ये जंत झाल्यास ते नाहीसे करण्यासाठी हळद उपयोगी ठरते. हळद आणि गूळ किंवा हळद, कडुलिंबाची पाने आणि गूळ एकत्रित करून त्याच्या वाटाण्याएवढ्या लहान लहान गोळ्या तयार कराव्यात. जंत झालेल्या मुलास त्यातील ३-४ गोळ्या देऊन वावडिंगाचा काढा पिण्यास द्यावा. यामुळे ३-४ दिवसांत जंत जातात. पित्त उठणे, खाज सुटणे, फोड येणे इत्यादी त्वचेचे रोग बरे करण्यासाठी एक ग्रॅम हळद, २०-२५ कडुलिंबाच्या पानाबरोबर योग्यरीत्या वाटून त्याच्या गोळ्या तयार कराव्यात. रोज सकाळी ती गोळी पाण्याबरोबर

घ्यावी. हळद आणि कडुलिंबाची पाने वाटून अंगाला लावून स्नान करावे म्हणजे १-२ हप्त्यांमध्ये रोगनिवारण होते.

- वज्रदेही होण्यासाठी, निरोगी व बलवान होण्यासाठी अर्धा चमचा हळद रोज रात्री गरम पाण्याबरोबर झोपतेवेळी घ्यावी.
- भूक वाढविण्यासाठी, जठराग्नी वाढविण्यासाठी हळद उपयोगी ठरते.
- रक्तविकार, प्रमेह, यकृताचे विकार, ताप, जुलाब, ग्रहणी रोग इत्यादींवर हळद गुणकारी आहे.
- लघवीचे प्रमाण कमी करण्यासाठी हळद उपयोगी ठरते. लघवीला फार होत असल्यास, वारंवार लघवीचा त्रास होत असल्यास हळदीपूड अर्धा चमचा, अर्धा चमचा तीळ, गुळाचा लहान खडा एकत्रित करून दिवसातून दोन-तीन वेळा गरम पाण्याबरोबर घेतल्यास लघवीला वारंवार जाणे कमी होते.
  (औषधीसाठी शुद्ध हळद आवश्यक असते. बाजारात भेसळीचे प्रमाण जास्त असल्याने हळकुंड आणून घरी हळदपूड तयार करणे जास्त उपयोगी ठरते.)
- डोळे लाल झाले तर, जड झाले तर किंवा खुपू लागले तर हळद पाण्याबरोबर घोळून डोळ्यांना लावावी; डोळ्यांचे विकार दूर होतात.

❑

❀ हिंग ❀

स्वयंपाकघरातील सर्व प्रकारच्या नमकीन पदार्थांसाठी रुचकर भाज्यांसाठी, लोणच्यांसाठी उपयोगात येणाऱ्या हिंगाला संस्कृतमध्ये 'अबुडगंध' किंवा 'बल्हिका', 'हिंगु' म्हणून ओळखतात. या हिंगाचा 'एपीअसी' कुळात समावेश होतो. काश्मिरी हिंग मात्र 'यांग' किंवा 'सॅप' या नावाने ओळखला जातो. काश्मीरमध्येच हिंगाची लागवड मोठ्या प्रमाणात केली जाते. मसाल्यात उपयोगात आणल्या जाणाऱ्या हिंगाचे 'बाल्हाक' आणि 'रामठ' असे दोन प्रकार असले तरी बाजारात अनेक नावाने हिंग मिळतो. उत्पादनावरून 'काळा हिंग' आणि 'पांढरा हिंग' असे दोन प्रकार केले जातात.

हिंगाचा पचनासाठी मोठ्या प्रमाणात उपयोग होतो. आयुर्वेदाचार्य सुश्रुतांच्या मते हिंग हा अजीर्ण, अधोवायू, मलावरोध, शूळ इत्यादी विकार नाशक असून तो कफहारी, दीपक आहे. चरकांच्या मते हिंग दीपक, श्वासहरक, वातहरक, कफहारी, चेतनास्थापक आहे. अशा या बहुगुणी हिंगाचा उपयोग अनेक प्रकारे करता येणे लाभदायक ठरलेले आहे.

उपयोग :

- स्वयंपाकघरामध्ये 'हिंगाष्टक चूर्ण' तयार ठेवावे. त्यासाठी हिंग तुपात भाजून सुंठ, मिरे, ओवा, जिरे, पिंपळ, सैंधव आणि शहाजिरे या सर्व वस्तू समप्रमाणात घेऊन त्यांचे चूर्ण तयार करावे. ते बंद बुचाच्या बाटलीत साठवून ठेवावे अनेक रोगावरील हे रामबाण औषध घराघरात असणे आवश्यक आहे. चूर्ण चमचाभर प्रमाणात घेऊन ते ताकामधून किंवा भोजनापूर्वी तूप, भातातून घेतल्याने अपचन, वायू , कॉलरा, पोटातील त्रास, गोळा उठणे इत्यादी सर्व विकारात गुणकारी आहेत. हे सर्व रोग त्यामुळे बरे होतात.
- दात दुखत असेल, दातांचे दुखणे असह्य झाले असेल तर हिंग पाण्यात उकळून त्याच्या गुळण्या कराव्यात तसेच दाताच्या पोकळीमध्ये हिंग ठेवल्याने दंतकृमी मरण पावतात आणि तत्काळ दातदुखीचा त्रास थांबतो.
- बाळंतिणीला शूळ आल्यास किंवा चक्कर येऊ लागल्यास तिला तुपात भाजलेला हिंग तुपाबरोबर खायला द्यावा म्हणजे आराम मिळेल.
- कानाचे दुखणे जेव्हा असह्य होते, तेव्हा तिळाच्या तेलात हिंग घालून तेल गरम करावे. ते तेल कोमट होऊ द्यावे त्या कोमट तेलाचे थेंब कानात टाकले म्हणजे कानाचे दुखणे थांबते.
- अचानकपणे पिसाळलेल्या कुत्र्याने चावल्यास डॉक्टरांशी संपर्क साधावा; पण डॉक्टर उपलब्ध नसल्यास हिंग पाण्यामध्ये चांगला एकजीव करून तो त्या जखमेवर लावावा, त्यामुळे विषबाधा टळते. जखमसुद्धा भरून निघते.
- खोकल्याचा त्रास होत असेल तर हिंग रूईच्या फुलाबरोबर चांगला वाटून त्याच्या लहान लहान गोळ्या कराव्यात. त्या गोळ्या गरम पाण्याबरोबर घेतल्याने खोकल्याचा विकार नाहीसा होतो.
- काविळीमध्ये अनेक उपचार करूनही त्रास होत असेल तर हिंग उंबराच्या सुक्या फळाबरोबर एकजीव करावा, नंतर तो सेवन करावा म्हणजे कावीळ संपुष्टात येते.
- मूत्रावरोधामध्ये बडीशेपच्या अर्कामध्ये हिंग मिसळून दिल्याने तो लाभदायक ठरतो.

- कॉलरामध्ये हिंगाच्या गोळ्या अत्यंत गुणकारी असतात. त्यासाठी हिंग, कापूर आणि आंब्याची कोय समप्रमाणात घेऊन पुदिन्याच्या रसात वाटाव्यात त्या मिश्रणांच्या लहान लहान गोळ्या तयार कराव्यात.
- अनेकांना फेफरे येतात. जेव्हा फेफरे येतात तेव्हा आधीच तयार केलेले हिंग-तूप यांचे मिश्रण प्यावे म्हणजे फेफरे नाहीसे होतात. हे मिश्रण तयार करण्यासाठी हिंग, सैंधव, तूप (प्रत्येकी १ तोळा) घेऊन १२ तोळे गोमूत्रामध्ये मिसळावे ते मिश्रण उकळून काढावे. त्यातील तुपाचा अर्क शिल्लक राहीपर्यंत ते उकळावे म्हणजे हिंगतूप मिश्रण तयार होईल.
- हिंगामुळे अजीर्णाने निर्माण झालेला त्रास आणि वायूने उठलेला गोळा नाहीसा होतो.
- दमट हवेमध्ये नेहमी ताप येत असेल तर हिंगाचे नियमितपणे सेवन करावे त्यामुळे ताप निघून जातो. टाइफॉईडमध्ये नवसार किंवा गुग्गुळाबरोबर हिंग घेतला तर टाईफॉईडचा विकार दूर होतो.
- बचनागाच्या विषदंशाने विष अंगात भिनल्यास ते उतरवण्यासाठी गाईच्या तुपात चार रत्ती हिंग घालून खावा.
- हिंगवात नाडीला उत्तेजना देत असतो, त्यामुळे तो कामोत्तेजक आहे.
- हिंग स्मरणशक्ती वाढविण्यासाठीही उपयुक्त औषध म्हणून गुणकारी आहे.
- ॲन्टीसेप्टिक म्हणून हिंग आणि कडुलिंबाची पाने वाटून त्याचा लेप उपयोगात आणावा. या लेपाने जखमेतील किडे, जंत मरतात.

❑

हिरडा

नवजीवन देणारी हिरडा ही वनस्पती सर्व रोगनाशक आहे. हिरडा मनुष्यप्राण्यासाठी उपयोगी आहे. तसाच अन्य प्राणीमात्रांनाही औषधी गुणसंपन्न आहे. त्यामुळेच 'कायस्था' किंवा 'अभया' या नावानेही त्याचा उल्लेख होतो. संस्कृतमध्ये 'हरीतकी', इंग्रजीमध्ये 'मायरोबलान्स' म्हणून ओळखल्या

जाणाऱ्या हिरड्याला 'बल्ल्या' (बलदायक) म्हणूनही संबोधतात. ही वनस्पती 'कॉँब्रेटेसी' कुळातील आहे. हिरड्यामध्ये जे औषधी गुणधर्म आहेत. त्यावरूनच त्याचा समावेश आयुर्वेदशास्त्रात करण्यात आलेला आहे. महर्षी चरकाचार्यांनी तर हिरड्याचा समावेश प्रजास्थापन, ज्वरघ्न, कृष्ठघ्न, कासघ्न व अर्शोघ्न या विभागात केलेली आहे. हिरडा 'कॉम्बॅटेसी' कुळातील आहे. हिरड्याच्या जातीवरून विजया (विंध्यप्रदेश) पूतना (सिंधुप्रदेश), अमृता (चंपारण्य), अभया (चंपादेश), जीवन्ती (सौराष्ट्र), चेतकी (हिमालय), रोहिणी (सर्व ठिकाणी) या जातीमध्ये किंवा प्रकारामध्ये विभागणी केलेली आहे. परंतु प्रत्यक्ष व्यवहारात मात्र बाळहिरडा, चांभारी हिरडा आणि सुखारी हिरडा असे तीन प्रकार केले जातात.

उपयोग :

- हिरड्याचा उपयोग प्रजनन संस्थेमध्ये होतो, हिरड्यामुळे शुक्रजातीची निर्मिती होते. तसेच त्या धातूचे प्रमाण वाढते. हिरड्यामुळे गर्भाशयाला शक्ती मिळते. गर्भाशयाची शुद्धी होते. गर्भाशयाचे विकार दूर होण्यास मदत होते. एक प्रकारे हिरडा गर्भाशयशोधक आहे.
- हिरडा श्वसनसंस्थेसाठीसुद्धा बहुगुणी आहे. त्या संस्थेत कफाचे प्रमाण अधिक असते, मात्र हिरड्याच्या सेवनाने कफाचा नाश होतो. हिरड्यामुळे घशातील आणि फुफ्फुसातील अवरोध नाहीसा होतो, परिणामत: घशाच्या विकारात सर्दी, पडसे, खोकल्यामध्ये हिरड्याचा उपयोग केला जातो.
- हिरडा पचनसंस्थेमध्येसुद्धा उपयुक्त कार्य करणारा आहे. हिरड्याच्या सेवनाने भूक वाढते, खाल्लेल्या अन्नाचे पचन होते, पोटात तयार झालेले गॅसेस निघून जातात, आतड्यातील जीवजंतू, कृमी नष्ट होतात. हिरड्याने बद्धकोष्ठता नाहीशी होते. जेव्हा शौचास साफ होत नसेल तेव्हा हिरड्याचे चूर्ण घेतले म्हणजे शौचास साफ होते. हिरडा यकृतातील विकार नाश करणारासुद्धा आहे. हिरड्यामुळे यकृताचे कार्य व्यवस्थितपणे, सुरळीतपणे सुरू राहते.
- रक्तसंस्थेतील हिरड्याचे कार्य तर अवर्णनीय आहे. हिरड्यामुळे रक्ताभिसरणाची क्रिया सुरळीतपणे सुरू राहते. हिरड्याच्या सेवनाने रक्ताची शुद्धी होते तसेच रक्तप्रमाणात वाढ होते. हिरडा हृदयासाठीसुद्धा रामबाण औषध म्हणून उपयोगी आहे. हृदयाला सूज आली किंवा हृदयाचा आकार वाढला तर पूर्वस्थितीवर आणण्यासाठी हिरडा उपयुक्त आहे. हिरड्यामुळे हृदयाचा कमकुवतपणा नाहीसा होतो. रक्तरोग, त्वचारोग दूर होतात.

- हिरडा बुद्धिवर्धक आहे, मेंदूच्या अनेक विकारांवर हिरडा रामबाण औषध म्हणून उपयुक्त आहे.
- हिरड्याच्या उपयोगाने डोळ्यांचे विकार नाहीसे होतात. दृष्टी सतेज होते.
- हिरड्यांमध्ये रक्तशुद्धीचा गुणधर्म आहे, त्यामुळे त्वचारोगामध्ये त्याचा उपयोग होत असतो. त्वचेचे बहुतेक सर्व विकार हिरड्यांमुळे सुधारतात. जखमेवर किंवा भाजलेल्या ठिकाणांवर हिरड्याचे वस्त्रगाळ चूर्ण तेलात मिसळून उपयोगात आणले तर ती जखम किंवा तो भाजलेला भाग लवकर सुधारतो. कुष्ठरोग, विसर्प किंवा इतर त्वचारोगांमध्ये हिरडा उपयुक्त ठरतो.
- हिरडा शरीर स्वच्छ करणारा आहे. शरीरामध्ये निर्माण झालेला कोणत्याही स्वरूपाचा मळ बाहेर फेकण्याच्या कार्यात हिरडा उपयुक्त आहे. मळ जेव्हा द्रवरूप स्वरूपात असतो, तेव्हा तो लघवीद्वारा बाहेर टाकण्यास हिरडा प्रवृत्त करतो. म्हणजे लघवीच्या मार्गातील दोष, अडथळे दूर करण्यास हिरडा उपयुक्त आहे. परिणामतः मुतखडा विकारातही हिरडा उपयुक्त आहे.
- हिरडा सूज आल्यास, दातदुखी सुरू झाल्यास किंवा अन्य दंतरोग निर्माण झाल्यास हिरड्याच्या पाण्याने गुळण्या कराव्यात तसेच हिरड्याच्या चूर्णाने दात स्वच्छ करावेत. त्यामुळे हिरड्या व दात मजबूत होतात. दंत विकार नाहीसे करण्यामध्ये आणि दातांचे आरोग्य सुधारण्यामध्ये हिरडा उत्तम औषध आहे.
- हिरड्यामध्ये उत्कृष्ट प्रकारचे रासायनिक गुणधर्म आहेत. शरीराला जखमा झाल्यास त्या जखमा हिरड्याच्या काढ्याने स्वच्छ धुऊन काढाव्यात, त्यानंतर त्यावर हिरड्याचे चूर्ण तेलात मिसळून लावावे म्हणजे जखमा त्वरित भरून निघतात; त्या जखमांमध्ये 'पू' निर्माण होऊ शकत नाही.
- घशाच्या विकारातही हिरडा उत्तम गुणौषधी संपन्न असल्याचे आढळते. घशाचे विकार घालविण्यासाठी हिरड्याचा काढा तयार करून त्यात मध घालावा व तो काढा प्यावा.
- रक्तपित्ताचा विकार नाहीसा करण्यासाठी हिरडा व पिंपळी यांचे समप्रमाणात चूर्ण घेऊन ते ७ दिवस अडूळसा रसाच्या संपर्कात ठेवून मधातून १-१ चमचा याप्रमाणे सकाळ, दुपार व संध्याकाळी घ्यावे.
- स्थूलता घालविण्यासाठी, मेदारोग टाळण्यासाठी हिरड्यांचे चूर्ण मधाबरोबर घ्यावे. हिरड्याने मेदाचे पचन होते आणि वेदवृद्धी सर्व लक्षणे नाहीशी होतात. परिणामतः कालांतराने स्थूलता नाहीशी होते.
- त्वचाविकार दूर करण्यासाठीसुद्धा हिरडा उपयुक्त ठरतो. त्यासाठी हिरड्याच्या

काढ्याने स्नान करावे. सुरुवातीला हिरड्याचा काढा अंगावर घेऊन थोडावेळ थांबावे, नंतर गरम पाण्याने शरीर स्वच्छ धुऊन घ्यावे. या प्रक्रियेने त्वचेचे रोग नाहीसे होतात व त्वचेला तजेला मिळतो.

- डॉ. ट्राईनिंगच्या विचारांनुसार हिरड्याचे अपक्कफळ बलवर्धक असे रसायन आहे. यकृत आणि प्लीहा वाढण्यावर त्याचा विशेष परिणाम होत असतो.
- अंडवृद्धीचा विकार नाहीसा करण्यासाठी हिरडा सात दिवस गोमूत्रात भिजवत ठेवून त्यानंतर त्याला एरंडतेलात भाजून घ्यावे, त्यात सैंधव मीठ घालून त्याचे चूर्ण करावे आणि ते चूर्ण १ ते २ ग्रॅम या प्रमाणात सकाळच्या प्रहरी व संध्याकाळच्या प्रहरा कोमट पाण्याबरोबर घ्यावे म्हणजे अंडवृद्धीचा विकार नाहीसा होतो.
- हिरड्यातील कडू, तिखट आणि तुरट रसामुळे कफदोष नाहीसा होतो. तर गोड तिखट व तुरट रसामुळे पित्तदोष दूर होतो. तसेच गोड, आंबट रसामुळे वातदोष दूर होतो. म्हणजेच हिरड्याच्या कोणत्या भागाचा किती प्रमाणात उपयोग करायचा, कोणते रासायनिक गुण आवश्यक आहेत, हे लक्षात घेऊन रोगविकार दूर करता येतात. औषधांचा धन्वतरी म्हणून जे त्रिफळा चूर्ण तयार केले जाते त्यातील हिरडा हे एक प्रमुख घटक द्रव्य आहे.

❑·❑·❑

मराठी नाव		संस्कृत नाव	लॅटिन नाव	कूळ / Family
१)	अक्कलकारा (देशी)	अक्कलक	*Spilanthus acmella* स्पालॅन्थस अकमेला	*Compositae* कॉम्पोझिटी
२)	अनंतमूळ	सारिवा	*Hemidesmus indicus* हेमीडेसमस इंडिकस	*Periplocaceae* पेरिप्लोकेसी
३)	अशोक	अशुपालव अशोक	*Polyalthia longifolia* पॉलिआत्थिआ लाँगीफोलीया	*Anonaceae* ॲनोनेसी
४)	अननस	अनन्नास	*Bromelia ananas* ब्रोमेलिआ अननस	*Bromeliaceae* ब्रोमेलिएसी
५)	अडुळसा	वासा बासक, अमलका	*Adhatoda vasika* अधातोडा वसाका	*Achnthaceae* अकॅन्थेसी
६)	अफू	अहिफेन	*Papaver somniferum* पापाव्हर सोम्नीफेरम्	*Papaveraceae* पापाव्हेरसी
७)	अर्जुनसादडा	अर्जुन	*Terminalia arjuna* टर्मिनालिया अर्जुना	*Combretaceae* कॉम्ब्रीटसी
८)	अक्रोड	अक्षोट	*Juglans regia* जुग्लान्स रेजीआ	*Juglandaceae* जुग्लान्डेसी

मराठी नाव	संस्कृत नाव	लॅटिन नाव	कूळ / Family
९) अलुबुखार	----	*Prunus Communis* प्रुनस कोम्युनिस	*Rosaceae* रोझेसी
१०) आवळा	आमलकी	*1) Phyllanthus emblica* *2) Emblica officinalis* १) फिलॅन्थस एम्ब्लिका २) एम्ब्लिका ऑफीसीनालीस	*Euphorbiaceae* युफोरबिएसी
११) अंजीर	अंजीर	*Ficus carica* फायकस कॅरिका	*Moraceae* मोरेसी
१२) अश्वगंधा	अश्वगंधा	*Withania somnifera* विदानिया सोम्नीफेरा	*Solanaceae* सोलेनेसी
१३) आले	आद्रक, शृंगबेरा	*Zingiber officinale* झिंजिबर ऑफिसिनेल	*Zingibraceae* झिंजिबरेसी
१४) ओवा	अजमोदा, तीव्रगंधा	*Carum copticum* कॅरम कॉप्टिकम	*Umbelliferae* अंबेलिफेरी
१५) ओक	----	*Quercus incana* क्यूरेकस इनकाना	*Cupuliferae* क्युपीलिफेरी

मराठी नाव	संस्कृत नाव	लॅटिन नाव	कूळ / Family
१६) आंबा	आम्र	*Mangifera indica* मॅन्जीफेरा इंडिका	*Anacardiaceae* अनाकार्डिअसी
१७) इसबगोल	----	*Plantago ovata* प्लॅन्टॅगो ओव्हाटा	*Plantaginaceae* प्लॅन्टॅजिनेसी
१८) इंद्रायण कडू	इंद्रवारूणी	*Citrullus colocynthis* सिट्रुलस कलोसिंथीस	*Cucurbitaceae* कुकरबिटेसी
१९) उंबर	उदुंबर, औदुम्बर	*Ficus glomerata* फायकस ग्लोमिरेटा	*Urticaceae* अर्टिकेसी
२०) एरंड	एरंड चित्रबीज	*Ricinus communis* रिसिनस कॉम्युनिस	*Euphorbiaceae* यूफोरबीएसी
२१) कलिंगड	तरंबुज	*Citrullus vulgaris* सिट्रुलस व्हल्गॉरिस	*Cucurbitaceae* कुकरबीटेसी
२२) कमळ	पद्म	*Nelumbium speciosum* नेलम्बीअम स्पेसिओसम	*Nympheaceae* नीम्फेसी
२३) कवठ	दधिफल, कपित्थ	*Feronia elephantum* फेरेनिया एलिफन्टम्	*Rutaceae* रुटेसी

मराठी नाव	संस्कृत नाव	लॅटिन नाव	कूळ / Family
२४) काकडी	सुशीतल	*Cucumis sativus* कुकुमस सटायव्हस	*Cucurbitaceae* कुकरबीटेसी
२५) कापूर	कर्पूर	*Cinnamomum camphora* सिन्नॅमोमम कॅम्फोरा	*lauraceae* लॉरेसी
२६) केवडा	केतक	*Pandanus odoratissimus* पँडॅनस ओडोरॅटिलिमस	*Pandanaceae* पॅन्डॅनेसी
२७) कढीलिंब	कृष्णनिंब	*Murraya koenigi* मुरय्या कोएनिगीई	*Rutaceae* रुटेसी
२८) करवंद	करमर्द	*Carissa carandas* करिसा करंदास	*Apocynaceae* अपोसायनेसी
२९) काळीमुसळी	भूमीतला	*Curculigo orchioides* कर्क्युलिगो ऑर्किऑयडिस	*Zingibraceae* झिंजिबरेसी
३०) काळे जिरे	कृष्णजीरक	*Centratherum anthelminticum* सेन्ट्राथेरम एन्टीहेमेन्टीकम	*Compositae* कॉम्पोझिटी
३१) काजू	-----	*Anacardium occidentale* अनाकार्डियम ऑक्सिडेंटल	*Anacardiaceae* अनाकार्डिएसी

मराठी नाव	संस्कृत नाव	लॅटिन नाव	कूळ / Family
३२) कारले	कंदूरा (करवल्ली)	*Momordica charantia* मोमोरडिका कॅरॅनशीआ	*Cucurbitaceae* कुकरबीटेसी
३३) कांदा	कंदर्प / पलांडू	*Allium cepa* एलिअम सेपा	*Liliaceae* लिलीएसी
३४) कुटकी	कटुकी	*Celsia coromandeliana* सेल्सिया कॉरोमॉन्डेलीना	*Scrophulariaceae* स्क्रॉफ्युलॅरिएसी
३५) केळी	कदली, रंभा, दीर्घपत्रा	*Musa paradisiaca* मुसा पॅराडिसिअॅका	*Musaceae* मुसेसी
३६) कोकम	साराम्ल, वृंदार	*Garcinia indica* गार्सिनिआ इन्डिका	*Guttiferae* गटिफेरी
३७) कॉफी	कटू	*Coffea arabica* कॉफीया अरेबीका	*Rubiaceae* रुबिएसी
३८) कोथिंबीर	धान्यक	*Coriandrum sativum* कोरिअॅण्ड्रम सटायव्हम	*Umbelliferae* अंबेलिफेरी
३९) कोबी	केंबूक	*Brassica oleracea* ब्रासिका ओलेरासिया	*Cruciferae* क्रुसिफेरी

मराठी नाव	संस्कृत नाव	लॅटिन नाव	कूळ / Family
४०) कोहळा	विदारी कुष्मांड	*Benincasa Cerifera* बेनिनकॅसा सेरिफोरा	*Cucurbitaceae* कुकरबिटेसी
४१) कोरफड	कुमारी	*Aloe vera* ॲलो व्हेरा	*Liliaceae* लिलीएसी
४२) खजूर	खर्जूर	*Phoenix dactylifera* फिनिक्स डॅक्टिलिफेरा	*Palmae* पामी
४३) खैर	कंटकी	*Acacia catechu* अकेशिया कॅटेच्यू	*Mimosaceae* मायमोसेसी
४४) गहू	गोधुम	*Triticum aestivum* ट्रिटिकम एस्टीव्हम	*Poaceae* पोएसी
४५) गाजर	शिखामूल, शिखाकंद	*Daucus carota* डाउकस कॅरोटा	*Umbelliferae* अंबेलिफेरी
४६) सराटा/गोखरू	गोक्षूर	*Tribulus terrestris* ट्रायब्युलस टेरेस्ट्रीस	*Zygophyllaceae* झायगोफायलेसी
४७) गुलबास (गुलबक्षी)	चंद्रकली	*Mirabilis jalapa* मिरॅबिलिस जलापा	*Nyctaginaceae* निक्टॅजिनेसी

मराठी नाव	संस्कृत नाव	लॅटिन नाव	कूळ / Family
४८) गुळवेल	अमृतवल्ली गुडूची	*Tinospora cordifolia* टिनोस्पोरा कॉर्डिफोलिया	*Menispermaceae* मेनिस्पर्मेसी
४९) गुग्गुळ (राळधूप)	देवधूप	*Canarium strictum* कॅनॅरिअम स्ट्रीक्टम	*Burseraceae* बरसेरसी
५०) गेळा	मदन	*Randia dumetorum* रँडिया ड्युमेटोरम	*Rubiaceae* रुबिएसी
५१) गोकर्ण	निरिकर्णिका	*Clitoria ternatea* क्लायटोरिया टरनॅशिया	*Papilionaceae* पॅपिलिओनसी
५२) घायपात	----	*Agave americana* अगेव्ह अमेरिकाना	*Amaryllidaceae* अमरिलिडेसी
५३) घोळ	घोलिका	*Portulaca oleracea* पोर्च्युलीका ओलेरसिया	*Portulacaceae* पोर्च्युलाकेसी
५४) चहा	-----	*1) Thea sinensis* थिया सायनेन्सिस *2) Camelia sinensis* कमेलिया सायनेन्सिस	*Theaceae* थिएसी

मराठी नाव	संस्कृत नाव	लॅटिन नाव	कूळ / Family
५५) चंदन	चंदन	*Santalum album* सॅटॅलम अल्बम	*Santalaceae* सँटॅलेसी
५६) चारोळी	स्नेहबीज	*Buchanania lanzan* बुकनॅनिया लांझेन	*Anacaradiaceae* ॲनाकार्डिएसी
५७) चाफा (सोनचाफा)	कनकचंपा	*Michelia champaka* मायकेलिया चंपका	*Magnoliaceae* मॅग्नोलिएसी
५८) चिंच	इम्लीका/चिंचा/तिन्तिडीक	*Tamarindus indica* टमॅरिंडस इंडिका	*Caesalpiniaceae* सिजालपिनेसी
५९) चोपचिनी	चोपचिनी	*Smilax china* स्मायलॅक्स चायना	*Liliaceae* लिलीएसी
६०) जमालगोटा (जायफळ)	कनकफल/जयपाल	*Croton tiglium* क्रोटॉन टिग्लियम	*Euphorbiaceae* युफोरबिएसी
६१) जर्दाळू	उरूमाण	*Prunus americana* प्रूनस अमेरिकाना	*Rosaceae* रोझेसी
६२) जवास	यवास	*Alhagi maurorum* अल्हागी मॉरोरम्	*Papilionaceae* पॅपिलिओनसी

मराठी नाव	संस्कृत नाव	लॅटिन नाव	कूळ / Family
६३) जाई	मालती, जातिपुष्प	*Jasminum gradiflorum* जास्मिनम ग्रँडिफ्लोरम	*Oliaceae* ओलिएसी
६४) जिरे	जीरक	*Cuminum cyminum* क्युमिनम सिमिनम	*Umbelliferae* अंबेलिफेरी
६५) जांभूळ	जंबु	*1) Eugenia Jambolana* युजेनिया जांबोलाना *2) Syzygium jambolanam* सायझिजियम जांबोलाना	*Myrtaceae* मिरटेसी
६६) ज्वारी	यावनाल	*Sorghum vulgare* सॉरघम व्हल्गेर	*Poaceae* पोएसी
६७) टॉमॅटो	----	*Lycopersicum esculentum* लायकोपर्सिकम एस्क्युलेंटम्	*Solanaceae* सोलॅनसी
६८) डाळिंब	दाडिंम्	*Punica granatum* प्युनिका ग्रॅनॅटम	*Punicaceae* प्युनिकेसी
६९) तमालपत्र	तेजपत्र	*Cinnamomum tamala* सीनॅमोमम तमाला	*Lauraceae* लॉरेसी

मराठी नाव	संस्कृत नाव	लॅटिन नाव	कूळ / Family
७०) ताड	ताल	*Borassus flabillifer* बोरॅसस फ्लॅबिलीफर	*Palmae* पामी
७१) तीळ	तिल	*Sesamum indicum* सेसॅमम इंडिकम	*Pedaliaceae* पेडालिएसी
७२) तुळस	मंजरी/तुलसी	*Ocimum sanctum* ऑसिमम सॅंक्टम	*Labiatae* लेबीएटी
७३) तांदूळ	तंडूल	*Oryza sativa* ओरायझा सटायव्हा	*Poaceae* पोएसी
७४) दालचिनी	दारूशील	*Cinnamomum zeylanicum* सिनॅमोमम झ्येलॅनिकम	*Lauraceae* लॉरेसी
७५) दारुहळद	दारूहरिद्रा	*Berberis aristata* बरबेरीस ॲरिस्टाटा	*Berberidaceae* बरबेरिडेसी
७६) दुर्वा	दूर्वा	*Cynodon dactylon* सायनोडॉन डक्टिलॉन	*Poaceae* पोएसी
७७) धायटी	ताम्रपुष्पी	*Woodfordia fruticans* वुडफोर्डिया फ्रुटिकान्स	*Lythraceae* लिथ्रेसी

मराठी नाव	संस्कृत नाव	लॅटिन नाव	कूळ / Family
७८) धूप	अजकर्ण, धूप	*Vateria indica* व्हॅटेरिआ इंडिका	*Diptero carpaceae* डिप्टेरो कार्पेसी
७९) धोत्रा (धोतरा)	धुस्तुरा	*Datura fastuosa* धतुरा फॅस्ट्युसा	*Solanaceae* सोलॅनसी
८०) नागवेल	नागरवल्ली	*Piper betle* पायपर बीटल	*Piperaceae* पायपरेसी
८१) नागफणा	कंथारी	*Opuntia elatior* ऑपन्सिया इलॅटिअर	*Cactaceae* कॅक्टेसी
८२) नाचणी	राजिका	*Eleucine coracana* एल्युसाईन कोराकॅना	*Poaceae* पोएसी
८३) नारळ	नारिकेल	*Cocos nucifera* कोकॉस न्यूसीफेरा	*Palmae* पामी
८४) नासपती	अमृतफलम् / टङक	*Pyrus communis* पायरस कॉम्युनेस	*Rosaceae* रोझेसी
८५) निशिगंध (रजनीगंधा)	रजनीगंध	*Polyanthes tuberosa* पॉलिअँथस ट्यूबरोझा	*Amaryllidaceae* अमॅरीलिडेसी

मराठी नाव	संस्कृत नाव	लॅटिन नाव	कूळ / Family
८६) निंब	निबतरू	*Azadirachta indica* अझॅडिरॅक इंडिका	*Meliaceae* मेलिएसी
८७) निर्गुडी	निर्गुडी	*Vitex negundo* व्हायटेक्स नेगुंडो	*Verbenaceae* व्हर्बेनसी
८८) निलगिरी	----	*Eucalyptus* Spp युकॅलिप्टस स्पेसीज	*Myrtaceae* मिरटेसी
८९) नीळ	नीला	*Indigofera tinctoria* इंडिगोफेरा टिंक्टोरिया	*Papilionaceae* पॅपिलिओनसी
९०) निशोत्तर	त्रिवृत्त	*Ipomoea turpethum* आइपोमिआ टर्पिथम्	*Convolvulaceae* कोन्व्होल्व्युलेसिई
९१) पळस	पलश	*Butea monosperma* ब्युटिया मोनोस्पर्मा	*papilionaceae* पॅपिलिओनसी
९२) पपई	एरण्ड कर्कटी	*Carica papaya* कॅरिका पपया	*Caricaceae* कॅरिकसी
९३) पडवळ	पटोल	*Trichosanthes anguina* ट्रायकोसॅन्थस अॅनगुइना	*Cucurbitaceae* कुकरबिटेसी

मराठी नाव	संस्कृत नाव	लॅटिन नाव	कूळ / Family
९४) पालक	वास्तुक	*Spinacea oleracea* स्पायनॅसिया ओलेरासिया	*Chenopodiaceae* चेनोपोडिएसी
९५) पावटा	निष्पाव	*Dolichos lablab* डॉलिकॉस लाबलाब	*Papilionaceae* पॅपिलिओनसी
९६) पिंपळी	पिप्पली	*Piper longum* पायपर लाँगम	*Piperaceae* पायपरेसी
९७) पुदीना	पूतिहा	*Mentha viridis* मेन्था व्हिरिडीस	*Labiatae* लॅबियाटी
९८) पेरू	बहुबीज	*Psidium guava / guajava* सिडिया गावा	*Myrtaceae* मिरटेसी
९९) फरसबी (फ्रेंचबीन)	-----	*Phaseolus vulgaris* फॅझीओलस व्हल्गॉरिस	*Papilionaceae* पॅपिलिओनसी
१००) फणस	कंटफल	*Artocarpus integrifolia* अर्टोकार्पस इंटेग्रीफोलिया	*Urticaceae* अरटिकसी
१०१) फालसा (फाळसा)	परूषक	*Grewia asiatica* ग्रिव्हिया एशियाटिका	*Tiliaceae* टिलिएसी

मराठी नाव	संस्कृत नाव	लॅटिन नाव	कूळ / Family
१०२) बदाम	वाताम	*Prunus amygdalus* प्रूनस अमिगडॅलस	*Rosaceae* रोझेसी
१०३) बटाटा	----	*Solanum tuberosum* सोलॅनम ट्यूबरोसम	*Solanaceae* सोलॅनसी
१०४) बकुळ	अनंगका	*Mimusops elingi* मायमुसॉप्स एलिंगी	*Sapotoceae* सॅपोटेसी
१०५) बडीशेप	शतपुष्पा	*Foeniculum vulgare* फोनिक्युलम व्हल्गेर	*Umbelliferae* अंम्बेलिफेरी
१०६) बाजरी	----	*1) Pennisetum typhoideum* पेनिसेटम टायफॉयडम *2) Penisetum spicatum* पेनिसेटम स्पायकॅटम	*Poaceae* पोएसी
१०७) बावची	चंद्रलेखा	*Psoralea corylifolia* सोरॅलिया कोरिलिफोलिया	*Papilionaceae* पॅपीलिओनसी
१०८) बाभूळ	बब्बूल	*Acacia nilotica* अकेशिया निलोटिका	*Mimosae* मीमोसी

मराठी नाव	संस्कृत नाव	लॅटिन नाव	कूळ / Family
१०९) बाहवा (आमलतास)	आरग्वध, राजतरू	*Cassia fistula* कॅशिया फिस्टच्युला	*Caesalpinaceae* सिसाल्पिनसी
११०) बिब्बा	भल्लातक, अग्निमुखी	*Semicarpus anacardium* सेमीकार्पस अनाकार्डियम	*Anacardiaceae* अनाकार्डिअसी
१११) बीट	----	*Beta vulgaris* बीटा व्हलगॅरिस	*chenopodiaceae* चिनोपोडिएसी
११२) बेहडा	तिलपुष्पक, बेहडक	*Terminalia bellerica* टर्मिनॅलिया बेलेरिका	*Combretaceae* कॉम्ब्रेटसी
११३) बेल	बिल्व	*Aegle marmelos* ईगल मार्मेलॉस	*Rutaceae* रुटेसी
११४) बेलाडोना	----	*Atropa acuminata* अट्रोपा एक्युमिनाटा	*Solanaceae* सोलॅनसी
११५) ब्राह्मी	मंदु कापरिनी	*Hydrocotyle asiatica* हायड्रोकॉटिल एशियाटिका	*Umbelliferae* अंबेलिफेरी
११६) बोर	बेर / बदर	*Zizyphus jujuba* झिझीफस जुजुबा	*Rhamnaceae* ऱ्हेम्नसी

मराठी नाव	संस्कृत नाव	लॅटिन नाव	कूळ / Family
११७) भोपळा (तांबडा)	तुंबक	*Cucurbita maxima* कुकरबिटा मॅक्झिमा	*Cucurbitaceae* कुकरबिटेसी
११८) मटकी	मुकुष्टक, वनमुग्ध	*Phaseolus aconitifolius* फिझिओलस अकोनिटिफोलिअस	*Papilionaceae* पॅपिलिओनसी
११९) मका	महायावनाल	*Zea mays* झिया मेझ	*Peoceae* पीओसी
१२०) मधुमालती	माधवी, अतिमुतलता	*Hiptage madablota* हिप्टेज मदाब्लोटा	*Malpighiaceae* माल्पिघिएसी
१२१) मसूर	मसुरिका, मसुरा	*Lens culinaris* लेन्स क्युलिनॅरीस	*Papilionaceae* पॅपिलिओनसी
१२२) माका	भृंगराज, केशरंजक	*1) Eclipta alba* एक्लिप्टा अल्बा *2) Eclipta erecta* एक्लिप्टा इरेक्टा	*Compositae* कॉम्पोझिटी

मराठी नाव	संस्कृत नाव	लॅटिन नाव	कूळ / Family
१२३) माइनमूळ	मायिणी	*Coleus barbatus* कोलियस बारबॉटस	*Labiatae* लॅबिएटी
१२४) माठ	मारिष	*Amaranthus* tricolor अमॅरॅन्थस ट्रायकलर	*Amaranthaceae* अमॅरॅन्थेसी
१२५) मालती	मालती	*Aganosma caryophyllata* ॲगॅनोस्मा कॅरिओफायलाटा	*Apocynaceae* ॲपोसायनेसी
१२६) मोह / माहवा	मधुका	*Madhuca indica* मधुका इंडीका	*Sapotaceae* सॅपोटेसी
१२७) मिरे	मरीच	*Piper nigrum* पायपर नायग्रम	*Piperaceae* पायपरेसी
१२८) मिरची	तीष्णा, उज्वल	*Capsicum annuum* कॅप्सिकम अनम	*Solanaceae* सोलॅनसी
१२९) मूग	मूग्द	*Vigna radiata* व्हिग्ना रेडिआटा	*Papilionaceae* पॅपिलिओनसी
१३०) मुळा	हस्तिदंत	*Raphanus sativus* रॅफॅनस सटायव्हस	*Cruciferae* क्रुसीफेरी

मराठी नाव	संस्कृत नाव	लॅटिन नाव	कूळ / Family
१३१) मुरुडशेंग	आवर्तनी	*Helicteres isora* हेलिक्टेरेस आयसोरा	*Sterculiaceae* स्टर्क्युलिएसी
१३२) मेथी	मेथी, चंद्रिका	*Trigonella foenum-graecum* ट्रायगोनेल्ला फोनुमग्रीकम	*Papilionaceae* पॅपिलिओनसी
१३३) मेन्दी/मेहन्दी	मेदिका, मेधी	*Lawsonia alba* लॉसोनिया अल्बा	*Lythraceae* लिथ्रेसी
१३४) मोथा	मुस्ता	*Cyperus rotundus* सायपेरस रोटन्डस	*Cyperaceae* सायपेरसी
१३५) मोहरी	राजिका	*Brassica juncea* ब्रासीका जन्सीआ	*Cruciferae* क्रुसीफेरी
१३६) मोसंबी	मिष्टनिंबूफलम्	*Citrus aurantium* सायट्रम ऑरेंशिअम	*Rutaceae* रुटेसी
१३७) महाळुंग	महाफल	*Citrus medica* सायट्रम मेडिका	*Rutaceae* रुटेसी
१३८) रताळे	पाटलाम	*Ipomoea batatas* आयपोमीया बटाटास	*Convolvulaceae* कॉन्व्हॉल्व्हीलेसी

मराठी नाव	संस्कृत नाव	लॅटिन नाव	कूळ / Family
१३९) रामफळ	----	*Anona reticulata* ॲनोना रेटीक्युलाटा	*Anonaceae* ॲनोनसी
१४०) राजगिरा	----	*Amaranthus paniculatus* अमॅरॅन्थस पॅनीक्युलॅटस	*Amaranthaceae* अमॅरॅन्थेसी
१४१) रायआवळा	लवली	*Phyllanthus distichus* फायलॅन्थस डायस्टीकस	*Euphorbiaceae* यूफोरबीएसी
१४२) रासबेरी	----	*Rubus niveus* रुबस नीव्हीएस	*rosaceae* रोझेसी
१४३) रिठा	अरिष्ट फेनिल	*Sapindaceae laurifolius* सॅपीन्डस लॉरीफोरिअम	*Sapiandaceae* सॅपिन्डेसी
१४४) रिंगणी	बृहती, इंगुली	*Solanum xanthocarpum* सोलॅनम झॅन्थोकारपम	*Solanaceae* सोलॅनसी
१४५) रुद्राक्ष	रूद्राक्ष	*Elaeocarpus ganitrus* इलिओकारपस गॅनीट्रस	*Tiliaceae* टेलिएसी
१४६) लवंग	देवकुसुम, लवंग	*Eugenia caryophyllata* यूजेनिआ कॅरिओफिलाटा	*Myrtaceae* मिर्टेसी

मराठी नाव	संस्कृत नाव	लॅटिन नाव	कूळ / Family
१४७) लसूण	लशून	*Allium sativum* एलिअम सटाव्हम	*Liliaceae* लिलीएसी
१४८) लाजाळू	लज्जालु, खादेरी	*Mimosa pudica* मीमोसी पुदिका	*Mimoseae* मीमोसी
१४९) लिंबू	निम्बुक	*Citrus acida* साइट्रस ॲसिडा	*Aurantiaceae* ओरेंटीएसी
१५०) वाटाणा	वर्तुळा	*Pisum sativum* पायसम सटाव्हम	*Papilionaceae* पॅपिलिओनसी
१५१) वांगी	वार्ताक	*Solanum melongena* सोलॅनम मेलोनाजिना	*Solanaceae* सोलॅनसी
१५२) वेलदोडा / वेलची	एला	*Elettaria cardamomum* इलेट्टारिआ कॅरडामोमम	*Zingiberaceae* झिंझिबरेसी
१५३) वेखंड	भूतनाशिनी वचा	*Acorus calamus* अकॉरस कॅलॅमस	*Araceae* ॲरॅसी
१५४) शहाजिरे	सुषपी	*Carum carvi* केरम कायवाय	*Umbelliferae* अंबेलिफेरी

मराठी नाव	संस्कृत नाव	लॅटिन नाव	कूळ / Family
१५५) शतावरी	शतावरी	*Asparagus racemosus* ॲस्पॅरॅगस रॅसीमोसस	*Liliaceae* लिलीएसी
१५६) शेवगा	शोभांजन	*Moringa pterygosperma* मोरिंगा टेरिगोस्पर्मा	*Moringaceae* मोरिंगेसी
१५७) सदाफुली	----	*1) Vinca roseus* व्हेन्का रोझीया *2) Catharanthus roseaus* कॅथेरॅन्थस रोझीअस	*Apocynaceae* अपोसायनेसी
१५८) सफरचंद	सेवम्	*Pyrus malus* पायरस मॅलस	*Rosaceae* रोझेसी
१५९) सफेदमुसळी	अनन्ता, सारिवा	*Chlorophytum borivilianum* क्लोरोफायटम बोरिविलीएनम	*Liliaceae* लिलीएसी
१६०) सर्पगंधा	चंद्रिका	*Rauvolfia serpentina* राउलफिया सरपेन्टीना	*Apocynaceae* अपोसायनेसी
१६१) सागरगोटा	कुबेराधी	*Caesalpinia bonducella* सिसालपिनिआ बोन्ड्युसेला	*Caesalpiniaceae* सिसालपिनिएसी

मराठी नाव	संस्कृत नाव	लॅटिन नाव	कूळ / Family
१६२) संत्रा	नारंग	*Citrus auranticum* सायट्रस ऑरॅन्टिकम	*Rutaceae* रुटेसी
१६३) सोयाबीन	----	*Glycine soja* ग्लायसाइन सोजा	*Papilionaceae* पॅपिलिओनसी
१६४) सुंठ	शुंठी	*Zingiber officinale* झिंजीबर ऑफिसीनेल	*Zingiberaceae* झिंजीबरेसी
१६५) हळद	हरिद्रा	*Curcuma longa* कुरकुमा लाँगा	*Zingiberaceae* झिंजीबरेसी
१६६) हिंग	अबुडगंध, बाल्हिका हिंगु	*Ferula asafoetida* फेर्‍युला असाफोइटीडा	*Apiaceae* एपीअसी
१६७) हिरडा	हरितकी	*Terminalia chebula* टर्मिनालिया चेब्युला	*Combretaceae* कॉम्ब्रेटेसी

❑·❑·❑

औषधी वनस्पती संदर्भग्रंथ

- □ Jain Sudhanshukumar and Tarfdar Chittaranjan : Medicinal Plant of the Sonthals
- □ Kirtikar K. R. and Basu B. D : Indian Medicinal Plants (Part 1 - 4)
- □ Varma B. S. and Chopda : Medicinal Plants
- □ आपटे वैद्य वि. म. : द्रव्यगुणविज्ञान
- □ हेंद्रे डॉ. रविकांत : विज्ञानातील वनस्पती
- □ जाधव डॉ. अंकुश : महाऔषधी मध
  महाऔषधी शतावरी
  महाऔषधी एरंड
  महाऔषधी त्रिकूट
- □ कुरतडकरशास्त्री (वैद्य) : द्रव्यगुणशास्त्र अर्थात वनस्पती विज्ञान
- □ महाराष्ट्र राज्य साहित्य, संस्कृती मंडळ : मराठी विश्वकोश
- □ पुरंदरे संपदा, चितळे कला, अभ्यंकर अंजली : मनाचे आरोग्य आणि पुष्प औषधी
- □ वाघ्रळकर डॉ. गोपाळकृष्ण : ओजवर्धक वनस्पती
- □ वांगीकर बी. पी. : जांभूळ
  बाभूळ
  हिंदुस्थानची खजूर, चिंच
- □ विश्वास के. पी. आणि घोष ई. : भारतीय वनौषधी भाग १-२